நம்பர் 1

சாதனையாளர்களின் சரித்திரம்

முகில்

சிக்ஸ்த்சென்ஸ் பப்ளிகேஷன்ஸ்

10/2 (8/2) போலீஸ் குவார்ட்டர்ஸ் சாலை
(தியாகராயநகர் பேருந்து நிலையத்திற்கும்
காவல் நிலையத்திற்கும் இடைப்பட்ட சாலை)
தியாகராயநகர், சென்னை – 600 017
தொலைபேசி : 24342771, 29860070
கைபேசி : 7200050073

Title:
No.1 Sathanayalargalin Sarithiram

Author:
Mugil

Publisher
K.S. Pugalendi

Managing Editor
P. Karthikeyan

Layout
R. Muthuganesan
S.Nisha

Wrapper
Magesh

Address:
Sixthsense Publications
10/2(8/2) Police Quarters Road,
(Between Thiyagaraya Nagar Bus Stop & Police Station)
Thiyagaraya Nagar, Chennai - 17
Phone: 2434 2771, 2986 0070
Cell: **72**000 **5**00**73**

Sixthsense Publications
6 th sense_karthi
e-mail : sixthsensepub@yahoo.com
Website: www.sixthsensepublications.com

First Edition : **January, 2020**
Pages : **392**
Price : **Rs. 522**

Copyright © **Mugil**

All rights reserved including the rights of reproduction in whole or in part in any form.

தலைப்பு : **நம்பர் 1 சாதனையாளர்களின் சரித்திரம்**
நூலாசிரியர் : **முகில்**
பக்கங்கள் : 392
விலை : ரூ. 522
உரிமை : © முகில்
முதற்பதிப்பு : **ஜனவரி, 2020**

சிக்ஸ்த்சென்ஸ் பப்ளிகேஷன்ஸ்
10/2 (8/2) போலீஸ் குவார்ட்டர்ஸ் சாலை
(தியாகராயநகர் பேருந்து நிலையத்திற்கும் காவல் நிலையத்திற்கும் இடைப்பட்ட சாலை)
தியாகராயநகர், சென்னை – 600 017
தொலைபேசி : 24342771, 29860070
கைபேசி: **72**000 **5**00**73**
மின்னஞ்சல்: sixthsensepub@yahoo.com

இந்தப் புத்தகத்திலுள்ள எந்த ஒரு பகுதியையும் பதிப்பாளர் மற்றும் எழுத்தாளர் அனுமதியை எழுத்து மூலம் பெறாமல் பதிப்பிக்கக் கூடாது

நீங்கள் Smart Phone உபயோகிப்பவராக இருந்தால் QR Code Reader Application மூலம் இதை Scan செய்தால் நேரடியாக எமது இணையதளத்திற்கு சென்று மேலும் எங்கள் வெளியீடுகள் பற்றிய விவரங்களைப் பெறலாம்.

A4 ISBN : 978-93-88734-07-3

சமர்ப்பணம்

இந்தப் புத்தகத்தின்
இறுதி அத்தியாயத்தில்
வாழ்ந்து கொண்டிருக்கும்
வன மனிதன்
'ஜாதவ் பேயெங்'குக்கு.

நேர் + நேர் = நம்பர்1!

இப்படி ஒரு தொடர் எழுத வேண்டும் என்று 2016-ல் விகடனிலிருந்து அழைப்பு வந்தது. 'நிகழ்காலத்தில் தங்கள் துறையில் கோலோச்சிக் கொண்டிருக்கும் நம்பர் 1 சாதனையாளர்களின் வாழ்க்கையை, வீரியம் குறையாமல் ஆனந்த விகடனில் ஆறு அல்லது ஏழு பக்கங்களில் பதிவு செய்ய வேண்டும்' என்றார்கள். 'ஆகப்பெரிய சவால்! உடனே ஒப்புக்கொள்' என்று மனம் பாஸிட்டிவ் மணி அடித்தது.

வாரந்தோறும் ஒரு சாதனையாளரைத் தேர்ந்தெடுத்துக் கொண்டு, அந்த மனிதனின் வாழ்க்கையை முற்றிலும் உள்வாங்கிக் கொண்டு, அவர்கள் பிறந்து, வளர்ந்து, தடுமாறி விழுந்து, அடையாளமின்றித் தொலைந்து, தவறுகளை உணர்ந்து, வீறுகொண்டு எழுந்து, வியக்கும் வண்ணம் சாதித்து நிமிர்ந்த வாழ்க்கைச் சித்திரத்தை, இதில் எந்த அம்சமும் குறையாமல், அதே கதகதப்புடன் பதிவு செய்ய வேண்டும். சுருக்கமாக. மனத்துக்கு நெருக்கமாக. ஓர் எழுத்தாளனுக்கு இதுபோன்ற சவாலான வாய்ப்பைவிட மிகப்பெரிய சந்தோஷம் என்ன இருக்க முடியும்! உற்சாகத்துடன் களமிறங்கினேன்.

'நம்பர் 1' என்பதால் தங்கள் துறையில் உச்சத்தில் இருக்கும், அதிகம் சம்பாதிக்கும் மனிதர்களை மட்டும் கணக்கில் எடுத்துக் கொள்ளவில்லை. இப்படிக்கூட ஒரு மனிதர் இருக்கிறாரா என்று நம் புருவத்தை அனிச்சையாக உயர வைக்கும், படிக்கப் படிக்க மனத்தை நெகிழ்த்தும் வாழ்க்கை கொண்ட, நாம் பரவலாக அறியாத புதிய மனிதர்களையும் தேடித்தேடி எழுதினேன். ஆக, உசைன் போல்ட், மலாலா, கிறிஸ்டோபர் நோலன் உள்ளிட்ட உலகறிந்த மனிதர்களுடன் அருணிமா சின்ஹா, லெவெரின் காக்ஸ், லின்சே அடாரியோ, ஜாதவ் பேயெங், மைக் ஸ்பென்சர் பௌன், டாக்டர். டாம் போன்ற தமிழ் வாசகர்கள் பரவலாக அறியாத மாபெரும் மனிதர்கள் பலரும் இந்தத் தொடரில் இடம்பிடித்தார்கள்.

இதை எழுதும்போது எனக்கிருந்த சவால்களும் நிறைய. 'இந்த வாரம் மேஜிஸியன் டைனமோ கட்டுரை சூப்பர்' என்ற விமரிசனம் வந்துவிழும். எனில், அடுத்த வாரம் அதைத் தாண்டும்

விதமாக, அல்லது அதற்கு இணையான சாதனை வாழ்க்கை கொண்ட ஒரு மனிதரைத் தேர்ந்தெடுத்து எழுத வேண்டும். சரி, இயக்குநர் ராஜ மௌலி பற்றி எழுதலாமே என்றால், 'ராஜ மௌலி பற்றி எனக்குத் தெரியாதது இதுல என்ன இருக்கப் போகுது?' என்ற வாசகரின் மனநிலையை வென்று, அதற்கும்மேல் ஆச்சரிய விஷயங்களைக் கட்டுரையில் கொண்டுவரப் பாடுபட வேண்டும். 'தவாக்குல் கர்மான்' குறித்து எழுதுகிறேன் என்றால், சம்பந்தமே இல்லாத இந்தப் பெண் குறித்து நான் ஏன் தெரிந்து கொள்ள வேண்டும் என்ற தடையை உடைத்து வாசகரைக் கட்டுரைக்குள் இழுக்க வேண்டும். இப்படிப்பட்ட சவால்களே என்னை உத்வேகத்துடன் இயங்கச் செய்தன.

'பல வருஷமா சினிமாவுல இருக்கிறேன். சமீபத்துல வந்த ஒரு ஹிட் படம், என் கதை மாதிரியே இருந்ததால மனசு உடைஞ்சு, விரக்தியில இருந்தேன். நம்பர் ஒன் தொடர்ல நிக் வுஜிசிக் கட்டுரை படிச்சேன். அப்படியே உள்ளுக்குள்ள புது ரத்தம் பாய்ஞ்ச மாதிரி இருந்துச்சு. சோகத்தையெல்லாம் தூக்கிப் போட்டுட்டு, முழு மூச்சா அடுத்த கதையை ரெடி பண்ண ஆரம்பிச்சுட்டேன்' - என்று ஓர் உதவி இயக்குநர் போனில் தன் உற்சாகத்தைப் பகிர்ந்து கொண்டார். 'டாக்டர் டாம் குறித்த கட்டுரை என் வாழ்வின் மிகப் பெரிய வழிகாட்டி' என்று ஒரு மருத்துவ மாணவர் மின்னஞ்சலில் நெகிழ்ந்திருந்தார். 'ஒவ்வொரு வாரமும் என் குழந்தைகளுக்கு நம்பர் 1 கட்டுரைகளை வாசித்துக் காண்பிக்கிறேன். அவர்களைத் தன்னம்பிக்கையுடன் வளர்க்க இந்தக் கட்டுரைகள் மிகவும் உதவிகரமாக இருக்கின்றன' என்று ஒரு சகோதரி தன் அன்பை வெளிப்படுத்தியிருந்தார். இப்படி இன்னும் நிறைய.

இப்போது சிக்ஸ்த் சென்ஸ் பதிப்பகம் வழியாக, நம்பர் 1 - சாதனையாளர்களின் சரித்திரம் மேம்படுத்தப்பட்ட பதிப்பாக வெளிவருவதில் மகிழ்ச்சி. நூலின் நோக்கமே இந்தத் தன்னம்பிக்கை மனிதர்களின் வாழ்க்கை மேலும் பலரைச் சென்றடைய வேண்டும் என்பதே. உங்கள் நண்பர்களுக்கு, உறவினர்களுக்கு, பிரியத்துக்குரியவர்களுக்கு, குறிப்பாக மாணவர்களுக்கு, மகிழ்வுடன் அளிக்கக்கூடிய நல்ல பரிசாக இந்தப் புத்தகம் நிச்சயம் இருக்கும்.

அன்புடன்

05.01.2019

முகில்
writermugil@gmail.com

பதிப்புரை

விகடனில் தொடராக வந்தபோதே ஒரு வாசகனாக அடுத்து யாரைப் பற்றி என்று ஊகிக்கப் பொறுமையில்லாமல் எழுத்தாளரை நச்சரித்தவர்களில் நானும் ஒருவன். தற்கொலையின் விளிம்புவரை சென்ற ஒருவர் இன்று உலகிற்கே தன்னம்பிக்கையூட்டும் முரண், முதுகெலும்பு வளைந்திருப்பதால் ஒரு காலைவிட ஒரு கால் சற்று நீளமாக உள்ள மனிதர் தடகளத்தில் தாண்டவமாடும் அதிசயம், வாழ்வின் அஸ்திவாரத்தை அமிலம் அரித்தபின் ஆசிட் வீச்சிற்கு எதிரான போராட்டத்தின் முகமாகவே மாறிப்போன பெண்ணின் எழுச்சி, நிறக்குருடால் பாதிக்கப்பட்ட ஒருவர் உலகின் முன்னணி திரைப்பட இயக்குநரான கதை, ராணுவ ஆட்சியை எதிர்த்து மக்களாட்சிக்காகப் பாடுபடும் ஒரு பழங்குடி கிராமத்தை ஒற்றையாளாக ரட்சிக்கும் ஒரு மருத்துவர் என்று ரகம் ரகமான 25 மனிதர்கள். வெவ்வேறு களம், வெவ்வேறு போராட்டம், வேறு லெவல் சாதனைகள்.

ஆனால், இவர்கள் அனைவருக்கும் உள்ள ஓர் ஒற்றுமை இவர்கள் யாருமே தாம் தேர்ந்தெடுத்த துறையில் நம்பர் 1 ஆக வேண்டும் என்ற நேரடி இலக்கோடு இயங்க ஆரம்பித்த வர்கள் இல்லை என்பதுதான். அவர்களது நோக்கம் தம் உள்ளுணர்வுக்குச் செவிசாய்த்து, அதற்கு வஞ்சனையில்லாமல் உழைப்பது மட்டுமே.

ஓர் இலக்கை அடைந்தவுடன் அடுத்த இலக்கைத் தங்களுக்கு தாங்களே வரையறுத்துக் கொள்கிறார்கள். அதில் அவர்கள் அடையும் வெற்றியின் அடர்த்தி, வெற்றிடத்தைக் காற்று நிரப்புவதுபோல். போட்டியைக் கண்டு பயமோ, எதிர்ப்புகள் வலுப்பதைக் குறித்த சலனமோ, இருக்கும் இடத்தைத் தக்க வைத்துக்கொள்ளும் அழுத்தமோ இவர்களிடம் அறவே இல்லை. ஏனென்றால் இவர்கள் ரிங் மாஸ்டரின் கட்டளைக்காகக்

காத்திருக்கும் சர்க்கஸ் சிங்கங்கள் இல்லை. கனல் தகிக்கும் பல களங்களைக் கடந்து வந்த அசல் போராளிகள்.

சாதனையாளர்களின் வெற்றிக்கதைகளைத் தமிழில் வெளியிடுவதில் சிக்ஸ்த்சென்ஸ் தொடர்ந்து நம்பர் 1 பதிப்பகமாக உள்ளது. முகில் எழுதிய சரித்திரப் புத்தகங்களும், வாழ்க்கை வரலாறுகளும் எமது பதிப்பகத்திற்கு ஒரு புதிய அடையாளத்தை வாசகர்கள் மத்தியில் பெற்றுத் தந்திருக்கின்றன.

இந்த வெற்றிக் கூட்டணிக்குச் சிகரம் வைத்ததுபோல, முகில் எழுதிய சூப்பர் ஹிட் தொடர் 'நம்பர் 1 - சாதனையாளர்களின் சரித்திரம்' நூலை, செழுமை செய்யப்பட்ட பதிப்பாக வெளியிடுவதில் அளவு கடந்த மகிழ்ச்சி அடைகிறோம்!

06.01.2020   கார்த்திகேயன் புகழேந்தி

NUMBER ONE பட்டியல்

அதிசயங்களின் மனிதர் — 08

மின்னல் வீரன் — 24

மீண்டெழுந்த தேவதை — 38

ஹாலிவுட் பிதா — 54

நுபாவின் மீட்பர் — 68

நாக்-அவுட் நாயகன் — 82

சூப்பர் மாடல் — 96

அறுசுவை அரசன் — 110

ஆப்பிரிக்காவின் விடிவெள்ளி — 124

ஃபார்முலா 1 பாட்ஷா — 136

கல்விப் போராளி — 152

சர்க்கஸ் ஸ்டார் — 166

திருநங்கை நட்சத்திரம் 182

இளைய தளபதி 196

லென்ஸ் லெஜெண்ட் 212

வசூல் சக்கரவர்த்தி 228

பாலே பறவை 246

மேஜிக் ஜித்தன் 260

தன்னம்பிக்கைப் பேரரசி 274

சிங்கங்களின் காப்பான் 292

பேரன்பு மனுஷி 308

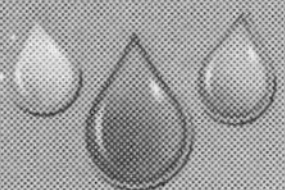

நீர் மனிதர்கள் 326

ஏமனின் வசந்தம் 342

தண்ணிகரற்ற பயணி 358

வனக் கடவுள் 372

ஏதாவதோர் அதிசயம் நிகழ்ந்து உன் துன்பமான வாழ்க்கையே தலைகீழாக மாறிவிடும் என்று காத்திருக்கிறாயா? எந்த அதிசயமும் இதுவரை நிகழவில்லையா? எனில், நீயே அந்த அதிசயமாக மாறிவிடு!

நிக் வுஜிசிக்
அதிசயங்களின் மனிதர்

இன்றைய உலகின் மிக முக்கியமான தன்னம்பிக்கைப் பேச்சாளராகக் கருதப்படும் நிக் வுஜிசிக் அடிக்கடி சொல்லும் உத்வேக வரிகள் இவை. இந்த வார்த்தைகளை நிக் வெறுமனே உதடுகளால் உச்சரிக்கவில்லை. தன் வலிமிகுந்த பிறவியில், வளிமண்டலத்தில் எப்படியேனும் வாழ்ந்தே தீர வேண்டும் என்ற வைராக்கியத்தில் வழிதேடி, போராடி, மேலேழுந்து, உச்சம் தொட்ட பின், உணர்ந்து உச்சரித்த வரிகள்.

1982, டிசம்பர் 4. ஆஸ்திரேலியாவின் மெல்போர்னில் ஒரு மருத்துவமனையில் நிக் பிறந்திருந்தான். பிரசவ மயக்கம் தெளிந்த அவனது தாய் துஸிகா, குழந்தையைத் தேடினாள். நர்ஸ்கள் அவளிடம் விஷயத்தைத் தயக்கத்துடன் சொல்ல, கணவர் போரிஸும் கண்ணீருடன் நிற்க, வெடித்து அழ ஆரம்பித்தாள். நர்ஸ் ஒருத்தி, துணி சுற்றப்பட்ட குழந்தையை துஸிகாவின் அருகில் கொண்டு வந்து வைத்தாள். குழந்தை அழுதது. துஸிகா கதறினாள். 'வேண்டாம். இவனை எடுத்துக் கொண்டு போய்விடுங்கள். நான் இவனைப் பார்க்கவே மாட்டேன்.'

Tetra-amelia Syndrome. குழந்தையானது பிறக்கும்போதே இரண்டு கைகள், இரண்டு கால்கள் இல்லாமல்தான் பிறக்கும். சில சமயங்களில் நுரையீரலோ, இதயமோ, வேறு சில பாகங்களோகூட முழு வளர்ச்சியின்றி இருக்கலாம். சில கோடி குழந்தைகளில் ஒரு குழந்தை இப்படி அரிதாகப் பிறக்கும். அப்படி அரிதாகப் பிறந்தவன் நிக். பிறக்கும்போதே இரண்டு கைகளும் இரண்டு கால்களும் இல்லை. துஸிகாவும் ஒரு நர்ஸ்தான். நூறு பிரசவங்களுக்கும் மேல் பார்த்தவள். கர்ப்பத்தின்போது இருமுறை ஸ்கேன் பார்த்தபோதுகூட குறையொன்றுமில்லை என்றுதான் மருத்துவர்கள் சொன்னார்கள். பொய் சொல்லி விட்டார்களோ? குறைகளின் மொத்த உருவமாக ஒரு குழந்தை பிறந்திருக்கிறதே. கடவுளே, நாங்கள் செய்த பாவம்தான் என்ன? துஸிகாவும் போரிஸும் சிந்திய கண்ணீருக்குப் பதில் சொல்ல யாருமில்லை. குழந்தை பிறந்தால், தாய்க்கு பூங்கொத்துகள்

குவியும். துஸிகாவுக்கு ஒரு பூங்கொத்துகூட வரவில்லை. குழந்தை தூக்கத்தில் சிரித்தது. அக்கணத்தில் மனம் சிலிர்க்க துஸிகா புரிந்து கொண்டாள் - எனக்குப் பிறந்திருப்பதே ஒரு பூங்கொத்துதான்.

கைகள், கால்கள் இல்லாதது தவிர, நிக்குக்கு வேறெந்த உறுப்புகளிலும் பிரச்னை இல்லை. தவிர, இடது கால் மிகச் சிறிய அளவில் துருத்தி கொண்டிருந்தது. அதில் இரண்டு விரல்கள் ஒன்று சேர்ந்து கிடந்தன. மருத்துவர்கள் அந்த விரல்களை மட்டும் பிரித்துவிட்டார்கள். பிற்காலத்தில் எதற்காவது அவ்விரு விரல்கள் உதவும் என்று பெற்றோர் நம்பினார்கள். ஏதுமறியா வயதுவரை நிக்குக்கு எதுவும் பிரச்னையாகத் தெரியவில்லை. மூன்று வயதிலேயே ஸ்கேட்டிங் போர்டில் படுத்துக் கொண்டு நகர ஆரம்பித்தான். தானியங்கி வீல்சேர் ஒன்றைத் தானாக இயக்கவும் கற்றுக் கொண்டான். இரு விரல்கள் உதவின. ஆனால், வெளி உலகம் தெரியத் தெரிய, அவனுக்குப் பிறகு ஒரு தம்பி, தங்கை நல்ல ஆரோக்கியத்துடன் பிறக்க, நிக் விக்கித்து நின்றான். 'எனக்கு மட்டும் ஏன் கைகள், கால்கள் இல்லை?' - தங்கள் மகன் அடிக்கடி கேட்க, பெற்றோர் சொன்ன ஒரே பதில், 'கடவுளிடம் கேள்.'

நிக் கண்ணீருடன் கடவுள் முன் உருகினான். 'தேவனே, எனக்கும் கைகள், கால்கள் கொடு.' கடவுள் அதிசயங்களை நிகழ்த்துபவர் ஆயிற்றே. விடியும்போது தனக்குக் கைகளும் கால்களும் முளைத்திருக்கும் என்று இரவுகளில் கண் மூடினான். எந்த விடியலும் அவன் நம்பிக்கைக்கு வெளிச்சம் கொடுக்கவில்லை. 'ஆண்டவரே, நீர் எனக்கு ஒரு கையை மட்டுமாவது கொடு. நான் உலகம் முழுக்கச் சென்று உம் அதிசயத்தைப் பரப்புகிறேன்' என்று கடவுளிடம் டீல் பேசிப் பார்த்தான். ம்ஹூம். சோகத்தினுள் அடிக்கடி தொலைந்து கொண்டிருந்தான் நிக்.

ஆஸ்திரேலியாவில் உடல், மனநலக் குறைபாடுள்ள குழந்தைகள், இயல்பான குழந்தைகள் படிக்கும் பள்ளியில் படிக்க, சட்டம் அனுமதிக்காது. ஆகவே நிக்குக்கும் 'சிறப்புப் பள்ளி'யில்தான் இடம் கிடைத்தது. துஸிகாவுக்கு மனம் உறுத்தியது. உடலில் சில பாகங்கள் குறைவாக இருக்கிறதே தவிர, நிக் மற்ற குழந்தைகளைப் போல இயல்பானவனே. அவன் ஏன் இங்கே படிக்க வேண்டும்? போராடிப் பார்த்தார். சட்டம் இடம் கொடுக்க

வில்லை. எனவே நிக் குடும்பத்தினர், மெல்போர்னிலிருந்து அமெரிக்காவின் கலிஃபோர்னியாவுக்கு இடம் பெயர்ந்தனர். அங்கே நிக் இயல்பான பள்ளியில் படிக்கலாம், மருத்துவ வசதிகள் அதிகம், நெருங்கிய உறவினர்களும் இருக்கிறார்கள் என்பன இடம்பெயரலுக்கான காரணங்கள். ஆனால், அமெரிக்கப் பள்ளிச் சூழலில் நிக்கால் ஒன்றவே முடியவில்லை. ஒவ்வொரு பீரியடுக்கும் வேறு வேறு அறைகளுக்குச் செல்ல வேண்டிய கட்டாயம். இன்னும் பல பிரச்னைகள். நிக், மேலும் சுருங்கிப் போக, பெற்றோர் மீண்டும் ஆஸ்திரேலியாவுக்கே பெட்டி கட்டினார்கள். இந்தமுறை பிரிஸ்பேன்.

1989-ல் உடல் குறைபாடுள்ளவர்களும் இயல்பான குழந்தை களுக்கான பள்ளிகளில் படிக்கலாம் என்று ஆஸ்திரேலியாவில் சட்டத் திருத்தம் நிறைவேற, அதன்படி அனைவருக்குமான பள்ளியில் நிக் முதல் மாணவனாக அட்மிஷன் பெற்றான். தங்கை வீல்சேரைத் தள்ளிச் செல்ல, நிக் பள்ளிக்குச் செல்லும் புகைப்படம் செய்தித்தாள்களில் வெளிவர, ஒரே நாளில் பிரபலமும் ஆனான். அப்போது நன்கொடைகளும் கிடைக்க, அவை நிக்கின் மருத்துவச் செலவுகளுக்கு உதவின. செயற்கைக் கைகள் பொருத்திப் பார்த்தார்கள். நிக்குக்குச் சரிப்படவில்லை. நான், நானாகவே இருந்து கொள்கிறேன் என்றான்.

ஆனால், சமூகம் அப்படி இருக்க விடவில்லை. 'விநோத ஜந்து' போல பார்த்தார்கள் அல்லது பரிதாபத்துடன் 'உச்' கொட்டினார்கள். எப்போதும் யாருடைய உதவியாவது தேவைப்பட்டது. இயல்பான கூட்டத்தில் துருத்திக் கொண்டிருப்பது போல உணர்ந்தான். பள்ளிக்குச் செல்லப் பிடிக்கவில்லை. பல் தேய்ப்பது, குளிப்பது, உடையணிவது... மற்றவர்கள் செய்யும் சாதாரண வேலைகளைக்கூட என்னால் சுயமாகச் செய்ய இயலவில்லை. சாப்பிடுவதுகூட விலங்குகள்போல வாயால் கவ்வி... ச்சே... நிக் மனத்தளவிலும் கடுமையாகப் பாதிக்கப்பட்டான். இப்படியே தான் வாழ வேண்டுமா? எனக்கு வருங்காலமே கிடையாதா? அவநம்பிக்கையும் விரக்தியும் சூழும் கணங்கள் அதிகரித்தன. பத்து வயது நிக், தற்கொலை செய்துகொள்ள முடிவெடுத்தான். அதாவது என்னால் முடியுமா?

ஒருநாள் மதிய வேளையில் துஸிகா, நிக்கைக் குளிப்பாட்ட பாத் - டப்பினுள் தூக்கி வைத்தாள். 'நானே குளிக்கிறேன். வெளியே கதவைச் சாத்திட்டுப் போம்மா' என்றான். அம்மா நகர்ந்தாள். நிக், தண்ணீர் நிரம்பிய பாத் - டப்பினுள் மூழ்கினான். எதிர்மறை எண்ணங்கள் அவனை அழுத்தியது. மூச்சை அடக்காமல் நீரைக் குடித்து உயிரைக் கரைக்கும் முயற்சி. கடைசி நொடிகளை எண்ணினான். 10, 9, 8... எதிர்காலமே இல்லாத இந்த வாழ்க்கையை இன்றோடு முடித்துக் கொள்ளலாம். 7, 6, 5... எல்லா வலிகளுக்கும் முற்றுப்புள்ளி வைத்து விடலாம். 4, 3, 2... திடீரென மனக்கண்ணில் ஒரு காட்சி. தந்தையும் தாயும் அவனது கல்லறை முன் நின்று கண்ணீர் விடுவதாக. தம்பியும் தங்கையும் தன் பிரிவால் வாய்விட்டுக் கதறுவதாக. பதறி, திணறி, எகிறி நீருக்கு வெளியே வந்தான். சுவாசம் சீராகச் சில நிமிடங்கள் பிடித்தன. குடும்பத்தினர் என்மேல் எவ்வளவு அன்பு வைத்திருக்கிறார்கள். எப்படி இவர்களை விட்டுப் பிரிய நினைத்தேன்? நான் சுயநலவாதி.

அன்று இரவு தன் தம்பி ஆரோனிடம் நிக் சொன்னான் - 'என் 21 வயதில் நான் தற்கொலை செய்து கொள்வேன்.' ஆரோன் புரியாமல் 'எதற்கு?' என்றான். 'அப்போது நான் படித்து முடித்து விடுவேன். ஆனால், எனக்கு வேலையோ, கேர்ள் ஃப்ரெண்டோ கிடைக்கப் போவதில்லை. திருமணமே ஆகப்போவதில்லை. அதன்பின் நான் எதற்காக வாழவேண்டும்?' ஆரோன், விஷயத்தை தந்தையிடம் சொன்னான். போரிஸ், மயிலிறகு வார்த்தைகளால்

நிக்கின் மனத்துக்கு ஒத்தடம் கொடுத்தார். 'கடவுள் உன்னை பூமிக்கு இப்படி அனுப்பியிருக்கிறார் என்றால் அவரிடம் ஏதோ ஒரு திட்டம் இருக்கிறது. முதலில் அது என்ன என்று கண்டுபிடி. அதை நிறைவேற்று.' தந்தையின் வார்த்தைகள் நிக்கை நேர்மறை எண்ணங்களில் நிலைத்து நிற்கச் செய்தன.

தன் உடலில் எந்த மாற்றமும் நிகழப் போவதில்லை என உணர்ந்த நிக், தன் இயல்பை 180 டிகிரி மாற்றினான். குடும்பத் தினரும் நிக்கை 'சாதாரணமானவனாக' நடத்த ஆரம்பித்தனர். நிக், தன் தம்பி ஆரோனை அதிகம் வேலை வாங்கும் சமயத்தில் அவன் முறைத்தபடியே, 'இதுக்கு மேல ஏதாவது வேலை சொன்ன, அந்த டேபிள் டிராயர்ல போட்டு அடைச்சு வைச்சிருவேன்' என்பான். தங்கை மிச்சேல், 'பசிக்குது, நிக் உன் குட்டிக்கால் சிக்கன் லெக்பீஸ் மாதிரி இருக்குது. அதைக் கடிச்சிக்கவா?' என்பாள். நிக்கின் உறவுக்காரப் பையன்கள் அவனை ஷாப்பிங் மால்களுக்கு அழைத்துச் செல்கையில், மக்கள் அவனை ஒருமாதிரி பார்த்தால், 'ஆமா, இவன் வேற்றுக்கிரகவாசி. உங்களுக்கு வேணுமா?' என்று கலாட்டா செய்வார்கள். இந்த கேலிப் பேச்சுகளுக்கெல்லாம் நிக் வெடித்துச் சிரிப்பான். தன் வாழ்வின் தீரா கசப்புச் சுவையை, நகைச்சுவையால் எட்டி உதைக்கக் கற்றுக் கொண்டான். மயக்கமா, கலக்கமா என தலைசுற்றிய பொழுதுகளில், உனக்கும் கீழே உள்ளவர் கோடி என நினைத்துப் பார்த்து மீண்டு வந்தான். உடல் குறைபாடுகளைப் புறந்தள்ளி, சிகரம் தொட்ட முன்னோடிகளின் வாழ்க்கைப் புத்தகங்களைப் படிக்க ஆரம்பித்தான்.

சக்கி என்பவன் நிக் உடன் பள்ளியில் படித்த புஜபல முரட்டு மாணவன். அடிக்கடி நிக்கிடம் வம்பிழுத்தான். 'ஒண்டிக்கு ஒண்டி வர்றியா?' என்று ஒருமுறை அவன் கேட்க, நிக்கும் ஏதோ ஒரு தைரியத்தில் ஒப்புக் கொண்டான். மறுநாள் மதிய இடைவேளையில் மைதானத்தில் மாணவர்கள் குழுமியிருக்க, நிக்கும் சக்கியும் எதிர் எதிரே. நிக்குக்குள் பயம் நிரம்பித் ததும்பியது. யாராவது ஆசிரியர்கள் விஷயமறிந்து வந்து சண்டையை தடுத்து விடுவார்கள் என்று நம்பினான். நடக்க வில்லை. 'வீல்சேரிலிருந்து இறங்கு' என்றான் சக்கி. 'நீயும் முட்டி போட்டுத்தான் மோத வேண்டும்' என்றான் நிக். சக்கி முட்டி போட்டான். நிக்கை அடித்துப் போட்டான். நிக்குக்கு உடலைப்

அதையும் தாண்டிப் புனிதமானது!

வாழ்க்கையில் எனக்கு கேர்ள் ஃப்ரெண்ட்டெல்லாம் அமையவே அமையாது என்ற கவலை, சிறுவயதில் நிக் தற்கொலை முயற்சி செய்ய முக்கியக் காரணம். 2010-ல் டெக்ஸாஸில் ஓரிடத்தில் உரையாற்றியபோது அவளைப் பார்த்தார் நிக். கண்டதும் காதல். அன்று மேடையில் வார்த்தைகள் தடுமாறின. அப்பெண்ணின் பெயர் கேனே. அவளை எப்படியாவது காதலித்தே தீர வேண்டும் என்று தோன்றியது. மீண்டும் மீண்டும் சந்திப்பதற்கான வாய்ப்புகளை வலிய ஏற்படுத்தினார். நேசம் வளர்ந்தது. கொஞ்சம் டேட்டிங். ஒருநாள் கடலின் நடுவில் படகின் முகப்பில் டைட்டானிக் ஜேக்கும் ரோஸுமாக தழுவி நின்றார்கள். அந்தப் பொழுதில் தன் காதலைச் சொல்லி, வாயால் மோதிரமும் அணிவித்தார் நிக். கேனே மகிழ்ச்சியில் திளைத்தார். 'சில ஆண்களைப் பார்த்ததும் பாய் ஃப்ரெண்ட் ஆக்கிக் கொள்ளலாம் என்று தோன்றும். ஆனால் நிக்கைச் சந்தித்த முதல் நொடியிலேயே இவரைக் கணவராக்கிக் கொள்ள வேண்டும் என்று தோன்றியது' என்பது கேனேவின் லவ் மொழி.

இருவரும் 2012-ல் திருமணம் செய்து கொண்டார்கள். 2013-ல் பரிபூரண ஆரோக்கியத்துடன் ஓர் ஆண் குழந்தையும் பெற்றுக் கொண்டார்கள். அதற்குப் பின் ஒரு டீவி பேட்டியில் நிருபர் ஒருவர் நிக்கிடம் கேட்ட கேள்வி, 'நீங்கள் எப்படி குழந்தை பெற்றுக் கொண்டீர்கள்? கை, கால்களின்றி எப்படிச் சாத்திய மானது?'. நிக் பட்டெனக் கேட்ட பதில் கேள்வி - 'குழந்தை பெற்றுக் கொள்ள கை, கால்கள் அவசியமா என்ன?'

இப்போது இந்தத் தம்பதிகளுக்கு நான்கு குழந்தைகள்.

புரட்டி, முன்நெற்றியை தரையில் பதித்து, அழுத்தி எழுந்து நிற்பதே சிரமமாக இருந்தது. மீண்டும் மீண்டும் அடி. நிக், சுருண்டு விழுந்தான். 'அய்யோ வேணாம்' என்று மாணவிகள் அழ ஆரம்பிக்க, தனக்காக யாரோ சிந்தும் கண்ணீரும், விழுந்த அவமானமும் நிக்கைச் சிலிர்த்தெழச் செய்தது. சிரமப்பட்டு மீண்டும் எழுந்து, தன் உடலைத் தரையில் உந்தி, ஓர் ஏவுகணை போல பாய்ந்து, தன் தலையால் சக்கியின் முகத்தில் கடுமையாக மோதி விழுந்தான் நிக். சக்கியின் மூக்கு உடைந்து ரத்தம் கொட்டியது. கூட்டம் ஸ்தம்பித்தது. பின் நிக்குக்காக ஆர்ப்பரித்தது. நிக்கோ பதறி சக்கியிடம் மன்னிப்பு கேட்டான். சக்கி, அங்கே நிற்க முடியாமல் வெளியேறினான், பின் பள்ளியிலிருந்தும் நிரந்தரமாக.

எந்தவோர் அசாதாரணச் சூழலையும் பயத்தை விழுங்கிவிட்டால் சமாளிக்கலாம் என்று நிக் உணர்ந்து கொண்டான். அதேபோல லாரா என்ற பள்ளித்தோழி கேட்ட ஒரு கேள்வி, நிக்கை அடுத்த கட்டம் நோக்கி நகர்த்தியது. 'இப்படி எத்தனைக் காலம்தான் ஒவ்வொன்றுக்கும் அடுத்தவர்களையே நம்பியிருப்பாய்?' - தோழியின் கேள்வியால் காயப்படாமல், 'நான் சுதந்தரமாக இயங்கப் பழக வேண்டும்' என்று உணர்ந்து கொண்டான் நிக். தானே பல் துலக்குவதிலிருந்து, குளிப்பது, கழிவறையை உபயோகிப்பது, உடையணிவது, முட்டையை உடைத்து ஆம்லெட் போடுவது, இரண்டு விரல்களால் ரிமோட்டை இயக்குவது, கீபோர்டில் டைப் அடிப்பது, குட்டிக்காலை துடுப்பெனச் சுழற்றி நீச்சலடிப்பது என்று தினம் தினம் புதிய விஷயங்களைக் கற்க ஆரம்பித்தான்.

'அக்கவுண்ட்ஸ் படி. அது உன் வருங்காலத்துக்கு உதவும்' என்றார் தந்தை. பள்ளிப்படிப்புக்குப் பின் நிக், டிகிரிக்காக எடுத்த பாடம் அக்கவுண்ட்ஸ் - ஃபைனான்ஸே. ஆனால், அவன் மனத்தில் வேறொரு லட்சியம் வேர்விட்டிருந்தது. பள்ளியின் வாட்ச்மேனாக இருந்த அர்னால்ட் என்பவர், தான் நடத்தும் இளைஞர்களுக்கான கூட்டங்களில் நிக்கைக் கட்டாயப்படுத்தி பேச வைத்தார். 'என்ன பேச மிஸ்டர் அர்னால்ட்?' என்று நிக் கேட்க, 'உன் சொந்தக் கதையைச் சொல். அதைப் போன்ற தன்னம்பிக்கை தரும் விஷயம் வேறெதுவுமே கிடையாது' என்றார் அவர். நிக் தட்டுத்தடுமாறிப் பேச, கிடைத்த பாராட்டுகள் அவனை நிமிர்த்தின. ஒருமுறை பள்ளிக்கு வந்து பேசிய

மனைவி, குழந்தைகளுடன் நிக்

அமெரிக்காவின் தன்னம்பிக்கைப் பேச்சாளரான ரெக்கி, ‘கடந்த காலத்தை உன்னால் மாற்றவே முடியாது. ஆனால், உன் எதிர்காலத்தை நிச்சயம் மாற்ற முடியும்’ என்று சொன்னது, நிக்கின் மனத்தில் நிரந்தரமாகப் பதிந்தது.

சிறு வயதில் அதிசயங்கள் நிகழாதா என்று காத்திருந்தேன். இப்போதுதான் புரிகிறது. நானே ஓர் அதிசயம்தான். இத்தனைக் குறைகள் கொண்ட இவனே இந்த அளவுக்கு மகிழ்ச்சியாக, நம்பிக்கையாக வாழ முடிகிறதென்றால், உனக்கென்ன குறைச்சல் என்று உலகத்தினருக்குப் புரிய வைக்கத்தான் கடவுள் என்னை இப்படி அனுப்பியிருக்கிறார். என்னைக் காட்சிப்படுத்தி, என் பேச்சால் எத்தனையோ பேருக்கு ‘நம்பிக்கை ஆக்ஸிஜன்’ ஏற்ற முடியும். நிக், ‘தன்னம்பிக்கைப் பேச்சாளராக’ தன் எதிர்காலத்தை வடிவமைத்துக் கொள்ள முடிவெடுத்தார்.

வார இறுதிகளில் சர்ச்களில் பிரசங்கம் செய்ய வாய்ப்பு அமைந்தது. ஆனால், தன்னை வெறும் மதபோதகராக அடையாளப் படுத்திக் கொள்ள நிக் விரும்பவில்லை. தன் 17-வது வயதில் தொண்டு நிறுவனம் ஒன்றைத் தொடங்கினார். அதன் நோக்கம் பள்ளிகளில், கல்லூரிகளில், நிறுவனங்களில், வேறு எங்கெல்லாம் வாய்ப்பு கிடைக்கிறதோ அங்கெல்லாம் சென்று நம்பிக்கை உரை யாற்றுவது. நிறுவனத்தின் பெயர் Life without Limbs. பள்ளிகளில் பேச அமைந்த ஆரம்ப வாய்ப்புகள் சொதப்பலாக முடிந்தன. பயத்தில், தொண்டை வறண்டு, வார்த்தைகள் வற்றிப் போயின. பெரிய கூட்டத்தைப் பார்த்தாலே வியர்த்தது. குரலிலும் நடுக்கம்.

இதெல்லாம் நமக்குச் சரிப்பட்டு வராது என்று நிக், ரிவர்ஸ் கியர் தட்டவில்லை. கூட்டங்களின் மத்தியில் ஆங்காங்கே தன் நண்பர் களை உட்கார வைத்தார். அவர்களை மட்டும் பார்த்து நம்பிக்கையுடன் பேசினார். கடுமையான பயிற்சியால் வார்த்தைகளின் நெசவில் மேடைகள் வசமாயின. இருந்தாலும் ஒவ்வொரு மேடையிலும் ஆரம்ப நொடிகளில் பயம் கவ்வியது. முந்தைய பேச்சுக்குக் கிடைத்த கைத்தட்டல்களை நினைத்துக் கொண்டார். பயப்புயல் வலுவிழக்க, சொற்களால் இதயங்களைச் சூறையாட ஆரம்பித்தார். டென்த் கிரேட் மாணவர் கள் மத்தியில் உரையாற்றும் ஒரு வாய்ப்பு. நிக், அங்கிருந்த

மேஜை மேல் நின்று பேச ஆரம்பித்த மூன்றாவது நிமிடத்திலேயே மாணவிகள் விசும்ப ஆரம்பித்தனர். அடுத்த சில நிமிடங்களில் மாணவர்கள் கண்ணீரை மறைக்கத் தலையைக் குனிந்து கொண்டனர். 'எல்லோருமே அழகானவர்களே. நான்கூட' என்று நிக் சொன்ன நொடியில், ஒரு மாணவி கண்ணீருடன் ஓடிவந்து நிக்கை அணைத்துக் கொண்டாள். 'நான்கூட அழகுதான் என்று புரிய வைத்ததற்கு நன்றி' என்று அவள் காதில் கிசுகிசுத்தாள். நிக் தன் தோற்றத்தின் வலிமையை, தன் பேச்சின் வீரியத்தை முற்றிலுமாகப் புரிந்து கொண்ட நொடி அது.

டீன் ஏஜ் மாணவர்களின் பிரச்னைகளை முற்றிலுமாகப் புரிந்து வைத்திருந்த நிக், ஆஸ்திரேலியாவில் பல பள்ளிகளுக்கு, கல்லூரி களுக்குச் சென்று உரையாற்றத் தொடங்கினார். அந்த 0.99 மீட்டர் உயரமுள்ள மனிதனைப் பார்த்ததுமே கூட்டம் உறைந்து போகும். நிக், 'யாராவது என்னுடன் கைகுலுக்க வருகிறீர்களா?' என்று சட்டெனச் சிரித்தபடியே கேட்டு, பார்வையாளர்களை இயல் பாக்குவார். அதற்குப் பின் தன் கடினமான வாழ்க்கையிலிருந்து தேவையான விஷயங்களை நகைச்சுவையுடன் எடுத்துச் சொல்லச் சொல்ல, கூட்டம் நெக்குருகிப்

கின்னஸ் தழுவல்

❖ நிக் பகுதி நேர மதபோதகர்.

❖ ஸர்ஃபிங் செல்வது, சுறாக்கள் உள்ள பகுதியில் ஸ்கூபா டைவிங், ஸ்கை டைவிங் என்று பல சாகசங்களைச் செய்துள்ளார் நிக். கோல்ஃப், புட்ஃபால், கிரிக்கெட் விளையாடுவது, டிரம்ஸ், கீபோர்ட் வாசிப்பது என இயல்பான மனிதர்கள் செய்யும் எதையும் தன் ஸ்டைலில் செய்து பார்ப்பதில் நிக்குக்கு அலாதி ஆர்வம்.

❖ தன் இரு விரல்களால் ஒரு நிமிடத்தில் 45 வார்த்தைகளை டைப் செய்யும் திறன் கொண்டவர்.

❖ நிக் உரையாற்றி முடித்ததும் பார்வையாளர்கள் வரிசையில் நின்று அவரைத் தழுவிச் செல்வது வழக்கம். 2010-ல் ஒருமணி நேரத்தில் 1749 பேர் நிக்கைத் தழுவிச் செல்ல அது கின்னஸ் சாதனையாகப் பதிவானது. இருந்தாலும், நிக் தனக்குக் கிடைத்த சிறந்த தழுவலாக நினைப்பது, 2009-ல் இரண்டரை வயது ஆஸ்திரேலியச் சிறுமி

போகும். அரங்கில் ஆக்ஸிஜனுக்குப் பதிலாக நம்பிக்கை நிறையும். இறுதியில் கண்ணீர் நிறைந்த தழுவல்கள். 2005-ல் Young Australian of the Year விருதுக்கு நிக் பரிந்துரைக்கப்பட்டார். விருது கிட்டவில்லை. ஆனால், வெளிநாட்டில் பேசும் வாய்ப்புகள் கிட்ட ஆரம்பித்தன.

உலகம் சுற்ற ஆரம்பித்தார் நிக். ஆனால், ஆரம்பத்தில் அதற்கும் பணத் தட்டுப்பாடு. ஸ்பான்ஸர்கள் கிடைக்கவில்லை. அப்போது நிக் நடித்த The Butterfly Circus, என்ற குறும்படம் வெளியானது. சர்வதேச விருதுகள் பெற்றது. நிக்குக்குச் சிறந்த நடிகர் விருதும் கிடைத்தது. நிக் பற்றி எடுக்கப்பட்ட ஓர் ஆவணப்படமும் உலகை ஈர்த்தது. நிக்குக்கு எட்டுத் திகைளிலிருந்தும் அழைப்புகள் வர ஆரம்பித்தன. பல நாடுகளில் பள்ளிகள், கல்லூரிகள், கார்ப்பரேட் நிறுவனங்கள், அரசு - தனியார் அமைப்புகள் ஏற்பாடு செய்த கூட்டங்களுக்குச் சென்று பேசத் தொடங்கினார். பேச்சின் நடுவே, 'தோல்விகளிலிருந்து மீண்டெழுவது எப்படி எனச் சொல்கிறேன்' என்று அப்படியே கீழே விழுவார். கூட்டம் பதறும். தன் முன் நெற்றியால் உந்தித் தள்ளி மிகவும் பிரயத்தனப்பட்டு எழுவார்.

ஒருத்தி, தன் கைகளைப் பின்னால் கட்டிக் கொண்டு நிக்கை அவரது பாணியிலேயே கழுத்தாலும் தோள்பட்டையாலும் தழுவியதே.

❖ *Life without Limits - இது நிக்கின் வாழ்க்கை வரலாறு புத்தகம். Unstoppable, Your Life Without Limits, Limitless : Devotions for a Ridiculously Good Life, Stand Strong, Love without Limits, The Power of Unstoppable Faith, Be the Hands and Feet: Living Out God's Love for All His Children ஆகியன நிக்கின் பிற புத்தகங்கள். அனைத்துமே விற்பனையில் சாதனை படைத்துக் கொண்டிருப்பவை. தவிர No Arms, No Legs, No Worries என்ற நிக்கின் வாழ்க்கையும் தன்னம்பிக்கை உரைகளும் அடங்கிய டிவிடி மிகப் பிரபலம். ஒருமுறை நிக் இந்தோனேஷியா சென்ற போது, அங்கிருந்த நண்பர், நிக்கின் டிவிடி, போலி டிவிடியாக ஒன்றரை லட்சம் காப்பிகளுக்கும் மேல் விற்றுள்ளதாக வருத்தப் பட்டார். நிக் சிரித்தபடியே சொன்ன பதில், 'நல்ல விஷயம் மக்களிடம் எந்த வழியில் போய்ச் சேர்ந்தாலும் எனக்கு மகிழ்ச்சியே.'*

அரங்கம் சிலிர்க்கும். வெறும் பணத்துக்காக உலகம் சுற்றாமல், தென் அமெரிக்காவின் வறுமையும் வன்முறையும் பீடித்த பகுதிகள், கொடும் சிறைகள், சீனாவின் ஆதரவற்றோர் இல்லங்கள், மும்பையின் சிவப்பு விளக்குப் பகுதி, வேறு பல நாடுகளின் சேரிகள், இயற்கைச் சீரழிவு நிகழ்ந்த பகுதிகள், போரால் பாதிக்கப்பட்ட பிரதேசங்கள் என தேடித் தேடிச் சென்று நிக், தன்னம்பிக்கை விதைத்துக் கொண்டிருக்கிறார். முதல்முறை தென்னாப்பிரிக்கா சென்றபோது தன் சேமிப்பில் இருந்த $20000 பணத்தை அப்படியே கொடுத்துவிட்டுத் திரும்பினார். இன்னும் பல நல்ல காரியங்களைச் சத்தமின்றி நிகழ்த்திக் கொண்டிருக்கிறார்.

2011-ல் World Economic Forum-ன் சிறப்பு அழைப்பாளராகப் பேசினார் நிக். இன்னும் பல சர்வதேச மேடைகளில் பேசிக் கொண்டிருக்கிறார். Tetra-amelia சிண்ட்ரோமால் பாதிக்கப்பட்ட உலகின் டாப்மோஸ்ட் தன்னம்பிக்கைப் பேச்சாளர் நிக்

மட்டுமே. உலகமெங்கும் தன்னம்பிக்கை நிறைந்த, வலுவான இளைய சமுதாயத்தை உருவாக்க வேண்டும் என்பது நிக்கின் வாழ்நாள் லட்சியம்.

இன்று உலகமே அதிசயித்துப் பார்க்கும் மனிதராக ஜொலிக்கும் நிக், கடவுள் அதிசயம் நிகழ்த்துவார் என்ற தனது நம்பிக்கையையும் கைவிடவில்லை. 'ஆம், நிச்சயம் அதுவும் நடக்கும். எனக்கும் கால்கள் முளைக்கும். அந்த நம்பிக்கையில் தான் ஒரு ஜோடி ஷூ வாங்கி அலமாரியில் பத்திரமாக வைத்திருக்கிறேன்.'

காணொளிகள் :

உங்கள் மொபைலில் QR Code-ஐ ஸ்கேன் செய்து வீடியோவைப் பார்க்கலாம்.

நிக்-கேனே காதல் கதை:

நிக்கின் புகழ்பெற்ற உரைகள் :

Nick Vujicic: STAND STRONG (Most Powerful Speech)

The Best Inspirational Video ever

23

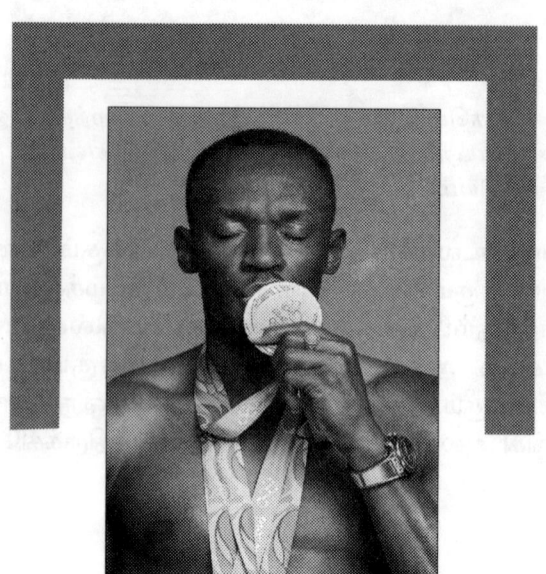

நேற்றுவரை 'போல்ட் போல்ட்... லைட்னிங் போல்ட்!' என்று உற்சாகப்படுத்திய என் தேச மக்கள், இன்று என்னைப் பார்த்துப் பரிகாசம் செய்கிறார்கள், வெறுக்கிறார்கள், அவமானப்படுத்துகிறார்கள். இன்றைய தோல்வி என்பது முந்தைய அத்தனைச் சாதனைகளையும் குழி தோண்டிப் புதைத்து விட்டது. நான் இந்த விளையாட்டுக்குத் தகுதியானவன்தானா? எல்லாம் முடிந்துவிட்டதா?

உசைன் போல்ட்

மின்னல் வீரன்

உலகின் வேகமான மனிதனாகப் போற்றப்படும் உசைன் போல்ட் மனத்தளவில் முற்றிலும் நொறுங்கிப் போயிருந்த தருணம் அது (2006). 'ஓட்டப்பந்தயத்துக்கு நான் தகுதியானவன் அல்ல' என்ற எண்ணம் சிறுவயதிலேயே போல்ட்டுக்கு இருந்தது. அது அறியாப் பருவம். பொதுவாகவே கரீபியன் தீவுவாசிகளுக்கு கிரிக்கெட்டும் தடகளமும் இரண்டு 'கால்கள்'. சிறுவன் போல்ட்டுக்கு கிரிக்கெட் மீது காதல். எட்டு வயதிலேயே கரீபியத் தென்னைபோல வளர்ந்திருந்த அவன் வேகமாக ஓடி வந்து பந்து வீசினால் ஸ்டெம்ப்கள் தெறிக்கும்.

போல்ட்டின் விக்கெட்டை, அவனது பள்ளி ஆசிரியர் ஒருவர், 'சிக்கன்' ஆசை காட்டிச் சாய்த்தார். 'நீ பள்ளிகளுக்கிடையிலான ஓட்டப்பந்தயத்தில் கலந்து கொள்.'

'அதெல்லாம் எனக்குச் சரி வராது' என்று போல்ட் மறுக்க, 'பந்து வீசும்போது நீ ஓடி வரும் வேகம் அசாத்தியமானது. நீ ஓடினால் ஜெயிப்பாய். ஜெயித்தால் உனக்கு அருமையான மதிய உணவு ஏற்பாடு செய்கிறேன்' என்று ஆசிரியர் சொல்ல, போல்ட்டின் கண்களில் சிக்கன், வருத்த உருளைக்கிழங்கு, அரிசிச்சோறு எல்லாம் மிதந்தன. அதே நினைப்புடன் பந்தயத்தில் கலந்து கொண்டான். முதல் வெற்றி. அடுத்தடுத்து பல பந்தயங்களில் கலந்து கொள்ளும் வாய்ப்புகள் வந்தன. 'விளையாட்டாக' ஓடினான். வீட்டில் சிறு பரிசுப் பொருள்களும் கோப்பைகளும் குவிந்தன.

ஜமைக்காவில் ஒவ்வொரு வருட மார்ச்சிலும் Champs என்ற பள்ளிகளுக்கிடையேயான தடகளப் போட்டிகள் நடக்கும். தினமும் 30000 டிக்கெட் விற்குமளவுக்குப் பெரிய நிகழ்வு. அதில் வெல்லும் ஜுனியர்களுக்கு தேசிய வாய்ப்புகள், சர்வதேச வாய்ப்புகள், ஸ்காலர்ஷிப் எல்லாம் தேடி வரும். ஒலிம்பிக் தடகளத்தில் ஜமைக்கர்கள் ஜமாய்க்க அடித்தளமிட்டுக் கொடுப்பது இந்த சேம்ப்ஸ்தான். உசைன் போல்ட் வெளிச்சம் பெற்றதும் அப்படித்தான். ஆனால், பதினொரு வயதில்

Jamaica
2163

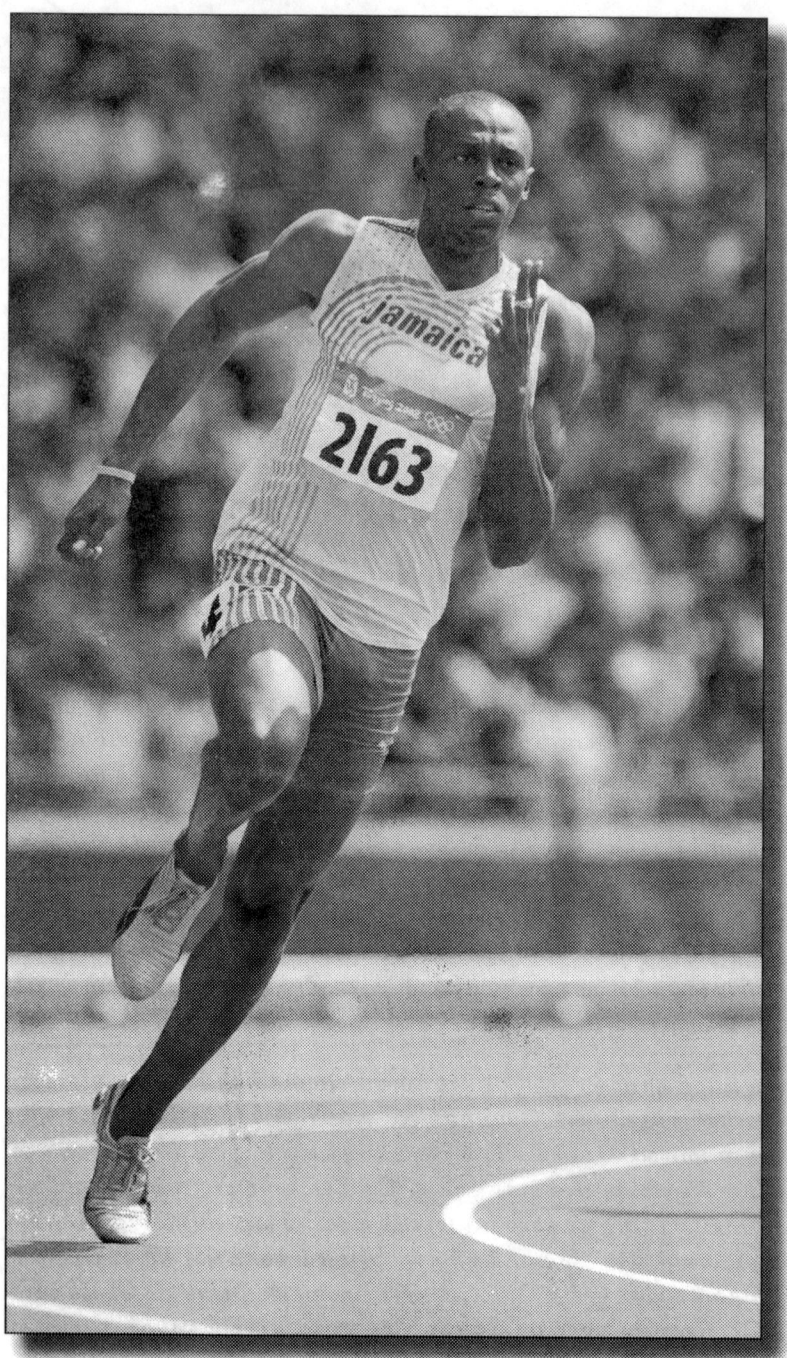

தடகளத்தில் அழுத்தமாகத் தடம் பதித்த பின்னரும், மனம் கிரிக்கெட் கனவுகளில் பௌன்ஸானது. ஒருநாள் அவனது தந்தை வெல்லஸ்லி சொன்ன வார்த்தைகள் போல்ட் மனத்தை 180 டிகிரி மாற்றிப் போட்டது.

'கிரிக்கெட் குழு விளையாட்டு. நீ நன்றாக விளையாடினாலும் உன் டீம் தோற்றுப் போகலாம். நிறைய அரசியல் உண்டு. தேர்வாளருக்கு உன்னைப் பிடிக்காவிட்டால் நீ அணியில் இருக்க முடியாது. ஆனால், தடகளத்தில் நீதான் எஜமானன். உன் சாதனைகளே அனைத்தையும் தீர்மானிக்கும்.'

போல்ட், தடகளத்தில், 200 மீட்டர், 400 மீட்டர் பந்தயங்களில் கவனம் செலுத்த ஆரம்பித்தான். இயற்கையிலேயே ஓட்டத் திறமை கொண்டிருந்ததால், போல்ட் பயிற்சிகள் குறித்து அதிகம் அலட்டிக் கொள்ளவில்லை. ஆனால், மாநில அளவில், நடந்த ஒரு பந்தயத்தில் கெய்த் ஸ்பென்ஸ் என்ற சிறுவன் உசைனை அசால்ட்டாகப் பின்னுக்குத் தள்ள, தோல்வி அதிகம் கசந்தது. 'இது மறுபடியும் நிகழக்கூடாது.'

அந்தச் சமயத்தில் 1996 ஒலிம்பிக்கின் தடகளப் போட்டியின் காணொளிகளைப் பார்க்கும் வாய்ப்பு உசைனுக்கு அமைந்தது. ஒலிம்பிக் என்பது எவ்வளவு பெரிய நிகழ்வு, அதில் ஜெயிப்பது எத்தனை அற்புதமான சாதனை போன்றவை எல்லாம் உசைனுக்குப் புரிந்தது. குறிப்பாக, அமெரிக்கத் தடகள வீரர் மைக்கேல் ஜான்ஸன், 200 மீ பந்தயத்தில் 19.32 விநாடிகளில் செய்த சாதனையைக் கண்ட போல்ட் சிலிர்த்தான். 'அந்த போடியத்தில் நானும் ஒருநாள் நிற்க வேண்டும்.'

அத்தனைப் பெரிய கனவை நோக்கி போல்ட் இயங்க ஆரம்பித்த பின், கெய்த் ஸ்பென்ஸைத் தோற்கடிப்பது பெரிய விஷயமாக இருக்கவில்லை. 'என்னிடம் தோற்ற ஒருவனிடம், மீண்டும் ஒருபோதும் நான் தோற்றுவிடக்கூடாது' என்ற உறுதியுடன் இயங்க ஆரம்பித்தான்.

பதினான்கு வயதில், அயல் நாடுகளில் சர்வதேச ஜூனியர் லெவல் பந்தயங்களில் கலந்துகொள்ளும்போது போல்ட் தடுமாறவே செய்தான். தோல்விகள் பயமுறுத்தின. தன்னம்பிக்கைக் குறைபாடு. 2002-ல் ஜமைக்காவில் கிங்ஸ்டன் நகரத்தில் உலக ஜூனியர் சாம்பியன்ஷிப் தடகளப் போட்டிகள்

நிகழவிருந்தன. உள்ளூரிலேயே தோற்றுவிடுவோமோ என்று பயந்த போல்ட், தன் வீட்டுக் கொல்லைப்புறத்தில் உட்கார்ந்து அழ ஆரம்பித்தான். தாய் ஜெனிஃபர் வந்து அரவணைத்தார். 'முயற்சியே செய்யாமல் ஒதுங்கிப் போகாதே. அதன் முடிவு என்னவென்றாலும் தைரியமாக ஏற்றுக்கொள்' என்று தாய் சொன்ன வார்த்தைகள் போல்ட்டின் முதுகுத் தண்டை நிமிர்த்தியது.

கிங்ஸ்டன் மைதானத்தில் 200 மீ ஃபைனல் பந்தயத்துக்காக போல்ட் காலடி எடுத்து வைத்தபோது, 'போல்ட் போல்ட்... லைட்னிங் போல்ட்!' என்று மக்கள் உற்சாகப்படுத்தினார்கள். போட்டியில் 20.61 விநாடிகளில் கடந்து தங்கம் வென்ற போல்ட், 200 மீட்டரில் மிகக்குறைந்த வயதில் (15), உலக ஜீனியர் சாம்பியன் வென்றவர் என்ற பெருமையையும் எட்டினார்.

சட்டென்று மாறியது வாழ்க்கை. ஒரே நாளில் நட்சத்திரம். மஞ்சள் ஒளி. குறிப்பாக இளம்பெண்கள் தேடி வந்து பேசும் கிளுகிளுப்பு. பார்ட்டி. கொண்டாட்டம். அப்போது 'கஞ்சா' புகைக்கவும் வாய்ப்பு அமைந்தது. போல்ட் சும்மா ஓர் இழுப்பு இழுக்க, நுரையீரலில் ஏதோ ஒன்று அடர்த்தியாக நிரம்பி அழுத்தம் கொடுத்தது. மறுநொடியே இனி ஒருபோதும் இதைத் தொடவே கூடாது என்ற முடிவுக்கு வந்தார். 'கஞ்சாவைவிட, பந்தயத்தில் ஓடுவதும், அதில் வெல்வதும்தான் எனக்கு அதிக போதை கொடுக்கிறது' என்பது போல்ட்டின் ஸ்டேட்மெண்ட்.

போல்ட்டின் புதிய பயிற்சியாளராக, ஃபிட்ஸ் கோல்மென் வந்தார். களத்தில் ஓட்டப்பயிற்சிகளைவிட மற்ற பின்னணிப் பயிற்சிகளில் ஃபிட்ஸ் அதிகக் கவனம் செலுத்தினார். போல்ட்டால் தாக்குப் பிடிக்க முடியவில்லை. முதுகில், கால்களில் அதீத வலி. 2004 ஏதென்ஸ். போல்ட்டுக்குக் கிடைத்த முதல் ஒலிம்பிக் வாய்ப்பு. ஆனால், பிட்னெஸ் சரியாக இல்லாத போல்ட், 200 மீட்டரில் முதல் சுற்றோடு வெளியேறினார். அது காயத்தைவிட அதிகம் வலித்தது.

ஜெர்மானிய மருத்துவர் ஹேன்ஸ் முல்லர், போல்ட்டைப் பரிசோதித்தார். மருத்துவப் பதத்தில் Scoliosis என்றார். விஷயம் இதுதான். போல்ட்டின் முதுகெலும்பு நேராக இல்லை. சற்றே S வடிவத்தில் வளைந்திருக்கிறது. அதனால் அவரது வலது கால்,

இடது காலைவிட அரை இன்ச் உயரம் குறைவாக இருக்கிறது. முதுகு வலிக்கும், கால்களின் வலிக்கும் இதுவே காரணம். முறையான மருந்துகள், தொடர் பிசியோதெரபி சிகிச்சை மூலமாகக் குணப்படுத்த முயற்சி செய்யலாம். ஆனால், தடகள வீரர் என்பதால் போல்ட் மருந்துகளை எடுத்துக் கொள்ள முடியாது. பின்னாளில் ஊக்க மருந்துச் சோதனை, 'பாஸிட்டிவ்' என்று காட்டினால் லட்சியப் பயணம் அம்பேல். ஹோமியோபதி மருந்துகள் மட்டுமே.

எதிரில் இருள் சூழ்ந்திருந்த தருணத்தில் போல்ட்டின் புதிய கோச்சாக ஜமைக்காவின் கிளென் மில்ஸ் பொறுப்பேற்றார். உடலளவில், மனத்தளவில் துவண்டிருந்த போல்ட், உடனடியாக எதிலாவது வென்றே ஆக வேண்டும் என்று வேகம் காட்ட, 'எந்த அவசரமும் இல்லை, நாம் 2008 ஒலிம்பிக்கை நோக்கிப் பயிற்சிகளை ஆரம்பிக்கலாம்' என்று நிதானம் காட்டினார் மில்ஸ்.

தன் குறைகளை, ஆதங்கத்தை, வலிகளை மில்ஸ் காது கொடுத்துக் கேட்டது போல்ட்டுக்குப் பெரும் ஆறுதலாக இருந்தது. மில்ஸின் புதிய பயிற்சி முறைகள் போல்ட்டைக் கொஞ்சம் கொஞ்சமாகத் தேற்றின. 2005-ல் பின்லாந்தில் உலக தடகள சாம்பியன்ஷிப். 200 மீ முதல் சுற்று முதல் செமி ஃபைனல் வரை போல்ட்டின் வேகத்தில் குறைவில்லை.

ஆனால், ஃபைனலில் ஓடும்போது முக்கால்வாசி தூரத்தில் தொடையில் தசைப்பிடிப்பு. அந்தப் பந்தயத்தின் கடைசி மனிதன் - போல்ட்.

2006 மார்ச்சில் காமன்வெல்த் போட்டிக்கான 4X100 மீ தகுதிச் சுற்றில் கலந்துகொள்ள கிங்ஸ்டன் மைதானத்துக்கு வந்த போல்ட்டுக்கு மீண்டும் தசைப்பிடிப்பு ஏற்பட்டது. போட்டியில் இருந்து விலகி, வெளியேற வேண்டிய சூழல். ஜமைக்கர்கள் பரிகசித்துக் கத்த ஆரம்பித்தார்கள். அந்தக் கனமான கணத்தில்தான் போல்ட் இப்படி யோசித்தார். 'நான் இந்த விளையாட்டுக்குத் தகுதியானவன்தானா? எல்லாம் முடிந்துவிட்டதா?' அதற்கான பதிலை மில்ஸ் அமைதியாக எடுத்துச் சொன்னார்.

'வெற்றியில் கொண்டாடுவதும், தோல்வியில் எட்டி உதைப்பதும் மக்களின் இயல்புதான். நீ அவர்களுக்காக விளையாடாதே. உனக்காக ஓடு. எப்போதும் தடகளத்தில் தேசம் என்பது இரண்டாம்பட்சம்தான்.'

புதிய கதவு திறந்தது போலிருந்தது. 'உனக்கென ஒரு லட்சியத்தை, தேவைகளை உருவாக்கிக் கொள். அதை நோக்கிச் செயல்படுவது எளிதாக இருக்கும்' என்பது மில்ஸின் அடுத்த அறிவுரை. சிறுவயதில் சிக்கன் தேவைப்பட்டது. இப்போது போல்ட்டுக்குப் பணத் தேவைகள் இருந்தன. அம்மாவுக்கு வாஷிங் மிஷின். அப்பாவுக்குப் புதிய கார். பிறகு ஒரு வீடு. புதிய லட்சியம். பழைய தோல்விகள், முதுகில் பிரச்னை, கால் வலி எல்லாவற்றையும் மூளையிலிருந்து தூக்கி எறி. ஓடு. உறுதியாக. வேகமாக. இன்னும் வேகமாக.

அதற்குப் பின் போல்ட் வாழ்க்கையில் நிகழ்ந்தது எல்லாம் தடதட மாற்றங்கள், பளபள வெற்றிகள். எல்லாம் ஓர் உத்வேகப் பாடல் அவகாசத்தில் நிகழவில்லை. படிப்படியாக. டிராக் டிராக்காக. அதற்கு போல்ட் எடுத்த ஒரு புத்திசாலித்தனமான முடிவும் முக்கியக் காரணம். 200 மீ பந்தயத்தில் மட்டுமே கவனம் செலுத்தி வந்த போல்ட், 100 மீட்டரிலும் கலந்து கொள்ள முடிவெடுத்தார். மில்ஸ் ஒப்புக்கொள்ளவில்லை. அவர் 400 மீட்டரில் ஓடச் சொல்ல, அதற்கான கடினமான பயிற்களை நினைத்தாலே போல்ட்டுக்குக் கண்கள் இருட்டின. 2007 ஜமைக்கன் சாம்பியன்ஷிப் 100 மீ பந்தயத்தில் 10.03 விநாடிகளில் கடந்து தன்னை நிரூபித்தார் போல்ட்.

மில்ஸ், 100 மீ முடிவுக்கு ஒப்புக் கொண்டார். நூறில் போல்ட் காட்டிய வேகம், அவரது இருநூறில் அதீத முன்னேற்றத்தைக் கொண்டு வந்தது.

2008 மேயில் நியு யார்க்கில் நடந்த ரிபோக் கிராண்ட் பிரிக்ஸில், போல்ட் உலகின் கவனத்தைத் தன் பக்கம் திருப்பினார். 100 மீட்டரில் புதிய உலக சாதனை. 9.72 விநாடிகள். உலகின் அதிவேக மனிதன். நினைக்கவே இனித்தது. அதே ஆண்டு பெய்ஜிங் ஒலிம்பிக்கில் போல்ட் தனக்குப் போட்டியாக நினைத்தது டைசன் கே என்ற அமெரிக்க வீரரை. ஆனால், டைசன் 100 மீ அரை இறுதியிலேயே தோற்றுப்போக, போல்ட் இறுதிப் போட்டியில் எந்தவித இறுக்கமுமின்றி ஓடி அசால்ட்டாக ஜெயித்தார். கடைசி 10 மீ தூரத்தைக் கடக்கும்

100 மீட்டர் வெற்றி ரகசியம்!

100 மீட்டர் ஓட்டத்தில் போல்ட் ஸ்டைல் இதுதான். 6 அடி, 5 அங்குல உயரத்தின் காரணமாக போல்ட்டின் தொடக்கம் எப்போதும் சற்று மந்தமாகவே இருக்கும். முதல் 30 மீட்டரில் உடலை முன்னோக்கிச் செலுத்தி, தலையைக் குனிந்தபடி நிலையான வேகம் எடுப்பார். 50 மீட்டரில் தன் வலமும் இடமும் எத்தனை பேர் இருக்கிறார்கள் என்று மைக்ரோ நொடியில் கணிப்பார். கடைசி 40 மீட்டரில் போல்ட்டின் வேகம் அசாத்தியனமானதாக இருக்கும். பொதுவாக ஒரு வீரர் 45 அடிகள் ஓடி 100 மீட்டரை அடைந்தால், போல்ட்டுக்குத் தேவைப்படுவது வெறும் 41 அடிகள் மட்டுமே.

To Di World Pose

போதே, இரண்டு கைகளையும் பக்கவாட்டில் நீட்டி, கொண்டாட ஆரம்பித்துவிட்டார். 9.69 விநாடிகள் என்று உலக சாதனை வேறு. இடது கையை மேலே சொர்க்கத்தை நோக்கி நீட்டி, வலது கையை மடக்கி அம்பு விடுவதுபோல ஸ்டைல் காட்ட (To Di World Pose), அந்த நொடியில் உலகத்துக்கு போல்ட் கிறுக்குப் பிடித்தது.

அடுத்து 200 மீ ஃபைனலில் 19.30 விநாடிகளில் கடந்து மைக்கேல் ஜான்சனின் 12 வருட சாதனையை ஓரம் கட்டினார். குழுப்போட்டியான 4 x 100 மீ பந்தயத்திலும் 37.10 விநாடிகள் என புதிய உலக சாதனை. போல்ட்டுக்கு மூன்று ஒலிம்பிக் தங்கப் பதக்கங்கள்.

உலகம், போல்ட்டை உச்சத்தில் தூக்கி வைத்துக் கொண்டாடியது. மீடியாக்கள் வாயைப் பிடுங்கவும் தவறவில்லை. 'டைசன் கே தோற்றுப்போனதால்தான் நீங்கள் ஜெயித்தீர்களா?' என்று ஒருவர் கேள்விகேட்க, போல்ட் எந்த அதிர்வுமின்றி சொன்ன பதில், 'டைசன் கேவை அடுத்தமுறை தோற்கடிக்கிறேன்.'

போல்ட்டின் மைனஸ், கார் ஓட்டுவதிலும் வேகம் காட்டுவது. அப்படிச் சிலமுறை விபத்துகளில் சிக்கியிருக்கிறார். 2009 ஏப்ரலில் ஒரு மழைநாளில் போல்ட் தனது பிஎம்டபுள்யூவோடு தலைகீழாகக் கவிழ்ந்தார். ஏதோ அதிர்ஷ்டம். காலில் மட்டும் காயம். ஓர் அறுவை சிகிச்சை தேவைப்பட்டது. அதற்குப் பின் அக்கடாவென்று ஓய்வெடுக்கவில்லை. ஆறே வாரங்களில் கடும் பயிற்சி செய்து 2009 பெர்லின் உலக சாம்பியன்ஷிப் போட்டிகளுக்குத் தயாரானார். 100 மீ ஃபைனலில் புதிய உலக சாதனையும் நிகழ்த்தினார். 9.58 விநாடிகளில் போல்ட் பந்தய தூரத்தைக்கடந்து நின்றபோது உலகமே ஆச்சரியத்தில் வாய்பிளந்து நின்றது. நிஜமாகவே இவன் மனிதன்தானா! (இரண்டாமிடம் : டைசன் கே, 9.71 விநாடிகள்). அதே நிகழ்வில் 200 மீட்டரிலும் 19.19 விநாடிகளில் புதிய உலக சாதனையை போல்ட் படைத்தார்.

பந்தயத்தில் துப்பாக்கி வெடிக்கும் முன், ஒரு வீரர் ஓட ஆரம்பித்தால், ஒருமுறை மன்னிப்பு வழங்கப்படும் என்ற சர்வதேச விதி, 2010-ல் மாற்றியமைக்கப்பட்டது. ஒரு வீரர் தவறான தொடக்கத்தைக் கொடுத்தால், போட்டியிலிருந்து வெளியேற்றப் படுவார் என்ற புதிய விதி, 2011-ல் தென்கொரியாவின் டேகு (Daegu) நகரில் நடந்த உலக சாம்பியன்ஷிப்பில் போல்ட்டிடம் விளையாடியது. 100 மீ ஃபைனலில் துப்பாக்கி வெடிக்கும்

முன்பே, போல்ட் வெடித்துக்கிளம்ப, ரெட் கார்டு காண்பித்தார்கள். அந்தச் சம்பவம் அவரைப் பெருமளவு பாதித்தாலும், அதே நிகழ்வில் 200 மீ, 4 x 100 மீ போட்டிகளில் போல்ட் தங்கம் ஜெயிக்கத் தவறவில்லை.

'ஒருமுறை போதாது. மீண்டும் 'டிரிபிள் கோல்ட்' மேஜிக்கை நிகழ்த்த வேண்டும்' என்ற வெறியுடன் 2012 லண்டன் ஒலிம்பிக்கில் போல்ட் களமிறங்கினார். தொடக்கம் தவறாக அமைந்துவிடுமோ என்று உள்ளுக்குள் உதறல் இருந்தாலும் எந்தத் தவறையும் அவர் நிகழ்த்தவில்லை. மீண்டும் மூன்று தங்கங்கள். 100 மீ, 200 மீ, 4 x 100 மீ.

2012 ஒலிம்பிக்கில் போல்ட்டுக்குத் தகுதி சுற்றில் சவால் விட்டவர் சக நாட்டைச் சேர்ந்த யோஹன்

போல்ட் புல்லட்ஸ்

❖ *2008 பெய்ஜிங் ஒலிம்பிக்கில் போல்ட்டுக்குப் பெரிய பிரச்னையாக இருந்தது உணவு. சீன உணவுகள் சரிப்பட்டு வரவில்லை. பெய்ஜிங்கில் அவரது வயிற்றை நிரப்பியது சிக்கன் நட்ஜெட்ஸ் மட்டுமே. வேறு வழியின்றி, ஒரு நாளைக்கு நான்கைந்து பக்கெட் நட்ஜெட்ஸை அவர் விழுங்க, 'போல்ட் தங்கம் வாங்கியதின் பின்னணி ரகசியம் சிக்கன் நட்ஜெட்ஸ்தான்' என்றுகூட செய்தி கிளம்பியது.*

❖ *ஃபோர்ப்ஸ் சொல்லும் தகவலின்படி, உலகில் அதிகம் சம்பாதித்த தடகள வீரர் போல்ட்தான். 2019-ல் அவரது சொத்து மதிப்பு 90 மில்லியன் டாலர்.*

❖ *போல்ட் தன் பெயரில் 2012-ல் வெளியிட்ட ஆப்பிள் கேம் அப்ளிகேஷன், ஜமைக்காவில் பல வருடங்களாக நெம்பர் 1 இடத்தில் இருக்கிறது.*

❖ *ஒலிம்பிக்கில் 8 தங்கம், உலக சாம்பியன்ஷிப் போட்டிகளில் 11 தங்கம், 2 வெள்ளி, 1 வெண்கலம் - எல்லாம் சேர்த்து மொத்தமாக சர்வதேச*

பிளேக். இருவருக்குமான மோதல் களத்தில் எதிரொலித்தது. 200 மீ ஃபைனலில் இறுதி 10 மீட்டரில் இரண்டாவதாக வந்துகொண்டிருந்த பிளேக்கை நோக்கி போல்ட் தன் இடது கை ஆட்காட்டி விரலை வாயில் வைத்து 'உஷ்ஷ்ஷ்ஷ்...' என்று சைகை காட்டியபடி வெற்றிக்கோட்டைக் கடந்தார். மில்ஸ் அதற்காக போல்ட்டைத் திட்டினார். 'சேட்டைகள் ஏதுமின்றி ஒரே ரிதத்தில் நீ ஓடியிருந்தால் புதிய உலக சாதனை படைத்திருப்பாய்.'

2016 ரியோ ஒலிம்பிக். போல்ட்டின் இறுதி ஒலிம்பிக் வாய்ப்பும் கூட. உலகின் எதிர்பார்ப்பை போல்ட் நிறைவேற்றினார். ஆம், மீண்டும் மூன்று தங்கங்கள் 100 மீ, 200 மீ, 4 x 100 மீ. மூன்று ஒலிம்பிக் போட்டிகளில் மூன்று பிரிவுகளில் தொடர்ச்சியாக மூன்று முறை வெற்றி - 'Triple-Triple' என்ற இமாலய சாதனை.

அளவில் தடகளப் போட்டிகளில் 23 தங்கம், 5 வெள்ளி, 1 வெண்கலம் வாங்கியிருக்கிருக்கிறார் போல்ட்.

- ❖ IAAF World Athlete of the Year, Track & Field Athlete of the Year, Laureus World Sportsman of the Year, BBC Overseas Sports Personality of the Year, L'Équipe Champion of Champions, Jamaica Sportsman of the year - ஆகிய பட்டங்களை ஒன்றுக்கும் மேற்பட்ட வருடங்களில் வாங்கியிருக்கிறார் போல்ட்.

- ❖ Tracks & Records என்ற பெயரில் ரெஸ்டாரண்ட், ஆடை தயாரிக்கும் நிறுவனம் ஆகியவற்றை நடத்தி வருகிறார். அதில் போல்ட்டின் To Di World போஸ் கொண்ட ஆடைகள் அதிக அளவில் விற்பனையாகின்றன.

- ❖ தடகளத்தில் இருந்து ஓய்வு பெற்ற பிறகு, கால்பந்து அணியில் இணைந்து விளையாட வேண்டும் என்பது போல்ட்டின் ஆசை. முறையான பயிற்சி பெற்று, சில கிளப் அணிகளுக்காக போல்ட் விளையாடினார். ஒரு சில கோல்களும் அடித்துக் கொண்டாடினார். 2019 ஜனவரியில் போல்ட்டிடம் இருந்து அந்த அறிவிப்பு வந்தது. My Sports life is over!

இறுதிப்போட்டியில் ஜஸ்டின் அளித்த கௌரவம்

ஆனால், அந்தப் பெருமை 2017 ஜனவரியில் பறிபோனது. 2008 ஒலிம்பிக்கில் 4 x 100 மீ இறுதிப் போட்டியில் போல்ட்டின் அணியில் ஓடிய சக வீரரான நெஸ்டா கார்டெர், ஊக்க மருந்து உபயோகித்தது அப்போது நிரூபிக்கப்பட்டது. எனவே ஜமைக்கா அணியின் தங்கம் பறிக்கப்பட்டது. தன் தடகள வாழ்வில் ஒருமுறைகூட ஊக்க மருந்து சோதனையில் சிக்காத போல்ட்டின் பதக்கமும், உலக சாதனையும் இதனால் அநியாயமாகப் பறி போனது. போல்ட் கண்ணீர் சிந்தினார். Heartbreaking.

ஆனானப்பட்ட போல்ட்டுக்கும் அடி சறுக்கும் அல்லவா. 2017 உலக சாம்பியன்ஷிப் போட்டிகளில் 100 மீ இறுதிப் போட்டி. போல்ட்டின் தடகள வாழ்வின் இறுதிப் போட்டி என்பதால் அந்தப் பத்து நொடிகளுக்காக உலகமே காத்திருந்தது. போட்டி ஆரம்பமானது. ஆரம்பத்திலேயே சற்று பின்தங்கிய, பிறகு தன் வழக்கமான வேகத்தில் 9.98 விநாடிகளில் பந்தய தூரத்தைக் கடந்தார். ஆனால்... 0.01 விநாடி வித்தியாசத்தில் அமெரிக்காவின் கிறிஸ்டியன் கோல்மேன் வெள்ளி வென்றார். 0.03 விநாடி வித்தியாசத்தில் அமெரிக்காவின் ஜஸ்டின் காட்லின் தங்கம் வென்று உலக சாம்பியன் ஆனார். உலகின் வேகமான மனிதனைத் தோற்கடித்த ஜஸ்டினின் முகத்தில் அத்தனைப் பெருமிதம். ஆனாலும்

போட்டி முடிந்த நொடியில் ஜஸ்டின், போல்ட்டின் முன்பு முட்டி போட்டு நின்று தலைவணங்கி அவரைக் கௌரவப் படுத்தியது அதிஅற்புதமான நிகழ்வு.

I am a living legend - 2012 ஒலிம்பிக் வெற்றிகளுக்குப் பிறகு போல்ட் உதிர்த்த வார்த்தைகள் இவை. தன்னம்பிக்கையின் உச்சத்தில் உதிர்த்தவை, அல்லது தலைக்கனத்தின் மிச்சத்தில் உதிர்த்தவை, எப்படி வேண்டுமானாலும் இதை எடுத்துக் கொள்ளலாம். ஆனால், அந்த வார்த்தைகள் 100% நிஜமே. 2019 வரை 100 மீ, 200 மீ ஓட்டப்பந்தயங்களில் போல்ட்டின் உலக சாதனைகள் முறியடிக்கப்படவில்லை.

காணொளிகள் :

 9.58 விநாடி, 100 மீ பந்தயம்

பெர்லின் 2009 - 200 மீ 19.19 விநாடி

 போல்ட் இறுதி 100 மீ பந்தயம்

எங்களுக்கு நீங்கள் உங்களது ஆதரவைத் தராவிட்டாலும் பரவாயில்லை. போராடும் எங்கள் மன உறுதியைத் தயவுசெய்து குலைக்காமல் இருங்கள். நாங்கள் பாதிக்கப்பட்டவர்கள் அல்ல. போராளிகள்.

லஷ்மி அகர்வால்
மீண்டெழுந்த தேவதை

'அம்மா ப்ளீஸ், கண்ணாடி கொடுங்க.'

'இல்ல, வேணாம் லஷ்மி.'

'ஒரே ஒரு தடவை முகம் பாத்துக்கிறேம்மா.'

'சொன்னா கேளு, வேணாம்மா...'

அந்தச் சம்பவத்துக்குப் பிறகு லஷ்மி தன் முகத்தைக் கண்ணாடியில் பார்த்து பத்து வாரங்கள் ஆகியிருந்தன. மருத்துவமனையில் அவள் எங்கும் கண்ணாடி பார்த்துவிடாதவாறு கவனித்துக் கொண்டார்கள். பாவம், தாங்க மாட்டாள். முதல் கட்ட சிகிச்சை முடிந்து, வீட்டுக்குத் திரும்பியதும் அவள் கண்ணாடியைத்தான் தேடினாள். கிடைக்கவில்லை. அவளது பழைய புகைப்படங்களைக்கூட கழட்டி, மறைத்து வைத்து விட்டார்கள். இருந்தாலும் எப்படியோ அவள் கையில் ஒரு கண்ணாடி கிடைத்தது. அவசர அவசரமாக அவள் தன் முகத்தைக் கண்ணாடியில் பார்த்த நொடியில்...

லஷ்மி அகர்வால். பிறந்த நேரத்திலிருந்தே சோதனைகளோடு வாழப் பழகியவள். 1990-ல் டெல்லியில் அவள் பிறந்தபோது, பெற்றோருக்குத் தங்குவதற்கு ஒரு வீடுகூட கிடையாது. கனமழை கொட்டித் தீர்க்க, அவளது பெற்றோர் பிறந்த நான்கு நாளே ஆன பிஞ்சுடன் அருகில் ஒரு பேருந்து நிலைய பிளாட்பாரத்தில் தஞ்சம் புகுந்தனர். ராதா, குழந்தையை நெஞ்சோடு அணைத்துக் கொண்டார். தன் மனைவியும் குழந்தையும் நனையாத விதத்தில் தானே குடையாக மாறி நின்றார் முன்னாலால். சமையல்காரரான அவர், அப்போதைய பிளாட்பார வாழ்க்கை நிலை மாற வேண்டுமென தன் பேரழகு மகளுக்கு 'லஷ்மி' என ஆசையுடன் பெயரிட்டார். அவளுக்குப் பிறகு ஒரு மகனும் (ராகுல்) பிறந்தான். வாய்க்கும் வயிற்றுக்குமான போராட்டங்களாக, வாழ்க்கை வறுமையின் பெருமைகளுடன் நகர்ந்தது.

லஷ்மிக்கு சிறுவயது முதலே தேவதைக் கதைகளில் மிகுந்த விருப்பமுண்டு. அதுவும் சிண்ட்ரெல்லா அவளது பிரியத்திற்குரியவள். தன்னையே ஒரு சிண்ட்ரெல்லாவாகத்தான் அவள் கருதிக் கொண்டாள். கந்தல் உடையணிந்த ஏழை சிண்ட்ரெல்லா. வறுமை சூழ் கருப்பு-வெள்ளை வாழ்க்கையில், மாய வண்ணங்கள் பூசுவது சினிமாவும் அது சார்ந்த விஷயங்களும்தாமே. லஷ்மிக்கும் ஹிந்திப் படங்களென்றால் அத்தனை இஷ்டம். ஆனால், அடிக்கடி தியேட்டருக்குச் செல்ல முடியாது. 'சினிமாவுக்குச் செலவு செய்யும் காசைக் கொண்டு யாருக்காவது உதவலாம்' என்பார் முன்னாலால். டீவியில் சினிமா பாடல்களைப் பாடியபடி ஆடுவது லஷ்மியின் பொழுது போக்கானது. பருவக் கனவுகளுடன் வளர்ந்த லஷ்மி, டீவி ரியாலிட்டி ஷோக்களிலும் கலந்துகொண்டு பாடினாள், ஆடினாள், பேசினாள், தன் திறமைகளை வெளிப்படுத்தினாள்.

2005. பதினைந்து வயது லஷ்மியின் மொபைலுக்கு ஒரு மெஸேஜ் வந்தது (ஏப்ரல் 18). 'ஐ லவ் யூ.' அனுப்பியவன் பெயர் குட்டு என்கிற நஹிம் கான். 32 வயது ஆள். லஷ்மிக்கு ஒரு தோழி இருந்தாள். அந்தத் தோழிக்கு ஒரு காதலன் இருந்தான். அந்தக் காதலனின் சகோதரனே குட்டு. லட்சணமான லஷ்மி மீது அவனுக்கு ஒரு தலைக் காதல். பல மாதங்களாக லஷ்மியைச் சுற்றிச் சுற்றி வந்து இம்சை செய்தான். அடுத்ததாக மொபைலில் காதல் தூது. 'உடனே பதில் சொல்' என்று மறுநாளும் மெஸேஜ் வந்தது. அவனைக் கண்டாலே லஷ்மிக்குப் பிடிக்காது. அவனது தொல்லைகளிலிருந்து தப்பிப்பது எப்படி என்றே தவித்துக் கொண்டிருந்தாள். அவள், எந்தப் பதிலும் அனுப்பவில்லை.

மூன்று நாள்கள் கழித்து டெல்லியின் கான் மார்க்கெட் பகுதியில் லஷ்மி பஸ் ஸ்டாப்பில் நின்று கொண்டிருந்தாள். பகல் பொழுது. கூட்டம் நிறைந்த பகுதி. நஹிம் அங்கே ராக்கி என்ற பெண்ணுடன் வந்தான். லஷ்மி பயந்து நடுங்கினாள். வந்தவன் லஷ்மியை நெருங்கி அவளைத் தள்ளிவிட்டான். தான் மறைத்து வைத்திருந்த திரவம் நிறைந்த ஒரு பாட்டிலை எடுத்தான். அதைத் திறந்து, கீழே கிடந்த லஷ்மியின் முகம், கழுத்துப் பகுதியில் ஊற்றினான். ஆசிட். இருவருமே ஓடி மறைந்தார்கள்.

முதலில் ஏதோ தண்ணீர் தெளித்ததுபோல் உணர்ந்த லஷ்மி, அடுத்தடுத்த நொடிகளில் எரிச்சலை உணர்ந்தாள். மகா எரிச்சல். பெரும் வலி. கையால் தடவினால், தோல் கையோடு உரிந்து

பதின்வயதில் லஷ்மி

கொண்டு வந்தது. உடலெங்கும் நெருப்பு பரவியதுபோல தகிப்பு. கைகளால் கண்களை மூடிக் கொண்டு அலறித் துடித்தாள் லஷ்மி. யாரும் ஓடிவந்து தூக்கவில்லை. உதவி கேட்டு கதறிய சக மனுஷியைக் கண்டு பதறி, விலகித் தள்ளி நின்று வேடிக்கை பார்த்தார்கள். மேல் தோலும், உட்புறத்தோலும், சதையும் கருகும் வாடை. லஷ்மியின் காது மடல்கள் உருகிக் கரைந்தன. முகமும், உடலில் பல பகுதிகளும் கருகிப் போயின. உச்சஸ்தாயியில் அவள் துடிக்க, வாகனங்கள் வேடிக்கை பார்த்தபடி வேகமாகக் கடந்து போயின.

ஓர் அரசியல்வாதியின் கார் வந்து நின்றது. மனிதாபிமானமுள்ள அதன் ஓட்டுநர் காரிலிருந்து இறங்கி லஷ்மியைத் தூக்கிப் போட்டுக் கொண்டு மருத்துவமனைக்கு விரைந்தார். லஷ்மியின் அலறல் அந்தக் கட்டடத்தில் எதிரொலித்துக் கொண்டிருக்க, முதல் கட்ட சிகிச்சை நடந்தது. சம்பவ இடத்திலேயே யாராவது முதல் உதவி செய்திருந்தால் அல்லது மருத்துவமனைக்கு இன்னும்

முன்னதாகவே கொண்டு வந்து சேர்த்திருந்தால் பாதிப்பு குறைவாக இருந்திருக்கும் என்று பரிதாப 'உச்' கொட்டினார்கள். கதறிய குடும்பத்தினரை யாராலும் தேற்ற முடியவில்லை. வாரக்கணக்கில் சிகிச்சைகள், அறுவை சிகிச்சைகள் தொடர்ந்தன. முகத்தைக் கைகள் கொண்டு மூடியதால் கண் பார்வை தப்பித்திருந்தது. ஆனால், முழு முகமும், கழுத்துப் பகுதியும், வலதுகையும், நெஞ்சுப் பகுதியும் பெருமளவில் பாதிக்கப் பட்டிருந்தது. பத்து வாரங்கள் சிகிச்சைக்குப் பிறகு, சிதைந்த முகத்துடன் வீடு திரும்பினாள் லஷ்மி.

அப்போதுதான் அவள் கையில் கண்ணாடி சிக்கியது. எடுத்துப் பார்த்த நொடியில்... வெடித்து அழுதாள். தனது பழைய அழகு முகம் நினைவில் நிழலாடியது. 'அழாதம்மா... நீ பழைய மாதிரி ஆயிருவ. டாக்டருங்க சொல்லிருக்காங்க.' பெற்றோரின் பொய்யான ஆறுதல் லஷ்மியை எந்தவிதத்திலும் தேற்றவில்லை.

அவளது விகார முகத்தைப் பார்க்க அவளுக்கே அச்சமாக இருந்தது. எனில், என்னைப் பார்க்கும் ஒவ்வொருவரும் பயந்து விலகத்தானே செய்வார்கள்? என் வருங்காலம்? என்னை யார் திருமணம் செய்து கொள்வார்கள்? என் வாழ்க்கையே முடிந்து போய்விட்டதா? இதற்கு அவன் என்னைக் குத்திக் கொன்றிருக்கலாமே. பேசாமல், தற்கொலை செய்துகொள்ளலாமா?

விகாரத்தின் விரக்தியும், வீரியமான வேதனையும் லஷ்மியைக் குத்திக் கிழித்தன. சிகிச்சைக்காக மருத்துவமனைக்கு மட்டும் சென்று வந்தாள். மற்றபடி வீட்டுக்குள்ளேயே முடங்கிப் போனாள். வெளியில் செல்லும்போது பர்தாவுக்குள் புதைந்து கொண்டாள். எப்போதும் பேசிக்கொண்டே இருக்கும் அவள், வார்த்தைகளற்ற வனத்தில் தொலைந்து போனாள். இந்த உலகத்தைப் பார்க்கவே வெறுப்பாக இருந்தது. குறிப்பாக ஆண்களை. ஆம், இந்த ஆண்கள் அனைவருமே கெட்டவர்கள். ஈவு இரக்கம் இல்லாதவர்கள். ஆனால்... என் அப்பா அப்படி இல்லையே. பாவம், என் சிகிச்சைக்காக எவ்வளவு கஷ்டப் படுகிறார். உறவுக்கார பெண் ஒருவர், அப்போதைக்கு லஷ்மியின் சிகிச்சைக்கான செலவுகளுக்கு உதவினார். குற்றவாளிகள் இருவரையுமே போலீஸ் கைது செய்தது. செய்தித்தாள்கள்

சம்பவத்தைப் பதிவு செய்தன. ஆனால், அரசாங்கத்திடமிருந்து உதவியெல்லாம் வரவில்லை. மாத வருமானத்துக்கே திண்டாடிக் கொண்டிருந்த முன்னாலால் பரிதவித்துக் கிடந்தார்.

இருந்தாலும் எதையும் வெளிக்காட்டாமல் மகளைத் தேற்றினார். மையம் கொண்ட மன அழுத்தத்தால் பாதிக்கப்பட்ட லஷ்மி, தன் தந்தை கொடுத்த தைரியத்தால் கொஞ்சம் கொஞ்சமாக மீண்டார். லஷ்மியின் மனத்தில் ஓர் எண்ணம் வலுப்பெற்றது. 'நான் மட்டுமல்ல. என்னைப் போல் ஆசிட் வீச்சால் பாதிக்கப் பட்டவர்கள் எத்தனையோ பேர் இருக்கிறார்கள். அவர்களுக்காக நான் குரல் கொடுக்க வேண்டும். இனி, இந்தக் கொடுமைகள் யாருக்கும் நிகழாதவாறு தடுத்து நிறுத்த வேண்டும்.' 2006-ல் அபர்ணா பட் என்ற வக்கீலின் துணையுடன் லஷ்மி, ரூபா என்ற (ஆசிட் வீச்சால் பாதிக்கப்பட்ட இன்னொரு) பெண்ணுடன் இணைந்து, உச்ச நீதிமன்றத்தில் பொது நல வழக்கு ஒன்றைத் தொடுத்தார். வழக்கின் சாராம்சம் இதுவே.

வெளியில் யார் வேண்டுமானாலும் எளிதாக ஆசிட் வாங்கிவிட முடியும். விலையும் மிகக்குறைவு. ஆனால், ஆசிட் வீச்சால் பாதிக்கப்படும் நபர்கள் அனுபவிக்கும் சித்ரவதை என்பது வாழ்நாளுக்கானது. எனவே, யாரும் எளிதாக ஆசிட் வாங்கிக் கொள்ளலாம் என்ற நிலையை அரசு தடை செய்ய வேண்டும். ஆசிட் விற்பனையைக் கடும் கட்டுப்பாடுகளுடன் முறைப்படுத்த வேண்டும். ஆசிட் வீச்சு குற்றத்தை கடும்குற்றமாகக் கருதி தண்டனையை அதிகப்படுத்தும் சட்ட திருத்தம் மேற்கொள்ளப்பட வேண்டும். இந்தியாவில் ஆசிட் வீச்சால் பாதிக்கப்படும் நபர்களுக்கு உரிய சிகிச்சைகள், நிவாரணத் தொகை, வேலை வாய்ப்பு உள்ளிட்ட பிற உதவிகள் கிடைக்கும் விதத்தில் நெறிமுறைகளை வகுக்க வேண்டும்.

இந்த வழக்கு ஒருபுறம் நீள, அடுத்தடுத்த ஆண்டுகளில் லஷ்மிக்கு மீண்டும் மீண்டும் அறுவை சிகிச்சைகள் நடத்தப் பட்டன. இடுப்பு, தொடை போன்ற பகுதிகளிலிருந்து தோலை எடுத்து முகத்தை, பிற பகுதிகளை ஓரளவு சீரமைத்தார்கள். வலியும் வேதனையும் மிகுந்த சிகிச்சைகள். காயங்களில் எளிதாகத் தொற்று ஏற்படும் அபாயம். எல்லாவற்றையும் மன வலிமையுடன் தாங்கிக் கொண்ட லஷ்மிக்கு, 2009-ல் கடைசியாக ஒருமுறை முகச்சீரமைப்பு அறுவை சிகிச்சை நடந்தது.

இந்தியாவில் யாருக்கும் அதுவரை செய்யப்பட்டிராத சிக்கலான அறுவை சிகிச்சை அது. மூன்று நாள்கள் விவரிக்க இயலாத வலியுடன் வெண்டிலேட்டரிலேயே வைக்கப்பட்டிருந்த லஷ்மி, ஒருவழியாக மீண்டு வந்தாள்.

இடைப்பட்ட காலத்தில் தையல் கலை, அழகுக்கலை, கம்ப்யூட்டர் கோர்ஸ் என தன்னால் இயன்றதைக் கற்றுக் கொண்டாள். வேலை தேடியபோது, யாரும் பக்கத்தில் சேர்த்துக் கொள்ளவில்லை. பள்ளி ஒன்றில் வேலை கேட்டு சென்றபோது, 'பிள்ளைங்க பயப்படுவாங்க. நீ போயிரு' என்று விரட்டி விட்டார்கள். ஆனால், இனி எதை வேண்டுமானாலும் எதிர்கொள்ளத் தயார் என்னும் அளவுக்கு லஷ்மியின் மனம் உறுதியடைந்திருந்தது. பக்குவப்பட்டிருந்தது.

 நான் ஏன் என் முகத்தை மறைத்துக் கொண்டு வாழ வேண்டும். இந்த முகமே இனி என் அடையாளம். இதுதான் என் போராட்டத்தை வலிமையாக்கும் ஒரே ஆயுதம்.

இருந்தாலும் விதி அந்தக் குடும்பத்தை விடுவதாக இல்லை. லஷ்மியின் தம்பி ராகுல், காசநோயால் பாதிக்கப்பட்டான். மகளுக்கும் மகனுக்கும் மருத்துவச் செலவுகளுக்காகவே ஓடி ஓடி உழைத்த முன்னாலால், தளர்ந்து போனார். 2012-ல் 45 வயது முன்னாலால் மாரடைப்பால் இறந்து போனார். குடும்பத்தின் ஒரே நம்பிக்கையான தந்தையின் இழப்பு, லஷ்மியை முடக்கிப் போட்டது. ஆதரவற்றுத் தத்தளித்துக் கொண்டிருந்த லஷ்மியை, 'நான் இருக்கிறேன். கவலைப்படாதே' என்று தோள் கொடுத்து தேற்றியது ஓர் உறவு.

அலோக் தீட்சித். கான்பூரில் பிறந்தவர். இந்தியன் ஏர் போர்ஸில் சில காலம், பத்திரிகையாளராகச் சில காலம் பணிபுரிந்தவர். பின் சமூக ஆர்வலாகச் செயலாற்றத் தொடங்கினார். அதன் ஒரு பகுதியாக Stop Acid Attacks என்ற இணைய வழிப் போராட்டத்தைத் தொடங்கியிருந்தார். தந்தையை இழந்து லஷ்மி தவித்துக் கொண்டிருந்த நேரத்தில், உப்நிதா என்ற பெண் பத்திரிகையாளர் அவரைத் தேடி வந்தார். பேட்டி எடுத்தார். அப்படியே, அலோக்கிடமும் அறிமுகம் செய்து வைத்தார். லஷ்மி குறித்து ஏற்கெனவே அறிந்திருந்த அலோக். 'பத்து நாள்களில்

உங்களுக்கு ஏதாவது ஒரு வேலை ஏற்பாடு செய்கிறோம் அல்லது சின்னதாக அழகு நிலையம் அமைத்துத் தருகிறோம்' என்றார்.

'நானும் உங்களுடன் Stop Acid Attacks போராட்டத்தில் கலந்து கொள்ள விரும்புகிறேன்' என்றார் லஷ்மி அழுத்தமாக. அந்தத் தைரியம் அலோக்கைக் கவர்ந்தது. தன் தீவிரமான செயல்பாடுகள் மூலம் Stop Acid Attacks போராட்டங்களின் முகமாக மாறிப் போனார் லஷ்மி. 'ஒரு லிட்டர் ஆசிட்டின் விலை சுமார் 20 ரூபாய்தான். யார் வேண்டுமானாலும் போய் கடையில் வாங்கி விடலாம். ஏன், நான் இந்த முகத்துடன் போனால்கூட ஆசிட் எனக்கும் விற்கிறார்கள். ஒருவருடைய வாழ்க்கை என்பது எத்தனை மதிப்பு மிகுந்தது. அதைச் சிதைக்க வெறும் 20 ரூபாயே போதுமென்பது எத்தனைக் கொடியது.'

அரசு ஆசிட் வீச்சால் பாதிக்கப்படுபவர்களுக்கு உரிய நிவாரணம் வழங்கவும், ஆசிட் விற்பனையைத் தடை செய்யவும், குற்றவாளிக்குக் கடும் தண்டனைகள் வழங்கவும் புதிய சட்டங்கள் கொண்டு வரவேண்டுமென Stop Acid Attacks அமைப்பினர் இணையத்தின் மூலம் 27000 பேரிடம் பெட்டிஷன் வாங்கினர். அடுத்த கட்டமாக அலோக், லஷ்மி உள்ளிட்ட குழுவினர் மத்திய உள்துறை அமைச்சர் சுஷில் குமார் ஷிண்டேவைச் சந்திக்க முயன்றனர். மூன்று மணி நேரத்துக்கும் மேல் காத்திருந்தனர். பலனில்லை. அமைச்சரின் கார் கிளம்பிய பொழுதில், லஷ்மி தடைகளை மீறி குறுக்கே சென்று மறித்தார். அமைச்சரை அணுகினார். தங்கள் கோரிக்கைகளை முன் வைத்து பெட்டிஷனை நீட்டி, ஷிண்டேவிடம் அதில் கையெழுத்து வாங்கினார்.

டில்லி மருத்துவ மாணவி பாலியல் பலாத்காரம் செய்யப்பட்ட சம்பவத்தை அடுத்து, 'பெண்களுக்கு எதிரான குற்றங்களை தடுக்க, கடுமையான சட்டத்தை அமல்படுத்த வேண்டும்' என்ற கோரிக்கை வலுப்பெற்றது. அதற்கான மசோதா 2013 மார்ச்சில் லோக்சபாவில் நிறைவேற்றப்பட்டது. அந்த மசோதாவில், முதன் முறையாக, ஆசிட் வீச்சு என்பது குற்றமாக அறிவிக்கப்பட்டது. ஆசிட் வீசுவோரை எதிர்த்து, பெண்கள்

தாக்குதல் நடத்தினால், அது, தற்காப்பாகக் கருதப்படும். குற்றவாளிகளுக்கு, குறைந்தபட்சம் 10 ஆண்டுகள் சிறைத் தண்டனை விதிக்கப்படும் என்றும் அறிவிக்கப்பட்டது.

2006-ல் லஷ்மி தொடுத்த பொதுநல வழக்கை ஒருவழியாக விசாரித்து முடித்து, 2013, டிசம்பர் 4 அன்று, நீதிபதி ஆர்.எம்.லோதா தலைமையிலான குழு, சில உத்தரவுகளைப் பிறப்பித்தது. கொடிய விளைவுகளை உண்டாக்கும் ஆசிட் விற்பனையை ஒழுங்குபடுத்த அனைத்து மாநில அரசுகளின் தலைமைச் செயலாளர்கள் மற்றும் யூனியன் பிரதேசங்களின் நிர்வாகிகள், 2014 மார்ச் 31-க்குள் தகுந்த விதிமுறைகளை வகுக்க வேண்டும். புகைப்படத்துடன் கூடிய அரசு அடையாள அட்டை வைத்திருப்பவர்களுக்கு மட்டுமே ஆசிட்டை விற்க வேண்டும். 18 வயதுக்குட்பட்டோருக்கு எக்காரணத்தைக் கொண்டும் ஆசிட்டை விற்க கூடாது. வழக்குப் பதிவு செய்யும்போது, ஆசிட்டை வீசியவர் அதை எங்கிருந்து வாங்கினார் என்பது பற்றியும் விசாரிக்க வேண்டும். ஆசிட் வீச்சு குற்றத்தில் ஈடுபட்ட நபரை ஜாமீனில் வெளிவர இயலாத பிரிவில் கைது செய்ய வேண்டும். ஆசிட் வீச்சால் பாதிக்கப் பட்டவர்களின் மறுவாழ்வுக்கு மாநில அரசு மூன்று லட்ச ரூபாய் இழப்பீடு வழங்க வேண்டும். ஆசிட் வீச்சு குறித்து மாநில அரசின் கவனத்திற்குக் கொண்டு வரப்பட்ட நாளில் இருந்து 15 நாள்களுக்குள், ஒரு லட்சம் இழப்பீட்டுத் தொகையை வழங்க வேண்டும். ஆசிட் வீச்சால் பாதிக்கப்பட்டவர்களுக்கு பிளாஸ்டிக் சர்ஜரி செய்வதற்கான முழுச் செலவையும் மாநில அரசு ஏற்றுக் கொள்ளுமா என்பதற்கு மாநில தலைமைச் செயலாளர்கள் உரிய பதில் அளிக்க வேண்டும்.

இந்த உத்தரவுகள் லஷ்மியின், சக போராளிகளின் இடைவிடாத போராட்டங்களுக்குக் கிடைத்த பலனே. ஆனால், மத்திய அரசும், மாநில அரசுகளும் இது குறித்து எந்த மேல் நடவடிக்கையும் எடுக்கவில்லை. 'ஆசிட் வீச்சால் பாதிக்கப்படுவோரின் எண்ணிக்கை அதிகரித்துக்கொண்டே வருகிறது. மத்திய, மாநில அரசுகள் உச்சநீதிமன்ற தீர்ப்பினைப் பின்பற்றுகிறதா இல்லையா?' என்று உச்சநீதிமன்றமே 2014-ன் இறுதியில் கடிந்து கொள்ளுமளவிற்குத்தான் அரசுகளின் செயல்பாடுகள் தொடர்ந்து வருகின்றன. அதை வலியுறுத்தித்தான்,

என் குழந்தை அழுமோ?

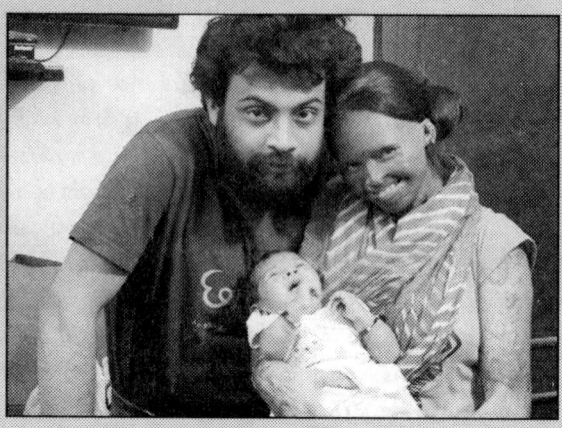

2015 மார்ச்சில் ஒரு பெண் குழந்தைக்குத் தாயானார் லஷ்மி. கர்ப்ப காலத்தில் லஷ்மியின் மனத்தைப் பிசைந்த கேள்வி, 'என் முகத்தைப் பார்க்கும்போதெல்லாம் என் குழந்தை பயந்து வீறிட்டு அழுமோ?' என்பதுதான். ஆனால், தன் மகள் தன்னைக் கண்டு, முதன் முதலில் சிரித்த கணத்தில் சிலிர்த்து அழுதார் லஷ்மி.

குழந்தைக்கு அலோக் - லஷ்மி இட்டுள்ள பெயர் 'பிஹு.'

லஷ்மியும் அலோக்குடன் கைகோத்துப் போராடி வருகிறார். ஆம், கைகோத்து.

லஷ்மி மீது ஆசிட் வீசிய வழக்கில் குட்டுவுக்கு 10 ஆண்டுகளும், குற்றத்துக்கு உடந்தையாக இருந்த ராக்கிக்கு 7 ஆண்டுகளும் சிறைத்தண்டனை வழங்கப்பட்டது. கைதான சில நாள்களிலேயே பெயிலில் வெளியே வந்த குட்டு, இன்னொரு பெண்ணைத் திருமணம் செய்துகொண்டு மீண்டும் உள்ளே சென்றான். ஆனால், தனக்கு நேர்ந்த கொடுமைக்குப் பிறகு, தான் மிகவும் விரும்பும் காதல் பாடல்களை கேட்பதைக்கூட விட்டிருந்தார் லஷ்மி. என்னை யார் காதலிக்கப் போகிறார்கள்? என் வாழ்க்கையில் திருமணமே கிடையாது என்று உறுதியான முடிவெடுத்திருந்தார். அலோக்கைச் சந்தித்தபின் அந்த எண்ணம் மாறியது.

'லஷ்மி அழகானவள். அவளது மனம் மிகவும் அழகானது. அதுதான் எனக்கு வேண்டும்' என்று அலோக் அவரிடம் காதலைச் சொன்னார். 'என்னை, என் வலிகளை முழுமையாகப் புரிந்துகொண்டவர் அலோக். அவரைவிட சிறந்த வாழ்க்கைத் துணை எனக்குக் கிடைக்காது.' காதலை ஏற்றுக் கொண்டார் லஷ்மி. ஆனால், அலோக்கின் வீட்டில்தான் கடும் எதிர்ப்பு. 'என் மகனுக்கு மிக அழகான மனைவி அமைய வேண்டும்' என்று ஆசை வளர்த்து வந்த அலோக்கின் தாய், ஒருவழியாக லஷ்மியைச் சந்தித்துப் பேசியபின் மனதார ஏற்றுக் கொண்டார். அலோக்கின் தந்தையைச் சம்மதிக்க வைக்கத்தான் பெரும் பாடாகிப் போனது.

அலோக், தன் கழுத்தில் முறைப்படி தாலி கட்டுவார் என்றுதான் லஷ்மி எதிர்பார்த்தார். 'நாம் இறுதிவரை ஒன்றாக வாழ்வோம். திருமணமெல்லாம் வேண்டாம்' என்று உறுதியாகச் சொல்லி விட்டார் அலோக். அதற்குப் பின்னாலுள்ள காரணமும் வலுவானதுதான்.

'திருமணம் செய்துகொள்ள வற்புறுத்தித்தான் பெரும்பாலான ஆசிட் வீச்சு சம்பவங்கள் நடைபெறு கின்றன. அந்தத் திருமணத்தில் எனக்கு நம்பிக்கை யில்லை. திருமணத்தில் மணமகள் எவ்வளவு அழகாக இருக்கிறாள் என்றே எல்லோரும் பார்க்கிறார்கள். அப்படிப்பட்டவர்களால் எங்கள் உன்னத உறவைப் புரிந்து கொள்ளவே இயலாது. ஆகவே, நாங்கள் திருமணம் செய்து கொள்ளவில்லை.'

லஷ்மியின் தளராத முயற்சிகளால் Stop Acid Attacks அமைப்பின் செயல்பாடுகள் மேலும் தீவிரமடைந்திருக்கின்றன. தன்னைப் போல் ஆசிட் வீச்சால் பாதிக்கப்பட்ட பெண்களுக்கு (ஆண்களுக்கும்) மருத்துவ உதவிக்கு ஏற்பாடு செய்வது, அவர்கள் மனம் தளராத விதத்தில் கவுன்சிலிங் கொடுப்பது, அவர்களுக்கு வேலை வாய்ப்பை ஏற்படுத்திக் கொடுப்பது என்று தன் அமைப்பின் மூலமாகத் தொடர்ந்து செயலாற்றி வருகிறார். பாதிப்புக்குள்ளான பெண்களுடன் இணைந்து கவனம் ஈர்க்கும் வகையில் போராட்டங்கள் நடத்துவது,

நாடகங்கள் மூலம் விழிப்புணர்வு ஏற்படுத்துவது, இணையம் மூலம் பிரசாரம் செய்வது என முன்னின்று லஷ்மி செய்யும் பணிகள் ஏராளம். அதுவும் அவரது உணர்வுபூர்வமான, வலிமையான பேச்சு மக்கள் மத்தியில் பலத்த ஆதரவையும் பெற்றுத் தந்துள்ளது.

'தயவுசெய்து எங்களைக் கண்டு பயப்படாதீர்கள். நாங்களும் மனிதர்களே. அதுவும் எங்களில் பலர் பார்வையும் இழந்து நிற்கிறோம். கொஞ்ச நேரம் உங்கள் கண்களைக் கட்டிக் கொண்டு இருங்கள். உலகம் அத்தனை பயங்கரமானதாகத் தோன்றும். அதைவிடக் கொடுமையான இருளில் எங்கள் வாழ்க்கை இருக்கிறது. எங்களுக்கு நீங்கள் உங்கள் ஆதரவைத் தரா விட்டாலும் பரவாயில்லை. போராடும் எங்கள் மன உறுதியைத் தயவுசெய்து குலைக்காமல் இருங்கள். நாங்கள் பாதிக்கப் பட்டவர்கள் அல்ல. போராளிகள்.'

பாலிவுட் லஷ்மி

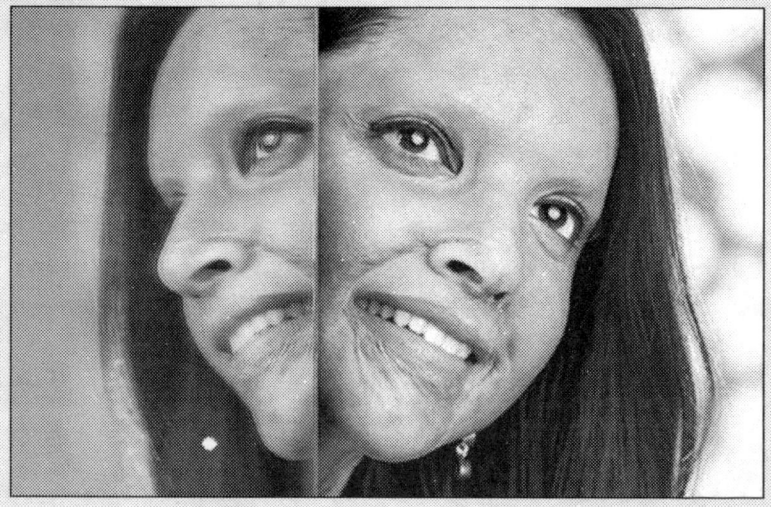

❖ நியூஸ் எக்ஸ் சேனலின் Udaan என்ற நிகழ்ச்சித் தொகுப்பாளராகப் பணியாற்றினார் லஷ்மி. அதில் சமூகத்தில் பலவிதங்களில் பாதிக்கப் பட்ட நபர்களைப் பேட்டி எடுத்தார். ஆசிட் வீச்சால் பாதிக்கப்பட்ட

சத்யமேவ ஜயதே தொலைக்காட்சி நிகழ்ச்சியின் ஒரு எபிசோடில் அலோக்கும் லஷ்மியும் பங்கு கொண்டு பேசியதன் மூலம், இந்தியாவெங்கும் ஆசிட் வீச்சு சம்பவங்கள் குறித்த அதிர்வலைகள் எழுந்தன. தவிர, உலகமெங்கும் ஆசிட் வீச்சு சம்பவங்கள் நடைபெற்றுக் கொண்டுதான் இருக்கின்றன. இந்தியாவில் காதலிக்கச் சொல்லி, திருமணம் செய்யச் சொல்லி வற்புறுத்தல், கணவன் - மனைவி தகராறு, குடும்பச் சண்டை, வழிப்பறி போன்ற பல்வேறு சூழல்களில் 2014-ல் மட்டும் 309 ஆசிட் வீச்சு குற்றங்கள் பதிவாகியுள்ளன. 2015-ன் எண்ணிக்கை 249. அதில் 61 வழக்குகள் உத்திரப்பிரதேசத்தில் மட்டும் பதிவாகியிருக்கின்றன. பதிவு செய்யப்படாத குற்றங்களில் எண்ணிக்கை தனி. ஒவ்வோர் ஆண்டும் இந்த எண்ணிக்கை குறைவதாக இல்லை.

இப்படிப்பட்ட சூழலில் மெழுகுவர்த்தி ஏந்திப் போராடுவது, பள்ளிகளில் சென்று பேசுவது, பெற்றோர்களிடம் பேசுவது,

---

ஒரு பெண், மற்றவர்களது சோகத்தை வெளிக்கொண்டு வந்து குரலெழுப்பும் இந்தச் சமூக விழிப்புணர்வு நிகழ்ச்சி பெரும் வரவேற்பைப் பெற்றது.

❖ *லஷ்மியும், ஆசிட் வீச்சால் பாதிக்கப்பட்ட அவரது தோழிகளும், போட்டோகிராபர் ராகுலின் உதவியுடன் பேஷன் போட்டோ ஷூட் ஒன்றை நடத்தினர். ஆசிட் வீச்சால் பாதிக்கப்பட்ட ரூபா வடிவமைத்த உடைகள் அவை. அந்த போட்டோக்கள் இணையத்தில் வைரலாகப் பரவின.*

❖ *லஷ்மி அகர்வாலின் வாழ்க்கை பாலிவுட் திரைப்படமாகி யிருக்கிறது. மேக்னா குல்சார் இயக்கியிருக்கும் அந்தத் திரைப்படத்தின் பெயர் Chhapaak. அத்திரைப்படத்தில் லஷ்மியின் வேடத்தில் நடித்திருப்பவர் பாலிவுட் பெண் சூப்பர் ஸ்டாரான தீபிகா படுகோனே. லஷ்மியிடம் நேரடியாக அனுபவங்களைக் கேட்டறிந்து இந்தத் திரைப்படத்தில் நடித்திருக்கிறார் தீபிகா. இந்தத் திரைப்படம் பலரது மத்தியில் ஆசிட் வீச்சு பாதிப்புகள் குறித்த விழிப்புணர்வை உண்டாக்கி இருக்கிறது.*

உண்ணாவிரதம் இருப்பது என்று அலோக் - லஷ்மி குழுவினரது போராட்டங்கள் தொடர்ந்து கொண்டிருக்கின்றன. 'சுப்ரீம் கோர்ட் மூன்று லட்சம் நிவாரணம் வழங்கச் சொல்லியிருப்பதை வரவேற்கிறோம். ஆனால், எங்களில் பலருக்கு 30 முதல் 40 அறுவை சிகிச்சைகள் தேவைப்படுகிறதே. அதற்கான செலவுக்கு எங்கே போவோம்? சமூகம், எங்களை வெறுத்து ஒதுக்குகிறது. வேலை கிடைப்பதில்லை. ஆக, அரசாங்க வேலை எங்களுக்குக் கிடைக்க வழிவகை செய்ய வேண்டும். இதை ஒவ்வொரு கட்சியும் தங்கள் தேர்தல் அறிக்கையில் சேர்க்க வேண்டும். கடும் தண்டனைகளால் குற்றவாளிகள் திருந்தப் போவதில்லை. மாற்றம், அவர்கள் மனத்தில் உண்டாக வேண்டும். இந்தச் சமுதாயத்தில் உண்டாக வேண்டும். வருங்கால தலைமுறை குரூர எண்ணங் களுடன் வளராமல், நல்லதொரு சமூகமாகத் தழைக்க வேண்டும் என்பதற்காகவே நாங்கள் எங்கள் முகத்தை முன்னிறுத்திப் போராடுகிறோம்.'

#StopSaleAcid -இது சர்வதேச அளவில் லஷ்மி முன்னெடுத் திருக்கும் போராட்டம். இதை வலியுறுத்தித் தொடர்ந்து போராடி வருகிறார். இதற்காக International Women Empowerment Award 2019 விருது லஷ்மிக்கு வழங்கப்பட்டிருக்கிறது. NDTV, 2014-ல் Unsung Hero of the Year விருதை வழங்கி கௌரவித்தது. சர்வதேச அங்கீகாரமாக International Women of Courage Award-ம் லஷ்மிக்கு அதே ஆண்டில் வழங்கப்பட்டது. வாஷிங்டனில் நடந்த விழாவில்

விருது வழங்கிய மிச்சேல் ஒபாமா, லஷ்மியை அன்புடன் ஆரத்தழுவிக் கொண்டார். அந்த சர்வதேச சபையில் லஷ்மி கவிதை ஒன்றை வாசித்து முடிக்க, அனைவரும் கண்கள் கலங்க எழுந்து நின்று கைத்தட்டினார்கள். அந்தக் கவிதை வரிகள் வீரியமானவை.

'நீ என் முகத்தில் அமிலத்தை ஊற்றவில்லை. என் கனவுகளில் ஊற்றிவிட்டாய். நிச்சயம் உன் இதயத்தில் இருந்தது காதல் அல்ல. அதுவும் அமிலமே. உன்னால் என் முகத்தைத்தான் சிதைக்க முடிந்தது. மீண்டெழுந்த என் புன்னகையை அல்ல.'

காணொளி:

லஷ்மி அகர்வால் TEDx உரை

எதற்காக நாம் விழுகிறோம்?
அப்போதுதானே
மீண்டும் நாமே எழுந்து நிற்பதற்குக்
கற்றுக்கொள்ள முடியும்!

கிறிஸ்டோபர் நோலன்

ஹாலிவுட் பிதா

இந்த நூற்றாண்டின் உலகின் டாப் சினிமா இயக்குநர். பில்லியனுக்கும் மேல் வசூல் செய்யும் ஹாலிவுட் படங்களின் பிதா. இன்றைய தேதியில் உலக அளவில் அதிகம் எதிர்பார்ப்புக்குள்ளாகும் / விமரிசனத்துக்குள்ளாகும் படங்கள் கிறிஸ்டோபர் நோலனுடையவே. அவரது படங்களின் பொதுத்தன்மை 'புரியாத புதிர்'. ஜனரஞ்சமாகச் சொன்னால் 'நோலனுடைய படங்கள் பார்த்த உடனே புரியாது. பார்க்கப் பார்க்கத்தான் புரியும்'. சரி, காமன்மேனுக்குப் புரியாத விதத்தில் படமெடுத்துத் தள்ளும் ஏதோ ஒரு 'வேற்றுக்கிரக' இயக்குநரின் வாழ்க்கையில் இருந்து கற்றுக்கொள்ள நமக்கென்ன இருக்கிறது? நோலனின் இந்த வார்த்தைகள், பதிலாக இங்கே பொருந்தலாம்.

'நீங்கள் ரகசியத்தைத் தெரிந்துகொள்ள விரும்பு கிறீர்கள். முழு மனத்துடன் தேடவில்லை என்றால் உங்களால் அதைக் கண்டறியவே முடியாது. அர்ப்பணிப்பு இல்லாத தேடல் என்பது உங்களை நீங்களே முட்டாளாக்குவதே.'

ஏழைமையான குடும்பம் - சிறுவயதில் 'புவா'வுக்கே திண்டாட்டம் - படிப்பைப் பாதியிலேயே விட்டுவிட்டு பிஞ்சுக் கரங்கள் நோக கூலி வேலை செய்தார்... என்பன போன்ற 'ஸ்டீரியோடைப்' சோகங்கள் எதுவுமே நோலனின் பால்யத்தில் கிடையாது. 1970-ல் பிறந்தது லண்டனில். அடிக்கடி பறந்தது சிகாகோ நோக்கி. காரணம், அவரது அமெரிக்க அம்மா விமானப் பணிப்பெண்ணாக இருந்தார். அப்பா, பிரெண்டன் ஜேம்ஸ் நோலன், விளம்பரங்களுக்கான காப்பிரைட்டர். நோலனின் பளிச் ஐடியாக்களின் மரபணு ரைட்டர்.

நோலனின் ஏழாவது வயதிலேயே சூப்பர் 8 கேமரா கைக்குக் கிடைத்தது. சுட்டித்தனமாக சுட்டுத் தள்ளினார். பதினோராவது வயதில், 'வருங்காலத்தில் சினிமா இயக்குநர் ஆக வேண்டும்'

IMAX
IMAX

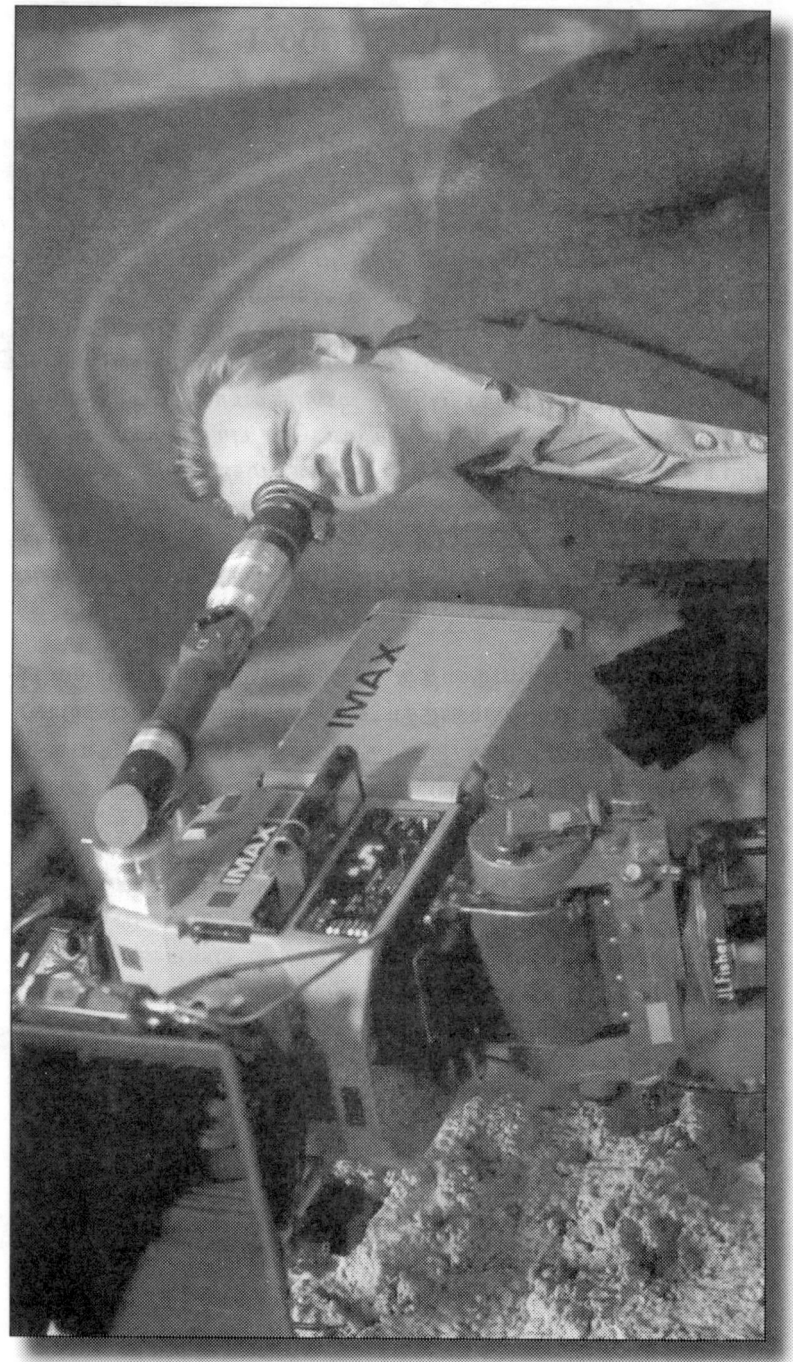

என்ற கனவு உள்ளே விழுந்தது. வளர வளரக் காலம் தன் கனவைத் திருட நோலன் அனுமதிக்கவில்லை. தான் உட்காரும் எந்த நாற்காலியின் முதுகிலும் 'Director' என்ற சொல் எழுதப்பட்டிருப்பதாகவே தன்னைத் தகவமைத்துக் கொண்டார். சீரான பள்ளிப்படிப்பு. பின், குறும்படம் எடுப்பதற்கான ஏகபோக வசதிகள் கொண்ட லண்டன் யுனிவர்சிட்டி காலேஜில் ஆங்கில இலக்கியம் கற்க இணைந்தார். எம்மா தாமஸைச் சந்தித்தார். காதல். சக மாணவி. (இந்நாள் சகி. இருவருக்கும் நான்கு குழந்தைகள். எம்மாதான், நோலன் படங்களின் தயாரிப்பாளர்.) எம்மாவும் நோலனும் சேர்ந்தே செல்லுலாய்ட் கனவுகள் வளர்த்தார்கள்.

கல்லூரியில் படிக்கும்போதே Tarantella என்ற குறும்படத்தை எடுத்தார்கள். கிடைத்த பாராட்டுகள் சிறகுகள் கொடுத்தன. இருந்தாலும் படிப்புக்குப் பிறகு பணத்தேவைக்காக, கார்ப்பரேட் நிறுவனங்களுக்கான ஆவணப் படங்களை எடுத்துக் கொடுக்க ஆரம்பித்தார் நோலன். இயக்குநர் ஆக வேண்டுமென்ற கனவை நோக்கி எடுத்துவைத்த முயற்சிகளில் தோல்விகள். தோல்விகள் முயற்சிகளுக்கே. நோலனுக்கல்ல.

1997-ல் தான் யார், தன் பாணி என்ன என்று உலகுக்கு உரக்கச் சொல்லும்விதமாக Doodlebug என்றொரு குறும்படத்தை எடுத்தார். ஒரு மனிதன், தன் அறைக்குள் கையில் ஷூவுடன் பூச்சி ஒன்றை அடித்துக் கொல்லும் முயற்சியில் அங்கும் இங்கும் அலைபாய்கிறான். அவன் கொல்ல நினைக்கும் அந்தப் பூச்சி, அதே மனிதனது விரலளவு உருவம்தான். அந்த உருவமும் கையில் ஷூவுடன் ஏதோ ஒன்றைக் கொல்லும் முயற்சியில் இருக்கிறது. அந்த மனிதனது பின்னணியில் அவனது மெகா உருவமொன்று அவனை அடித்துக் கொல்வதற்காகத் தோன்றுகிறது.

மிகக் குறைந்த செலவில், கருப்பு வெள்ளையில், பிரமாதமாக எடுக்கப்பட்ட மூன்று நிமிடக் குறும்படம். ஆஹோ ஓஹோ கற்பனை என இன்றைக்கும் யூட்யுப் ஹிட்ஸை அள்ளும் அந்தக் குறும்படம், அன்றைக்கு நோலனுக்கு விசிட்டிங் கார்டாக அமையவில்லை. 'அதிர்ஷ்டம் கொண்டவனாக என்னை நான் ஒருபோதுமே நினைத்ததே கிடையாது. எதிலுமே மோசமான வற்றையே எண்ணும் அவநம்பிக்கையாளன் நான்' - என்பன

நோலனிஸம்!

* நோலன் படத்தின் ஆரம்பக் காட்சி, ப்ளாஷ்பேக்காக அல்லது நடுவில் வரும் ஏதோ ஒரு காட்சியாக அல்லது க்ளைமாக்ஸாக இருக்கும்.

* தனது பிரதான கதாபாத்திரங்களை அறிமுகப்படுத்தும்போது, அவர்களது கைகள் ஏதாவது வேலை செய்து கொண்டிருப்பதுபோல ஆரம்பிப்பார்.

* அவரது அனைத்துப் படங்களிலும் இரண்டு முக்கியக் கதாபாத்திரங்களைச் சுற்றியே திரைக்கதை பின்னப் பட்டிருக்கும்.

* ஒரு காட்சிக்கும், அடுத்த காட்சிக்கும் தொடர்ச்சி இருக்காது. காட்சிகள் இயல்பான முடிவின்றி, சட்டென வெட்டப்பட்டு இன்னொன்றுக்குத் தாவும். ஃபிளாஷ்பேக்கினுள் இன்னொரு ஃபிளாஷ்பேக் விரியும். ஒருபோதும் நேர்க்கோட்டில் கதை சொல்ல மாட்டார்.

* பெரும்பாலும் அவரது கதாபாத்திரங்களில் ஏதோ ஒன்று மனநிலைப் பாதிப்புக்குள்ளானதாக இருக்கும். (உதாரணம்: மெமண்டோ, நாயகனுக்கு ஷார்ட் டெர்ம் மெமரி லாஸ், இன்செப்ஷன், நாயகனுக்கு நிஜம் எது, கனவு எது என்று தெரியாது.)

* க்ளைமேக்ஸ் முடிந்த நொடியில் படத்தின் பெயரைப் போடுவார்.

நோலனின் வார்த்தைகளே. பிரிட்டிஷ் ஃபிலிம் இன்ஸ்டஸ்ட்ரியை நம்பி, தான் ஒரே இடத்தில் தேங்கி நிற்பதை நோலன் தன் 26-வது வயதில் புரிந்து கொண்டார்.

தன்னைத் தானே தனக்குள் துரத்தும் Doodlebug-போல, தன் கனவைத் தானே துரத்திப் பிடித்து படமெடுக்க முனைந்தார். பணம்? சொந்த சம்பளப் பணம். மிகக் குறைந்த பட்ஜெட். வாரம் முழுக்க அலுவலக வேலை. வார இறுதியில், நண்பர்களின் உதவியுடன் கையில் இருக்கும் குறைந்த உபகரணங்களைக்

கொண்டு ஷூட்டிங். பெரும்பாலும் வீட்டில், நண்பர்களது வீடுகளில் காட்சிகள் எடுக்கப்பட்டன. எழுத்து, இயக்கம், ஒளிப்பதிவு, தயாரிப்பு நிர்வாகம், எடிட்டிங்கில் உதவி அனைத்தும் நோலனே மேற்கொண்டார். சுமார் இரண்டு வருடங்களில் நிறைவடைந்த அந்தப் படம் Following. படத்துக்கான ஃபிலிம் செலவைக் குறைக்க, பலமுறை ஒத்திகை பார்த்துவிட்டு கேமராவை இயக்கினார். ஆகவே, எந்தக் காட்சியும் இரண்டாவது டேக்குக்கு மேல் செல்லவில்லை. படக்குழுவினரது பசியை, நோலனின் அம்மா தயாரித்துக் கொடுத்த சாண்ட்விச்கள் போக்கின.

தனது முதல் நாவலை எழுத நினைக்கும் ஒருவன், கள அனுபவத்துக்காகப் பலரையும் தொடர்ந்து சென்று கண்காணிக்கிறான். ஒரு திருடனைத் தொடரும்போது அவனுடன் பழக்கம் ஏற்படுகிறது. குற்றங்களின் உலகுக்குள் அவன் நுழைய, அதற்குப் பின் நிகழும் தடதட மாற்றங்களைச் சொல்லும் சஸ்பென்ஸ் திரில்லர். கருப்பு வெள்ளையில் எடுக்கப்பட்ட Following, விருதுகளால் திரைப்பட விழாக்களில் மஞ்சள் ஒளி பெற்றது. ‘உலகின் மிகக் குறைந்த பட்ஜெட் படம்’ என்ற அறிவிப்புடன் நோலன் படத்தை வெளியிட்டார். அதனளவில் நிறையவே லாபம் சம்பாதித்துக் கொடுத்தது.

1998-ல் வெளியான Following பட்ஜெட் வெறும் 6000 டாலர். 2014-ல் வெளியான ‘இண்டெர்ஸ்டெல்லர்’ உத்தேச பட்ஜெட் 165 மில்லியன் டாலர். முதல் படத்தைவிட 27000 மடங்கு அதிகம். தன் சம்பளப் பணத்தில் முதல் படத்தை எடுத்த நோலன், இண்டெர்ஸ்டெல்லருக்காக வாங்கிய உத்தேச சம்பளம், 20,000,000 டாலர். இங்கே இந்த வெற்றிப் பயணத்தின் மைல் கற்களை ‘கருந்துளைப் பயண வேகத்தில்’ பார்த்து விடுவது வசதி.

நோலனின் இரண்டாவது படம் மெமண்டோ (தமிழ் ‘கஜினி’யின் ஒரிஜினல்). அவரது சகோதரர் ஜோனாதன் எழுதிய பக்கா பழிவாங்கும் கதை. நேர்க்கோட்டில் சொல்லாமல், படத்தை இறுதிக் காட்சியில் இருந்து ஆரம்பித்து படிப்படியாகப் பின்னோக்கி வருவதாக திரைக்கதையில் மேஜிக் செய்திருந்தார். பட விழாக்களில் கவனம் பெற்றாலும், படத்தை வெளியிட

யாரும் முன் வரவில்லை. நோலன் மீதான நம்பிக்கையில் படத்தயாரிப்பு நிறுவனமே ரிஸ்க் எடுத்து படத்தை வெளியிட்டது. ஆரம்ப வாரங்களில் தியேட்டருக்கு வந்த ரசிகர்கள் தாங்கள் பழிவாங்கப்பட்டதாக நினைக்க, பின் 'அட! இதில் ஏதோ இருக்கிறது' என்று புரிந்து கொண்டாட ஆரம்பித்தார்கள். போட்ட காசைவிட ஐந்து மடங்கு லாபம்!

ஹாலிவுட் ஸ்டூடியோக்கள் நோலனுக்கு சிவப்புக் கம்பளம் விரித்தன. மூன்றாவது படம் - இன்சோம்னியா. நார்வே மொழி படத்தின் ரீமேக். ஓர் இளம் பெண்ணின் கொலை குறித்து விசாரிக்கப் போகும் இரண்டு துப்பறியும் நிபுணர்களின் கதை. ரீமேக் என்றாலும் அதை நோலன் தனக்கான பிரத்யேக சினிமா மொழியில் செதுக்கியிருந்த விதத்தால், பாக்ஸ் ஆபிஸில் பணமழை பொழிந்தது. விமரிசகர்களும் நல்வார்த்தை மொழிந்தார்கள்.

2003-ல் வார்னர் பிரதர்ஸ், நோலனிடம் வந்தார்கள். பேட்மேனைக் கையில் கொடுத்தார்கள். எங்கெல்லாம் அதர்மம் தலைதூக்குகிறதோ, அங்கெல்லாம் பறந்து வந்து வில்லனின் பல்லை உடைப்பதே சூப்பர் ஹீரோக்களின் கடமை. அவ்வளவே. அதற்குமேல் ஒன்றுமில்லை. ஆனால், நோலன் தன் மந்திரச் சிந்தனையால் வௌவால் மனிதனைத் தலைகீழாகப் புரட்டிப் போட்டார். காமிக்ஸ்களின் காட்சி வடிவமாக இல்லாமல், 2005-ல் வெளியான ‘பேட்மேன் பிகின்ஸ்’ எது மாதிரியும் இன்றி, புது மாதியாக மிளிர்ந்தது. பட்ஜெட் 150 மில்லியன் டாலர். பாக்ஸ் ஆபிஸ் 374 மில்லியன் டாலர்.

பேட்மேனின் அடுத்தடுத்த பாகங்களாக நோலன் இயக்கிய தி டார்க் நைட் (2008), தி டார்க் நைட் ரைஸஸ் (2012) படங்கள் இரண்டும் வசூலில் பில்லியன் டாலர் கிளப்பில் இணைந்தன.

நோலன், மெகா வசூல் படங்களின் இயக்குநர் என்று தன்னை அடையாளப்படுத்திக் கொள்ள பேட்மேனைப் பயன்படுத்திக் கொண்டார். அந்த வெற்றி, இன்செப்ஷன் (2010), இண்டெர்ஸ்டெலர் (2014) என்று தனது சயின்ஸ் ஃபிக்‌ஷன் பரிசோதனைகளை மெகா பட்ஜெட்டில் சுதந்தரமாக மேற்கொள்ள வழிவகுத்தது.

அடுத்தவர்களது கனவுக்குள் நுழைந்து அவர்களது எண்ணங்களைத் திருடி விளையாடும் சயின்ஸ் மாஃபியாக்கள் குறித்த அதிவிநோத ஒன்லைன் - இன்செப்ஷன். பட்ஜெட் 160 மில்லியன் டாலர். 825 மில்லியன் டாலராக பாக்ஸை நிறைத்தது. மனிதர்கள் வாழ மாற்றுக் கிரகத்தைத் தேடிச் செல்லும் ஒரு குழு, அக்கிரகத்தில் இருக்கும் சில மணி நேரங்கள், இங்கே பூமியில் சில வருடங்களாகக் கரைந்துபோக, விண்வெளி வீரரான தந்தைக்கும், பூமியில் காத்திருக்கும் மகளுக்குமான பாசப் போராட்டம், உணர்வுகளின் இயல்போடு, இயற்பியலையும் கலந்து செய்த காவியம் இண்டெர்ஸ்டெலர். பட்ஜெட் 165 மில்லியன் டாலர். ரிட்டர்ன் 627 மில்லியன் டாலர்.

2017-ல் வெளியானது நோலனின் டன்கிர்க். இரண்டாம் உலகப் போரின் மேற்கு முனையில்

விசித்திர நோலன்

- *உலகமே வியக்கும் சயின்ஸ் ஃபிக்சன் படங்கள் எடுக்கும் நோலன், செல்போன் உபயோகிப்பதில்லை. இமெயில் பார்ப்பதும் அரிது. புதிய தகவல் தொழில் நுட்பங்களில் ஈடுபாடற்ற பழைமைவாதி.*
- *நோலன் நிறக்குருடால் பாதிக்கப்பட்டவர். சிவப்பு, பச்சை வண்ணங்கள் அவருக்குத் தெரியாது.*
- *Rory's First Kiss, Oliver's Arrow, Magnus Rex, Flora's Letter - இவை முறையே தி டார்க் நைட், இன்செப்ஷன், தி டார்க் நைட் ரைஸஸ், இண்டெர்ஸ்டெலர் ஆகிய படங்களுக்காக நோலன் வைத்த ஒர்க்கிங் டைட்டில்ஸ். அந்த டைட்டில்களில் நோலனின் நான்கு குழந்தைகளின் பெயர்கள் அடங்கியிருக்கின்றன.*

1940 மே, ஜூனில் பிரான்ஸ் மற்றும் பிரிட்டன் வீரர்கள், ஜெர்மனி வீரர்களிடமிருந்து தப்பிய நிகழ்வை அடிப்படையாகக் கொண்ட திரைப்படம். பிரான்ஸின் டன்கிர்க் துறைமுகத்தை மையக் களமாகக் கொண்ட இத்திரைப்படத்தில் இரண்டாம் உலகப் போர் கால விமானங்களையே நோலன் பயன்படுத்தி யிருந்தார். சுமார் 100 மில்லியன் டாலர் செலவில் தயாரிக்கப்பட்ட இந்தத் திரைப்படத்தின் பாக்ஸ் ஆபிஸ் வசூல் 526.9 மில்லியன் டாலர். இரண்டாம் உலகப் போரை மையமாகக் கொண்டு தயாரிக்கப்பட்ட திரைப்படங்களிலேயே அதிக வசூல் செய்த படம் டன்கிர்க்தான்.

இப்படி தொட்டதெல்லாம் வெற்றி. ஹாலிவுட்டின் திரை மேதைகள் வரிசையிலும் நோலனுக்கு நிரந்தர நாற்காலி கிடைத்துவிட்டது. திரைத்துறையில் கால்பதித்து இருபது வருடங்களில் நோலன் அடைந்த இந்த உயரம், அசாத்தியமானது. அதன் பின்னணியை அலசப் பல காரணங்கள் உண்டு. முக்கியமான காரணம், திட்டமிட்டு உழைத்தல். ஃபாலோயிங் படம் மூலம் கிடைத்த வரவேற்பு மங்கிப் போகும் முன்பே, மெமண்டோக்கான திரைக்கதையோடு தயாராக இருந்தார் நோலன்.

- ❖ சிறந்த இயக்குநர், சிறந்த படம், சிறந்த திரைக்கதை என்று வெவ்வேறு பிரிவுகளில் நோலன் ஐந்து முறை ஆஸ்கர் விருதுகளுக்கு நாமினேட் செய்யப்பட்டுள்ளார். ஆனால், வென்றதில்லை. அவரது படங்கள் இதுவரை 34 முறை நாமினேட் செய்யப்பட்டு 10 ஆஸ்கர் விருதுகள் வென்றுள்ளன.

- ❖ நோலனின் பதினோராவது படமான Tenet, ஜூலை 2020-ல் வெளியாகிறது. ஆக்ஷன் திரில்லர் படமான இதில் சில காட்சிகள் இந்தியாவில் இடம்பெறுவதாக இருக்கின்றன. டிம்பிள் கபாடியா உள்ளிட்ட இந்திய நடிகர்கள் சிலரும் இதில் நடிக்கின்றனர். படத்தின் பட்ஜெட் 225 மில்லியன் டாலர்.

- ❖ 'நான் எப்போதும் ஒரு படத்தை அதன் பட்ஜெட்டை வைத்து அளவிடுவதில்லை. அந்தப் படத்துக்காக நான், என் வாழ்க்கையின் எவ்வளவு காலத்தைச் செலவிடுகிறேன் என்பதை வைத்தே அளவிடுகிறேன்' என்பது நோலனின் கோல்டன் ஸ்டேட்மெண்ட்.

மனைவியுடன் நோலன்

'முதல் வெற்றிக்குப் பின், அடுத்தது என்ன என்று பலரும் கேட்பார்கள். அந்தச் சமயத்தில் முன்யோசனை எதுவுமே இன்றி இருக்கக்கூடாது. நமக்கான வாய்ப்பு இருக்கும்போதே மிகச்சரியாக பயன்படுத்திக் கொள்ள வேண்டும். அந்த வாய்ப்பு மீண்டும் நம்மிடம் வரவே வராது.'

ஒரு படம் முடித்துவிட்டு, ஹாயாக ஹவாய் தீவில் ஓய்வெடுத்துவிட்டு அடுத்ததை மெதுவாகப் பார்த்துக் கொள்ளலாம் என்னும் எண்ணம் பெரிய வெற்றிக்குப் பிறகும் நோலனிடம் இருந்தது கிடையாது. இன்செப்ஷனுக்கான திரைக்கதை அமைக்க அவர் எடுத்துக் கொண்டது ஏழு ஆண்டுகள். அவரது ஒவ்வொரு திரைக்கதைக்குப் பின்னணியிலும் சில வருட உழைப்பு நிறைந்திருக்கிறது. முழுமையான திட்டமிடுதல் இன்றி படப்பிடிப்புக்குக் கிளம்ப மாட்டார். செகன்ட் யூனிட் வைத்து சில காட்சிகளைப் படம்பிடிப்பது என்பதெல்லாம் கிடையாது. படத்தின் ஒவ்வொரு ஃப்ரேமும் அவர் மேற்பார்வையில் உருவாக வேண்டும் என்பதில் உறுதியாக இருப்பார். இப்படிப் பல விஷயங்கள்.

பேட்மேன் படங்கள்தாம் நோலனை அனைத்துத் தரப்பு ரசிகர்களிடமும் கொண்டு சேர்த்தன. ஆனால், அதிலும் நோலன் தன் பாணியை விட்டுக் கொடுக்கவில்லை. பேட்மேனைக் கையில் எடுத்ததும் நோலன் செய்த முதல் காரியம், பாப்கார்னைக் கொறித்தபடியே சூப்பர் ஹீரோ படங்களைப் பார்த்து ரசித்து பொழுதுபோக்கலாம் என்ற பொதுச் சிந்தனையை உடைத்தது. பேட்மேனின் முகமூடிக்குள் புதைந்திருக்கும் உணர்வுகளையும் ரசிகர்களுக்குள் கடத்தினார்.

'கெட்டவன்', 'மக்கள் விரோதி', 'தேசத்துரோகி' என்ற ரெடிமேட் லேபிள்களோடு வில்லனை உலவ விடாமல், நெகட்டிவ் கதாபாத்திரத்துக்கும் வலுவான, உணர்வுபூர்வமான பின்னணியைக் கொடுத்தார். வலுவான திரைக்கதை, வளமையான தொழில்நுட்பம், வாய் பிளக்க வைக்கும் சாகசங்கள், வாவ் சொல்ல வைக்கும் திருப்பங்கள், வரலாறு காணாத வெற்றி. இனி யார் எந்த சூப்பர் ஹீரோ படங்களை

எடுத்தாலும், 'நோலனின் படம்போல இல்லை' என்று ரசிகர்கள் ஒப்பிட்டு விமரிசிக்கும் அளவுக்கு அழுத்தமான முத்திரை பதித்துவிட்டார்.

தனது நடிகர்களிடம்கூட கதையை முழுதாகச் சொல்லாமல், சஸ்பென்ஸோடு வேலை வாங்குவது நோலனின் ஸ்டைல். தனது கதாபாத்திரங்களுக்கிடையேயான முரண்பாடுகளை மிக நுட்பமாகச் சித்தரித்து, அந்தக் கதாபாத்திரங்கள் எடுக்கும் முடிவுகளின் மூலமாகக் கதையை யோசிக்கவே முடியாத திருப்பங்களுடன் நகர்த்திச் சென்று அசரடிப்பார். குறிப்பாக க்ளைமேக்ஸ் யூகிக்கவே முடியாதபடி, அல்லது படம் முடிந்தபின் ரசிகர்களே யூகித்துக் கொள்ளும்படி இருக்கும்.

'க்ளைமேக்ஸ் வருவதற்கு முன்பே இதுதான் முடிவு என்று ரசிகர்கள் நினைக்கும்விதத்தில் இருக்கக் கூடாது. படம் தனது முடிவை அடையும்போதுதான் ரசிகர்களும் அந்த இடத்தை அடைய வேண்டும்' என்பது நோலனின் சக்ஸஸ் உத்தி.

இத்தனை ப்ளாக் பஸ்டர்களுக்குப் பிறகும், உலகளாவிய ரசிகர்களின் அங்கீகாரத்துக்குப் பிறகும் நோலன் மீது வைக்கப்படும் மிக முக்கியமான விமரிசனம், 'சாதாரண மனிதனுக்குப் புரியாத விதத்தில் படங்களை எடுக்கிறார்.

ரசிகர்களைக் குழப்பி விடுகிறார்.' அதற்கான பதிலாகத்தான் நோலன் இன்செப்ஷனில் பம்பரத்தைப் பயன்படுத்தியிருக்கிறார்.

இன்செப்ஷன் திரைப்படத்தில் கனவுலகிலும் நிஜ உலகிலும் சஞ்சரிக்கும் நாயகன், பம்பரத்தைச் சுற்றி விடுவான். பம்பரம் கீழே விழுந்தால் அது நிஜ உலகம். விழாமல் சுற்றிக் கொண்டே இருந்தால் அது கனவுலகம். சினிமா, கனவுலகம். நோலனின் கனவுலகப் பம்பரங்கள், நிஜ உலகில் ரசிகர்களின் மனத்தில் என்றும் சுற்றிக்கொண்டேதான் இருக்கின்றன.

காணொளிகள்

 Doodlebug குறும்படம்

Christopher Nolan: The full interview – BBCNewsnight

ஒரு மருத்துவர்

ஒரு மருத்துவமனை

ஒரு மில்லியன் நோயாளிகள்

Dr. டாம் கேட்டினா

நுபாவின் மீட்பர்

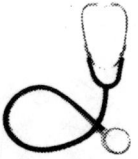

2011-ன் கோடை காலம். உச்சிவேளையில் சூரியனால் சூடாகிக் கொண்டிருந்த சூடானின் மேய்ச்சல் நிலம் ஒன்று. மாடு மேய்த்துக் கொண்டிருந்த 14 வயது டேனியல், தூரத்தில் போர் விமானம் வரும் சத்தம் கேட்டு பயத்துடன் தரையில் நெடுஞ்சாண்கிடையாக விழுந்தான். சத்தம் தன்னை நெருங்குவதை உணர்ந்து மிரட்சியுடன் மேலே பார்த்தான். அந்தப் போர் விமானம் வீசிய குண்டு ஒன்று, அவனை நோக்கி வந்து கொண்டிருந்தது. பதறி எழுந்து பாய்ந்து ஓடினான். சற்று தள்ளி தெரிந்த பெரிய மரமொன்றை இறுக்கக் கட்டிப் பிடித்த நொடியில், குண்டு பெரும் சத்தத்துடன் மரத்தின் மறுபுறம் விழுந்து வெடித்துச் சிதறியது.

மரமோடு மரமாக உயிர் துடிக்க நின்று கொண்டிருந்த டேனியல், புகைமூட்டம் சற்றே கலைந்த கணத்தில், மரத்தை விட்டு விலகி, தன் கைகளை நோக்கினான். அவை இல்லை. கைகளிரண்டுமே, முழங்கைப் பகுதிக்குக் கீழ் சிதைந்து காணாமல் போயிருந்தன. ரத்தம் ஒழுக, சதை பிய்ந்து தொங்கியது. கதறி அழக்கூட திராணியின்றி, நடைபிணம்போல கொஞ்ச தூரம் நடந்து சென்ற டேனியல், ஓரிடத்தில் அப்படியே மயங்கிச் சரிந்தான்.

ஒரு சிலர் ஓடி வந்தனர். அதிர்ஷ்டவசமாக ஒரு காரும் கிடைத்தது. டேனியலைத் தூக்கிப் போட்டு, நுபா மலைப் பிரதேசத்தின் மதர் ஆஃப் மெர்ஸி மருத்துவமனைக்குக் கிளம்பினர். சாலைகளெல்லாம் கிடையாது. காடு, மேடு, மலைப்பாதை என சில மணி நேரங்கள் பயணம் செய்தால்தான் அங்கே போக முடியும். வேறு வழியில்லை, அந்தப் பிரதேசத்தில் உள்ளே ஒரே மருத்துவமனை அது மட்டுமே. ஒரு சில கிளினிக்குகள் இருந்தாலும் அங்கே டாக்டர்களே கிடையாது. அந்த 90 மைல் சுற்றளவில் வாழும் சுமார் 10 லட்சம் மக்களும் நம்பியிருப்பது மதர் ஆஃப் மெர்ஸி மருத்துவமனையைத்தான். அத்தனைப் பேருக்கும் சேர்த்து அங்கே 2008 முதல் பணியில்

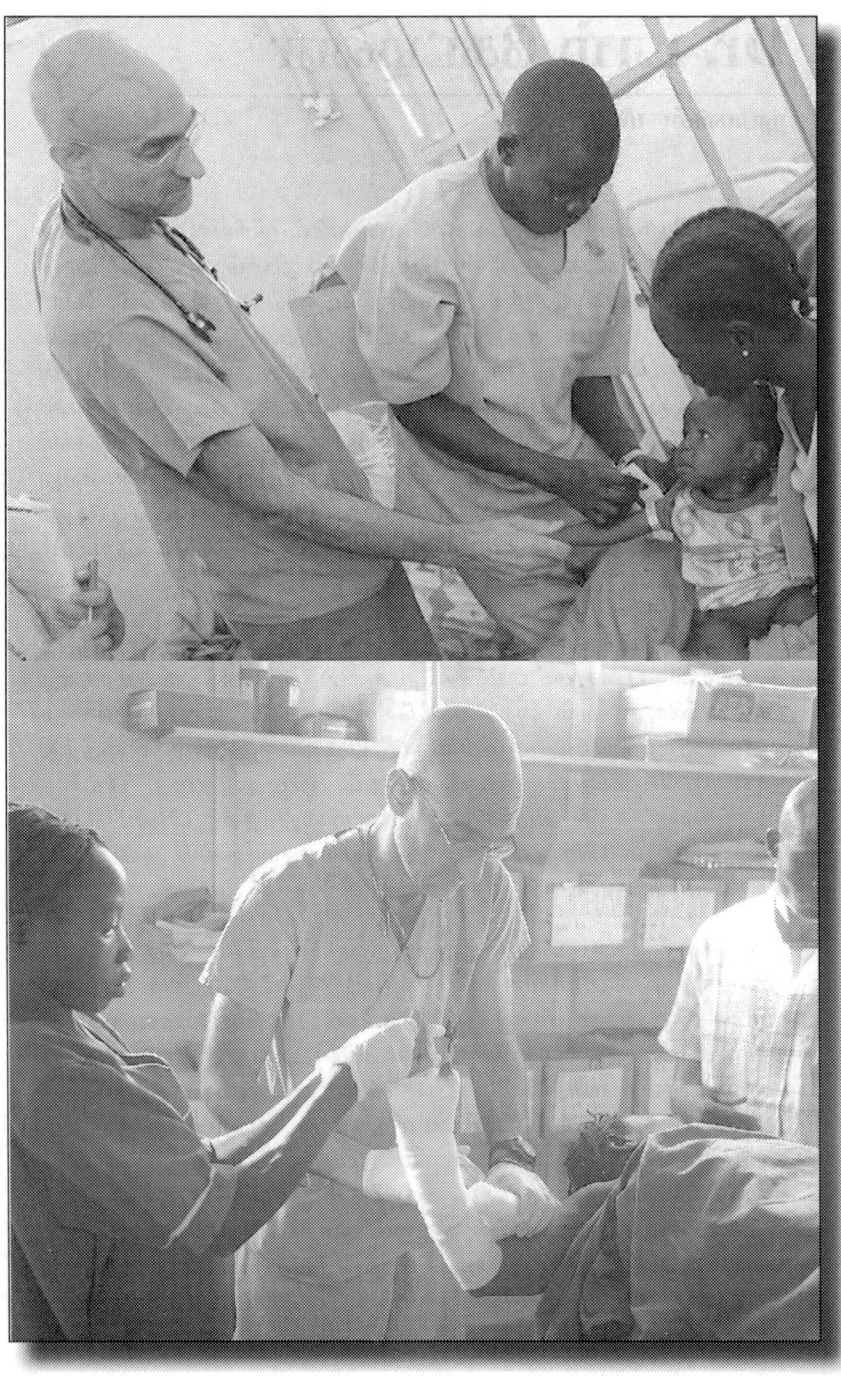

இருப்பது ஒரே ஒரு மருத்துவர் மட்டுமே. அவர், தாமஸ் கேட்டினா என்ற 'டாக்டர் டாம்'.

இத்தனைக்கும் டாம் அந்த மண்ணின் மைந்தர் அல்ல. அமெரிக்கர். டேனியலின் மீது விழுந்த குண்டு, டாமின் மீதும் எந்தக் கணத்திலும் விழலாம். தவிர, குண்டு வீசுவதும் எதிரி நாடல்ல. சூடான் அரசேதான். தேசத்தின் மக்களை சொந்த அரசே கொல்லும் அந்த நிலப்பரப்பில், மரண பயத்தை வென்று, மனிதநேயம் கொண்டு, அந்த அப்பாவி மக்களின் உயிரைக் காக்கும் மருத்துவ சேவைக்காகத் தன் வாழ்வையே அர்ப்பணித்துக் கொண்டிருக்கிறார் இந்த ஒற்றை டாக்டர். யார் இவர்?

அமெரிக்காவின் மிசௌரி மாகாணத்திலுள்ள ஆம்ஸ்டர்டாமில் பிறந்தவர் (1964). பெற்றோர், ஜெனி - நான்ஸி. அவர்களுக்கு மொத்தம் ஏழு குழந்தைகள். ஐந்தாவது குழந்தை தாமஸ் கேட்டினா. செல்லப்பெயர் டாம். பால்யத்திலேயே டாம் அதிகம் அடம்பிடிக்காத, எதையும் விட்டுக் கொடுக்கிற சமர்த்துக் குழந்தை. சர்ச்சில் பிரார்த்தனை, பைபிள் கதைகள், அடுத்தவருக்கு உதவுதல் - ஆகியன பிடித்த விஷயங்கள். படிப்பில் கெட்டி. விளையாட்டுகளில் சுட்டி. பன்னிரண்டாம் நூற்றாண்டில் வாழ்ந்த அஸிசியைச் சேர்ந்த பிரான்ஸிஸ் என்ற புனிதரின் வாழ்க்கைக் கதை, சிறுவன் டாமின் மனத்தில் ஆழப்பதிந்தது. அது 'இறை ஊழியம்' செய்ய வேண்டும் என்ற எண்ணத்தையும் அவனுக்குள் விதைத்தது.

பள்ளிப் படிப்புக்குப் பிறகு அமெரிக்காவின் பிரௌன் பல்கலைக்கழகத்தில் இளநிலைப் பட்டப்படிப்பாக மெக்கானிகல் இன்ஜினியரிங் சேர்ந்தார். அத்துடன் பல்கலைக் கழகத்தின் 'அமெரிக்கன் புட்பால்' அணியின் மிக முக்கியமான ஆட்டக்காரராக, பலமுறை 'மேட்ச் வின்னராக'வும் திகழ்ந்தார் டாம். இன்ஜினியரிங் படிப்பு முடிந்தது. ஆனால், 'மக்கள் சேவை'க்கு மெக்கானிகல் இன்ஜினியரிங் எந்த அளவுக்கு உதவும் என்ற கேள்வி குடைந்தது. நேவி ஸ்காலர்ஷிப் கிடைக்க, நார்த் கரோலினாவின் டியூக் பல்கலைக்கழகத்தில் மருத்துவப் படிப்பு படிக்க இணைந்தார் டாம்.

டாக்டராக வேண்டும், பெரிய மருத்துவனை கட்ட வேண்டும், திகட்டத் திகட்டச் சம்பாதிக்க வேண்டும் என்ற சிந்தனைகள்

எல்லாம் டாமின் கனவில்கூட எட்டிப் பார்க்கவில்லை. டாக்டரான பின் பல நாடுகளுக்கு, பல கண்டங்களுக்குச் செல்ல வேண்டும். பலதரப்பட்ட மக்களுடன் பழகி, அவர்களது கலாசாரத்தை அறிந்து கொள்ள வேண்டும். ஏழை மக்களுக்கு மருத்துவம் பார்த்து அவர்களது சிரிப்பில் சிலிர்ப்பை உணர வேண்டும் என்பது மட்டுமே டாமின் குறிக்கோளாக இருந்தது.

மருத்துவப் படிப்பின் நான்காவது வருடத்தில் டாம், கென்யாவில் இரண்டு மாதங்கள் தங்கி மருத்துவச் சேவை செய்தார். அவர்கள் மொழி டாமுக்குத் தெரியாது. ஆனால், அந்த மக்களின் பரிதாப முகங்கள், அவற்றில் நிறைந்திருந்த ஏக்கம், நோயின் வலி, நிவாரணம் கிடைத்த பொழுதில் கண்களில் பெருகிய நன்றி உணர்வு... டாக்டர் டாம் உறுதியாகத் தீர்மானித்தார். 'இதுவே என் பாதை. இதுவே நான் விரும்பிய வாழ்க்கை.'

இருந்தாலும் நேவியின் ஸ்காலர்ஷிப்பில் படித்த கடமைக்காக, 1992 முதல் சில ஆண்டுகள் நேவி டாக்டராகப் பணியாற்றினார். 1999-ல் நியு யார்க்கில் அமைந்துள்ள கத்தோலிக் மெடிகல் மிஸன் போர்ட் (CMMB) உடன் டாக்டர் டாம் இணைந்தார். 1999-ல் கென்யாவின் அடிப்படை வசதிகள்கூட இல்லாத கிராமப்புற மொன்றின் மருத்துவமனையில் தன் பணியை ஆரம்பித்தார். அங்கே இரண்டு ஆண்டுகள். அடுத்து நைரோபியில் செயின்ட் மேரீஸ் மருத்துவமனையில் ஆறு ஆண்டுகள் பணி. இருண்ட கண்டத்தின் இன்னல்கள் ஒவ்வொன்றும் டாமுக்குப் புரிய ஆரம்பித்தது. கருப்பின மக்கள் மீதான அவரது அன்பு, பாசம், அக்கறை அதிகரித்துக் கொண்டே சென்றது.

2007. அடுத்து அவர் சேவைக்காகத் தேர்ந்தெடுத்த பகுதி முன்னேற்றத்தின் எந்தவித அடிச்சுவடும் பதியாத சூடானின் நுபா என்ற மலைகள் சூழ்ந்த கிடெல் என்ற ஊர். அங்கே மருத்துவமனை கிடையாது. பல மைல்கள் சுற்று வட்டாரத்தில் வேறு எங்கும் மருத்துவமனையே கிடையாது. மிஷினரி, பண உதவி செய்தது. மக்கள் வியர்வை சிந்தினார்கள். நுபா மலைகளில் இருந்து கொண்டு வந்த கற்கள் மருத்துவமனைக் கட்டடம் எழ உதவியது. 300 படுக்கைகள், பரிசோதனைக் கூடம், எக்ஸ்ரே உள்ளிட்ட வசதிகள் நிறைந்த மருத்துவமனை,

2008 மார்ச்சில் இயங்க ஆரம்பித்தது. மிஷினரி மாதந்தோறும் வழங்கும் 350 டாலர் மட்டுமே டாமின் வருமானம். அதைப்பற்றியெல்லாம் யோசிக்காமல், 'மக்களின் டாக்டராக' டாம், தன் மருத்துவ சேவைகளை அங்கே தொடர்ந்தார். 2011 வரை பெரிய அளவில் பிரச்னையில்லை. ஆனால், சூடானிலிருந்து 'தெற்கு சூடான்' தனி நாடாகப் பிரிந்த கணத்தில், நுபா பிரதேசம் 'திரிசங்கு நரகம்' ஆகிப்போனது. இந்தப் பிரச்னையின் ஆழத்தைப் புரிந்துகொள்ள, சூடானின் அரசியல் வரலாறு இங்கே அவசியப்படுகிறது. ஆகவே...

நில அமைப்பின்படி பார்த்தால், சவுதி அரேபியாவிலிருந்து செங்கடல் தாண்டி வந்தால் சூடான். ஆக, அங்கே காலம் காலமாக அரேபியர்களின் ஆதிக்கம் அதிகம். இஸ்லாமியர்களே பெரும்பான்மையானவர்கள். இருபதாம் நூற்றாண்டின் முற்பகுதியில் சூடான், பிரிட்டனின் காலனியாதிக்கத்தில் இருந்தது. 1956-ல் பிரிட்டன் பெட்டிப் படுக்கையுடன் சூடானை விட்டுக் கிளம்பும்போது, அரபு மொழி பேசும் பெரும்பான்மை யினரிடம் ஆட்சியை ஒப்படைத்துவிட்டுச் சென்றது. இதுவே தீவிரப் பிரச்னையின் ஆரம்பப் புள்ளி. காரணம், வட சூடான் பகுதியில் அரபு மொழி பேசும் இஸ்லாமியர்களே பெரும் பான்மையானோர். தென் சூடான் பகுதியில் பழங்குடியினர், கிறிஸ்தவர்கள் அதிகம். தென் பகுதியினர் சூடான் முழுவதும் அரபு தேசமாக்கப்படுவதை எதிர்த்தனர். 1956 - 1972 வரை தெற்கு சூடானியர்களின் முதல் உள்நாட்டு யுத்தம் நடந்தது. முடிவில் ஓர் ஒப்பந்தத்தின் மூலம் தெற்கு சூடானுக்கு தன்னாட்சி அதிகாரம் வழங்கப்பட்டது.

1971-ல் சூடானில் எண்ணெய் வளங்கள் கண்டறியப்பட, உதவி என்ற பெயரில் ரஷ்யா, சீனா, அமெரிக்கா போன்ற சகுனி நாடுகள் தங்கள் பங்குக்குத் தாயம் உருட்ட ஆரம்பித்தன. 1983-ல் சூடான் அரசு, தெற்கு சூடானின் தன்னாட்சியை ரத்து செய்தது. இரண்டாம் உள்நாட்டு யுத்தம் ஆரம்பமானது. தெற்கு சூடானில் டிங்கா இனத்தவர் அதிகம். டிங்காக்கள் நிரம்பிய தெற்கு சூடான் மக்கள் விடுதலை இயக்கத்தின் (SPLM) ராணுவப் பிரிவு SPLA. அது, தங்கள் விடுதலைக்காக சூடான் அரசுக்கெதிரான கொரில்லா போரை முன்னின்று நடத்தியது. இதில் 2005 வரையில் கொல்லப்பட்ட தெற்கு சூடானியர்களின் எண்ணிக்கை 1.5 மில்லியனுக்கும் மேல். 2005-ல் மீண்டும் ஓர்

சேவை உள்ளங்கள் இணைந்தன!

'சேவை லட்சியம் கொண்ட, என்னுடன் சேர்ந்து பணிபுரியும் விருப்பம் கொண்ட ஒரு பெண் கிடைத்தால் திருமணம் செய்து கொள்ளலாம். இதுவரை அப்படி ஒருவரையும் நான் சந்திக்கவில்லை' என்பதுதான் 2015 வரை திருமணம் குறித்த கேள்விக்காக டாக்டர் டாமின் பதிலாக இருந்தது. சில ஆண்டுகளுக்குமுன் டாமின் மருத்துவமனையில் பணியாற்ற வந்த சூடான் பெண் நஸிமா. அவரது சேவை உள்ளமும், செவிலியர் பணியைக் கற்றுக் கொள்வதில் காட்டிய ஆர்வமும் டாமுக்குப் பிடித்திருந்தது. எந்த வேலையுமே தெரியாமல் வந்த நஸிமா, பின் ஒரு வார்டையே தனி ஆளாகக் கவனித்துக் கொள்ளுமளவுக்குத் தன்னை உயர்த்திக் கொண்டார். டாம், நஸிமா திருமணம் 2016-ல் நடந்தது. 'நஸிமாவால் இப்போது என் பலம் கூடியிருக்கிறது. என் மனைவிக்காகக் கூடுதலாக கொஞ்சம் அன்பையும் காதலையும் பொறுப்புணர்வையும் வளர்த்துக் கொள்ள வேண்டியதிருக்கிறது. அது பிரச்னையில்லை.'

அமைதி ஒப்பந்தம் கையெழுத்தானது. அதன்படி அடுத்த ஆறு வருடங்களுக்கு தெற்கு சூடான் தன்னாட்சி அதிகாரத்துடன் இருக்கும் என்றும், அதற்குப் பிறகு மக்கள் வாக்கெடுப்பு மூலம் தனி நாடு உரிமை வழங்கப்படலாமா, வேண்டாமா என்று முடிவெடுக்கப்படுமென அறிவிக்கப்பட்டது. 2011 ஜனவரியில் தெற்கு சூடானில் மக்கள் வாக்கெடுப்பு நடத்தப்பட்டது. அந்த ஜூலை 9-ல் 99% மக்கள் ஆதரவுடன் தெற்கு சூடான் உலகின் 193-வது நாடாக உதயமானது.

நுபா மலைப்பிரதேசத்தினர் தீரா சிக்கலில் விழுந்ததும் அப்போதுதான். நில அமைப்பின்படி, நுபா மலைகள் என்பது வட சூடானுக்கும், தென் சூடானுக்கும் இடைப்பட்ட பகுதி. இங்கே பழங்குடியினர், கருப்பின கிறிஸ்தவர்கள், கருப்பின இஸ்லாமியர்கள் உண்டு. பதினேழாம் நூற்றாண்டில் இங்கே நுழைந்த அரேபியர்கள், நுபா மக்களை வைத்து 'அடிமை வணிகம்' நடத்தியது வரலாறு. ஆக, அரபு ஆதிக்க வட சூடானியர்களைப் பொருத்தவரை, நுபா மக்கள் தீண்டத்தகாதவர்களே. நுபா பகுதி மக்களும் அரபு ஆதிக்கத்தை விரும்பாதவர்களே. அவர்களும் அதுவரை தெற்கு சூடானுக்கு ஆதரவாக SPLA உடன் இணைந்தே போராடி வந்தனர். ஆனால், நுபா பிரதேசத்திலும் பிரிவினைக்கான வாக்கெடுப்பு நடத்த சூடான் அரசு மறுத்துவிட்டது. (காரணம் அந்தப்பிரதேசம் எண்ணெய் வளமும், நிலக்கரி வளமும், தங்கம் உள்ளிட்ட தாது வளமும் நிரம்பிய பகுதி. அதை விட்டுக் கொடுக்க சூடான் அரசு விரும்பவில்லை.) தெற்கு சூடான் உதயமானபோது, நுபா பிரதேசம் வட சூடானிலேயே விடுபட்டுப் போனது.

சூடான் அரசு, நுபா பிரதேச மக்களைக் கொஞ்சம் கொஞ்சமாகக் கொன்றொழிக்க, விரட்டியடிக்க முடிவு செய்தது. 2011-ல் 'நுபா இனப்படுகொலைகளை' ஆரம்பித்து வைத்தது. 'நிறைந்து கிடக்கும் கருப்பு பிளாஸ்டிக் பைகளைச் சுத்தம் செய்ய முடிவெடித்திருக்கிறோம்' என்று ஒருநாள் சூடானின் ரேடியோ ஒன்று அறிவித்தது. கருப்பு பிளாஸ்டிக் பைகள் என்றால் நுபா மக்கள். திடீரென போர் விமானங்கள் பறந்து வரும். கொத்துக் கொத்தாகக் குண்டுகளை வீசும். 'மண்ணைக் காலி செய்துவிட்டு ஓடிப் போ அல்லது மண்ணோடு உடல் சிதறி செத்துப்போ' - இதுவே தன் தேச மக்கள் மீதே தாக்குதல் நடத்தும் சூடான் அரசின் குரூர எண்ணம். இந்த நிலையில் புதிதாகப் பிறந்த

தெற்கு சூடானும் தன் உள்நாட்டில் மிகுந்துவிட்ட திருகுவலிக் குழப்பங்களால், நுபாவைக் கைவிட்டுவிட்டது. ஆகவே, திரிசங்கு நரகத்தில்...

ஆரம்பத்தில் மதர் ஆஃப் மெர்ஸி மருத்துவமனையில் டாக்டர் டாம் உடன் ஒரு லேப் டெக்னீஷியன், மருந்தாளுநர், மயக்க மருந்து கொடுக்கத் தெரிந்த நர்ஸ் உள்ளிட்ட சிலர் பணியாற்றினர். 2011-ல் வான்வழி குண்டுத் தாக்குதல் ஆரம்பிக்கப்பட்ட சில நாள்களிலேயே அவர்கள் அனைவரும் 'உயிர் வாழ' ஆசைப்பட்டு இடத்தை காலி செய்தனர். ஆனால், மருத்துவமனை எங்கும் உயிருக்குப் போராடும் உடல்கள் நிறைய ஆரம்பித்தன. குண்டு வெடிப்பில் கைகள் சிதறி, வயிறு கிழிந்து, முகம் சிதைந்து, கால்கள் கழன்று, உடலெங்கும் எரிந்து... ஆண்கள், பெண்கள், குழந்தைகள், முதியவர்கள் என பாகுபாடு இன்றி... எங்கும் ரத்தம், வலியின் அவலம், உயிரின் கதறல். சகல திசைகளிலிருந்தும் வந்து கொண்டே இருந்தார்கள். அந்த அனைவரது ஒரே நம்பிக்கை, 'டாக்டர் டாம் காப்பாற்றி விடுவார்.'

அதிர்ந்து உட்காரவோ, அய்யோவெனப் பதறவோ அவகாசம் இல்லாத சூழல். டாம், எந்தச் சலனத்தையும் முகத்தில் காட்டாமல், ஒவ்வொருக்கும் சிகிச்சை செய்தார். ஒரே நாளில் பல ஆபரேஷன்கள். குடல் கிழிந்த ஒருவரது உயிரைப் பிழைக்க வைக்கப் போராடிக் கொண்டிருக்கும்போதே, அடுத்த வார்டில் பெண்ணொருத்தி பிரசவ வலியில் துடித்துக் கொண்டிருக்கிறாள் என்று அழைப்பு வரும். போகின்ற உயிரைப் பாதுகாக்கவா? வரப்போகும்

நம்பர் 1 டாக்டர்

- *டைம் பத்திரிகை 2015-ல் வெளியிட்டுள்ள உலகின் மிக முக்கியமான 100 மனிதர்களில் டாக்டர் டாமும் இடம்பெற்றுள்ளார். பிரௌன் பல்கலைக்கழகம் தங்கப் பதக்கம் வழங்கி டாமின் சேவையைக் கௌரவப்படுத்தியுள்ளது. அர்மேனிய அரசு தபால் தலை வெளியிட்டு டாமைப் பெருமைப்படுத்தியுள்ளது. இன்னும் பல அமைப்புகள் டாமின் சேவைக்கென விருதுகளை வழங்கியிருக்கின்றன. வழங்கவும் காத்துக் கொண்டிருக்கின்றன. இந்த விருதுகளையெல்லாம் அவ்வளவாக விரும்பாத டாம்,*

உயிரை வரவேற்கவா? கொஞ்சமும் பதறாமல் இரண்டையுமே கவனிப்பார் டாம். ஆனால், குண்டு வெடிப்பில் பாதிக்கப்பட்ட குழந்தைகள் சிகிச்சை பலனின்றி உயிர் நழுவிப் போகும் சமயங்களில் மட்டும் டாமின் கண்கள் கட்டுப்பாடின்றிக் கலங்கும்.

டாம், அதிகாலையிலேயே எழுந்துவிடுவார். ஆறரை மணிக்கு அங்குள்ள சிறிய தேவாலயத்துக்குச் செல்வார். ஏழு மணிக்கெல்லாம் வார்டுகளில் அனுமதிக்கப்பட்டுள்ள 300+ பேஷண்டுகளைப் பரிசோதிப்பார். ஒரு பேஷண்டுக்கு ஓரிரு நிமிடங்களுக்கு மேல் ஒதுக்க முடியாது. காரணம், தொலைதூரங்களிலிருந்து மலைப்பாதைகளெல்லாம் கடந்து வந்த புதிய நோயாளிகள் நூற்றுக்கணக்கில் வெளியே காத்திருப்பர். அன்றைக்கு செய்ய வேண்டிய ஆபரேஷன் களுடன், புதிதாக வரும் நோயாளிகளுக்கும் அவசர ஆபரேஷன் செய்ய வேண்டியதிருக்கும். சாதாரண காய்ச்சல் முதல் கேன்சர் வரை அனைத்துக்கும் அவரே சிகிச்சையளித்தாக வேண்டும். இப்படி பேஷண்டுகளில் எண்ணிக்கை அதிகரித்துக் கொண்டே செல்ல, உள்ளூர் மக்களில் ஓரளவு படித்த சிலருக்கு 'நர்ஸிங்' பயிற்சி அளித்து தனக்கு உதவியாக வைத்துக் கொண்டார். அப்படி இவரிடம் பயிற்சி பெற்றுவிட்டு, வெளியூர்களில் 'பணத்திற்காக' வேலைக்குச் செல்பவர்களைக்கூட டாம் நொந்து கொள்வதில்லை. வாழ்த்தி விடைகொடுக்கிறார்.

சூடான் அரசு இத்தனைக் காலம் நுபா பிரதேசத்துக்கென எந்த வளர்ச்சித் திட்டங்களையும் கொண்டு வந்தது கிடையாது. அடிப்படை வசதிகள்கூட இல்லாத பாவப்பட்ட அந்தப் பிரதேசத்தின் 99 சதவிகித மக்கள் தங்கள் பிழைப்புக்கு

'நுபா பிரதேச மக்களுக்கு உதவி செய்யுங்கள்' என்று நிதி திரட்டுவதிலும், இந்தப் பிரச்னைக்கு நிரந்தரத் தீர்வு காண்பதிலும்தான் கவனம் செலுத்துகிறார். 'நுபா மக்களுக்கு உதவுவதால் என் உயிரும்கூட சூடான் அரசுக்கு ஒரு பொருட்டல்ல' என்கிறார் டாம். அப்பேர்ப்பட்ட சூழலிலும், ஏதோ ஒரு பகுதி மக்களின் உயிரைக் காக்க, ஒற்றை ஆளாகக் களத்தில் நின்று போராடிக் கொண்டிருக்கும் டாம், தன் தன்னலமற்ற மருத்துவ சேவையால் உலகின் நம்பர் 1 டாக்டரே.

நம்பியிருப்பது விவசாயத்தையும் மேய்ச்சல் தொழிலையும்தான். ஆக, அவர்களை எல்லாம் ஒழிக்க அல்லது விரட்ட சூடான் அதிபர் அல்-பஷிர் கையாளும் இன்னொரு உத்தி - வயல்களில் குண்டு போடுவது. குறிப்பாக அறுவடை சமயத்தில் ஆகாயத் தாக்குதலை அதிகரிப்பது. அந்தப் பிரதேசத்துக்கு எந்த உதவியும் கிடைக்காமல் அனைத்து வழிகளையும் அடைப்பது. விளைநிலங்கள் நாசமாகிப் போக, உணவின்றி மடியும் மக்களும், போஷாக்கின்றி மரணிக்கும் குழந்தைகளும் அநேகம்.

இந்த இழிவான சூழலில்தான் டாமின் மருத்துவமனையும் இயங்கிக் கொண்டிருக்கிறது. நோயாளிகளுக்குப் போதுமான உணவு கிடையாது. மின்வசதி கிடையாது. சூரிய மின்சக்திதான் துணை. தண்ணீருக்கு ஒரு ஆழ்துளைக் கிணறு. மருத்துவ மனைக்கு மிஷினரி அனுப்பும் மருந்துகளும் உணவுப் பொருள்களும் தடையின்றி வந்து சேர்ந்தாலே பெரிய விஷயம். ஆனால், எந்தக் கஷ்டத்திலும், இருப்பதைக் கொண்டு சிறப்பாக மருத்துவம் பார்க்க தன்னாலான முயற்சிகள் அனைத்தையும் மேற்கொண்டு வருகிறார் டாக்டர் டாம்.

இரவில் கண்ணயர்ந்த வேளையில் எப்போதும் அழைப்பு வரலாம் - அவசரம் என்று. சிணுங்க மாட்டார். ஸ்டெத்தை எடுத்துக் கொண்டு ஓடுவார். ஆனால், டாமும் மனிதர்தானே. இரு முறை மலேரியாவில் பாதிக்கப்பட்டு முடங்கிப் போனார். நூறு கிலோவுக்கும் மேலிருந்த டாம் எழுபது கிலோவாகக் குறைந்து போனார். பின் ஒருமுறை கைவிரலில் அடிப்பட்டு, நகம் துண்டாக வலியில் துடித்தார். ஆனால், மறுநாளே, விறுவிறுவென பல அறுவை சிகிச்சைகளைச் செய்யத் தவறவில்லை. ஒரு சில ரொட்டித் துண்டுகள், கொஞ்சம் தானியம் இதுவே டாமின் தினசரி உணவு. அட்மிட் ஆகியிருக்கும் நோயாளிகளுக்கும் உணவு கொடுப்பதுவும் மருத்துவமனையே. தவிர பசியுடன் வந்து நிற்கும் மக்களுக்கும் சேமிப்பிலிருந்து உணவைப் பகிர்ந்துகொள்ள டாம் தயங்குவதே இல்லை.

'என்றாவது ஒருநாள் மருத்துவமனை மீதும் குண்டு வீசப்படலாம்' என்று டாம் அடிக்கடி நினைப்பதுண்டு. 2014 மேயில் அதுவும் நடந்தது. மருத்துவமனை வளாகத்தில் சுமார் 11 குண்டுகள் விழுந்து வெடித்துச் சிதறின. நோயாளிகள் எல்லாம் தரையோடு தரையாகப் பதறிப் படுத்தனர். பாதுகாப்புக்காக வெட்டி

வைத்திருந்த பதுங்கு குழிகளுக்குள் பாய்ந்தனர். டாமும்தான். நல்லவேளை உயிர்ச்சேதம் இல்லை. ஆனால், மரணத்தை நெருங்கிவிட்ட உணர்வு. அந்தச் சூழலிலும் 'நமக்கென்ன தலையெழுத்தா? விட்டுப் போய்விடலாம்' என்று டாம் சஞ்சலப் படவில்லை. 'நம்மைவிட்டால் யார் இவர்களுக்குச் சிகிச்சை அளிப்பார்கள்' என்று மட்டுமே நினைத்தார்.

'வருங்காலத்தில் வெடிகுண்டுகளால் இந்த மருத்துவமனை தகர்க்கப்படலாம். பரவாயில்லை. நுபா மலை இருக்கிறது. அங்கே குகைகள் இருக்கின்றன. அங்கேயே தங்கி என் சிகிச்சையைத் தொடருவேன். என் பணி, இவர்கள் பிணி நீக்குவதே.'

2011 முதல் இப்போதுவரை ஒருசில முறை மட்டுமே சிறிது நாள்கள் விடுமுறையில் அமெரிக்கா சென்று வந்திருக்கிறார் டாம். அதுவும் பெற்றோரை, நண்பர்களைப் பார்க்க. டாக்டர் கிளம்புகிறார் என்றாலே அந்தப் பிரதேசமே திரண்டு வந்துவிடும், அவரை வழியனுப்ப. அந்தக் கண்களில் உள்ள ஏக்கம், டாமை உருக்கும். அமெரிக்காவிலிருக்கும் நாள்களில் தன் நாட்டின் மிதமிஞ்சிய மினுமினுப்புகளைக் காணும்போது, 'இறைவன் ஏன் இத்தனை ஏற்றத்தாழ்வுகளுடன் உலகை இயக்குகிறான்' என்றும் டாமுக்குத் தோன்றும். கூடவே, 'உடனே நுபாவுக்குத் திரும்ப வேண்டும்' என்றும் இதயம் அடித்துக் கொள்ளும். திரும்பிவிடுவார்.

நுபாவில் நடக்கும் கொடுமைகளை வெளி உலகுக்குத் தெரியப் படுத்திக் கொண்டிருக்கும் ஒரே நபர், டாக்டர் டாம் மட்டுமே. அவரது பெரும் முயற்சியினால், ஊடகங்களில் நுபாவின் அவலங்கள் வெளிவந்து கொண்டிருக்கின்றன. நுபா பிரதேசத்தை விட்டு அகதிகளாக சில லட்சம் மக்கள் தெற்கு சூடானில், அருகிலுள்ள வேறு நாடுகளில் தஞ்சம் புகுந்திருக்கின்றனர். நுபாவில் இதுவரை கொல்லப்பட்டவர்களின் அதிகாரபூர்வ எண்ணிக்கை தெரியவில்லை. அந்த மண்ணின் லட்சக்கணக்கான மைந்தர்கள், விமானத் தாக்குதலுக்குப் பயந்து, பதுங்கு குழிகளை, மலைக்குகைகளை நம்பி வாழும் நிலை. அங்கே ஒரு பள்ளிகூட கிடையாது. உணவு ஆதாரம் அழிக்கப்பட்டிருக் கிறது. வாழத் தகுதியான சூழல் சிதைக்கப்பட்டிருக்கிறது.

‘மதம்’ கொண்ட சர்ச்சை!

டாக்டர் டாம் இந்த நூற்றாண்டின் வாழும் தெரசாவாகக் கருதப்படுகிறார். அதேசமயம் தெரசா எதிர்கொண்ட அதே சர்ச்சை டாம் மீதும் உண்டு. ‘டாம், சேவை என்ற பெயரில் நுபா பழங்குடி மக்களை கிறிஸ்துவர்களாக்கும் வேலையைத் தான் செய்து கொண்டிருக்கிறார்.’ அதற்கு டாக்டர் டாம் சொல்லும் தீர்க்கமான பதில் ‘பல இடங்களில் சேவை என்ற பெயரில் மதமாற்றம் நடப்பது உண்மையே. இரண்டாயிரம் ஆண்டுகளுக்கு முன்பாகவே இயேசு என்ற ஒருவர், மக்கள் சேவை என்றால் என்னவென்று காட்டிச் சென்றிருக்கிறார். அவரைத்தான் நானும் பின்பற்றுகிறேன். ஒருவேளை கிறிஸ்துவனாகப் பிறந்திருக்காவிட்டால், இந்தப் பாதையைத் தேர்ந்தெடுத்திருப்பேனா என்று தெரியாது. தவிர, ஒருபோதும் நான் மதப்பிரசாரம் செய்தது கிடையாது. கிறிஸ்தவர்களுக்கு மட்டும்தான் அல்லது கிறிஸ்தவராக மாறினால்தான் சிகிச்சை யளிப்பேன் என்று யாரிடமும் சொன்னது கிடையாது. நான் இந்த மக்களை நேசிக்கிறேன். அவர்களும் என்னை நேசிக்கிறார்கள். அவர்களில் ஒருவராக, அவர்களோடு வாழ்ந்து கொண்டிருக்கிறேன். அவ்வளவே.’

சில ஆண்டுகளுக்கு முன்பு சர்வதேச நீதிமன்றத்தால் சூடான் அதிபர் அல்-பஷிர் போர்க் குற்றவாளியாக அறிவிக்கப்பட்டார். 2019 ஏப்ரலில் சூடான் ராணுவம் (Sudanese Armed Forces), அல் பஷிரைச் சிறைபிடித்தது. சூடானின் 30 ஆண்டு கால அதிபரான அவர், பதவியிலிருந்து தூக்கியெறியப்பட்டார். அடுத்த மூன்று ஆண்டுகளுக்குள் ஜனநாயக முறையில் புதிய ஆட்சி பொறுப்பேற்பதற்கு வழிவகை செய்யப்படும் என ராணுவம் அறிவித்தது. ஆனால், மக்களாட்சிக்கு ஆதரவாக போராட்டங்கள் தொடர்ந்தன. ஆயிரக்கணக்கான மக்கள் வீதிகளில் இறங்கி ராணுவத்துக்கு எதிராகப் போராட்டம் நடத்தியதில் பெரும் வன்முறை வெடித்தது. இந்த நிலையில், பல்வேறு கட்ட பேச்சு வார்த்தைகளுக்குப் பிறகு இடைக்கால ராணுவ சபை மற்றும் பொதுமக்கள் தரப்பிலான எதிர்க்கட்சிக் கூட்டணி ஆகிய இரண்டு அமைப்புகளும் அதிகாரத்தை பகிர்ந்துகொள்ளும் வரலாற்று சிறப்புமிக்க ஒப்பந்தத்தில் கையெழுத்திட்டன. மீண்டும் சூடானில் மக்களாட்சி மலர்வதற்கான நம்பிக்கை பிறந்துள்ளது.

ஆனால், இதெல்லாம் நுபா மக்களின் தனித்துவமான பிரச்னைக்கு நல்ல தீர்வைக் கொண்டு வருமா என்பதற்கான எந்தவிதமான உத்தரவாதமும் இல்லை.

இழிநிலை தொடர்கிறது. நுபா மக்கள் சொந்த மண்ணை விட்டுக் கொடுக்கக் கூடாது என்பதிலும், சுயாட்சி வேண்டும் என்பதிலும் உறுதியாக இருக்கின்றனர். அவர்களது ஒரே நம்பிக்கை, உயிர் காக்க டாக்டர் டாம் இருக்கிறார் என்பது மட்டுமே.

நுபாவின் கிறிஸ்தவர்களாக இருந்தாலும் சரி, இஸ்லாமியர்களாக இருந்தாலும் சரி, அவர்களது தினசரிப் பிரார்த்தனையில், 'இறைவனே! டாக்டர் டாம் நன்றாக இருக்க வேண்டும். அவருக்கு எந்தத் தீங்கும் நேரக்கூடாது' என்ற கோரிக்கை நிச்சயம் உண்டு.

நுபாவில் வாழும் கருப்பின இஸ்லாமியர்கள் சொல்லும் வார்த்தைகள் அத்தனை உணர்வுபூர்வமானவை. 'இயேசு என்ன செய்தார்? நோயாளிகளை குணப்படுத்தினார். நடக்க முடியாதவர்களை நடக்க வைத்தார். கண்ணில்லாதவர்களுக்குப் பார்வை கொடுத்தார். எங்கள் டாக்டர் டாமும் இங்கு அதைத்தான் செய்து கொண்டிருக்கிறார். எங்களுடைய இயேசு, டாக்டர் டாம்தான்.'

காணொளி

டாக்டர் டாம் நேர்காணல் ஒன்று

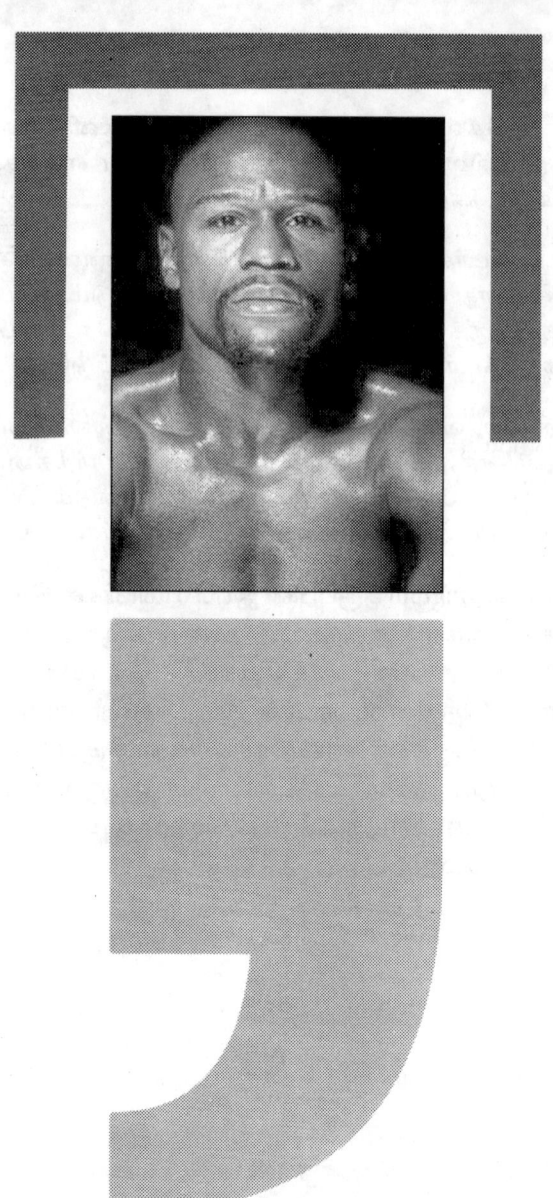

'நான் மிக மிக மோசமான பின்னணியிலிருந்து வந்தவன். என் வாழ்விலிருந்து நான் சொல்ல நினைப்பது - கடினமாக உழைத்தால், அர்ப்பணிப்புடன் செயல்பட்டால் நீங்களும் எதை வேண்டுமானாலும் அடைய முடியும்.'

ஃப்ளாய்ட் மேவெதர்

நாக்-அவுட் நாயகன்

குத்துச்சண்டையில் லைட்வெயிட், ஃபெதர்வெயிட், ஹெவிவெயிட் என களத்தில் மோதும் வீரர்களின் எடைக்கேற்ப பல்வேறு பிரிவுகள் உண்டு. அதில் லைட்வெயிட், லைட் வெல்டர்வெயிட், வெல்டர்வெயிட், லைட் மிடில்வெயிட் ஆகிய பிரிவுகளில் உலக சாம்பியன் பட்டத்தை ஒன்றுக்கு மேற்பட்ட முறை தக்கவைத்துக் கொண்ட குத்துச்சண்டை வீரர் ஃப்ளாய்ட் மேவெதர் (ஜூனியர்). அவரது வெயிட் போட்டிகளுக்கு ஏற்ப மாறும். ஆனால், ஹெட்வெயிட் - என்றைக்குமே மாறாதது. பணவெறி பிடித்தவர். அவரது திமிர்ப்பேச்சுக்கு முன் யாரும் நிற்கவே முடியாது. பெண் பித்தர். தன் கேர்ள் ஃப்ரெண்டுகளைக் கண்மூடித்தனமாக அடித்துத் துவைத்துவிட்டு அவ்வப்போது ஜெயிலுக்கு சென்று வருவார். விளம்பர விரும்பி. முகம் சுளிக்க வைக்கும் நடவடிக்கைகளின் ஏகபோக அதிபதி. எவ்வளவுக்கு எவ்வளவு ரசிகர்கள் இருக்கிறார்களோ, அதைவிட அதிக அளவு வெறுப்பாளர்களையும் சம்பாதித்திருப்பவர். இருந்தாலும், மேவெதரின் வாழ்க்கையில் இருந்தும் நாம் விரும்பிக் கற்றுக்கொள்ள வேண்டிய பாடங்கள் இருக்கின்றன. இரண்டு காரணங்கள். ஒன்று, புகழ் - பணம் சம்பாதித்ததில் இவரை அடித்துக் கொள்ள ஆளில்லை. இரண்டு, 1996 அக்டோபரில் தொடங்கி 2017ஆகஸ்ட்டில் மேவெதர் விளையாடிய கடைசி போட்டி வரை அவரை யாராலும் தோற்கடிக்க முடியவில்லை.

1977-ல் அமெரிக்காவின் மிச்சிகன் மாகாணத்திலுள்ள கிராண்ட் ராபிட்ஸ் நகரத்தில் 'பாக்ஸர்கள்' நிரம்பிய குடும்பத்தில் பிறந்தவர் ஃப்ளாய்ட் மேவெதர். தந்தை ஃப்ளாய்ட் மேவெதர் (சீனியர்), அவரது தம்பி ஜெஃப் மேவெதர், இன்னொரு நெருங்கிய உறவினரான ரோஜர் மேவெதர், மூவருமே நாடறிந்த பாக்ஸர்கள். ஆகவே மூன்றாவது வயதிலேயே ஜூனியர் மேவெதரின் பிஞ்சுக் கைகள் பாக்ஸிங் கிளவுஸ்களைப் பற்றி கொண்டன. தொங்க விடப்பட்டிருக்கும் பன்ச் பேகின் உயரம்கூட எட்டாத வயதில், பொடியன் எம்பி எம்பிக் குத்த ஆரம்பித்தான்.

ஆனாலும் வளர்ந்த சூழ்நிலை சரியில்லை. அம்மா போதைக்கு அடிமை. பள்ளி விட்டு வீட்டுக்கு வந்து பார்த்தால் ஹெராயின் ஏற்ற உபயோகித்த சிரிஞ்சுகள் தரையில் சிதறிக் கிடக்கும். அப்பாவுக்கு, போதைப் பொருள் விற்பது உப தொழில். சரியான மின்வசதிகூட இல்லாத நெருக்கமான வீடு. குழந்தைகள் மேல் அதிகம் அக்கறை காட்டாத பெற்றோர். வீடல்ல, நரகம்.

 'சிறுவயதில் வீட்டில் இரவில் கண்ணீருடன் படுத்தபடியே எனக்குள் நானே சொல்லிக் கொள்வேன். நான் ஒருபோதும் சிகரெட் பிடிக்க மாட்டேன், ஒரு போதும் மது அருந்த மாட்டேன். சிறுவனாக இருக்கும் போது மட்டுமல்ல, வளர்ந்த பிறகும், வாழ்க்கை முழுவதும்.'

மேவெதருக்கு ஒரே ஆறுதலாக இருந்தது அவனது பாட்டி. 'வருங்காலத்தில் நல்ல வேலைக்குப் போக வேண்டும்' என்று மேவெதர் சொன்னபோது, 'வேண்டாம், பாக்ஸிங்கில் கவனம் செலுத்து. வேறெதையும் யோசித்துக்கூட பார்க்காதே' என்று உறுதியாகச் சொன்னது பாட்டிதான். சீனியர் மேவெதர், தன் மகனுக்கு பார்க், சினிமா என்று எந்த சந்தோஷத்தையும் வழங்கவில்லை. அவருடனேயே ஜிம்முக்கும், பாக்ஸிங் பயிற்சிக்கும் மட்டும் அழைத்துச் சென்றார். ஆகவே குத்துச் சண்டை ஆர்வம் ஜூனியரின் மனதில் குத்துக்காலிட்டு அமர்ந்துகொண்டது.

பாக்ஸிங் பாரம்பரியமுள்ள குடும்பம். மரபணுவிலேயே பாக்ஸிங் பிணைந்திருந்தது. வாய்ப்புகளும் அமைந்தன. ஆகவே, முன்னுக்கு வந்துவிட்டான் என்று மேவெதரின் வெற்றியை எளிமைப்படுத்துதல் தவறு. இயற்கையான திறமை என்பது உப்புபோல. விடாமுயற்சி, அபார உழைப்பு, தீவிர அர்ப்பணிப்பு இவற்றுடன் திறமை என்கிற உப்பும் கலக்கும்போதுதான் சுவையான உணவு கிடைக்கிறது என்கிற தெளிவு மேவெதருக்கு சிறுவயதிலேயே இருந்தது. இருந்தாலும் சில இரவுகள் பயமுறுத்தின. 'நான் நேற்றைய போட்டியில் தோற்றுவிட்டேன்' என்று காலையில் கண்ணீருடன் எழுவான். பின்பே அது கனவு என்று புரியும். மனத்தை ஏதோ ஒரு பயம் கவ்வும். அடுத்த சில நிமிடங்களில் மேவெதர் பயிற்சி செய்யக் கிளம்பிவிடுவான். தினமும் மைல் கணக்கில் ஓட்டப்பயிற்சி. மற்ற நேரங்களில் ஜிம். ஓயாது ஸ்கிப்பிங். ஓய்வெடுக்கும்போதும் கைகள் காற்றைக் குத்திக் கொண்டிருக்கும்.

சீனியர் மேவெதர், போட்டியின்போது குத்து வாங்காமல் விலகுவது / தடுப்பது எப்படி என்ற நுட்பங்களை அறிந்த கில்லாடி. ரிங் என்றழைக்கப்படும் பாக்ஸிங் களத்தில் எதிரியைவிட அதிவேகமாகச் செயல்படுவது எப்படி என்றறிந்த வித்தகர்.

தந்தையின் வித்தைகள் மகனது மனத்தில் விதைகளாக விழுந்தன. 'இனிமேல் பாக்ஸிங் மட்டுமே. படிப்பு உதவப் போவதில்லை. பாக்ஸிங்தான் எனக்குப் பணம் கொடுக்கப் போகிறது. என்னை உயரத்தில் வைக்கப்போகிறது' என்று தன் பதின்வயதில் தீர்க்கமான முடிவெடுத்த ஜூனியர், உயர்பள்ளிப் படிப்பை முடித்துக் கொண்டான். சிறுவயதிலேயே உலகத்திலேயே பணக்கார மனிதனாக வேண்டும் என்ற ஆசை மேவெதருக்குள் இருந்தது. அதை அடைய நீண்ட தூரம் செல்ல வேண்டும் என்ற புரிதலும் இருந்தது.

கோல்டன் கிளவுஸ் போட்டிகள் - அமெரிக்காவில் தேசிய அளவில், பல நகரங்களில் நடக்கும் குத்துச் சண்டைப் போட்டிகள். மேவெதர் அவற்றில் கலந்து கொள்ள ஆரம்பித்தான். பன்னிரண்டு வயதிலேயே பதினெட்டு வயது வீரருக்குரிய அனுபவத்துடன் களத்தில் அசத்தினான். அவனது வேகம் அசாத்தியமானதாகத் தோன்றியது. வயதில் மூத்த எதிரி வீரர்களும் மேவெதர் விட்ட பன்ச்களில் விதிர்விதிர்த்துப் போயினர். வெற்றிகள் அவனிடம் தஞ்சமடைந்தன. சோதனை களுக்கும் பஞ்சமில்லை. 1993-ல் போதைப் பொருள் கடத்திய வழக்கில் தந்தை சிறைக்குப் போனார். மகன், சோகங்களை எல்லாம் விழுங்கிக் கொண்டு போட்டிகளுக்குச் சென்றான். 'என் கையில் ஓரளவு பணம் சேர ஆரம்பித்தபின் நான் யாரையும் நம்பியிருக்கவில்லை. என்னை நம்பினேன். என்னை மட்டுமே.'

விளைவு, 1993, 1994, 1996 என்று மூன்று ஆண்டுகளும் வெவ்வெறு எடைப் பிரிவுகளில் கோல்டன் கிளவுஸ் சாம்பியன் - மேவெதர். அமெச்சூர் வீரராக மேவெதர் களமிறங்கியவை மொத்தம் 90 போட்டிகள். அதில் 86-ல் வெற்றி. Pretty Boy என்னும் அடைமொழி மேவெதருடன் ஒட்டிக் கொண்டது.

1996 - அட்லாண்டா ஒலிம்பிக்ஸ். 19 வயது மேவெதர், 57 கிலோ எடைப்பிரிவில் நிச்சயம் தங்கம் வெல்வார் என்று அமெரிக்கா நம்பியது. காலிறுதி வரை வெற்றிக் குத்தில் குழப்பமில்லை. அரையிறுதி (90வது போட்டி). எதிரில் மோதியவர் பல்கேரியாவின் செராஃபிம் டொடுரோவ். கடும் மோதல். மேவெதரின் குத்துகள் நம்பிக்கையூட்டின. மூன்று சுற்றுகளின் முடிவில் ரிங்கில் ரெஃப்ரி வெற்றி பெற்றவரை அறிவிக்கும் சமயத்தில், மேவெதரின் கையை உயர்த்தினார். ஆனால், வெற்றியாளராக மைக்கில்

அறிவிக்கப்பட்டதோ டொடுரோவின் பெயர். 10-9 என்ற புள்ளிக் கணக்கில் அவர் வென்றதாகச் சொல்லப்பட்டது. குழப்பம். சர்ச்சை. 'நடுவர்கள் பாரபட்சமாக நடந்து கொண்டனர், மேவெதர் விட்ட பன்ச்கள் சில கணக்கில் எடுத்துக் கொள்ளப்படவில்லை' என்று அமெரிக்க வீரர்கள் எதிர்ப்பைக் காட்டினர். சர்வதேச நடுவர் குழுவிலிருந்த அமெரிக்கர் ஒருவர் கண்டனம் தெரிவித்து தன் பதவியை ராஜினாமா செய்தார். தங்கம் எதிர்பார்த்துச் சென்ற மேவெதர், வெண்கலத்தோடு வீடு திரும்ப நேரிட்டது. அதுதான் அவர் வாழ்க்கையின் மிக முக்கியத் திருப்பமும்கூட.

மேவெதருக்கும், யாரோ தன்னை பன்ச் பேகில் அடைத்துவைத்து விடாமல் குத்திக் கொண்டே இருந்ததுபோலத் தோன்றியது. உண்மையில் இது தோல்வி அல்ல. ஆனால், உலகம் இதை என் தோல்வி யாகத்தான் பார்க்கிறது. இனி, தோல்வி என்னைச் சீண்டக்கூடாது. ஒருபோதும். வெற்றியாளனாக மட்டுமே நான் அறியப்பட வேண்டும். எப்போதும். மேவெதர் தன் வாழ்வைப் புரட்டும் முடிவை அப்போது எடுத்தார். 'இனி நான் அமெச்சூர் பாக்ஸராக இருக்கப் போவதில்லை. புரஃபஷனெல் பாக்ஸராக விளையாடப் போகிறேன்.'

சிறு குறிப்பு ஒன்று. புரஃபஷனெல் பாக்ஸிங் - என்பது நாட்டுக்காக விளையாடுவது அல்ல. தனிப்பட்ட முறையில் பணப்பரிசுக்காக விளையாடுவது. இதை நடத்த தனியே அமைப்புகள் (IBF, WBA, WBC, WBO, IBO, WPBF) இருக்கின்றன. வீரர்களுக்கான ஒப்பந்தம், போட்டித் தொகையை நிர்ணயிப்பது, சாம்பியன்ஷிப் பெல்ட், பட்டங்கள், விளம்பரப்படுத்துதல், ஒளிபரப்பு உரிமை, பெட்டிங் என பல்வேறு அம்சங்கள் கொண்ட தனி உலகம். போட்டிகளுக்கான விதிகள் அமெச்சூர் பாக்ஸிங்கிலிருந்து மாறுபட்டவை. அதிகபட்சம் 12 சுற்றுகள். ஆரம்பச் சுற்று களிலேயே அடிதாங்க முடியாமல் ஒரு வீரர், கோழையாகக் கும்பிடு போட்டு விலகலாம். விழும் 'பன்ச்'கள் அபாயகர மானவை. தாடை எலும்பு நொறுங்குவது முதல் சிற்சில சமயங் களில் 'பாடை' கட்டப்படுவது வரை அரங்கேறலாம். ஏனென்றால், புரஃபஷனெல் பாக்ஸிங்கில் 'ஹெட் கியர்' எனும் தலைக்கவசம் அணிதல் கூடாது.

குத்துகள் வாங்குபவன்தான் அதைப்பற்றி யோசிக்க வேண்டும். நான் எதிரிக்குக் குத்துகளை வாரி வழங்கப் பிறந்தவன். மேவெதர், புரஃபஷனெல் பாக்ஸராகக் களமிறங்கிய முதல் போட்டியிலேயே மெக்ஸிகோவின் அறிமுக வீரரான ரோபர்டோவை துவம்சம் செய்தார். இரண்டாவது சுற்றிலேயே ரோபர்டோ வீழ்ந்தார். நாக்-அவுட். *1998* வரை மேவெதர் மொத்தம் *19* போட்டிகளில் கலந்து கொண்டார். அனைத்திலும் வெற்றி. பண ருசி கண்ட பூனை மீண்டும் மீண்டும் ஆக்ரோஷத்துடன் களமிறங்கியது.

மேவெதருக்கான ரசிகர்கள் அதிகரித்துக் கொண்டே சென்றனர். கூடவே, அவரை வெறுப்பவர்களும். 'நீங்கள் என்னை விரும்புகிறீர்களா, வெறுக்கிறீர்களா என்பது விஷயமே இல்லை. எப்படியும் என் போட்டியைப் பார்க்கத்தான் போகிறீர்கள்.' மேவெதர் களமிறங்கும் நாள்களில் அமெரிக்கர்களும், பிற தேச பாக்ஸிங் ரசிகர்களும் மற்ற வேலைகள் அனைத்தையும் மறந்தனர். 'பாக்ஸிங்கின் மிகச் சிறந்த வீரராக, தன்னிகரற்றவராக மேவெதர் நிலைத்து நிற்கப் போகிறார்' என்று போட்டி வர்ணனை யாளர்கள் கொண்டாடினார்கள். அவர் காட்டில் டாலர்மழை. உலக சாம்பியன்ஷிப் பட்டங்கள். உயரிய விருதுகள். இதற்குத்தானே ஆசைப்பட்டாய் மேவெதரா!

அதற்குப் பிறகு மேவெதர் வருடத்துக்கு இரண்டு அல்லது மூன்று போட்டிகளில் மட்டுமே கலந்து கொள்ள ஆரம்பித்தார். ஆனால், அந்தப் போட்டிகளுக்காக வருடம் முழுவதும் தன்னைத் தீவிரமாகத் தயார்ப்படுத்திக் கொண்டார். போட்டிக்கு முன்பு எதிரியின் பழைய போட்டி வீடியோக்களைப் பார்த்து அதற்கேற்ப வியூகம் அமைக்கும் வழக்கம் மேவெதருக்குக் கிடையாது. ரிங்கில் இறங்கிவிட்டால், எதிரி என்ன நினைக்கிறான் என்று உணர்ந்து கொண்டு அதற்கேற்ப அதிவேகமாகச் செயல்படுதல், எதிரி தான் திட்டமிட்டதைச் செயல்படுத்தும் முன்னரே தன் சாதுர்யத் தாக்குதலால் அவனை நிலைகுலைய வைத்தல், எதிரி தாக்க வரும்போது தன் இடது தோளை உயர்த்தி, ஒரு குத்துகூட வாங்காமல் தன் லாகவமான அசைவுகளால், கால்களின் நகர்வுகளால் தப்பித்து, எதிர்பாராத கோணத்தில் எதிரிக்கு ஏராளமான குத்துகளை வழங்கி அவனை மனத்தால், உடலால் பலவீனப்படுத்துதல் போன்றவை மேவெதரின் கள வெற்றிச் சூத்திரங்கள். 'எப்போது நான் ரிங்கில் இறங்கினாலும், என் திறமை அனைத்தையும் அங்கே களமிறக்குவேன்.'

தந்தை Vs மகன்

மேவெதர் சீனியருக்கும், மேவெதர் ஜூனியருக்குமான முட்டல் மோதல்கள் எப்போதுமே பரபரப்பானவை. தந்தையும் மகனும் எப்போது ஒட்டிக் கொள்வார்கள், எப்போது வெட்டிக் கொள்வார்கள் என்பது தெரியாது. 'மேவெதர் ஜூனியரை இந்த நிலைமைக்குக் கொண்டு வந்தது நான் அளித்த பயிற்சிகளே' என்று தந்தை சொல்வதும், 'நான் சுயமாகவே வளர்ந்தேன்' என்று மகன் மறுப்பதும் வாடிக்கை. மேவெதர் சீனியர், ரோஜர் மேவெதர் மற்றும் சிலர் மேவெதர் ஜூனியரின் பயிற்சியாளர்களாக இருந்திருக்கிறார்கள். மேவெதர் பயிற்சி யாளர்களிடம் எப்போதும் அறிவுரையை எதிர்பார்ப்பதில்லை.

2007, மே 5. ஆறு எடைப் பிரிவுகளில் உலக சாம்பியன் பட்டம் வென்ற அமெரிக்காவின் ஆஸ்கர் டி லா ஹோயா என்ற ஜாம்பவா னுடன் மேவெதர் மோத ஏற்பாடுகள் நடந்தன. தோற்கடிக்கவே முடியாத மேவெதர் முதன் முதலில் மூக்கு உடைபடப் போகிறார் என்றும் செய்திகள் கிளம்பின. ஹெச்பிஓ சேனல் போட்டிக்கான முன்னோட்ட நிகழ்ச்சிகளை ஒளிபரப்பி பரபரப்பை ஏற்றியது. உலக வரலாற்றில் அதுவரை இல்லாத அளவில் ஒரு பாக்ஸிங் நிகழ்ச்சியின் தொலைக்காட்சி வருமானம் மட்டும் $120 மில்லியன் கிடைக்குமென எதிர்பார்க்கப்பட்டது. ஆஸ்கர் ஜெயித்தால் $58 மில்லியன், மேவெதர் ஜெயித்தால் $25 மில்லியன் என்று பரிசு ஒப்பந்தம் போடப்பட்டது.

போட்டியின் ஆரம்பச் சுற்றுகளில் ஆஸ்கரின் கை ஓங்குவது போலத் தெரிந்தது என்றாலும் போகப் போக மேவெதரின் 'பன்ச்'கள் பேசின. பன்னிரண்டு சுற்றுகளின் முடிவில் புள்ளிகளின் அடிப்படையில் மேவெதர் வென்றார். 'என் மீதி வாழ்க்கையை இதே தோல்வியுடன் வாழ்ந்து தீர்க்க வேண்டும்' என்றார் நொந்து கொண்டார் ஆஸ்கர். 'இந்த யுகத்தின் மிகச் சிறந்த போட்டியில் நான் வென்று விட்டேன்' என்று மகிழ்ந்த மேவெதர், அடுத்த வெற்றிக்குப் பின் 2007-ன் இறுதியில், 'இனி பாக்ஸிங்கில் நான் சாதிக்க எதுவுமே இல்லை' என்று அசால்ட்டாகத் தன் ஓய்வை அறிவித்தார். பொழுதுபோக்காக டீவி ரியாலிட்டி ஷோக்களில் கலந்து கொண்டார். கொஞ்சம் ரெஸ்லிங் களத்தையும் எட்டிப் பார்த்தார்.

களமாடிய கால்களும், கிளவுஸ் அணிந்த கைகளும் சும்மா இருக்குமா. மேவெதர் 2009 மேயில் மீண்டும் களமிறங்கினார். 21 மாத ஓய்வு அவரது உத்வேகத்தைக் கொஞ்சம்கூட குறைக்க வில்லை. தீவிர முயற்சி - தீராத பயிற்சி. மீண்டும் அதே அதிரடி வேகம். 'தகுதியான எதிரிகள் நிச்சயம் தேவை. அவர்களே எனக்கு மேலும் மேலும் உத்வேகம் கொடுக்கிறார்கள். என் பயிற்சியைத் தீவிரமாக்குகிறார்கள்' என்று அடுத்தடுத்து போட்டி ஒப்பந்தங்களில் கையெழுத்திட்டார்.

மேவெதரின் செகண்ட் இன்னிங்ஸில் எதிரிகள் எதிரில் எமனைக் கண்டார்கள். காக்கக் காக்க மனோதிடம் காக்க, நோக்க நோக்க நொடியில் நோக்க, தாக்கத் தாக்க தடையறத் தாக்க, பார்க்கப் பார்க்க எதிரியின் கண்பயம் பார்க்க, மெக்ஸிகோவின் ஜூவானும், அமெரிக்க விக்டரும், மார்தட்டி வந்த அர்ஜெண்டினா மார்கோஸும், ராபர்ட்டும் ஷானும் இன்னும் பலரும், மேவெதர் பெயர் சொன்னால் இடிவிழுந்தோடிட...

2015 செப்டெம்பர் வரை மேவெதர் விளையாடிய புரஃபஷனெல் போட்டிகள் 49. ஒன்றில்கூட தோல்வி இல்லை. அதில் 27 நாக்-அவுட் வெற்றிகள். 2012 முதல் 2015 வரை ஃபோர்ப்ஸ் வெளியிட்ட பணக்காரர்கள் பட்டியலில் உலகின் அதிகம் சம்பாதித்த விளையாட்டு வீரராக மேவெதரே கோலோச்சினார். Money மேவெதர். ஆம், அவர் தன் பெயரை அப்படித்தான் மாற்றிக் கொண்டார். லாஸ் வேகாஸில் 22000 சதுர அடியில் ஒரு மாளிகை.

மேவெதரை முந்தியவர்!

புரஃபஷனெல் பாக்ஸிங்கில் மேவெதரின் சாதனை 50-0. ஆனால், அந்தச் சாதனையை முறியடித்து முன்னேறிச் சென்றிருக்கிறார் தாய்லாந்து குத்துச்சண்டை வீரர் ஒருவர். அவர் பெயர் வான்ஹெங் மெனயோத்தின். 2007, ஜனவரி 26-ல் தனது முதல் புரஃபஷனெல் போட்டியைத் தொடங்கிய வான்ஹெங், 2019 மே 31-ல் தனது 53-வது போட்டியில் குத்தினார். இதுவரை ஒன்றில்கூட தோற்கவே இல்லை. 53-0. அதில் 18 நாக்-அவுட் வெற்றிகள். எண்ணிக்கைப்படி மேவெதரின் சாதனையை வான்ஹெங் முறியடித்துவிட்டார். ஆனால், Dwarf Giant என்ற செல்லப்பெயருடன் அழைக்கப்படும் வான்ஹெங் ஆடுவது எல்லாம் 48 கிலோ எடைப்பிரிவான மினிமம் வெயிட் பாக்ஸிங். அதில் மட்டுமே அவர் உலக சாம்பியன். மேவெதரைப் போல பல்வேறு எடைப்பிரிவுகளில் வான்ஹெங் சாதிக்கவில்லை என்பது மைனஸ். சரி, மேவெதரை மீண்டும் ரிங்கில் இறக்கி, வான்ஹெங்குடன் போட்டி வைத்து யார் வின்னர் என்று தெரிந்து கொள்ளலாம் என்றால் அதற்கு வாய்ப்பே இல்லை. காரணம், இருவரும் வெவ்வேறு எடைப்பிரிவைச் சேர்ந்தவர்கள். ஆகவே, அந்தப் போட்டி என்றுமே நடக்கப் போவதில்லை.

பிரைவேட் ஜெட். எண்ணற்ற காஸ்ட்லி சொகுசு கார்கள். ஒரு நாளின் நிமிடங்களின் எண்ணிக்கையைவிட அதிகமான வாட்ச் கலெக்‌ஷன். டாம்பீகத்தின் நவீன ஐகானாகத் திகழும் மேவெதர் சொல்லும் வார்த்தைகள் - 'நான் சம்பாதித்த அனைத்துமே முறையானவை. வெறுமனே உழைத்துக் கொண்டிருந்தால் பைத்தியம் பிடித்துவிடும். உழைக்காமல் அனுபவிப்பவர்களும் காணாமல் போய்விடுவர். நான் உழைக்கிறேன். சம்பாதிக்கிறேன். அனுபவிக்கிறேன்.'

சில பல கேர்ள் ஃப்ரெண்டுகள். யாரையும் திருமணம் செய்து கொள்ளவில்லை. ஆனால், அவர்கள் மூலமாகச் சில குழந்தைகள் உண்டு. எந்தத் தோழியுடனும் மேவெதர் அதிக காலம் சேர்ந்து இருந்ததில்லை. காதல் கசந்து, காமம் கரைந்து ஏதுமற்ற ஒரு பொழுதில் மேவெதரின் மனத்தில் வன்முறை கரை புரண்டோடும். ரிங் மாற்றிக்கொள்ளாத தோழிகளிடம் பாக்ஸிங் 'ரிங்'கில் காட்டும் வீரத்தைப் பிரயோகிப்பார். வழக்கு. விசாரணை. சிறைத்தண்டனை. கடைசியாக 2012-ல் ஜெயிலுக்கு சென்று வந்த மேவெதர் சொன்ன வார்த்தைகள் - 'பாக்ஸிங் எளிதானது. வாழ்க்கை கடினமானது.'

செப்டெம்பர் 12, 2015-ல் தனது 49வது போட்டியில் மேவெதர், அமெரிக்காவின் அண்ட்ரே பெர்டோவுடன் மோதினார். உலக அளவில் பாக்ஸிங்கில் 'தோற்கடிக்கப்பட முடியாதவன்' என்ற பெருமை, பழம்பெரும் குத்துச்சண்டை வீரர் ராக்கி

தனது குழந்தைகளுடன் மேவெதர்

மார்சியானோவுக்கு உண்டு. அவர் 49 போட்டிகளில் ஒருமுறை கூட தோற்றதில்லை. அந்தச் சாதனையை பெர்டோவைத் தோற்கடித்துச் சமன் செய்தார் மேவெதர். அத்துடன் தனது ஓய்வையும் அறிவித்தார். உலகம் அதிர்ந்தது.

மேவெதர் மனம் மாறி, நிச்சயம் தனது 50-வது போட்டியில் விளையாடுவார் என்று ரசிகர்கள் காத்துக் கிடந்தனர். அது நிகழ்ந்தது. அயர்லாந்தின் கானோர் மெக்கிரகோர் உடன் மேவெதர், 2017 ஆகஸ்ட் 26 அன்று மோதினார். பத்தாவது சுற்றில் கானோர் வீழ்ந்தார். இந்தப் போட்டியை ஒளிபரப்பிய ஷோடைம் டீவி நிறுவனம் அடைந்த லாபம் மட்டும் $370,000,000. தோற்றுப் போன கானோருக்குக் கிடைத்த பரிசுத்தொகை $85 மில்லியன். ஜெயித்த மேவெதருக்குக் கிடைத்த தொகை $350 மில்லியன்.

50-0 என்ற மேவெதரின் சாதனை அசாத்தியமானது. தோற்கடிக்கவே முடியாதவன் என்ற பெருமையுடன் ஓய்வு பெற்றுவிட்டார் மேவெதர். ஒருமுறை செய்தியாளர்கள் சந்திப்பில் மேவெதரிடம் முக்கியமான கேள்வி ஒன்று எழுப்பப்பட்டது.

'முகமது அலியைவிட, சுகர் ரே ராபின்ஸனைவிட நீங்க சிறந்த பாக்ஸரா?' அதற்கு மேவெதர் சொன்ன பதில், 'இல்லையா என்ன! முகமது அலி, ராபின்ஸன் ஆகிய லெஜெண்ட் வீரர்களை நான் மிகவும் மதிக்கிறேன். அவர்கள் காலத்தில் அவர்கள் நிறைய விளையாடி, நிறைய வெற்றிகளைப் பெற்றிருக்கலாம். ஆனால், இன்றைய காலம், களம் வேறு. முகமது அலியும் ராபின்ஸனும் என்னைவிடச் சிறந்தவர்கள் என்று யாரும் என்னை மூளைச்சலவை செய்துவிட முடியாது. நானே சிறந்தவன். வேறு யாரும் கிடையாது.'

காணொளிகள்

 மேவெதர் - டொடுரோவ் 1996 ஒலிம்பிக் அரை இறுதிப்போட்டி

மேவெதர் - ஆஸ்கர் 2007 குத்துச்சண்டைப் போட்டி

 மேவெதர் 50வது போட்டி

நம்முடைய குறைபாடுகளே
நம்மைத்
தனித்துவமானவர்களாக,
அழகானவர்களாக மாற்றுகின்றன.

ஜிஸெல் பன்ட்சென்

சூப்பர் மாடல்

தமிழ்கூறும் நல்லுலகில் பெரும்பான்மையானோர் இந்தப் பெண்மணியின் பெயரைக் கேள்விப்பட்டிருக்க வாய்ப்புகள் குறைவே. ஒருவேளை எஃப் டீவி ரசிகர்கள் அறிந்திருக்கலாம். ஜிஸெல் பன்ட்சென் (Gisele Bündchen) - ஒரு மாடல். அரைகுறை உடையணிந்து, ஆகப்பெரிய ஹீல்ஸ் அணிந்து, அதீத ஒப்பனையுடன் அழகு நடை நடந்து, ஏக்கப் பெருமூச்சை ஆண்களுக்கும், 'எப்படி திரியுது பாரு...' என்ற முகச்சுளிப்பைப் பெண்களுக்கும் இயல்பாகவே ஏற்படுத்தும் ஒரு சாதாரண மாடல். அந்தச் சாதாரண மாடல் ஜிஸெல், இன்று உலகின் பல நல்ல விஷயங்களுக்கு 'ரோல் மாடல்' ஆக வளர்ந்து நிற்கும் வெற்றிக் கதையைத்தான் வாசிக்கப் போகிறோம். மாடல்கள் ஒய்யார நடை நடக்கும் 'ரன்வே'யில் இறங்கலாம்.

1980-ல் பிரேசிலின் டிரெஸ் டி மயோ என்ற சிற்றூரில் பிறந்தவர் ஜிஸெல். தந்தையும் தாயும் (விளாதிர் - வேனியா) பிறப்பால் மட்டும் ஜெர்மானியர்கள். ஆக, ஜிஸெல் - பிரேசில் பிரஜையாகவே வளர்ந்த ஜெர்மானியர். கூடப்பிறந்தவர்கள் ஐந்து சகோதரிகள். அதில், ஜிஸெல் கூடவே கருவில் வளர்ந்து ஐந்து நிமிட இடைவெளியில் பிறந்த இரட்டைச் சகோதரி பேட்ரீசியாவும் அடக்கம். சிறு வயது முதலே ஜிஸெலைவிட, பேட்ரீசியா அழகு. இவளைக் கண்டு கொள்ளாமல் அவளை அள்ளி அணைத்துக் கொஞ்சுபவர்கள் அதிகம். ஆனால், அதெல்லாம் சிறு வயதில் ஜிஸெலுக்கு ஒரு குறையாகவோ, ஏக்கமாகவோ இருந்ததில்லை. தந்தைக்குப் பல்வேறு தொழில்கள். தாய்க்கு வங்கியில் வேலை. சமர்த்துப் பிள்ளைகள். அன்பான, அழகான, பாசமான, ஒழுக்கமான அக்மார்க் விக்ரமன் படக் குடும்பம்.

ஆனாலும் ஜிஸெல் மற்ற சகோதரிகளில் இருந்து தனித்துத் தெரிந்தாள். நிறைய சுட்டித்தனம். ஓயாமல் வாயடிப்பாள். கோபம் மிக மிக அதிகம். நிதானம் என்ற வார்த்தைக்கு அர்த்தம் தெரியாது. இவளை ஏதாவது 'தியான' வகுப்புக்கு அனுப்பலாமா

என்றுகூட அவளது தாய் யோசித்ததுண்டு. அதேசமயம், குடும்பத்திலேயே தைரியமான, 'ஆண்மைத்தனம்' கொண்ட பெண்ணாக வளர்ந்தாள். தன் சகோதரிகளுக்கு ஏதாவது ஒரு பிரச்னை என்றால் முஷ்டி மடக்கியபடி முன்னே நின்றாள். பதின்மூன்று வயதிலேயே ஆறடியை நெருங்கிய அவளது

உயரம், கூடுதல் துணிச்சலைக் கொடுத்தது. வகுப்பிலேயே உயரமான பெண். பள்ளியில் மற்றவர்கள் ஜிஸெலை 'சராகுரா' (நீண்ட கால்கள் கொண்ட ஒரு பறவை) என்று அழைத்து வெறுப்பேற்றினர். ஆம், நீண்ட கால்கள், குச்சியான தேகம், ஒடுங்கிய முகம், நீளமான மூக்கு, கத்தி போன்ற தாடை, அடர்நீலக் கண்கள், வாயகன்ற புன்னகை என்று திரும்பிப் பார்க்க வைக்கும் அழகுடன் சத்தியமாக ஜிஸெல் இருக்கவில்லை.

'எனது நீளமான மூக்கை வைத்து எல்லோரும் கிண்டல் செய்கிறார்கள்' என்று ஜிஸெல் ஒருமுறை தந்தையிடம் நொந்து கொண்டபோது, 'அதெல்லாம் அழகாகத்தான் இருக்கிறது. இப்படி நீளமான மூக்கு கொண்ட நபர்கள், உலக அளவில் புகழ் பெறுவார்கள் தெரியுமா!' என்று தன் மகளை வார்த்தைகளால் அரவணைத்தார்.

இந்த உயரம் ஜிஸெலை நல்ல வாலிபால் ப்ளேயராக வளர்த்துக் கொண்டிருந்தது. பள்ளி அணியின் கேப்டன். வருங்காலம் வாலிபாலை நம்பித்தான் என்ற எண்ணமும் ஜிஸெலுக்கு இருந்தது. தாய், தன் மகள்களைக் கொஞ்ச நேரம்கூட சும்மா இருக்கவிடவில்லை. அவர்களை பாலே, ஜிம்னாஸ்டிக் கற்றுக்கொள்ள அனுப்பினாள். தவிர, பதின்மூன்று வயது ஜிஸெலையும் பேட்ரீசியாவையும், இன்னொரு பெண்ணையும் மாடலிங் பயிற்சி வகுப்புக்கும் அனுப்பி வைத்தாள். நன்றாகப் பொழுதுபோனது. அவ்வளவே. அப்போதெல்லாம் ஜிஸெல், தன் கனவில்கூட பூனைநடை நடந்து பார்க்கவில்லை.

1994-ல் அந்த மாடலிங் பள்ளி, தங்கள் மாணவிகளை பிரேசிலின் சாவோ பாலோ (São Paulo) நகரத்துக்குச் சுற்றுலா அழைத்துச் சென்றது. பல மணி நேரப் பயணம் தந்த களைப்பு. நல்ல பசி. ஒரு ஷாப்பிங் மாலின் உணவகத்தில் ஜிஸெல், தன் குழுவினருடன் பர்கர் கொறித்துக் கொண்டிருந்த வேளையில் வாய்ப்பு தேவதை வந்து வணக்கம் சொன்னாள்.

Elite - உலகின் முன்னணி மாடல் நெட்வொர்க். புதிய மாடல்களைத் தேடும் பசியோடு திரிந்து கொண்டிருந்த எலைட்டைச் சேர்ந்த ஒருவர், பசியாறிக் கொண்டிருந்த ஜிஸெலைப் பார்த்தார்.

'கண்டேன் மாடலை...' என்று அவரது மனம் துள்ளிக் குதித்திருக்க வேண்டும். அணுகினார். 'நீங்கள் மாடல் ஆகலாம். நல்ல எதிர்காலம் காத்திருக்கிறது' என்று கட்டியம் கூறினார். ஜிஸெலுக்குச் சிரிப்பு வந்தது. இந்த ஆளுக்கு கண்ணில் கோளாறு இருக்குமோ? 'எனக்கு அப்படி எந்த ஆசையும் இல்லை. நான் வாலிபால் ப்ளேயராகத்தான் இருக்க விரும்புகிறேன்.' அந்த நபர் மீண்டும் மீண்டும் நச்சரித்தார்.

'உண்மையிலேயே நான் அழகாகத்தான் இருக்கிறேனோ?' ஜிஸெல் மனத்தில் முதன் முதலாக தன் உடல் குறித்த மேன்மையான எண்ணம் வந்தது. மற்றவர்களும் வற்புறுத்தினார்கள். ஒருவழியாக ஒப்புக்கொண்டாள். ஊர் திரும்பினாள். பெற்றோரும் பரிபூரணமாக ஆசிர்வதித்தனர். மீண்டும் சாவோ பாலோ நகரத்துக்குச் செல்ல வேண்டும். அங்கு நடக்கும் தேசிய அளவிலான மாடலிங் தேர்வில் கலந்துகொள்ள வேண்டும். அதில் தேர்வு பெற்றால் அடுத்தடுத்து வாய்ப்புகள் வரலாம்.

முதன் முறையாகத் தனியாக நீண்ட தூரப் பயணம். சாவோ பாலோ நகரம் மிரட்சியைக் கொடுத்தது. சொந்த ஊரில் டிராஃபிக் சிக்னல்கூட கிடையாது. இங்கே மலைப்பாம்புகளாக நீளும் சாலைகள் ஆளை விழுங்குவதுபோல பயமுறுத்தின. செல்ல வேண்டிய குவார்ட்டஸுக்கு டாக்ஸி பிடிக்கலாம்தான். ஆனால், அந்தக் காசை மிச்சம் பிடித்தால் புதிய உடைகள் வாங்கலாம். ஜிஸெல் அதுவரை பெரும்பாலும் அணிந்தது தன் சகோதரிகளின் பழைய உடைகளைத்தாம். அப்போதுகூட அப்படி ஓர் அழுக்கு ஜீன்ஸைத்தான் அணிந்து இருந்தாள். கஷ்டப்பட்டு ரயில் நிலையத்தைத் தேடி அடைந்து டிக்கெட் எடுப்பதற்காகக் கைப்பையைத் துழாவியபோது, வைத்திருந்த பணம் காணாமல் போயிருந்தது. எங்கே தொலைத்தேன்? யாராவது திருடி விட்டார்களா? தலை சுற்றியது. பணத்துக்கு என்ன செய்வது? பிச்சையெடுக்க வேண்டியதுதானா? கண்களில் திரண்ட நீரில் அதுவரை சேர்த்து வைத்திருந்த தைரியமெல்லாம் கரைந்தோடிக் கொண்டிருந்தது.

ஒருவழியாகத் தான் செல்ல வேண்டிய இடத்தைத் தேடித்தேடி நடந்தே அடைந்தாள் ஜிஸெல். அந்த நடைதான் உலகை மயக்கும் ஒய்யார நடையாக உருமாறத் தயாராக இருந்தது. அதுநாள் வரை உடை விஷயத்தில் அலட்சியமாக இருந்த அந்தப் பெண், தன்னை அணிந்துகொள்ள மாட்டாளா என்று

குடும்பத்துடன் ஜிஸெல்

ஒவ்வோர் உடையும் ஏங்கிக் காத்திருக்கும் எதிர்காலம் அவளை அங்கே வரவேற்றது. 'அன்று ஷாப்பிங் மாலில் என்னுடன் இருந்த ஐம்பது இளம்பெண்களில் அவர் என்னை மட்டுமே தேர்ந்தெடுத்திருக்கிறார் என்றால் என்னிடம் ஸ்பெஷலாக ஏதோ இருக்கிறது என்றுதானே அர்த்தம்' - ஜிஸெல் மன உறுதியுடன் அந்த மாடலிங் தேர்வில் கலந்து கொண்டாள். உடையணிவது எப்படி, ஒப்பனை செய்து கொள்வது எப்படி, என்ன வேகத்தில் நடக்கவேண்டும், சிரிக்கலாமா அல்லது முகத்தை எப்படி வைத்துக் கொள்ள வேண்டும் - ஜிஸெலுக்கு எதுவும் தெரியாது. இயல்பாகக் கலந்து கொண்டாள். அவளது இயற்கையான அழகும், அதுவரை மற்றவர்கள் கேலி பேசிய உயரமும் நடுவர்களை

வசீகரித்தது. எலைட் லுக் ஆஃப் தி இயர் என்ற அந்தப் போட்டியில் ஜிஸெலுக்கு இரண்டாவது இடம். ஸ்பெயினில் நடந்த எலைட் லுக் ஆஃப் தி வேர்ல்ட் போட்டியில் நான்காவது இடம்.

அடுத்தது? மீண்டும் ஊர். மீண்டும் பள்ளி. வலை அருகே எம்பிக் குதித்து வாலிபால். ம்ஹூம். அதையெல்லாம் மறந்துவிடு ஜிஸெல். நீ பூனைநடை நடக்கப் பிறந்தவள். லண்டனும் பாரீஸூம் நியு யார்க்கும் மிலனும் உனக்காகக் காத்திருக்கின்றன. வா. வந்து ரன்வேயை வசப்படுத்து. எலைட் அழைத்தது. வாவ்! பாரீஸ், லண்டன்... இதையெல்லாம் நான் எப்போது பார்ப்பது? பள்ளிப் படிப்பை விட்டாள். பதினான்காவது வயதில் ஜிஸெலின் கரத்தைப் பிடித்து நடக்க ஆரம்பித்தது ஃபேஷன் உலகம்.

சாவோ பாலோ நகரத்தில் தனது ஃபேஷன் வாழ்க்கையை ஆரம்பித்த ஜிஸெலுக்கு முதலில் ஏகப்பட்ட தடுமாற்றங்கள். இவளா, மாடலா? ம்ஹூம், இவள் அதற்குச் சரிப்பட்டு வரமாட்டாள் என்று காதுபடப் பேசி

பேரண்பு

பேரழகி

- Taxi, The Devil Wears Prada ஆகிய ஹாலிவுட் படங்களில் ஜிஸெல் நடித்துள்ளார்.
- ஜிஸெல், புகைப்பட ஷூட்டிங்கின்போது கேமராவுக்கு அருகில் ஆளுயரக் கண்ணாடி வைத்துக் கொள்வார். தன் முகமும் உடலும் நிற்கும் நளினமும் சரியாக இருக்கிறா என்று பார்த்தபடியே போஸ் கொடுப்பது அவரது பாணி. பல்வேறு போட்டோகிராஃபர்கள் விரும்பும் அலட்டலில்லாத, தொல்லைகள் தராத, எளிமையாக, அன்பாகப் பழகும் அழகி.
- விலங்குகள் மேல் அலாதிப் பிரியம். நாய்கள், குதிரைகள் வளர்க்கிறார். விலங்குகளின் தோலினாலான உடைகளை ஃபேஷன் ஷோக்களில் ஜிஸெல் அணிந்ததில்லை.
- பெரிதாக உணவுக் கட்டுப்பாடுகள் விதித்து உடலை வருத்திக் கொள்ளமாட்டார். பேர்கால நேரத்தில் ஒரு மாடலாக தன் உடல் எடை

னார்கள். ஜிஸெல் கொஞ்சம்கூட சோர்ந்து விடவில்லை. நாளுக்கு நாள் புதிய விஷயங்களைக் கற்றுக் கொண்டார். ஒருமுறை செய்த தவறு, மறுபடியும் நிகழாமல் கவனமாக இருந்தார். தன்னை உடலால், மனத்தால் மெருகேற்றிக் கொண்டே வந்தார். கிடைத்த வாய்ப்பைக் கெட்டியாகப் பிடித்துக் கொண்டு கிடுகிடுவென்று உயர அர்ப்பணிப்புடன் 'அழகாக' உழைத்தார்.

ஒவ்வொரு ஷோ ஆரம்பிக்கும் முன்பும், சரியாகச் செய்து விடுவேனா, தடுக்கி விழாமல் நடந்துவிடுவேனா, உடை நழுவாமல் இருக்க வேண்டுமே என்று பய பட்டாம்பூச்சிகள் வயிற்றுக்குள் பறக்கும். ஆனால், ஷோவுக்கான இசை ஒலிக்க ஆரம்பித்தவுடன் எல்லாம் மறந்துபோகும். அதுவும் வழக்கமான மாடல்களின் பூனைநடை நடக்காமல், உயர ஹீல்ஸ் அணிந்து, கால்களைச் சற்றே அதிகம் உயர்த்தி, கொஞ்சம் குறுக்காகத் தரையில் ஆழமாகப் பதித்து நடக்கும் 'குதிரை நடை'யில் அசத்தினார் ஜிஸெல்.

பற்றி அலட்டிக் கொள்ளாமல், மற்ற பெண்களைப் போல மனம் விரும்பியதைச் சாப்பிட்டார். இரண்டுமே சுகப் பிரசவம். அதற்குப் பின் பழைய சிக் உடலுடன் ரன்வேயை அசத்தியவர் ஜிஸெல்.

❖ *Model of the Millennium, The Most Beautiful Girl in the World, Most Desirable Women, The World's Richest Supermodel - இப்படிப் பல்வேறு பெருமைமிகு பட்டங்களை ஜிஸெல் வென்றுள்ளார்.*

❖ *காலணிகள் தயாரிக்கும் நிறுவனம், தன் பெயரில் உள்ளாடைகள் தயாரிக்கும் ஒரு நிறுவனம், ஹோட்டல் என்று ஜிஸெலின் பிஸினஸ் முகம் தனி.*

நிர்வாண உண்மைகள்!

எப்போதெல்லாம் ஜிஸெலுக்கு மார்க்கெட் இறங்குமுகமாக இருக்கிறதோ, அப்போதெல்லாம் அவர் முழு நிர்வாண போஸ் கொடுத்து ரேட்டிங் ஏற்றிக்கொள்வார் என்பது பொதுவான சர்ச்சை. ஜிஸெல் அவ்வப்போது அப்படி போஸ் கொடுத்தது உண்மையே. 'இரண்டு குழந்தைகளின் தாயான பிறகும் ஜிஸெல் இப்படிச் செய்வது நாகரிகம் இல்லை' என்று எதிர்மறை விமரிசனங்கள் குவிந்தாலும், அவர் அதையெல்லாம் கண்டுகொள்வது இல்லை. Vogue-ன் பிரேசில் பதிப்பு 2015 மே இதழ் அட்டைப்படத்தில், தனது 20 வருட மாடலிங் சாதனையைக் கொண்டாடும் விதத்தில் கிரேக்கச் சிலைபோல நிர்வாணமாக நின்றார் ஜிஸெல்!

1996. நியு யார்க் 'ஃபேஷன் வீக்'கில் கலந்துகொள்ள ஜிஸெலுக்கு வாய்ப்பு அமைந்தது. அதென்ன ஃபேஷன் வீக்? இங்கே, கொஞ்சம் வரலாறு தெரிந்துகொள்வது வசதி. காலம் காலமாக ஃபேஷன் ஷோ என்றாலே பாரீஸ்தான். அந்த நகர டிஸைனர்களுக்குத் தனி மதிப்பு, மரியாதை. இது மற்ற நகர டிஸைனர்களுக்குக் கடுப்பைக் கொடுத்தது, குறிப்பாக அமெரிக்கர்களுக்கு. இரண்டாம் உலகப் போர் சமயத்தில் நாடுவிட்டு நாடு சென்று ஃபேஷன் ஷோக்களில் கலந்துகொள்ள இயலாத நிலையில், 1943-ல் அமெரிக்க ஃபேஷன் டிஸைனர்கள் நியு நார்க் நகரிலேயே ஒரு வாரத்துக்கு ஃபேஷன் ஷோக்களை நடத்தினர். அமோக வரவேற்பு. அமெரிக்க டிஸைனர்கள் பக்கமும் கவனம் திரும்பியது. இப்படியாக உலகம் முழுக்க 'ஃபேஷன் வீக்' நடத்தும் வழக்கம் பரவியது.

யாருக்காக இந்த ஃபேஷன் வீக்? ஃபேஷன் டிஸைனர்கள், உடை தயாரிப்பு நிறுவனங்கள், தகுந்த மாடல் அழகி/அழகன்களைக் கொண்டு தங்கள் புதிய உடைகளை 'நடை' விரிப்பார்கள். உடை விற்பனையாளர்கள் தங்களைக் கவர்ந்த உடைகளுக்கு ஆர்டர்களை வழங்குவார்கள். மீடியா, புதிய டிரெண்ட் என்னவென்று உலகுக்கு படம்பிடித்துச் சொல்லும். இதுவே ஃபேஷன் உலகின் பிஸினஸ் மாடல்.

1997-ம் ஆண்டு மட்டும் ஜிஸெல் லண்டனில் 42 ஷோக்களில் கலந்துகொண்டார். அதில் அலெக்ஸாண்டர் மெக்குயின் நடத்திய ஒரு ஷோ ஜிஸெலுக்குத் திருப்புமுனையாக அமைந்தது. நடக்கும் பாதையில் மழைபொழிவது போல செட்-அப். ஜிஸெல், ஹை-ஹீல்ஸ் அணிந்துகொண்டு, வழுக்கும் பாதையில் தன் வனப்பைக் காட்டியபடி அசால்ட்டாக நடந்துவர, பார்வையாளர்களின் இதயம் வழுக்கியது. ஃபேஷன் பத்திரிகைகள் ஜிஸெலை மொய்க்க ஆரம்பித்தன. உலகின் டாப் ஃபேஷன் போட்டோகிராபர்களின் கேமராக்கள் ஜிஸெலை ஃபோகஸ் செய்தன.

உலகின் முன்னணி ஃபேஷன் இதழான Vogue - தன் பிரிட்டன் பதிப்பில் ஜிஸெலை அட்டைப்படத்தில் முதன் முதலாகப் பிரசுரித்தது (1998). அடுத்தடுத்து பல இதழ்களின் அட்டைப் படங்களில் ஜிஸெலின் ஜில் போஸ்கள் அணிவகுத்தன. பத்திரிகையின் விற்பனை குறைகிறதா? அட்டையில்

ஜிஸெலைப் போடு. விற்பனை வீறுகொண்டு எழும். குறைந்த வருடங்களில் அதிகமுறை அட்டையில் இடம்பெற்ற மாடல் என்ற சாதனையை வசமாக்கினார் ஜிஸெல். இளவரசி டயானாவுக்கு அடுத்தபடியாக சர்வதேச அளவில் அதிகமுறை (1200 பத்திரிகைகளுக்கும் மேல்) அட்டையை அலங்கரித்த பெருமையும் ஜிஸெலுக்கே.

இன்னொரு பக்கம் ஃபேஷன் உலகின் கருப்புப் பக்கங்களும் ஜிஸெலை மிரட்டின. என் கடன், ஷோவுக்கு வருவது - ஒப்பனை செய்து கொள்வது - உடை மாற்றுவது - நடப்பது - உடையை ஹேங்கரில் தொங்கவிட்டுக் கிளம்புவது என்பதில் ஜிஸெல் தெளிவாகவே இருந்தார். எல்லோருடனும் நட்புடன் பழகினார்.

தாய்ப்பால் சட்டம்

பெஞ்சமின் என்ற மகன், விவியன் என்ற மகளுக்குத் தாயான ஜிஸெல் எப்போதும் தாய்ப்பாலின் அவசியத்தை வலியுறுத்திப் பேசுபவர். உதவியாளர்கள் ஒப்பனை செய்துகொண்டிருக்க, ஜிஸெல் தன் குழந்தைக்குப் பாலூட்டுவது போன்ற புகைப் படத்தை வெளியிட அது பரபரப்பைக் கிளப்பியது. 'உங்கள் பச்சைக் குழந்தைக்கு கெமிக்கல் கலந்த உணவையா கொடுப்பீர்கள்? எந்தக் குழந்தைக்கும் குறைந்தது ஆறு மாதங் களுக்காவது தாய்ப்பால் அத்தியாவசியம். இதற்காக உலக அளவில் பொதுவான சட்டம்கூட கொண்டு வரலாம்' என அந்த விமரிசனங்களை லெஃப்டில் அடித்தார்.

போட்டி, பொறாமைகளைத் தவிர்த்தார். பார்ட்டிகளையும். 2000 வரை, பரபரவென பல்வேறு நிறுவனங்களின் ஃபேஷன் ஷோக்களில் கலந்து கொண்டார் ஜிஸெல். ஒரேநாளில் 12 ஷோக்களில் நடந்த அனுபவமும் ஜிஸெலுக்கு உண்டு. ஒரு மணி நேர வருமானம் $7000. உண்ண, உறங்க நேரமின்றி நாடு விட்டு நாடு பறந்து நளினம் காட்டினார். குடும்பத்தை எல்லாம் மறந்து, சந்தோஷங்களை இழந்து எதற்கு இதெல்லாம்? உடலும் மனமும் களைத்த பொழுதொன்றில் கொஞ்ச காலம் ஓய்வு.

உள்ளாடை விற்பனையில் உலகின் டாப்மோஸ்ட் நிறுவனமான விக்டோரியாஸ் சீக்ரெட், 2000-ல் ஜிஸெலை ஒப்பந்தம் செய்து கொண்டது. இனி, தேர்ந்தெடுத்து 'நடந்தால்' போதும். புத்தி விழித்துக் கொண்டது. அந்த ஆண்டில் விக்டோரியாஸ் சீக்ரெட், $15 மில்லியன் மதிப்புள்ள காஸ்ட்லி கச்சை ஒன்றை ஜிஸெலுக்கு அணிவித்து அழகு பார்த்தது. கின்னஸ் சாதனை. தொடர்ந்து Haute Couture என்றழைக்கப்படும் விலை உயர்ந்த, அதிநவீன ஆடைகளை இந்த 34-25-35 அளவுகொண்ட அழகிக்கு அணிவித்து பலரது தூக்கத்தைக் கெடுத்தது. பிஸினஸும் உயர்ந்தது, நிறுவனத்துக்கும், ஜிஸெலுக்கும். சிறகுகளுடன் மாடல்களை நடக்க விடுவது விக்டோரியாஸ் சீக்ரெட்டின் வழக்கம். 2007 வரை அங்கே சிறகடித்த ஜிஸெல் கிளி, பின் சில 'ஒவ்வாத' காரணங்களால் வெளியேறியது.

ஜிஸெல் சாதாரணமாக ஒரு ஹேண்ட்-பேக்கை வைத்து நடந்தால், அந்த மாடல் ஹேண்ட்-பேக்குகளுக்கு ஆர்டர்கள் குவிந்தன. நிறுவனங்கள் தங்களுக்கு வரம் தரும் தேவதையாக ஜிஸெலைக் கொண்டாடின. தொட்டதையெல்லாம் பொன்னாக்கும் ஃபேஷன் உலகின் கிங் மைதாஸ் என்ற பெயர் குயின் ஜிஸெலுக்கு அமைந்தது. ஹாலிவுட் வாய்ப்புகளும் வாசலில் தவம் கிடந்தன. ஜிஸெல் அதில் அதிகம் கவனம் குவிக்கவில்லை.

இத்தனை அழகான, வெற்றிகரமான பெண்ணைக் காதல் கவ்வாமல் விடுமா என்ன. இரண்டு பிரேக்-அப்களுக்குப் பிறகு மூன்றாவது பாய் ஃப்ரெண்டாக நங்கூரமிட்டவர் லியானார்டோ டிகாப்ரியோ. டைட்டானிக்கால் உலகின் கனவுக் கண்ணனாகத் திகழ்ந்த டிகாப்ரியோவின் ஆருயிர்ப் பெண் தோழியாக வாழ்ந்தார் ஜிஸெல். 2004-ல் அமெரிக்காவின் People இதழ்,

‘உலகின் உன்னத அழகு ஜோடி’ என்ற அந்த ஆண்டுக்கான பட்டத்தையும் வழங்கிக் கொண்டாடியது. அடுத்த ஆண்டில், இருவரும் தங்கள் 5 வருட ஒப்பந்தமற்ற பந்தத்தில் தீப்பந்தம் எறிந்து கொண்டனர்.

அடுத்ததாக 2006-ல் ஜிஸெலின் வாழ்வில் நுழைந்தார் டாம் பிராடி. ‘அமெரிக்கன் ஃபுட்பால்’ விளையாட்டு வீரர். சுமார் மூன்று வருடங்கள் மோதிரமற்ற, எந்த முகாந்திரமுமற்ற கூட்டு வாழ்க்கை, 2009, பிப்ரவரி 26-ல் நல்ல முடிவுக்கு வந்தது. அன்று திருமண உடை அணிந்து கொண்டார்கள். டாமின் காதலியாகி, மனைவியாகி, பின் இரண்டு குழந்தைகளுக்குத் தாயும் ஆனார் ஜிஸெல். தவிர, டாமின் முதன் மனைவி மூலம் பிறந்த குழந்தையையும் பாசம் குறையாமல் வளர்த்து வருகிறார். தாயான பிறகும் ஜிஸெலின் மதிப்பு அதிகரிக்கவே செய்தது. 2011-ல் டாமும் ஜிஸெலும் உலகின் அதிக ‘மதிப்பு’ கொண்ட செலிபிரெட்டி ஜோடியாக உயர்ந்தனர். 2007 முதலே ஃபோர்ப்ஸ் பத்திரிகை, உலகில் அதிகம் சம்பாதிக்கும் சூப்பர் மாடல் ஜிஸெல் என்று கொண்டாடத் தொடங்கிவிட்டது. தவிர, ஏகப்பட்ட பட்டங்கள், விருதுகள், சாதனை, புகழ்.

எத்தனையோ பேர், புகழ் கிடைத்தாலும் அதைக் கொண்டு சமூகத்துக்கு ஏதும் செய்யாமல் விலகிப் போகும் உச்ச நட்சத்திரமாக இருக்க ஜிஸெல் ஒருபோதும் விரும்பியதில்லை. ‘நட்சத்திர அந்தஸ்து எனக்குக் கிடைத்திருக்கிறதென்றால், அதைப் பயன்படுத்தி இந்த உலகத்துக்கு நல்ல விஷயங்களைச் செய்வதில் எனக்கு மகிழ்ச்சி.’ பிரேசிலின் மழைக்காடுகளி லுள்ள நீர் ஆதாரங்களை மீட்டெடுப்பது, தூய்மைப்படுத்துவது, காடுகளை வளர்க்க ஆயிரக்கணக்கில் மரங்களை நடுவது, பெண்கள் சுயதொழில் தொடங்க புதிய வாய்ப்புகளை ஏற்படுத்திக் கொடுப்பது, ஐக்கிய நாடுகளின் சுற்றுச்சூழல் அமைப்புகளின் நல்லெண்ணத் தூதுவராகப் பணியாற்றுவது, பிரேசிலின் வறுமை ஒழிப்புத் திட்டத்துக்கு நிதி திரட்டிக் கொடுப்பது, எய்ட்ஸ், புற்றுநோய் போன்ற வியாதிகளுக்காகப் பணம் கொடுப்பது, புயல், சுனாமி, நிலநடுக்கம் என இயற்கைப் பேரழிவுகள் நிகழும்போது முதல் ஆளாக உதவ முன்வருவது என புறத்தால் மட்டுமல்ல, அகத்தாலும் ஜிஸெல் பேரழகியே.

20 வருடங்கள் சூப்பர் மாடலாக பவனி வந்த 34 வயது ஜிஸெல், தன் வாழ்க்கையை ஆரம்பித்த சாவோ பாலோ நகரத்திலேயே தனது கடைசி ஃபேஷன் ஷோவில் 2015 ஏப்ரல் 15 அன்று கலந்து கொண்டார். 'என் உடல் போதும். நிறுத்திக்கொள் என்றது. நான் என் உடலுக்கு மதிப்பு கொடுக்கிறேன்.' ஜிஸெலின் கண்களில் அன்று கண்ணீர். சாதித்துத் தீர்த்த களிப்புடன் ரன்வேயிலிருந்து சந்தோஷமாக விடைபெற்றார். அனுபவ வார்த்தைகளையும் அழகாக உதிர்த்தார்.

'பாத்திரம் நிரம்பித் தளும்பும்போது அதில் மேற்கொண்டு எதையும் ஊற்ற முடியாது. பாத்திரத்தை காலி செய்தால்தான், அதைப் புதிதாக நிரப்ப முடியும். நான் இப்போது காலிப் பாத்திரம்.'

காணொளிகள் :

 ஜிஸெல் நேர்காணல் ஒன்று

ஜிஸெல் Runway Throwback

இன்றைக்கு உலகின் டாப்மோஸ்ட் செஃப் ஆக அறியப்படும் ராம்ஸே, தன் இளம் வயதில் ஸ்டார்ட்டர், மெயின் கோர்ஸ், டெஸர்ட் போன்ற வார்த்தைகளைக்கூட கேள்விப்பட்டதில்லை.

கோர்டன் ராம்ஸே

அறுசுவை அரசன்

அடுத்த வேளை பசிக்கு உணவு கிடைக்குமா என்று வறுமை வக்கணை காட்டும் பால்யம்தான் கோர்டன் ராம்ஸேவுக்கு (Gordon Ramsay) வாய்த்தது. ஏழைக் குடும்பத்தைச் சார்ந்த குழந்தைகளுக்கு இலவச உணவு உண்டு என்பதால்தான் பள்ளிக்கூடத்துக்கே சென்றார். ஒவ்வொரு மாதத்தின் கடைசி வெள்ளி அன்று, யாருக்கெல்லாம் அடுத்த மாத உணவு கூப்பன் உண்டு என்று பள்ளியில் பட்டியல் வாசிப்பார்கள். அப்போது தனக்கும் தன் சகோதர, சகோதரிகளுக்கும் கூப்பன் கிடைக்காமல் போய்விடுமோ என்று ராம்ஸேவைப் பயம் சூழும். தங்கள் பெயர் வாசிக்கப்பட்டவுடன் முகத்தில் அனிச்சைப் புன்னகை மலரும். ஆனால், இன்று அவர்தான் உலகின் நம்பர் 1 செஃப்!

ஸ்காட்லாந்தின் கிளாஸ்கோ நகரிலுள்ள பாரோ. இரண்டாம் தர பொருள்கள் விற்கும் சந்தை அமைந்த பகுதி. 1966-ல் பிறந்து பாரோ பகுதியில் வளர்ந்த கோர்டன் ராம்ஸேவின் குழந்தைப் பருவமும் இரண்டாம் தரமாகத்தான் இருந்தது. ராம்ஸேவின் தந்தை ஜேம்ஸ் நிலையான வேலையில் இருந்ததில்லை. நீச்சல் பயிற்சியாளர், வெல்டர், கடையில் உதவியாளர் என்று அவதாரம் மாறிக் கொண்டே இருந்தது. மாறாதது அவரது குடிப்பழக்கமும், வெவ்வேறு பெண்களுடனான தொடர்பும். தீராதது மனைவி யுடனான சண்டையும், குழந்தைகள் மீது காட்டும் வன்முறையும். ராம்ஸேவின் தாய் ஹெலனுக்கு நர்ஸ் வேலை. தனது நான்கு குழந்தைகளை வளர்க்க தன்னையே உருக்கிக் கொண்டிருந்தார். கிறிஸ்துமஸ் கொண்டாட்டங்கள் எப்படி இருக்கும் என்றுகூட ராம்ஸே அறிந்ததில்லை. ஹெலன், கூடுதல் பணம் கிடைக்கும் என்று அன்றும் பணிக்குச் சென்றுவிடுவார். ஜேம்ஸ்? தந்தை வீட்டிலில்லாததே குழந்தைகளுக்கு 'பெல்ட் அடி இல்லாத' நிஜ கிறிஸ்துமஸ் பரிசு.

ஜேம்ஸ், வாழ்க்கையில் தோற்றுப்போன இசைக் கலைஞர். அவருக்குப் பிடித்த இன்னொரு விஷயம், கால்பந்து. கிளாஸ்கோ வின் ரேஞ்சர்ஸ் கிளப் விளையாடும் ஆட்டங்களுக்குப் பரம

ரசிகர். தன் தந்தைக்குக்கூட உற்சாகமாகச் சிரிக்க, ஆர்ப்பரிக்கத் தெரியும் என்று ராம்ஸே உணர்ந்து கொண்டது கால்பந்து போட்டி ஒன்றின்போதுதான். தானும் ஒருநாள் ரேஞ்சர்ஸ் அணியில் இடம்பெற்று விட்டால், எப்போதும் சீறும் தந்தை தன்னையும் நேசிக்க ஆரம்பிப்பார் அல்லவா. ராம்ஸே, கால்பந்தில் ஆர்வம் செலுத்தினான். பள்ளி அணிக்காக விளையாடுவது, ஜூனியர் லெவலில் விளையாடுவது என்று முன்னேறினான்.

ஒரு போட்டியில் கோல்கீப்பரின் கால் முட்டி ராம்ஸேவின் வயிற்றில் பலமாக மோதியது. வயிற்றுவலி தாங்க முடியாமல் கழிப்பறைக்குச் சென்றபோது ரத்தமாகக் கொட்டியது. அதற்குப் பின் குடல்வால் அறுவை சிகிச்சை தேவைப்பட்டது. இப்படி அவ்வப்போது 'உடற்தகுதி' காணாமல் போனது. உலகறிந்த புட்பால் வீரராக முன்னேறி, நிறைய சம்பாதித்து அம்மாவை வசதியாக வாழ வைக்க வேண்டும் என்ற ராம்ஸேவின் கனவு நிறைவேறவில்லை. ரேஞ்சர்ஸ் கிளப்பில் விளையாடத் தேர்ந்தெடுக்கப்படவில்லை என்ற செய்தியை அறிந்தபோது காலடியில் உலகம் நழுவுவதாகத் தோன்றியது. இதை எப்படி தந்தையிடம் தெரிவிப்பது? நான் தேர்ந்தெடுக்கப்பட்டால் அடையும் சந்தோஷத்தைவிட, நான் அழுதால் அவர் அதிகம் சந்தோஷப்படுவார். பூட்டிய அறைக்குள் கண்ணீரில் மிதந்தான் ராம்ஸே.

விம்மல் விலகிய தருணத்தில் அடுத்தது என்ன என்ற கேள்விக் குறியில் தான் தொங்கிக் கொண்டிருப்பதை உணர்ந்தான் பதினாறு வயது ராம்ஸே. 'இனி எதைத் தேர்ந்தெடுத்தாலும் அதில் நான் உச்சபட்ட உயரத்தை அடைய வேண்டும்' என்று மனத்தில் ஏதோ ஒரு மூலையில் இருந்து நம்பிக்கையின் குரல் ஒலித்தது. ஆனால், எதைத் தேர்ந்தெடுக்க? போலீஸ் அல்லது ராணுவத்தில் சேர தேவையான கல்வித் தகுதி இல்லை. சமையல் படிப்பு ஒன்றுதான் கைக்கெட்டிய வரமாக இருந்தது.

அதுவரை ராம்ஸேவுக்கு சமையலில் ஈர்ப்பெல்லாம் கிடையாது. ஒழுங்காக ஒரு வெங்காயத்தைக்கூட நறுக்கத் தெரியாது. இருந்தாலும் கிடைத்த வாய்ப்பில் தன்னை விருப்பத்துடன் பொருத்திக் கொண்டான். கிச்சனுக்குள் நின்றபடி, உலகம் மெச்சும் மனிதனாக உயர முடியாதா என்ன!

மகன் கேட்டரிங் படிக்கிறான் என்றதும் ஜேம்ஸ் உதிர்த்த (அச்சிலேற்ற முடியாத) வார்த்தைகள், '$%^#&#$^தான் கேட்டரிங் படிப்பான்.' அதெல்லாம் பழகிப் போனதுதானே. அந்தச் சமயத்தில்தான் ஒருநாள் ஜேம்ஸ், ஹெலன்மீது கொதிக்கின்ற பாலை ஊற்றினார். துடிதுடித்த அவளைத் தரதரவென படிகளில் இழுத்துவந்து தெருவில் கிடத்தி உதைத்தார். தூரத்தில் போலீஸ் சைரன் கேட்க, தப்பித்து ஓடினார். அந்த இடத்தை விட்டு. பின் நாட்டை விட்டு. அடுத்த சில ஆண்டுகளுக்கு ராம்ஸேவின் வாழ்க்கையில் அவர் வரவே இல்லை. மருத்துவ சிகிச்சைக்குப் பின் ஹெலன் பிழைத்துக் கொண்டாள்.

பிரிட்டனின் ஆக்ஸ்போர்ட்ஸையரில் ஒரு கல்லூரியில் கேட்டரிங் டிப்ளமோ படித்த ராம்ஸே, வருமானத்துக்காக இரண்டு ரெஸ்டாரண்ட்களில் பாத்திரம் துலக்கினார். நொந்து கொள்ளவில்லை. இதுதானே முதல் படி. வெள்ளை நிற செஃப் உடையும் தொப்பியும் அணிந்தபடி, புகைப்படம் எடுத்து அம்மாவுக்கு ஆசையுடன் அனுப்பி வைத்தார். சீனியர்களை உற்றுக் கவனித்து கொஞ்சம் கொஞ்சமாக சமையலின் அடிப்படை இலக்கணத்தைக் கற்க ஆரம்பித்தார். படித்து முடித்த ராம்ஸே லண்டனுக்கு இடம்பெயர்ந்தார்.

மேஃபேர் ஹோட்டல். அங்கே வேலை பார்க்கும் செஃப்களுக்கு எடுபிடியாக புதிய வேலை. யார் எந்த வேலை சொன்னாலும் செய்ய வேண்டும். கூடுதல் வருமானத்துக்காக ஓய்வு நேரங்களில் 'ரூம் பாய்' ஆகவும் பணியாற்றினார். அப்போதுதான் அவர் மிச்செலின் ஸ்டார்ஸ் (Michelin Stars) பற்றி அறிந்து கொண்டார். அதென்ன?

ஒரு சிட்டிகை வரலாறு இங்கே. பிரான்ஸின் டயர் தயாரிப்பு நிறுவனமான மிச்செலின், 1900-ம் ஆண்டில் வாகன ஓட்டிகளுக் கான 'சாலைக் கையேடு' புத்தகத்தை இலவசமாக வெளியிட்டது. அதில் அவர்கள் எங்கெங்கே என்னென்ன ரெஸ்டாரண்டுகள், ஹோட்டல்கள் இருக்கின்றன என்று கொடுத்திருந்த தகவல்கள் நல்ல வரவேற்பைப் பெற்றன. 1926-ல் மிச்செலின் நிறுவனம் தனியாக விமரிசகர்களை நியமித்தது. அவர்கள், ரெஸ்டாரண்டு களுக்கு சென்று உண்டு பார்த்து, தங்கள் விமரிசனங்களையும் கையேட்டில் வெளியிட்டனர். அதற்கு அமோக வரவேற்பு. பின் ரெஸ்டாரண்டுகளின் தரத்தைக் குறிக்கும் வகையில்

நட்சத்திரங்களை வழங்க ஆரம்பித்தனர். ஒரு ஸ்டார் வழங்கப் பட்டால் நல்ல, தரமான உணவகம். இரண்டு ஸ்டார்கள் என்றால் அருமையான, அதிகத் தரத்துடன் கூடிய உணவகம். அதிகபட்சமாக மூன்று ஸ்டார்கள் வழங்கப்பட்டால், அதிஅற்புதமான, மிகத்தரமான உணவுகளைக் கொண்ட ஆகச்சிறந்த, தவறவே விடக்கூடாத உணவகம்.

காலப்போக்கில் மிச்செலின் நிறுவனத்தினர் மற்ற நாடுகளில் உள்ள ரெஸ்டாரண்டுகளுக்கும் நட்சத்திரம் இட ஆரம்பித்தனர். மிச்செலின் நட்சத்திரம் பெறுவது ஐரோப்பிய, அமெரிக்க நாடுகளின் ரெஸ்டாரண்டுகளுக்கான 'ஆஸ்கர்' போல கருதப்பட்டது. 1988-ல் பிரிட்டனில் இருந்த ஆயிரக்கணக்கான ரெஸ்டாரண்ட்களில் மூன்றே மூன்று ரெஸ்டாரண்டுகள் மட்டுமே மூன்று மிச்செலின் ஸ்டார்களுடன் இருந்தன. அந்த நட்சத்திர அந்தஸ்து கொண்ட ரெஸ்டாரண்ட்களில் பணியாற்ற எனக்கு வாய்ப்பு அமையுமா? ராம்ஸே ஏங்கிக் கொண்டிருந்தார்.

இந்தியாவில் ராம்ஸே!

சேனல் 4-ன் கிரேட் எஸ்கேப் என்ற நிகழ்ச்சிக்காக ராம்ஸே, 2010-ல் இந்தியாவுக்கு வந்தார். டெல்லி, கொல்கத்தா, மும்பை, வட கிழக்கு மாநிலங்கள் என்று பல பகுதிகளுக்குச் சென்று இந்திய உணவுக் கலாசாரத்தைக் கண்டு பிரமித்துப் போனார். தென்னிந்திய மாநிலங்களுக்கும் வருகை தந்தை ராம்ஸேவை அதிகம் கவர்ந்தது கேரள உணவுகள். அவர் அதிகம் ருசித்துச் சாப்பிட்டது 'சாம்பார்'.

அப்போது ஒரு பத்திரிகை அட்டையில் செஃப் மார்கோ பியரி ஒயிட்டின் படத்தைக் கண்டார் ராம்ஸே. இருபத்தைந்து வயது ஒயிட், பிரிட்டனின் புகழ்பெற்ற செஃப்களிடம் சமையல் பயின்றவர். ராம்ஸே, ஹார்வே என்னும் ரெஸ்டாரண்டில் ஒயிட்டைத் தேடிப்பிடித்து வாய்ப்பு கேட்டார். 'என்னிடம் பணியாற்ற வேண்டுமென்றால் கேர்ள் ஃப்ரெண்ட் இருக்கக் கூடாது. பார்ட்டி கூடாது. கிச்சன் மட்டுமே உலகமாகத் தெரிய வேண்டும்' - ஆரம்ப வார்த்தைகளிலேயே கடுமை காட்டினார் ஒயிட். 'குருவே சரணம்' என்று சிரம் பணிந்தார் ராம்ஸே.

ஒயிட் ஒரு கடைந்தெடுத்த சர்வாதிகாரி என்பது ஓரிரு நாள் களிலேயே புரிந்துபோனது. எந்தக் கணத்தில் கரண்டியால் 'படீர்' என அடி விழும், எப்போது கடாய் பறக்கும், எதை எந்தச் சமயத்தில் முகத்தில் வீசி அடிப்பார் என்று தெரியாது. அந்தச் சமையலறை, வதைக்கூடமாகத்தான் தோன்றியது. ஒயிட், தன் தந்தையின் இன்னொரு வடிவமாகத்தான் தோன்றினார். ஆனாலும், பொறுமையைக் கடைபிடித்து ஒயிட்டிடமிருந்து நிறைய 'வித்தை'களைக் கற்றுக் கொண்டார் ராம்ஸே. கிட்டத்தட்ட மூன்று வருடங்களுக்குப் பிறகு ஒயிட்டிடமிருந்து விடுதலையான ராம்ஸே, புதிய சிறகுகளை விரித்தார்.

சில காலம் சில ரெஸ்டாரண்டுகள். அடுத்தது? பாரீஸ். பிரெஞ்சு உணவுகளிலும் கலாசாரத்திலும் கரைந்து கலந்து மிதந்து மணக்க வேண்டும் என்பது ராம்ஸேயின் ஆசை. இரண்டு மிச்செலின் ஸ்டார்கள் கொண்ட Guy Savoy ஹோட்டலில்

தலைமை செஃப்க்கு கீழே இரண்டாவது செஃப் ஆக இரண்டரை வருடம் பணியாற்றினார். எதுவுமில்லாமல் ஏகாந்தமான உணவைச் சமைப்பது எப்படி என்பதை அங்கே கற்றுக் கொண்டார். 1992-ல் ராம்ஸேவுக்கு ஆஸ்திரேலியப் பெரும்புள்ளி ஒருவரது சொகுசுக் கப்பலில் செஃப் ஆக பணியாற்றும் வாய்ப்பு கிடைத்தது. ராம்ஸே அங்கே அதிகம் சம்பாதித்தார், சேமிக்கவும் செய்தார். கடலில் மிதந்து கொண்டிருந்தாலும் அவரது நினைவெல்லாம் நிலத்தில்தான் உலவியது. என் பெயர் மணக்கும் ஒரு ரெஸ்டாரண்ட் எப்போது அமையும்?

1993-ல் லண்டனுக்குத் திரும்பிய ராம்ஸேவுக்கு குரு ஒயிட்டிடம் இருந்து அழைப்பு வந்தது. அவர் சில இத்தாலிய முதலாளிகளை அறிமுகப்படுத்தினார். அவர்கள் ஆரம்பிக்கவிருந்த Aubergine என்ற புதிய ரெஸ்டாரண்டுக்கு தலைமை செஃபாக ராம்ஸே நியமிக்கப்பட்டார். வரும் லாபத்தில் 25% ராம்ஸேவுக்கு என்றும் ஒப்பந்தம் பேசப்பட்டது. புதிய ரெஸ்டாரண்ட், தட்டு நிறைய சவால்கள். திறமையான சக பணியாளர்கள் அமைந்தார்கள். நானே தலைமை செஃப். இந்த கிச்சன் எனது பேரரசு. என் கடன் கமகமவென ஜெயிப்பதே.

ராம்ஸேவின் கைவண்ணத்தில் புதிய ரெஸ்டாரண்டுக்கான ருசிகர்கள் கடகடவெனப் பெருகினார்கள். 1995-ல் Aurbergine தனது முதல் மிச்செலின் ஸ்டாரை வென்றது. 1997-ல் இரண்டாவது ஸ்டார். இடைப்பட்ட காலத்தில் மீண்டும் ஒயிட்டிடமிருந்து ராம்ஸேவுக்கு அழைப்பு வந்தது. சந்தித்தார்கள். 'மறுபடியும் என்னிடம் வேலைக்கு வா. வருடம் ஒரு மில்லியன் யூரோ உனக்குச் சம்பளம்' - என்று ஒயிட் அடுத்த தூண்டிலை வீசினார். ராம்ஸே யோசித்து, நிதானமாகப் பதில் சொன்னார்.

'அமோகமான வாய்ப்புதான். ஆனால், நீங்கள் ஹார்வே ரெஸ்டாரண்டை மூன்று ஸ்டார்கள் வாங்கச் செய்ததுபோல, நான் எனது ரெஸ்டாரண்டை மூன்று ஸ்டார்கள் வாங்க வைக்க உழைத்துக் கொண்டிருக்கிறேன்.' ஒயிட்டின் முகம் கருத்துப் போனது. சிஷ்யன் தன்னை மிஞ்சிவிடுவானோ என்ற உதறல். 'உன் வேலையை காலி செய்வது எனக்குச் சுலபம்' என்று வன்மம் காட்டினார் ஒயிட்.

ராம்ஸே பதறவே இல்லை. Aubergine அடுத்த சில மாதங்களுக்கு வி.வி.ஐ.பி-க்களின் அட்வான்ஸ் புக்கிங்கால் நிறைந்து வழிந்தது. ஆனால், இத்தாலிய முதலாளிகள் திடீரென ராம்ஸேயிடம் கடுமை காட்ட ஆரம்பித்தனர். தி டைம்ஸ் இதழ், Aubergine ரெஸ்டாரண்ட்டில் உணவு சரியில்லை என்று மட்டமாக விமரிசத்தது. இப்படிப் பெயரைக் கெடுக்கும் இன்னும் சில நெகட்டிவ் நிகழ்வுகள் அரங்கேறின. இவை அனைத்துக்கும் பின்னணியில் ஒயிட்தான் இருக்கிறார் என்று ராம்ஸேவுக்குத் தெளிவாகப் புரிந்தது. தவிர, ராம்ஸேவின் வழிகாட்டுதலில் இத்தாலிய முதலாளிகள் ஆரம்பித்த L'Oranger என்ற ரெஸ்டாரண்டும், செஃப் வேரிங்கின் தலைமையில் மிச்செலின் ஸ்டார் வாங்கியது. ஒயிட்டும் இத்தாலிய முதலாளிகளும் இணைந்து இரண்டு ரெஸ்டாரண்டுகளையும் தனக்குத் தெரியாமல் விற்க ஏற்பாடு செய்வதாகவும் கேள்விப்பட்டார் ராம்ஸே.

இனி அறவழி உதவாது. சில நேரங்களில் 'அரசியல்'தான் கைகொடுக்கும். முடிவெடுத்த ராம்ஸே, ஒயிட்டை ஒழித்துக் கட்ட திட்டம்

DIET மொழி

- *இங்கிலாந்து, வட அமெரிக்கா, ஐரோப்பிய நாடுகள், அரபு நாடுகள், தெற்காசிய நாடுகள் என உலகமெங்கும் சுமார் 35 ரெஸ்டாரண்டுகளை நடத்தி வருகிறார் ராம்ஸே.*
- *'ஒரே உணவை 500 விதங்களில் சமைப்பது எப்படி என்று என்னால் சொல்ல முடியும். ஆனால், ஒரு செஃபாக என்னால் மூன்று வேளையும் உட்கார்ந்து உண்ண முடியாது. சமைக்கும் உணவுகளைச் சுவை பார்ப்பதே போதுமானது. பசிக்காக அவ்வப்போது சிறிய அளவில் உண்பதே என் வழக்கம்' என்பது ராம்ஸேவின் டயட் மொழி.*
- *மீன் உணவுகளைச் சமைப்பதில் ராம்ஸே கில்லாடி. காளான் எண்ணெய் சேர்த்து ராம்ஸே சமைக்கும் உணவுகள் அபாரமான சுவை கொண்டவை. பிரிட்டிஷ் பாரம்பரியத்துடன் கொஞ்சம் பிரெஞ்சுக் கலாசாரத்தைக் கலந்து சமைப்பது ராம்ஸேவின் தனித்துவ ஸ்டைல்.*

தீட்டினார். அப்போது ரெஸ்டாரண்ட் அட்வான்ஸ் புக்கிங்கில் கணிணிப் பயன்பாடு இல்லை. எல்லாம் ஒரு டைரியில்தான் குறித்து வைக்கப்பட்டது. அந்த டைரியை முகம் தெரியாத ஓர் ஆளைக் கொண்டு திருடச் செய்தார். ‘ஒயிட்தான் அந்த டைரியை ஆள்வைத்து திருடினார்’ என்று இத்தாலிய முதலாளிகளை நம்ப வைத்தார். அவர்களது உறவு உடைந்தது. யார் யார் எப்போது டேபிள் புக் செய்திருக்கிறார்கள் என்று தெரியாததால், தினமும் குளறுபடிகள் அரங்கேறின. இத்தாலிய முதலாளிகள், ராம்ஸேவின் சக செஃபான வேரிங்கை ஒரு பிரச்னையில் மிரட்ட, அவர் வேலையை விட்டு விலகினார். இதுதான் சந்தர்ப்பம் என ராம்ஸேவும் வெளியேறினார். அவரே எதிர் பார்க்காத விதமாக இரண்டு ரெஸ்டாரண்டுகளில் பணியாற்றிய 40+ பணியாளர்களும் வெளியேறினர். லண்டனின் இரண்டு சிறந்த ரெஸ்டாரண்டுகள் மூடப்பட்ட விஷயம் பத்திரிகைகளில் பரபரப்புச் செய்திகளாயின.

1996-ல் கயெடானா என்ற பெண்ணுடன் காதல் திருமணம் செய்து கொண்ட ராம்ஸே, மேற்படி நாடகங்களை எல்லாம் அரங்கேற்றுவதற்கு முன்பாகவே தனது மாமனார் கிறிஸ் உடன்

- *ஒரு செஃப் குண்டாக இருப்பது ராம்ஸேவுக்குப் பிடிக்காத விஷயம். தன் உடல் பெருக்காமல் இருப்பதற்காகவே பல வருடங்களாக ‘மாரத்தானில்’ ஓடிக் கொண்டிருக்கிறார். டிரையத்லானிலும் பங்கேற்று வருகிறார்.*
- *பெண்கள் நலனுக்காக நிதி திரட்டுவது, எய்ட்ஸை ஒழிப்பதற்காக நிதி திரட்டுவது என்று ராம்ஸே பல்வேறு சமூக நலக் காரியங் களிலும் ஈடுபட்டு வருகிறார்.*
- *1997-ல் தன் பலமெல்லாம் இழந்து நொடிந்து போயிருந்த ஜேம்ஸ், தன் மகன் ராம்ஸேவைத் தேடி வந்தார். தந்தையின் தோற்றம் ராம்ஸேவை உலுக்கியது. அவர் தங்குவதற்கு ஒரு வீடு ஏற்பாடு செய்து, பணமும் கொடுத்தார். அவர் சில காலத்தில் இறந்து போனார். ‘என் தந்தைபோல இல்லாமல், எனது குழந்தைகளுக்கு நல்ல தந்தையாக இருப்பதே என் வாழ்வின் மிகப்பெரிய கடமை’ என அப்போது உருகினார் ராம்ஸே.*

அடுப்படி அலறல்கள்

பிரிட்டனில், அமெரிக்காவில் ராம்ஸேவின் டீவி ரியாலிட்டி ஷோக்கள் சக்கை போடு போடுகின்றன. Hell's Kitchen, The F Word, Kitchen Nightmares, Master Chef, Master Chef Junior, Hotel Hell - ஆகியன ராம்ஸேவின் சில டீவி நிகழ்ச்சிகள். அதில் கிச்சன் நைட்மேர்ஸ் என்பது மூடப்படும் நிலையிலிருக்கும் ஒரு ரெஸ்டாரண்டைத் தேர்ந்தெடுத்து, ராம்ஸே தன் அனுபவ ஆலோசனைகளால், அசாத்திய ஐடியாக்களால் அதனை 'ஹிட்' ரெஸ்டாரண்டாக மாற்றும் கான்செப்ட். 'பொய்யான நிகழ்ச்சி. ராம்ஸேவின் ஆலோசனைகளுக்குப் பிறகும் 60% ரெஸ்டாரண்டுகள் மூடப்பட்டிருக்கின்றன' என்று விமரிசனங்கள் உண்டு. அதற்கு ராம்ஸேவின் பதில், 'மீதி 40% ரெஸ்டாரண்டுகளுக்கு புது வாழ்வு கிடைத்திருக்கிறதே!'

இணைந்து தனியாக, புதிய ரெஸ்டாரண்ட் அமைக்கும் திட்டத்தில் இறங்கியிருந்தார். தன்னை நம்பி வெளியேறிய ஒவ்வொருவருக்கும் தனது புதிய ரெஸ்டாரண்டில் நல்ல சம்பளத்தில் வேலை வழங்கினார். 1998-ல் லண்டன் ராயல் ஹாஸ்பிடல் சாலையில் கோர்டன் ராம்ஸே ரெஸ்டாரண்ட் உதயமானது. ராம்ஸே, கனவு நிறைவேறிவிட்டது என்று

சாய்ந்து உட்காரவில்லை. தனது அத்தனை வருட அனுபவத்தில் கற்ற பாடங்களைக் கொண்டு தெளிவான செயல் திட்டத்தை வடிவமைத்திருந்தார். அதுவே அவரது சீக்ரெட் ஆஃப் சக்ஸஸ்.

நோக்கம் என்ன? புதிய ரெஸ்டாரண்ட் அடுத்த சில வருடங்களில் மூன்று மிச்செலின் ஸ்டார்கள் வாங்க வேண்டும். எக்காரணத்தைக் கொண்டும் நம்பிக்கையை, முயற்சியைக் கைவிடக்கூடாது. சரி, இது என்ன மாதிரியான ரெஸ்டாரண்ட்? மீன் உணவுகளுக்கானதா? இத்தாலிய அல்லது பிரெஞ்சுப் பதார்த்தங்களுக்கானதா? அல்லது பாரம்பரிய பிரிட்டிஷ் பதார்த்தங்களுக்கானதா? அனைத்துக்கும் உரியதா? இல்லை, இவற்றில் ஏதோ ஒன்றை மட்டுமே தேர்ந்தெடுத்துக் கொள்வது புத்திசாலித்தனம். சரி, இது மீன் உணவுகள் என்று வைத்துக் கொள்வோம். அதற்காக இங்கே நூறு வகை மீன் உணவுகள் கிடைக்கும் என்று மெனு கார்டில் நீட்டி முழக்கக் கூடாது. அதிகபட்சம் 15 முதல் 20 வகைப் பதார்த்தங்கள் மட்டுமே. அப்போதுதான் சமைக்கின்ற உணவை அதிகக் கவனத்துடன் 'கலையம்சத்துடன்' தயாரிக்க முடியும். குறைந்த அவகாசத்தில், அதிகத் தரத்தில், சுவையில் குறைவின்றிச் சமைக்கலாம். செலவும் கையைக் கடிக்காது. லாபம் நிச்சயம். சரி, அடுத்தது? இவற்றையெல்லாம் மிகச் சரியாக மேற்கொள்ளும் ஓர் அணியை (பணியாளர்களை) உருவாக்குவது. அவர்களது கருத்துகளையும் காது கொடுத்துக் கேட்பது. குறைகளைச் சரிசெய்து, குழு உணர்வோடு அவர்களை இயங்க வைப்பது.

கடைசி முக்கியமான விஷயம், வாடிக்கையாளர்களுடனான அணுகுமுறை. புன்னகை நீங்கா முகம், பணிவு தோய்ந்த வார்த்தைகள், உயரிய உபசரிப்பு இவை நிறைவாக இருந்தால், வாடிக்கையாளர்கள் அதிகம் ஆர்டர் செய்வார்கள். பில் தொகை கூடும். மீண்டும் மீண்டும் வர விரும்புவார்கள். ஆகவே, எப்போதும் யாரிடமும் இந்த 'விருந்தோம்பலில்' குறை இருக்கவே கூடாது. ரெஸ்டாரண்டில் அலங்காரங்களைவிட, பரிமாறும் உணவில் அழகியல் அதிமுக்கியம்.

ராம்ஸேவின் நிரந்தர பிஸினஸ் ஃபார்முலா இதுவே. 2001-ல் ராம்ஸேவின் ரெஸ்டாரண்ட் மூன்று மிச்செலின் ஸ்டார்களை வாங்கியது. அதே சமயத்தில் வேறு வேறு இடங்களில், நகரங்களில், நாடுகளில் தனது ரெஸ்டாரண்ட்களைக் கிளை

பரப்ப ஆரம்பித்தார். சில தோல்விகள் அவ்வப்போது முகம் காட்டின. பின்னுக்கு இழுத்தன. ராம்ஸே கவலைப்படாமல், அடுத்தடுத்து பெரிதாக யோசித்தார். தனது உணவு சாம்ராஜ்ஜியத்தைக் கண்டம் விட்டு கண்டம் பரப்பினார். அமெரிக்காவிலும் ஆழமாகக் கால் பதித்தார்.

2005-ல் அவருக்கு பிரிட்டிஷ் சாம்ராஜ்ஜியத்தின் உயரிய மரியாதையான OBE (Order of the British Empire) வழங்கப்பட்டது. இன்னொரு பக்கம் டீவி ரியாலிட்டி கிச்சன் ஷோக்களின் மூலமாக நாடறிந்த, உலகறிந்த பிரபலமாக புகழில் நனைந்தார். நனைகிறார். அவர் எழுதிய சமையல் புத்தகங்கள் கற்பனைக் கெட்டாத விற்பனை உயரத்தில் சந்தையை ஆள்கின்றன. அவரது நிகழ்ச்சிகளுக்கான விளம்பர வருமானம் என்பது சேனல்களுக்கு அட்சய பாத்திரமாகத் திகழ்கிறது.

2012-ல் ஃபோர்ப்ஸ் வெளியிட்ட பட்டியலில் உலகில் அதிகம் சம்பாதிக்கும் செஃப் ஆக ராம்ஸே உயர்ந்தார். 2014 ஃபோர்ப்ஸ் வெளியிட்ட உலகின் டாப் 100 பிரபலங்களில் ராம்ஸேவுக்கு 58-வது இடம். 2019 வரை உலகில் டாப் 100 பிரபலங்கள் பட்டியலில் நிலைத்திருக்கும் ஒரே செஃபாக கெத்து காட்டுகிறார். பத்துப் பாத்திரம் தேய்த்து தன் கிச்சன் கேரியரை ஆரம்பித்த அந்த மனிதரது 2019-ன் வருமானம் மட்டும் $63 மில்லியன்.

டீவி ஷோக்களில் 'மனிதத்தன்மை' இல்லாமல் நடந்து கொள்கிறார், விமரிசிக்கிறார் என்றும், அவரது ரெஸ்டாரண்ட்

உணவுகளே கடுமையான விமரிசனங்களுக்கு ஆளாகின்றன என்றும் ராம்ஸேவைச் சுற்றி சர்ச்சை வாசனை எப்போதும் உண்டு. மூன்று மிச்செலின் ஸ்டார்கள் வாங்கிய ராம்ஸேவின் நியு யார்க் ரெஸ்டாரண்ட், 2014-ல் ஒரு ஸ்டாரை இழந்தது. 'என் கேர்ள் ஃப்ரெண்டை இழந்ததுபோலத் தவிக்கிறேன்' என்று வெளிப்படையாகக் கண்ணீர் விட்டு அழுதார் ராம்ஸே. நிச்சயம் அது தோல்வியின் அழுகை அல்ல. தனது தொழிலை எந்த அளவுக்கு நேசிக்கிறார் என்பதன் ஆத்மார்த்த வெளிப்பாடு. சறுக்கல்களை எல்லாம் புறந்தள்ளிவிட்டு, எப்போதும் அடுத்தடுத்த பெரிய இலக்குகளை, வெற்றிகளைக் குறிவைத்து ஓடிக்கொண்டே இருக்கிறார் ராம்ஸே.

'நான் கடந்த காலத்தைப் பார்ப்பதே இல்லை. வருங்காலத்தை மட்டுமே கவனத்துடன் உற்று நோக்குகிறேன். சிந்திப் போன பாலுக்காக உட்கார்ந்து அழுது என்ன பயன்? அடுத்தடுத்து புதிய பசுக்களைக் கண்டடைவதில்தான் எதிர்காலம் இருக்கிறது.'

காணொளிகள்

இந்தியாவில் சாலையோரக் கடைகளில் சமைக்கும் ராம்ஸே

ராம்ஸே சமைக்கும் மீன் உணவுகள்

பெரியதாக யோசி.
சிறியதாகத் தொடங்கு.
இயல்பில் எது சாத்தியமோ அதைச் செய்.
ஒரே இரவில் உலகப் பணக்காரனாக
உயர்ந்துவிட முடியாது.

ஆஷிஷ் தாக்கர்

ஆப்பிரிக்காவின் விடிவெள்ளி

ஆப்பிரிக்கா என்றதுமே உலகின் மனக்கண்களில் தோன்றும் பிம்பம் என்ன? எலும்பும் தோலுமாக ஓர் ஆப்பிரிக்கக் குழந்தை கண்களில் தேங்கி வழியும் ஏக்கத்துடனும் பசியுடனும் பாத்திரத்துடன் கையேந்தி சோகமாக நிற்பது.

'உலகின் தவறான பார்வை இது. ஆப்பிரிக்காவின் நிஜ பிம்பம் நிச்சயம் இது அல்ல. நான் அதை முழுமையாக மாற்ற விரும்புகிறேன். எனது ஆப்பிரிக்காவுக்குப் புதிய அடையாளம் கொடுக்க விரும்புகிறேன். அதை நோக்கிய பயணத்தில்தான் முழுமூச்சுடன் இயங்கிக் கொண்டிருக்கிறேன்.'

இப்படிச் சூளுரைப்பவர், ஆப்பிரிக்காவின் இளம் பில்லியனர் - மாரா குரூப்ஸின் நிறுவனர் - ஆஷிஷ் தாக்கர் (Ashish Thakkar). சபிக்கப்பட்ட கண்டத்தின் தலையெழுத்தை மாற்றி எழுதிக் கொண்டிருப்பவர். 1981-ல் பிறந்தவர். பிறப்பால் ஆப்பிரிக்கர். ஆனால், இவரது பூர்விக வேர்கள் பரவிக் கிடப்பது குஜராத்தில்.

ஆஷிஷின் தந்தை ஜெகதீஷ். அவரது முன்னோர்கள், குஜராத்தைச் சேர்ந்தவர்கள். கிபி 1890-ல் இந்தியாவிலிருந்து கிளம்பி உகாண்டாவுக்குப் பிழைக்கச் சென்றவர்கள். அதேபோல ஆஷிஷின் தாயினது குடும்ப முன்னோர்களும் 1920-ல் தான்சானியாவுக்குத் தொழில் தேடிச் சென்றவர்கள். இரண்டு இந்தியக் குடும்பங்களும் ஆஷிஷின் பெற்றோரது திருமணத்தால் இணைந்தன. முதலில் கென்யாவில் வாழ்ந்த ஆஷிஷின் பெற்றோர்கள், பின் உகாண்டாவுக்கு இடம் மாறினார்கள். 1972. ராணுவப் புரட்சியால் உகாண்டாவின் ஆட்சியை இடி அமீன் அபகரித்திருந்த காலம். 'என் கனவில் கடவுள் வந்தார். உகாண்டா கருப்பர்களுக்கான நாடு என்றார். ஆகவே ஆசியர்களே, இங்கிருந்து ஓடிப்போய்விடுங்கள்!' - சர்வாதிகாரி கர்ஜித்தார். உயிருக்குப் பயந்து இந்தியர்களும் பாகிஸ்தானியர்களும் கூட்டம் கூட்டமாக வெளியேறினார்கள்.

ஆஷிஷின் பெற்றோர் வெறும் கையுடன் தஞ்சமடைந்த நாடு இங்கிலாந்து. இருவரும் தொழிற்சாலைகளில் வேலைக்குச் சேர்ந்தனர். இரண்டு பெண் குழந்தைகள். 1981 ஆகஸ்டில் லெசெஸ்டர் நகரத்தில் ஆஷிஷ் பிறந்தான். கையில் கொஞ்சம் பணம் சேர்ந்த பிறகு ஜெகதீஷ் சிறு சிறு வியாபாரங்கள் செய்ய ஆரம்பித்தார். பின்பு ஒரு துணிக்கடை. சொந்தமாக ஒரு சிறிய வீடு. ஆஷிஷுக்கு சிறுவயதிலேயே தங்கள் கடை துணி ரகங்களின் தரத்தையும் விலையையும் போட்டியாளர்களின் கடைச் சரக்கோடு ஒப்பிட்டுப் பார்க்கும் பிஸினஸ் புத்தி தன்னிச்சையாகவே வளர்ந்தது.

1993. ஆஷிஷின் பெற்றோர், மீண்டும் தாங்கள் பிறந்த ஆப்பிரிக்க மண்ணுக்குத் திரும்ப முடிவெடுத்தார்கள். இங்கிலாந்தில் வீட்டை, கடையை விற்றுவிட்டு குடும்பத்துடன் ருவாண்டா சென்றார்கள். அங்கே ஜெகதீஷ் புதிய வியாபாரத்தைத் தொடங்க, ஆஷிஷ் அருகில் கென்யாவின் நைரோபியில் பள்ளிப் படிப்பைத் தொடர்ந்தான். 1994 ஏப்ரல். ஈஸ்டர் விடுமுறைக்காக ஆஷிஷ் வீடு திரும்பியிருந்த நேரம். ஹுட்டு இனத்தைச் சேர்ந்த ருவாண்டாவின் அதிபர் கொல்லப் பட, துத்ஸி இனத்தவர் மீது கொலைவெறித் தாக்குதல்கள் அரங்கேறின. (இந்த 'ருவாண்டா இனப்படுகொலை'யில் நூறு நாள்களில் சுமார் எட்டு லட்சம் பேர் கொல்லப்பட்டனர்.) ஆஷிஷின் குடும்பத்தினரையும் மரணம் நிழலாகத் துரத்தியது. எங்கெங்கோ அடைக்கலம் புகுந்து பின் ஹோட்டல் ருவாண்டாவில் (Hôtel des Mille Colline) தஞ்சமடைந்தார்கள். எந்தத் தோட்டாவில் தங்கள் பெயர் எழுதப்பட்டிருக்கிறது என்று பீதி விலகாத நாள்களில் ஹோட்டல் உரிமையாளர் பால், விருந்தினர்களைக் காப்பாற்ற தனது உயிரைப் பணயம் வைத்தார். சில நாள்கள் கழித்து, ஐ.நா. படை மீட்க வந்தது. இன்னும் வாழ்க்கை மிச்சமிருக்கிறது. ஆஷிஷ் குடும்பத்தினர் முகத்தில் நிம்மதி.

ஹோட்டலிலிருந்து கிளம்பும் முன் ஆஷிஷ், ஒரு டிரக் நிறைய பிணங்கள் ஏற்றப்படுவதைப் பார்த்தான். ஐ.நா. வீரர் ஒருவரிடம் ஓடிச்சென்று சொன்னான் - 'அவர்களில் யாராவது உயிரோடு இருக்கலாம். தயவுசெய்து சரிபார்த்துக் கொள்ளுங்கள்.' ஆஷிஷின் மனத்தில் ஆப்பிரிக்க மக்கள் பற்றிய

பல்வேறுவிதமான புரிதலை ஏற்படுத்தியதில் ஹோட்டல் ருவாண்டா நாள்களுக்குப் பெரும் பங்கு உண்டு.

ருவாண்டாவிலிருந்து தப்பி புருண்டி, பின் அங்கிருந்து தப்பி கென்யா, இறுதியாக உகாண்டாவின் கம்பாலாவுக்கு வந்தடைந் தார்கள். கைப்பையில் இருந்த துணிகள் மட்டுமே மிஞ்சி யிருந்தன. ஜெகதீஷ், 1972-லிருந்து 1993 வரை சம்பாதித்த அனைத்தையுமே பறிகொடுத்திருந்தார். மறுபடியும் முதலில் இருந்து ஆரம்பிக்க வேண்டும். தெரிந்தவர்கள், அறிந்தவர்கள் கூட ஏதோ பயத்தில் விலகிச் சென்றார்கள். போகட்டும். நம் வாழ்க்கை நம் கையில். ஆஷிஷின் குடும்பம் புதிதாக பிள்ளையார் சுழி போட்டு ஆரம்பித்தது.

ஒருநாள் இரவு உணவுக்காக ஜெகதீஷின் நண்பர் ஒருவர் வீட்டுக்கு வந்திருந்தார். ஆஷிஷின் புதிய கம்ப்யூட்டரைப் பார்த்த அவர், அதன் விலையை விசாரித்தார். அந்தச் சமயத்தில் ஆஷிஷின் பிஸினஸ் மூளை விழித்துக் கொண்டது. தான் வாங்கிய விலையைவிட $100 அதிகம் சொன்னான். 'என்னிடம் இதேபோல இன்னொன்று இருக்கிறது. உங்களுக்கு வேண்டுமானால் தருகிறேன்' என்று பொய் சொன்னான். அவர் சம்மதித்தார். அன்று இரவே ஆஷிஷ், தன் கம்ப்யூட்டரிலிருந்த ஃபைல்களை எல்லாம் நீக்கிச் சுத்தம் செய்தான். புதிய கம்ப்யூட்டர்போல அந்த நபரிடம் விற்றதில் நூறு டாலர் லாபம். கிடைத்த பணத்தில் மீண்டும் ஒரு கம்ப்யூட்டர் வாங்கி பள்ளி நண்பன் ஒருவனுக்கு எளிதாக விற்றான். சுலப லாபம்.

'இது நல்ல வியாபார வாய்ப்பு!' உள்ளுக்குள் குதூகலம். உகாண்டா மக்கள் மத்தியில் ஃபிளாப்பி, சிடி, கம்ப்யூட்டர், மௌஸ், மதர்போர்டு என ஹார்ட்வேர் சமாசாரங்களுக்குப் பெரிய தேவை இருப்பது புரிந்தது. 1996, பள்ளி கோடை விடுமுறை. குடும்பக் கஷ்டத்தைத் தெளிவாக உணர்ந்திருந்த பதினைந்து வயது ஆஷிஷ், தன் தந்தையிடம் 'விடுமுறையில் வியாபாரம் செய்யப் போகிறேன்' என்றான். அவர் தெரிந்தவர் களிடம் $5000 கடன் வாங்கிக் கொடுத்தார். அதில் பாதித் தொகையில் ஒரு கடையை வாடகைக்கு எடுத்தான். துபாய் போக, வர டிக்கெட் எடுத்தான். மீதித் தொகையுடன் துபாய் கிளம்பினான். அங்கே கடை கடையாக ஏறி இறங்கி,

அனுமதிக்கப்பட்ட எடை அளவுக்கு ஹார்ட்வேர் பொருள்களை வாங்கி, தனது பெரிய சூட்கேஸில் நிரப்பினான். உகாண்டாவில் கடை விரித்தான். மளமளவென விற்றன. அடுத்த வாரமே மீண்டும் துபாய்க்குப் பயணம். அந்தக் கோடை விடுமுறை ஆஷிஷை பிஸினஸ்மேன் ஆக்கியது.

'நான் படிக்கப் போகவில்லை. வியாபாரத்தைத் தொடர விரும்புகிறேன்' என்றான் ஆஷிஷ். பெற்றோர் தாம்தூம் எனக் குதிக்கவில்லை. 'சரி. ஒரே ஒரு நிபந்தனை. ஒரு வருடம் வியாபாரத்தைக் கவனி. சரிவரவில்லையென்றால் மீண்டும் படிப்பைப் தொடர வேண்டும்.' ஆஷிஷ் ஒப்புக்கொண்டான். சனி, ஞாயிறுகளில் துபாயில் கொள்முதல் செய்து, திங்கள் டூ வெள்ளி உகாண்டாவில் விற்பனை செய்வது என ஆஷிஷின் வாழ்க்கையில் சில மாதங்கள் கழிந்தன. இதுபோதாதே. வியாபாரத்தை விரிவுபடுத்த வேண்டாமா? பொருள்களை மொத்தமாகக் கொள்முதல் செய்து ஏர்-கார்கோவில் அனுப்பி வைக்க அதிக செலவு பிடிக்கும். 'கிரெடிட்டில்' சரக்கு கேட்டால், 'ஆப்பிரிக்காவிலிருந்து வரும் உன்னை நம்பியெல்லாம் கடன் தர முடியாது' என்று துபாய் வியாபாரிகள் முறைத்தார்கள். என்ன செய்யலாம்?

ஆஷிஷ், துபாயில் ஓர் அலுவலகம் அமைக்க முடிவெடுத்தான். அரபு தெரிந்த துபாய் நண்பர் ஒருவர் மூலமாக அலுவகத்தைப் பதிவு செய்வதற்காகச் சென்றபோது, அங்குள்ள அதிகாரிகள் சிறுவனைக் கண்டு முகம் சுருக்கினார்கள். 'வீட்ல பெரியவங் களைக் கூட்டிட்டு வா' என்று திருப்பியனுப்பினார்கள். ஆஷிஷ், தன் தந்தையை துபாய்க்கு அழைத்துச் சென்று அலுவலகத்தைப் பதிவு செய்தான். மாரா நிறுவனத்தின் தொடக்கம் அது. துபாயில் அலுவலகம் இருந்ததால் ஆஷிஷால் 'கிரெடிட்டில்' பொருள்கள் வாங்க முடிந்தது. இருந்தாலும் சிலர் யோசித்தார்கள். ஆஷிஷ், அடிக்கடி ஷேவிங் செய்து கொண்டான். இந்த மீசையும் தாடியும் சீக்கிரம் வளர்ந்தாலாவது ஒரு பெரிய மனுஷத் தோரணை வருமே!

தன்னைப் போலவே கொள்முதலுக்காக அடிக்கடி துபாய் வரும் பிற ஆப்பிரிக்க வணிகர்களிடம் பேசினான். நான் உங்களுக்கு கிரெடிட்டில் பொருள்கள் தருகிறேன். நீங்கள் என்னிடம் வாங்குங்கள். ஒப்புக்கொண்டார்கள். ஆனால், அந்தப் புதியவர்கள் ஏமாற்றிவிட்டால்? ஆஷிஷ் அந்த வணிகர்களோடு அவர்களது

நாடுகளுக்கு (நைஜீரியா, கானா, கென்யா, எத்தியோப்பியா, தென் ஆப்பிரிக்கா) சென்றான். அவர்களது வீட்டில் சில நாள்கள் தங்கினான். நம்பிக்கை உண்டான பிறகு, சரக்கு கொடுத்தான். வணிகம் வளர்ந்தது. ஆப்பிரிக்கர்கள் ஏமாற்றவில்லை.

ஐரோப்பியர் ஒருவர், பிராஜெக்ட் ஒன்றுக்காக ஆஷிஷிடம் மொத்தமாகக் கொள்முதல் செய்தார். ஆனால், அவர் அளித்த $15000-க்கான 'பின் தேதியிட்ட காசோலை' வங்கியில் எகிறிக் குதித்தது. ஆஷிஷ் அதுவரை சம்பாதித்ததில் பாதிக்கும்மேல் பாழ். மீண்டும் பள்ளிக்குச் சென்றுவிட வேண்டியதுதானா? உள்ளுக்குள் உதறல். இருந்தாலும் விட்டத்தைப் பார்த்தபடி உடைந்து உட்காராமல், உத்வேகத்துடன் உழைத்து, விட்டதைப் பிடித்தார் ஆஷிஷ்.

முழு நேரமும் பிஸினஸ் என்று ஆஷிஷ் முடிவெடுத்தபோது வயது 16. பாடப்புத்தகங்களை எல்லாம் மறந்துவிட்டு, 'வெற்றி பெற்றவர்களின் வாழ்க்கை வரலாறு' புத்தகங்களைத் தேடித்தேடிப் படித்தார். எழுத்தில் உணர்ந்ததை, தன் மனத்தில் விதைத்துக் கொண்டார். வறுமை அல்ல, என் வருங்காலத்தின் வளமை ஆப்பிரிக்காவில்தான் இருக்கிறது. ஆஷிஷ் ஆப்பிரிக்க நாடுகளைப் புரிந்துகொள்ள நிறைய பயணம் செய்தார். முதலில் ஆப்பிரிக்காவை ஒரே நாடாகக் கருதுவது தவறு. இது தனித்தனி நாடுகள் இணைந்த ஒரு கண்டம். நாட்டுக்கு நாடு கலாசாரம், பண்பாடு, அரசு, அரசியல், சட்டம், பிரச்னைகள், மக்கள் மனநிலை, சூழ்நிலை எல்லாமே மாறுபட்டவை. ஒவ்வொன்றையும் தனித்தனியாகப் புரிந்துகொண்டால்தான் இங்கே தொழில் செய்ய முடியும். எங்கெங்கே என்னென்ன தேவைகள் இருக்கின்றன, எப்படிப்பட்ட வாய்ப்புகள் இருக்கின்றன என்று நிதானமாகக் கள ஆய்வு செய்தார். 'பெரியதாக யோசி. சிறியதாகத் தொடங்கு. இயல்பில் எது சாத்தியமோ அதைச் செய். ஒரே இரவில் உலகப் பணக்காரனாக உயர்ந்துவிட முடியாது.' ஆஷிஷின் சிந்தனையில் தெளிவு மிளிர்ந்தது.

ஒருபுறம் கம்ப்யூட்டர் ஹார்ட்வேர் தொழில் தங்கு தடையின்றி வளர்ந்து கொண்டிருக்க, ஆஷிஷ் புதிய கோதாவில் இறங்கினார். ஓரிடத்திலிருந்து இன்னோர் இடத்துக்குப் பொருள்களைக் கொண்டு செல்லும் விதவிதமான அட்டைப்பெட்டிகளுக்குச் சந்தையில் அதிகத் தேவையும் தட்டுப்பாடும் இருந்தது. 2001-ல் உகாண்டாவில் Riley Packaging என்ற பெயரில்

அட்டைப்பெட்டிகள் தயாரிக்கும் தொழிற்சாலையை உருவாக்கினார். தரமான பொருளை, சரியான சமயத்தில் விநியோகித்து பெயரைச் சம்பாதித்துவிட்டால் ஆர்டர்களுக்குப் பஞ்சமிருக்காது என்பது ஆஷிஷின் நம்பிக்கை. ஆகவே ரிஸ்க் எடுத்து, அதிக முதலீட்டில் தட்டுப்பாடு இல்லாத அளவுக்கு மூலப்பொருளான காகிதத்தை வாங்கிக் குவித்தார். எதிர்பார்த்த வேகத்தைவிட, அதிக ஆர்டர்கள் வர ஆரம்பித்தன.

> **மறுநாள் காலையில் ஒரு ஆர்டர் சென்றாக வேண்டும். இரவில் எந்திரம் கோளாறானது. தொழிலாளர்கள் கையைப் பிசைய, ஆஷிஷ் எந்திரத்தின் 'மேனுவல்' தேடி எடுத்தார். இரண்டு மணி நேரம் செலவிட்டுப் படித்தார். சட்டையை மடித்துவிட்டுக் களமிறங்கினார். கோளாறு சரி செய்யப்பட்டது. எந்திரம் மீண்டும் இயங்கியது. குறித்த நேரத்தில் ஆர்டர் டெலிவரி ஆனது. 'வெற்றி என்பதன் அளவீடு சம்பாதிக்கும் பணமல்ல. நம் மீது பிறர் வைத்திருக்கும் நம்பிக்கை.'**

ஆப்பிரிக்க அரசாங்கங்களின் நம்பிக்கையைச் சம்பாதிக்கத்தான் ஆஷிஷ் பெரும்பாடுபட வேண்டியிருந்தது. எந்த நிர்வாகமும் சரி கிடையாது. வறுமைக்கும் வன்முறைக்கும் வாக்கப்பட்ட மக்கள். லஞ்சம் இன்றி எதுவும் நடக்காது. நேர்மை, உண்மை, சட்டம் எதுவும் செல்லுபடியாகாது. ஆனால், இங்கேதான் வளமான வாய்ப்புகளும் தேவைகளும் இருக்கின்றன. நாட்டின் தேவையை, மக்களின் தேவையைப் பூர்த்தி செய்யும் தொழில் தொடங்கினால் அதன் ஆயுள் கெட்டி என்று திடமாக நம்பினார் ஆஷிஷ். அதிகாரிகளை, முதலீட்டாளர்களை, முக்கியஸ்தர்களைத்

கதையல்ல, பாடம்!

- ஆஷிஷ் மதுவை வெறுப்பவர். சுத்த சைவம். வாசனைத் திரவியங்கள் மீது விருப்பம் உண்டு.
- ஆஷிஷ் மாதத்தில் மூன்று வாரங்கள் ஆப்பிரிக்காவின் பல்வேறு பகுதிகளில் செலவிடுகிறார். துபாயில் இருக்கும் நாள்கள் குறைவே. தன் நேரத்தில் 40 சதவிகிதத்தை மாரா பவுண்டேஷனுக்காகச் செலவிடுகிறார்.
- 'ஆப்பிரிக்காவுக்கு 'சிலிகான் வேலி'யைக் கொண்டு வருவதல்ல. சிலிகான் வேலியில் ஆப்பிரிக்க நிறுவனங் களைக் கொண்டு செல்வதே என் நோக்கம்' என்பது ஆஷிஷ் ஸ்டேட்மெண்ட்.
- ஹார்வர்ட் பிஸினஸ் ஸ்கூலில் மாரா நிறுவனத்தின் வெற்றிக்கதை பாடத்திட்டத்தில் சேர்க்கப்பட்டுள்ளது.
- ஐ.நாவின் Global Enrepreneurship Council-ன் தலைவராக ஆஷிஷ் நியமிக்கப்பட்டுள்ளார். இப்பதவி வகிக்கும் முதல் ஆப்பிரிக்கர் இவரே.
- *The Lion Awakes: Adventures in Africa's Economic Miracle* என்பது ஆஷிஷ் 2015-ல் எழுதி வெளியிட்ட புத்தகம்.

தேடித் தேடிச் சென்று சந்தித்தார். மணிக்கணக்காக உட்கார வைத்தால் பொறுமை காத்தார். அவமானப்படுத்தினால் துடைத்தெறிந்துவிட்டு மறுநாள் மீண்டும் சந்தித்தார். எந்தக் குறுக்குவழிகளையும் நாடவில்லை. தன் திட்டத்தை, நோக்கத்தைக் கொஞ்சம் கொஞ்சமாக உரியவர்களுக்குப் புரிய வைத்தார். நிதானமாகக் காய்களை நகர்த்தினார். தட்டத் தட்ட சில கதவுகள் திறந்தன. கிடைத்த வாய்ப்புகளை மிகச்சரியாகப் பயன்படுத்தினார்.

உகாண்டாவில் பயன்படும் வியாபார உத்திகள், கென்யாவில் எடுபடாது. தான்சானியாவில் ஆரம்பித்த தொழில் ஒன்றை அப்படியே காங்கோவில் காப்பி - பேஸ்ட் செய்தால் வேலைக்கு ஆகாது. இப்படி டன் டன்னாக சவால்கள். நைஜீரியாவில் கண்ணாடி தயாரிக்கும் தொழிற்சாலைகளே இல்லை. ஆரம்பித்தால் ஜெயிக்கலாம். அந்த அரசு, 90 சதவிகிதத்துக்கும் மேல் சர்க்கரையை இறக்குமதிதான் செய்கிறது. அங்கே கரும்பு பயிரிட்டால் இனிக்க இனிக்க வெல்லலாம். இப்படிப் புதிய யோசனைகள்.

ஆஷிஷ், ஒவ்வொரு நாட்டுக்கும் தனித்தனியாகத் திட்டமிட்டு புதிய தொழில்களை ஆரம்பித்தார்/ஆரம்பித்துக் கொண்டிருக் கிறார். அதில் சில உறுதியான கொள்கைகளும் உண்டு. ஆப்பிரிக்க மக்களுக்குத் தேவையான, அதிகப் பயன்கள் தரக்கூடிய, ஆப்பிரிக்காவை அடுத்தகட்ட வளர்ச்சியை நோக்கி அழைத்துச் செல்லும் தொழில்களை மட்டுமே மேற்கொள்ள வேண்டும். ஆப்பிரிக்காவின் தாதுக்களை வெட்டி எடுத்து, அதன் வளத்தை அழித்து லாபம் சம்பாதிக்கக் கூடாது.

'சீன டிராகன்களுக்கும், இந்தியப் புலிகளுக்கும் ஒரு காலம் இருந்தது. இப்போது ஆப்பிரிக்க சிங்கங்களுக்கான காலம்.' இது ஆஷிஷ் அடிக்கடி சொல்லும் வாக்கியம். (தான்சானியா மொழியில் மாரா என்றால் சிங்கம் என்று பொருள்.) கேட்பதற்கு பன்ச் டயலாக் மாதிரி தோன்றலாம். ஆனால், நிகழ்கால நிஜம் இதுவே. ஆஷிஷ் தலைமையில் மாரா நிறுவனம் இப்போது ஐடி செக்டரில் (Mara Ison) கோலோச்சுகிறது. பி.பீ.ஓ-வில் (Ison BPO) குரல் ஓங்கி ஒலிக்கிறது. கண்ணாடி தயாரிக்கும் (Egi MJG Float Glass) தொழிலில் பளபளக்கிறது. ரியல் எஸ்டேட் துறையில் (Mara Oysterbay City, Kingdom Kampala) வானுயர்ந்து நிற்கிறது. நிதித்துறையில் (Atlas Mara) பெரும் 'பங்கு' வகிக்கிறது.

தொலைத்தொடர்பிலும், ஸ்மார்ட் போன்கள் தயாரிப்பிலும் களைகட்டுகிறது. இயற்கை விவசாயத்தில் 'பசுமைப் புரட்சியை' விதைக்கிறது. இன்னும் இன்னும்.

ஆப்பிரிக்காவின் 22 நாடுகள், தவிர ஐக்கிய அரபு நாடுகள், இந்தியாவில் கிளைகள், 11000+ பணியாளர்கள் என மாரா குரூப்ஸ் சாம்ராஜ்ஜியத்தின் எல்லை விரிவடைந்து கொண்டிருக்கிறது. ஆனால், மாராவின் தலைமையகம் துபாயில்தான் இயங்குகிறது. காரணம் நேற்றுவரை, சர்வதேச முதலீட்டாளர்களுக்கு ஆப்பிரிக்கா ஆகாத கண்டம். ஆப்பிரிக்க நிறுவனம் என்றாலே 'அழுக்கான பழுப்பு கம்பள வரவேற்பு'கூட கிடைக்காது. ஆனால், இன்று மாராவின் வெற்றியால் ஆஷிஷ் அந்த எண்ணத்தை மாற்றியமைத்திருக்கிறார். எங்களுக்கு ஆப்பிரிக்கா தெரியும். இங்கே என்ன எடுபடும் என்று தெரியும். நீங்கள் 50% முதலீடு செய்யுங்கள். நாங்கள் மீதியைக் கவனித்துக் கொள்கிறோம் என்று 'மாரா'த புன்னகையுடன் சர்வதேசநிறுவனங்களுடன் கைகோத்து வலம் வருகிறார்.

நான் சிந்தித்தேன் - தொழில் தொடங்கினேன் - உழைத்தேன் - ஜெயித்தேன் - வசதியாக வாழ்கிறேன் என்பவன் வெறும் சுயநல வியாபாரி. ஆஷிஷ், அதற்கும் மேலே சிந்தித்தார். உகாண்டாவில் வேலையில்லா திண்டாட்டம் அதிகம். மக்கள் தொகையில் பெரும்பான்மையோனோர் 30 வயதுக்கும் கீழுள்ளவர்கள். எனில், அவர்கள் உழைக்கத் தயங்காதவர்கள். வாய்ப்புக்காக ஏங்கிக் கொண்டிருக்கும் இளைய தலைமுறையினர். அவர்களது முன்னேற்றமே உகாண்டாவின் முன்னேற்றம். தீவிரமாகத் திட்டமிட்ட ஆஷிஷ், 2009-ல் மாரா ஃபவுண்டேஷனைத் தொடங்கினார். ஒரே நோக்கம்தான். ஆப்பிரிக்காவெங்கும் வெற்றிகரமான இளம் தொழில்முனைவோரை உருவாக்குவது. ஒரு சோறு பத உதாரணம் இங்கே. பள்ளி செல்லும் பெண் ஒருத்தி, குடும்ப வறுமை காரணமாக வேலை வாய்ப்பு கேட்டு வந்தாள். அவளுக்குத் தையல் தெரியும். ஆஷிஷ், பள்ளிகளுக்குச் சீருடை தைத்துக் கொடுக்கும் ஆர்டரை வாங்கிக் கொடுத்தார். உண்மையாக உழைத்தாள். அடுத்த சில வருடங்களிலேயே அந்தப் பெண், மேலும் சிலரை வேலைக்கு வைத்து சம்பளம் கொடுக்கும் அளவுக்கு உயர்ந்து நின்றாள்.

இப்படிச் சிறியதாகவோ, பெரியதாகவோ மாரா ஃபவுண்டேஷன் மூலம் பயன்பெற்றவர்கள் மட்டும் 3,80,000-க்கும் மேல். தவிர,

'மாரா வுமன்' என்று பெண் தொழில் முனைவோரை உருவாக்கும் பணியில் தீவிரம் காட்டும் ஆஷிஷ், 'மாரா மெண்டர்' என்ற ஆன்லைன் கம்யூனிட்டி மூலம் உலகம் முழுவதுமுள்ள இளம் தொழில் முனைவோர்கள், பிஸினஸ் முன்னோடிகளிடம் ஆலோசனை பெற உதவி வருகிறார். இன்று மாரா ஃபவுண்டேஷனுடன் கைகோக்க உலகின் பல நாடுகளும் அமைப்புகளும் முனைப்பு காட்டி வருகின்றன.

2014 ஆகஸ்டில் அமெரிக்க அதிபர் ஒபாமா, வெள்ளை மாளிகைக்கு அழைத்த ஆப்பிரிக்காவின் 50 முக்கியஸ்தர்களில் ஆஷிஷும் ஒருவர். ஃபோர்ப்ஸ் பட்டியிலிட்டுள்ள 40 Under 40 என்ற உலகின் இளம் நம்பிக்கைகளில் இடம்பிடித்திருப்பவர். உலகின் இளம் பில்லியனர்களுள் ஒருவரான ஆஷிஷ் எப்போதும் தன்னை அவ்விதத்தில் அடையாளப்படுத்த விரும்புவதில்லை.

'நான் பில்லியனர் என்பதைவிட, இன்னும் பில்லியன் கணக்கான மக்களுக்கு மாராவை அறிமுகப்படுத்த வேண்டும் என்பதில்தான் கவனம் செலுத்துகிறேன். எப்போதும் வணிகத்தில் சேருமிடம் என்று எதுவும் கிடையாது. அது முடிவில்லா பயணமாக இருக்க வேண்டும். இப்போதைக்கு நான் சமுத்திரத்தில் ஒரு துளி. என் பயணத்தை இப்போதுதான் தொடங்கி யிருக்கிறேன். நிச்சயம் ஒருநாள் பேரலையாக மாறுவேன்!'

காணொளி

Ashish Thakkar TEDx Talk

நான் தோற்க வேண்டும்
என்று மற்றவர்கள் நினைக்கிறார்கள்.
அதனால்தான்
நான் ஜெயிக்க வேண்டும் என்று நினைக்கிறேன்.

லூயிஸ் ஹாமில்டன்

ஃபார்முலா 1 பாட்ஷா

வேகம், அதிவேகம், அதீதவேகம்... இதுவே ஃபார்முலா 1 கார் பந்தயங்களின் வேதம். ஒரு நொடி கவனம் பிசகினாலும் பந்தயத்தில் பெறும் இடம், தடம்புரண்டுவிடும். பந்தயப் பாதையின் எதிர்வரும் வளைவில் எதிர்பாராத திருப்பம் நிகழலாம். கடைசிச் சுற்றில் காட்சி தலைகீழாக மாறலாம். மிகச் சிறிய கவனச் சிதறலோ, சக போட்டியாளரின் உதறலோகூட, அதுவரையிலான உழைப்பை விழுங்கி, பந்தயத்தின் முடிவைக் குதறிப் போடலாம். கவனம் தப்பினால் மரணம் என்பதும்கூட நிதர்சனமே. எல்லைக் கோட்டை எட்டும்வரை, 'நிலையாமை'யே நிலையானது. முதல் மூன்று இடங்களுக்குள் வந்துவிட்டால் சாம்பியன் சந்தோசம் - ஷாம்பெயின் உற்சாகம். இன்றைய உலகின் கடினமான, ஆபத்தான விளையாட்டுகளில் ஃபார்முலா 1 கார் பந்தயங்களும் ஒன்று. அதில் 2008 முதலே கோலோச்சி வரும் வீரர் - லூயிஸ் ஹாமில்டன் (Lewis Hamilton). ஃபார்முலா 1 வரலாற்றில் இவர் நிச்சயம் தனித்துவமானவர்.

1984-ன் கிறிஸ்துமஸ். பிரிட்டனின் ஸ்டீவனேஜ் நகரத்தில் ஆண்டனியும், அவரது மனைவி கார்மெனும் பண நெருக்கடியால் தேவகுமாரன் பிறந்த தினத்தைக் கொண்டாடவில்லை. ஓரிரு வாரங்களில் அவர்களுக்கும் ஒரு குமாரன் பிறக்க விருந்தான். வருங்காலச் செலவுகள் குறித்த கவலை ஆண்டனியை அரித்தது. அவர் ரயில்வேயில் சாதாரணத் தொழிலாளி. ஆனால், 1985 ஜனவரி 7 அன்று பிறந்த மகனது ஸ்பரிசம், அவரை உத்வேகத்துடன் ஓட வைத்தது. அவர், தடகள வீரர் 'கார்ல் லூயிஸ்' ரசிகர் என்பதால், மகனுக்கு 'லூயிஸ் கார்ல் டேவிட்சன் ஹாமில்டன்' என்று ரயில் நீளப் பெயர் வைத்தார்.

ஆண்டனியின் தந்தை டேவிட்சன் கருப்பினத்தவர். கிரெனடா என்ற சிறிய கரிபீயத் தீவில் பிறந்தவர். பிழைக்க வழியின்றி பிரிட்டனுக்கு வந்தவர். வாழ்க்கை, அவருக்கு எந்த அதிசயத்தையும் வழங்கியதில்லை. அதேபோன்றதொரு அவல வாழ்க்கைதான் ஆண்டனிக்கும் அதுவரை வாய்த்திருந்தது. எப்பாடுபட்டாவது தன் மகனுக்காவது இந்த உலகில் ஓர்

அடையாளம் பெற்றுக் கொடுத்துவிட வேண்டுமென்ற வெறி ஆண்டனிக்குள் வேர்விட்டது. ஆனால், அவருக்கும் அவரது (வெள்ளை) மனைவி கார்மனுக்கும் இடைப்பட்ட கெமிஸ்ட்ரி, நாளடைவில் ஆவியாகிப் போனது. லூயிஸின் இரண்டாவது வயதில் இருவரும் விவாகரத்து பெற்றார்கள். லூயிஸ், அம்மாவிடமும், புதியதொரு அப்பாவிடமும் வளர ஆரம்பித்தான்.

சிறுவயது முதலே லூயிஸுக்கு பொம்மை கார்கள் மீது காதல். அவற்றுடனேயே விளையாடுவான், பேசுவான், தூங்குவான். ஆறாவது வயதில் கார்மன் அவனுக்கு ரிமோட் கார் ஒன்றை வாங்கித் தந்தாள். குழந்தைகள் சேனல் ஒன்று நடத்திய ரிமோட் கார் போட்டி ஒன்றில், 'பெரிய பசங்க'ளைத் தோற்கடித்து வாகை சூடினான் லூயிஸ். மகனைப் பார்ப்பதெற்கென அடிக்கடி வந்துசென்ற ஆண்டனி, அவனது கார் காதலைக் கண்டுகொண்டார். Karting என்ற சிறிய ரக, வேகம் குறைந்த கார் பந்தயங்களுக்கு மகனை அழைத்துச் சென்றார். ஒரு பார்வையாளராக மகன் காட்டிய உற்சாகம் தந்தையை முடிவெடுக்கச் செய்தது. லூயிஸின் எட்டாவது பிறந்த நாளில் சிறிய ரக கார் ஒன்றைப் பரிசளித்தார் ஆண்டனி. டாப் கியர் மகிழ்ச்சியில் திளைத்தான் லூயிஸ்.

சிறிய அளவில் கார் பந்தயங்களில் கலந்துகொள்ள ஆரம்பித்தான் லூயிஸ். அவனது ஒன்பதாவது வயதில் பந்தயம் ஒன்றில் கலந்துகொள்ளச் சென்றிருந்தபோது, வந்த செய்தி இதயத்தை நொறுக்கியது. 'ஃபார்முலா 1 பந்தயத்தில் நடந்த விபத்தில் அயிர்தோன் சென்னா மரணமடைந்துவிட்டார்.' அதிர்ந்து, உடைந்து அழ ஆரம்பித்தான் லூயிஸ். பிரேசிலைச் சேர்ந்த ஃபார்முலா 1 வீரரான சென்னா, லூயிஸின் ஆதர்ச வீரர். 1988, 1990, 1991-களின் உலக சாம்பியன். யாராலுமே வெல்ல முடியாத வீரர் சென்னா என்பது லூயிஸின் நம்பிக்கை. அவரை மரணம் வென்றுவிட்டதா? எனில், யாரையும் மரணம் வென்று விடும். அது என்னை வந்தடைவதற்குள் நான் ஏதாவது சாதிக்க வேண்டும். லூயிஸின் மனத்தைப் பந்தயக் கனவுகள் அழுத்தமாகப் பற்றிக் கொண்டது அந்தக் கணத்தில்தான்.

'அப்பா, நான் ஃபார்முலா 1 வீரராகப் போகிறேன்.' லூயிஸ் உறுதியாகச் சொன்னான். ஃபார்முலா 1... அய்யோ! அது பணக்கார விளையாட்டு. ஏழைக்கேற்ற லாலிபாப்பாக வேறு ஏதாவது கேள் மகனே என்றெல்லாம் ஆண்டனி

FORMULA 1
GRAND PRIX
DU CANADA 2017
MONTRÉAL
PETRONAS
BOSS

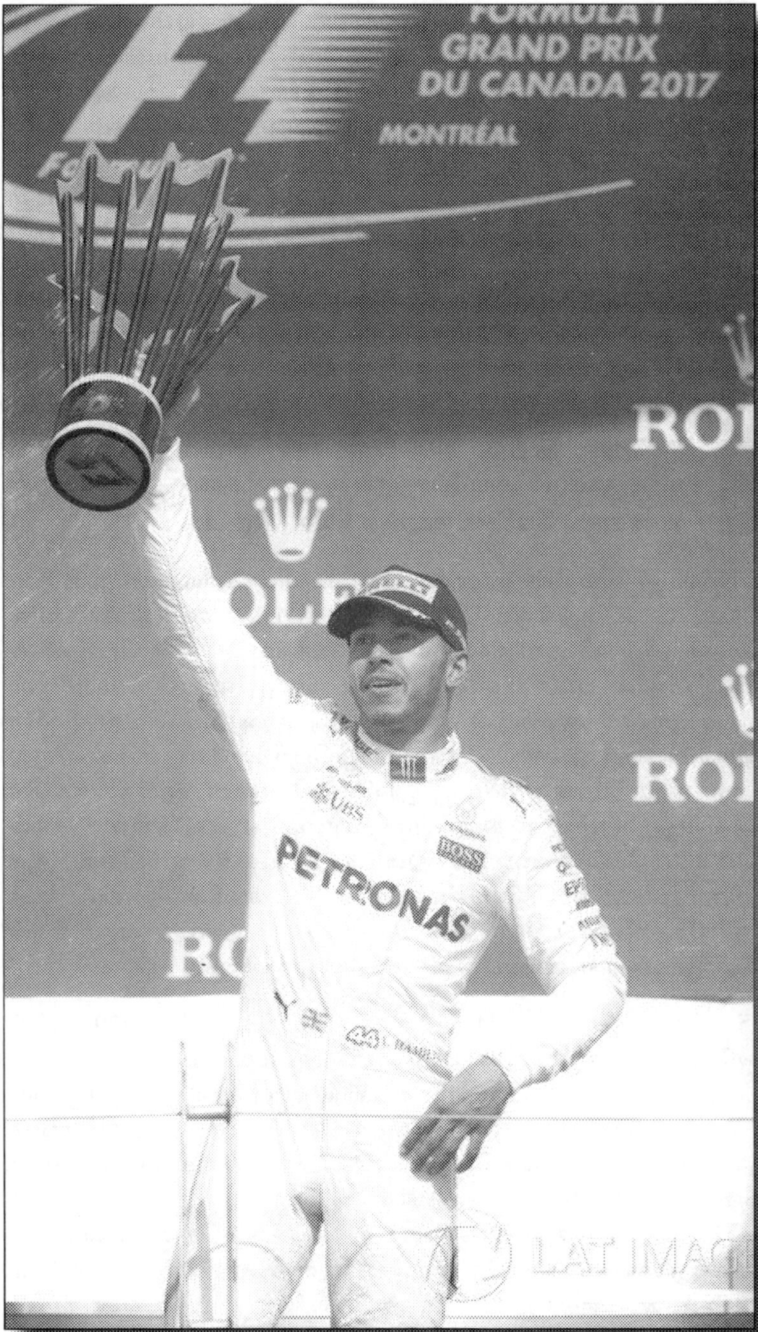

பின்வாங்கவில்லை. மகனுக்காக எதையும் செய்யும் துணிவுடன் களமிறங்கினார். ரயில்வே வேலையைவிட்டு, ஐடி நிறுவனத்தில் பணிபுரிந்து கொண்டிருந்த ஆண்டனி, அதையும் உதறிவிட்டு, சொந்தமாக கணினி நிறுவனம் ஒன்றை நம்பிக்கையுடன் தொடங்கினார். 'ஃபார்முலா 1 பயிற்சிக்கு பணம் மட்டும் விஷயமல்ல. திறமையும் வேண்டும். அது என் மகனிடம் இயற்கையாகவே இருக்கிறது.' ஆண்டனி நம்பினார். அதற்குப்பின் லூயிஸ், தந்தையிடமும் புதிய தாயிடமும் வளர ஆரம்பித்தான்.

ஆண்டனி, லூயிஸிடம் அழுத்தமாகச் சொன்ன விஷயம் ஒன்றே ஒன்றுதான். 'எதைப் பற்றியும் யோசிக்காமல், நீ உன் லட்சியத்துக்காக உண்மையாக உழை. இந்த வயதுக்கான சிற்றின்பங்களை மறந்துவிடு. அப்போதுதான் வருங்காலத்தில் வெற்றி உனக்குப் பேரின்பத்தைக் கொடுக்கும்.'

பத்தாவது வயதில் லூயிஸ், பிரிட்டனின் Youngest Cadet Kart Champion விருதுக்குத் தேர்ந்தெடுக்கப்பட்டான். லண்டனில் நடந்த விழாவில் விருதை வழங்க வந்தவர் ரோன் டென்னிஸ். பிரிட்டனின் படா பிஸினஸ்மேன். மெக்லேரேன்-மெர்சிடிஸ் ஃபார்முலா 1 அணியின் தலைவர். சென்னாவும் டென்னிஸின் மெக்லேரேன் அணியிலிருந்து புகழ்பெற்றவரே. தனக்கு விருது வழங்கிய டென்னிஸிடம் லூயிஸ் சொன்ன வார்த்தைகளே அவனது வாழ்வில் திருப்புமுனையை ஏற்படுத்தின. 'நான் மெக்லேரேன் அணியில் இணைந்து உலக சாம்பியன் ஆக விரும்புகிறேன்' என்றான் லூயிஸ். டென்னிஸ், லூயிஸுக்கு ஆட்டோகிராஃப் போட்டுக் கொடுத்தார். 'ஒன்பது வருடங்கள் கழித்து வந்து என்னைப் பார்' என்றார் புன்னகையுடன்.

இங்கே ஃபார்முலா 1 பற்றி சில குறிப்புகள். 1920-களில் ஐரோப்பியக் கண்டத்தில் நடந்த கார் பந்தயங்களே ஃபார்முலா 1 பந்தயங்களின் முன்னோடி. Fédération Internationale de l'Automobile (சுருக்கமாக FIA) என்ற அமைப்பே இந்தப் பந்தயங்களை நடத்துகிறது. மெக்லேரென் மெர்சிடிஸ், ஃபெராரி, வில்லியம்ஸ், ரெட் புல், டோயோட்டா, ஃபோர்ஸ் இந்தியா - இப்படி பந்தயக் கார் தயாரிப்பு நிறுவனங்கள் பல, தங்களுக்கென அணிகளை வைத்துள்ளன. வருடந்தோறும் ஆஸ்திரேலியா, மலேசியா, பிரிட்டன், சீனா, ஜப்பான், அமெரிக்கா, ரஷ்யா என சுமார்

பதினைந்துக்கும் மேற்பட்ட நாடுகளில் ஃபார்முலா 1 பந்தயங்கள் (Grand Prix, 'பெரிய பரிசு' என்று பொருள்) நடத்தப்படுகின்றன. ஃபார்முலா 1-தான் உலகின் அதிவேக கார் பந்தயம். இதில் அதிகபட்ச வேகம் மணிக்கு 360 கி.மீ. காரின் என்ஜின்கள் நிமிடத்துக்கு 18000 சுழற்சி வேகத்தை எட்டக்கூடியவை. இந்த ஃபார்முலா 1-னில் நுழைய ஃபார்முலா 3-தான் நுழைவாயில். அடுத்த அடி ஃபார்முலா 2.

அடுத்தடுத்து ஜூனியர் கார் பந்தயங்களில் லூயிஸ் காட்டிய முனைப்பும், அடைந்த தொடர் வெற்றிகளும் மூன்று வருடங்களிலேயே டென்னிஸிடமிருந்து அழைப்பை வரவழைத்தது. 'உனக்கு மெக்லேரேன் பயிற்சி கொடுக்கும்' என்றார். 13 வயதிலேயே வருங்கால ஃபார்முலா 1 அணிக்கான ஒப்பந்தத்தில் கையெழுத்திட்டு புதிய சாதனையைப் படைத்தார் லூயிஸ். ஆண்டனி அகமகிழ்ந்தார். இனி செலவுகளை மெக்லேரேன் பார்த்துக் கொள்ளும் என்ற நிம்மதி அவருக்கு.

2000-ல் பிரிட்டிஷ் ரேஸிங் டிரைவர்ஸ் கிளப்பின் 'ரைஸிங் ஸ்டார்' என அறிவிக்கப்பட்ட லூயிஸ், அடுத்த ஆண்டில் கார் பந்தய சூப்பர் ஸ்டார் மைக்கேல் ஷுமேக்கருடன் காட்சிப் போட்டி ஒன்றில் கலந்து கொள்ளும் வாய்ப்பைப் பெற்றார். அதில் ஷுமேக்கர் 3-வது, லூயிஸ் 7-வது இடங்களைப் பிடித்தனர். அப்போதே லூயிஸின் செயல்திறனைக் கண்டு ஷுமேக்கர் சொன்ன வார்த்தைகள், '16 வயதில் இந்தத் திறமை ஆச்சரியமூட்டுகிறது. ரேஸ் வீரருக்கான அத்தனை அம்சங்களும் இவரிடம் இருக்கின்றன. நிச்சயம் இவர் சிறந்த ஃபார்முலா 1 வீரராக உருவெடுப்பார்.'

2001-ல் லூயிஸ், Formula Renault என்ற ஆரம்ப நிலை கார் பந்தயங்களில் கலந்து கொண்டார். அடுத்த வருடம் முழுக்க நடந்த பந்தயங்களில் அதிகப் புள்ளிகள் பெற்று அந்தப் பிரிவில் 'உலக சாம்பியன்' ஆனார். இன்னொருபுறம் ஃபார்முலா 3 பந்தயங்களில் கலந்துகொள்ள கனவுகளுடன் களமிறங்கினார். ஆனால், முதல் போட்டியிலேயே டயர் பன்ச்சர். அடுத்ததில் நடந்த விபத்தில் லூயிஸைக் காரிலிருந்து எடுத்து ஆம்புலன்ஸில் அள்ளிக் கொண்டு போனார்கள். வலிமிகுந்த தொடக்கம். வலிமையுடன் மீண்டு வந்தார் லூயிஸ். 2004-ல் நடந்த பஹ்ரைன் ஃபார்முலா 3 பந்தயத்தில் லூயிஸின் கார் டயர்கள் எல்லைக் கோட்டை முதலாவதாக முத்தமிட்டன. அவரது கண்களில் கருப்பு-வெள்ளை கட்டக்கொடியின் களியாட்டம். 2005-ல்

டாப் கியர் சாகசம்!

2010-ன் உலக சாம்பியனாக ரெட் புல் அணியின் செபாஸ்டியன் வெட்டல் (ஜெர்மனி) மிளிர்ந்து கொண்டிருந்தார். 2011-லும் அவரது ஆதிக்கம்தான். ஒவ்வொரு போட்டியிலுமே வெட்டலே லூயிஸுக்குக் கடும் சவாலுடன் வேகம் காட்டினார். 2011 சைனா கிராண்ட் ப்ரீ (56 சுற்றுகள் கொண்ட போட்டி). தகுதிச் சுற்றிலேயே வெட்டலின் ஸ்டியரிங்கே ஓங்கியிருந்தது. ஃபைனலில் அவரே முதல் பொஸிஷனில் போட்டியைத் தொடங்கத் தகுதி பெற்றார். லூயிஸின் பொஸிஷன் 3. போட்டி தொடங்கிய கணத்தில் மற்ற கார்களெல்லாம் பறக்க, லூயிஸின் காரில் எரிபொருள் பிரச்னை. 35 நொடிகள் தாமதமாக இறுதி ஆளாகத்தான் ரேஸில் இறங்கினார் லூயிஸ். அத்தனைத் தாமதமென்பது ரேஸையே இழந்ததற்குச் சமம். ஆனால், லூயிஸ் இழந்த 35 நொடிகளை மறந்துவிட்டு, இருக்கின்ற 56 சுற்றுகளில் மட்டுமே கவனம் குவித்தார். சற்றும் பதறவில்லை. சுற்றுக்குச் சுற்று வேகம் கூட்டினார். ஒவ்வொருவராகப் பின்னுக்குத் தள்ளினார். 52-வது சுற்றில் முதல் ஆளாகச் சென்று கொண்டிருந்த வெட்டலையும் வெடுக்கென முந்தி, அடுத்த 4 சுற்றுகளிலும் விட்டே கொடுக்காமல் விரைந்து எல்லைக் கோட்டை முதல் ஆளாக எட்டினார். லூயிஸின் சிலிர்க்க வைக்கும் சாகச ரேஸ்களில் இதுவும் ஒன்று.

ஃபார்முலா 3 பிரிவின் உலக சாம்பியன் லூயிஸே. 2006-ல் ஃபார்முலா 2-க்கு முன்னேற்றேம். கலந்துகொண்ட 21 பந்தயங்களில் 5-ல் முதலிடம் பிடித்து அசாத்திய வெற்றிகள்.

பொதுவாக ஃபார்முலா 1 பந்தயங்களில் ஓ அணி சார்பாக இரண்டு கார்கள் கலந்துகொள்ளலாம். இரண்டு முதன்மை வீரர்கள் தவிர, மேலும் இருவர் மாற்று வீரர்களாக இருப்பர். அணியானது குறைந்தபட்சம் ஒரு வருட ஒப்பந்தத்தில் சர்வதேச அளவில் வீரர்களை வளைத்துப் போடும். 2007 சீஸனுக்கான மெக்லேரேன்-மெர்சிடிஸ் ஃபார்முலா 1 அணியை டென்னிஸ் அறிவித்தார். முதல் வீரர், 2005, 2006 ஆண்டுகளின் ஃபார்முலா 1 உலக சாம்பியன் பெர்னாண்டோ அலான்ஸோ. (ஸ்பெயின் நாட்டுக்காரர். ரெனோ அணியிலிருந்து இடம் மாறியிருந்தார்.) இரண்டாவது வீரர், லூயிஸ் ஹாமில்டன்.

22 வயது லூயிஸுக்கு அனுபவம் போதாது. டென்னிஸ், தன் முடிவுக்காக வருத்தப்படப் போகிறார் என்று பந்தய உலகின் சுப்புடுக்கள் விமரிசனம் வைத்தனர். இன்னொரு புறம், அலான்ஸோ - லூயிஸ் கூட்டணியில் மெக்லேரேன் அணி மிரட்டப் போகிறது என்ற எதிர்பார்ப்பும் எகிறியது. 2007-ன் முதல் பந்தயம் ஆஸ்திரேலியன் கிராண்ட் ப்ரீ. ரேஸ் தொடங்கப் போகிறது. தன் லட்சியக் கனவில் முதல் அடி வைத்த பூரிப்பில் 'நான்காவது பொஸிஷனில்' கொடி அசைப்புக்காகக் லூயிஸ் காத்திருக்கிறார். அந்த இடைவெளியில் ஃபார்முலா 1 பந்தய விதிகள் சிலவற்றைத் தெரிந்துகொள்வது வசதி.

ஒவ்வொரு கிராண்ட் ப்ரீ போட்டியிலும் மூன்று தகுதிச் சுற்றுகள் நடக்கும். அதில் வீரர்கள் பெறும் இடங்களைப் பொருத்து, அவர்களுக்கு ஃபைனலில் பொஸிஷன் வழங்கப்படும். தகுதிச் சுற்றுகளில் மிகச்சிறப்பாகச் செயல்பட்ட வீரர், ஃபைனலில் 'முதல் பொஸிஷனில்' இருந்து காரைக் கிளப்பும் வாய்ப்பைப் பெறுவார். ஆஸ்திரேலியன் கிராண்ட் ப்ரீ பந்தயப் பாதையின் (Lap) சுற்றளவு 5.303 கி.மீ. அந்தப் பாதையை 58 முறை சுற்றி வரவேண்டும். மொத்தம் 307.574 கி.மீ. இப்படி ஒவ்வொரு நாட்டிலும் பந்தயப் பாதையின் வடிவம், தொலைவு எல்லாம் மாறுபடும். பொதுவாக முந்நூற்று சொச்ச கி.மீ. பந்தயத் தொலைவுக்கான போட்டியானது, குறைந்தபட்சம் ஒன்றரை மணி நேரமாவது நடைபெறும். பந்தயத்தின்போது வீரரும், அணியின் குழுவினரும் ரேடியா தொடர்பில் இருப்பர்.

போட்டியின் நடுவே கார் டயர்களை மாற்ற, எரிபொருளை நிரப்ப, பழுதான சில பாகங்களை மாற்ற பிட் ஸ்டாப் (Pit Stop) வசதி உண்டு. அது பந்தயப் பாதையை ஒட்டி, தனி இணைப்புச் சாலையில் அமைந்திருக்கும் மெக்கானிக் ஷெட். போட்டியின் நடுவே அணி வீரர் பிட் ஸ்டாப்புக்கு வரும் கணத்தில், அணியின் குழுவினர் (சுமார் 20 பேர்) அங்கே தயாராகக் காத்திருப்பர். சட்டென நான்கு டயர்களைக் கழற்றி, புதிய டயர்களை மாட்டி, எரிபொருளை நிரப்பி, இன்னபிற விஷயங்களைச் சரிசெய்து முடிப்பதற்கான மொத்த அவகாசம் அதிகபட்சம் 10 முதல் 12 நொடிகளே. அதில் தாமதம் உண்டானால், வீரரின் போட்டி முடிவில் பாதிப்பு உண்டாகும். போட்டியின்போது வீரர்கள் கார் பழுதினால் அல்லது வேறு காரணங்களினால் ரிட்டயர்ட் ஆகலாம். போட்டியின் நடுவில் விபத்து ஏற்பட்டாலோ, வானிலை மோசமானாலோ - மஞ்சள் கொடி சிக்னல்

தோல்விக்கு நானே பொறுப்பு!

- *போட்டியில் ஏதாவது ஒரு காரணத்தால் தோற்றுவிட்டால், வீரர்கள் மற்றவர்களை, வானிலையை, சூழ்நிலையைக் குறைசொல்வது வழக்கம். பிட் ஸ்டாப்பில் நேரத்தைத் தின்று விட்டார்கள் என்று பழிபோடுவது பெரும்பாலும் நடக்கும். ஆனால், லூயிஸ் தன் தோல்விக்கு மற்றவர்கள் காரணமாக இருந்தால்கூட அதைச் சொல்லிக் காட்டவே மாட்டார். 'தவறு என் மேல்தான். நானே தோல்விக்கு முழுப் பொறுப்பு' என்று பெருந்தன்மையுடன் பேசுவார். ஒருபோதும் அணியையோ, தன் குழுவினரையோ விட்டே கொடுக்காதவர்.*
- *2011, 2012, 2013 ஆண்டுகளில் மட்டும் இந்தியன் கிராண்ட் ப்ரீ போட்டி நடந்தது. மூன்றிலும் கலந்து கொண்ட லூயிஸால், முறையே 7, 4, 6-வது இடங்களையே பெற முடிந்தது. அனைத்து நாடுகளிலும் தான் கலந்துகொண்ட ஃபார்முலா 1 போட்டிகளில் ஒருமுறையாவது போடியம் ஏறிய லூயிஸால், சாதிக்க முடியாதது இந்தியாவில் மட்டுமே.*

காட்டப்பட, Safety Car என்ற ஒன்று பந்தயப் பாதைக்குள் நுழையும். விபத்துக்குள்ளான காரை மீட்புக்குழு கிளியர் செய்யும்வரை அல்லது வானிலையால் மோசமான பந்தயப் பாதை சரியாகும் வரை, சேஃப்டி காரைப் பின்பற்றிதான் பந்தயக் கார்கள் செல்ல வேண்டும். முந்திச் செல்லக்கூடாது என்பது விதி. போட்டியில் முதல் இடம் வந்தால் வீரருக்கு 25 புள்ளிகள். 2-வது இடம் 18, 3-வது இடம் 15. இப்படி டாப் 10 வீரர்களுக்குப் புள்ளிகள் உண்டு.

லூயிஸ், 2007 ஆஸ்திரேலியன் கிராண்ட் ப்ரீயில் பிடித்த இடம், 3. முதல் போட்டியிலேயே போடியம் பெருமை. (Podium என்றால் 1-2-3 என வெற்றி பெற்றவர்கள் நிற்கும் மேடை.) ஷாம்பெயினைப் பீய்ச்சியடித்து லூயிஸ் கொண்டாட, ஆண்டனியின் கண்களில் சந்தோஷச் சாரல். 'குருட்டாம்போக்குல ஜெயிச்சுட்டான்' என்று விமரிசகர்கள் முகம் திருப்ப, அடுத்து நடந்த மலேசியா, பஹ்ரைன், ஸ்பெயின், மொனாக்கோ

- *பந்தயப் பாதையின் வளைவுகளில்தான் பெரும்பாலும் முட்டல், மோதல் விபத்துகள் ஏற்படும். ஆனால், வளைவுகளில் ஆக்ரோஷ வேகத்தில் சென்று, அசாத்தியமாகத் திரும்புவது லூயிஸ் ஸ்டைல். அதுவும் சுற்றுச் சுவர்களை ஒட்டிச் சென்று சட்டென கட் அடித்து கடகடவென முன்னேறுவதில் சூரர். ஆனால், எப்படியாவது வென்றே தீர வேண்டும் என்ற வெறியில் கண்மூடித்தனமாக வேகம் காட்டும் வழக்கம் லூயிஸிடம் கிடையாது.*
- *ஃபார்முலா ஒன் வீரர்கள் ஒன்றரை மணி நேரத்துக்கும் மேல் ஹாட் சீட்டில் உட்கார்ந்து ரேஸை முடிப்பதற்குள் வியர்வையிலேயே 3 கிலோ வரை குறைந்துவிடும். அதே சமயம் அதிக எடையும் ரேஸுக்கு ஆகாது. ஸ்டியரிங்க் பிடிக்கும் கைகளும், பாதையை நோக்க கழுத்தும் தோள்பட்டையும் அதிக பலத்துடன் இருக்க வேண்டும். காலையில் இரண்டு மணி நேர ஓட்டம், ஒரு மணி நேரம் நீச்சல், பல மைல்களுக்கு சைக்கிளிங், நேரம் கிடைக்கும் போதெல்லாம் ஜிம்மில் கைகளுக்கும் தோள் பட்டைகளுக்குமான உடற்பயிற்சி - இவையே தன் உடலைப் பேண லூயிஸ் மேற்கொள்ளும் வழக்கமான பயிற்சிகள்.*

என நான்கு கிராண்ட் ப்ரீக்களிலும் லூயிஸ் இரண்டாமிடம் பிடித்து உலகையே திரும்பிப் பார்க்க வைத்தார். தான் கலந்துகொண்ட ஆறாவது போட்டியான கனடா கிராண்ட் ப்ரீயில் லூயிஸ், முதலிடத்தைப் பிடித்தார். மறுவாரம் நடந்த யு.எஸ் கிராண்ட் ப்ரீயிலும் முதலிடம். தொடர்ந்து போடியம் கொண்டாட்டங்கள்.

பிரிட்டன் மக்கள், தங்கள் தேசத்தின் புதிய ஹீரோ லூயிஸைக் கொண்டாடித் தீர்த்தனர். பிரிட்டிஷ் போலீஸ், சாலையில் வேகமாக கார் ஓட்டுபவர்களை மறித்து, 'மனசுல லூயிஸ்னு நினைப்பா?' என்று கேள்வி கேட்குமளவுக்கு லூயிஸ் ஜுரம் எங்கெங்கும். தவிர, கருப்பின மக்களை வெறுப்புடனோ அல்லது குற்றவாளியாகவோ பார்த்தே பழகிய ஆங்கிலக் கண்கள், சற்றே மரியாதையுடன் நோக்கத் தொடங்கின. உலக அளவில் கருப்பினத்தவர் லூயிஸை உவகையுடன் நோக்கினார்கள்.

அடுத்த பந்தயத்திலும் லூயிஸ் முதலிடம் பிடித்து ஹேட்-ட்ரிக் சாதனை படைப்பார் என்று சகலரும் காத்திருக்க, அந்த பிரான்ஸ் பந்தயத்தில் மூன்றாமிடம் பிடித்தார். அதற்கடுத்த போட்டி பிரிட்டனில். சொந்த மண்ணில் எகிறிய எதிர்பார்ப்புடன் களம் கண்ட லூயிஸ் மூன்றாமிடமே பிடித்தார். ஆனால், அறிமுக வீரராக தொடர்ந்து 9 போட்டிகளில் போடியம் ஏறி சாதனை படைத்தார். பத்தாவதில் (ஐரோப்பிய கிராண்ட் ப்ரீ) தகுதிச் சுற்றில் பெரும் விபத்தில் சிக்கினார். டயர் கழன்று தனியே ஓட, சுற்றுச் சுவரில் முட்டி காரின் ஒரு பகுதி சிதைய... அய்யோ, சென்னாவைப்போல லூயிஸையும் இழந்துவிட்டோமா என்று சில நொடிகள் அனைவரும் உறைய... காருக்குள்ளிலிருந்து மெதுவாகத் தன் கைகளை உயர்த்தி, அனைவரது இதயத் துடிப்பையும் இயல்பாக்கினார் லூயிஸ். மீண்டு வந்து ஃபைனலிலும் கலந்து கொண்டார். ஆனால், மழையின் குறுக்கீட்டால் தடுமாற்றம், டயர் பன்ச்சர் போன்ற பிரச்னை களால் 9-வது இடத்துக்குப் பின் தங்கினார். அந்த அக்டோபரில் நடந்த சைனா கிராண்ட் ப்ரீயின் 30-வது சுற்றில் பிட் ஸ்டாப்புக்கு செல்ல நினைத்து வழிதவறிய ஆட்டுக்குட்டியாக ஓரிடத்தில் சிக்கிய லூயிஸ், வேறு வழியின்றி ரிட்டயர்ட் ஆனார். 'இவை எனக்குப் புது அனுபவம். தடுமாற்றங்களே புது மாற்றங்களுக்கு

ஃபிரெஞ்சு கிஸ் & பிரேக்-அப்

2007-ல் அமெரிக்காவின் பாடகியான நிகோல் உடன் டேட்டிங் வாழ்க்கையை ஆரம்பித்தார் லூயிஸ். அவர் கலந்து கொள்ளும் பல போட்டிகளில் நிகோலும் கேலரியில் நின்றபடி உற்சாகப்படுத்தினார். அடுத்தடுத்த வருடங்களில் இருவரும் பிரேக்-அப் என்று பிரிவதும், பின்பு ஃபிரெஞ்சு கிஸ் உடன் சேருவதும் தொடர்ந்து கொண்டிருந்தது. 2015-ல் இருவரும் இறுதியாக ஒருமுறை பிரிந்தனர். 2019 வரை லூயிஸ் யாரையும் திருமணம் செய்து கொள்ளவில்லை.

வழிவகுக்கும்' - லூயிஸ் நம்பிக்கை ஸ்டியரிங்கை இறுகப் பிடித்துக் கொண்டார்.

2007-ல் மொத்தம் 17 போட்டிகளில் கலந்துகொண்ட லூயிஸ் 109 புள்ளிகளுடன் அந்த வருடத்தில் உலக அளவில் இரண்டாமிடம் பிடித்தார். சக மெக்லேரேன் வீரரும், முந்தைய உலக சாம்பியனுமான அலான்ஸோ, அதே 109 புள்ளிகளுடன் மூன்றாமிடத்துக்கு இறங்க, அவருக்குள் ஈகோ கனல். நேற்று முளைத்த லூயிஸின் வளர்ச்சியை அலான்ஸோவால் ஜீரணிக்க முடியவில்லை. அணிக்குள் ஏகப்பட்ட முட்டல்கள், மோதல்கள், சர்ச்சைகள். அலான்ஸோ, மெக்லேரேன் அணியிலிருந்து விலகினார். லூயிஸுடன் பின்லாந்தின் ஹெய்க்கி இரண்டாவது வீரராகச் சேர்ந்தார்.

ஃபார்முலா 1-னில் கலந்து கொள்ள வேண்டும். போடியத்தில் ஏற வேண்டும். பந்தயத்தில் முதலிடம் பிடிக்க வேண்டும். நிறைவேறிய தன் ஒவ்வொரு கனவையும் டிக் செய்த லூயிஸ், அடுத்த கனவை வட்டமிட்டார். 'உலக சாம்பியன் ஆக வேண்டும்.'

2008 சீஸனில் லூயிஸ் கலந்து கொண்டவை 18 போட்டிகள். அதில் 5 போட்டிகளில் முதலிடம். மொத்தம் 10 முறை போடியத்தில் ஷாம்பெயின் உடைத்தார். பஹ்ரைனில் 13-வது இடம், ஜப்பானில் 12-வது இடம், கனடாவில் ரிட்டயர்ட் என பிரேக்-டவுன்களும் உண்டு. இருந்தாலும் 2008 சீஸனில் ஒட்டுமொத்தமாக 98 புள்ளிகளுடன் முதலிடம் பிடித்து 'உலக சாம்பியன்' லட்சியத்தை அடைந்தார். அதைச் சாதித்த முதல் கருப்பினத்தவர் லூயிஸ் ஹாமில்டன் என்று சரித்திரம் தன்னைப் புதுப்பித்துக் கொண்டது.

2009-ன் ஆரம்பப் போட்டி ஆஸ்திரேலியா கிராண்ட் ப்ரீ. தகுதிச் சுற்றுகளிலேயே லூயிஸிடம் ஏதோ தடுமாற்றம். ஃபைனலுக்காக அவருக்குக் கிடைத்த பொஸிஷன் 13. அதிலும் தகுதிச் சுற்றில் விதிமுறை மீறலாக 'கியர்பாக்ஸ்' மாற்றியதால் 5 பொஸிஷன் அபராதம் விதிக்கப்பட்டு, 18-க்குத் தள்ளப்பட்டார். அவ்வளவு பின்னால் இருந்து ரேஸை ஆரம்பிக்கும் எந்த ஒரு வீரரையும் அவநம்பிக்கையே அதிகாரம் செய்யும். ஆனால், லூயிஸ் எவ்வளவு பின்னால் இருந்து ரேஸை ஆரம்பித்தாலும், தன் சாதுர்ய வேகத்தால் வளைந்து நெளிந்து, இடைவெளியில் புயலெனப் புகுந்து முதல் சுற்றில் பலரைப் பின்னுக்குத் தள்ளிவிடும் வல்லமை கொண்டவர். அன்றும் முதல் சுற்றின் முடிவில் 12-க்கு முன்னேறியிருந்தார். நான்காம் சுற்றில் 10-ம் இடம். 54-வது சுற்றில் 6-ம் இடம். 56-வது சுற்றில் இரண்டாவது, மூன்றாவது இடத்தில் சென்று கொண்டிருந்த செபாஸ்டியன் வெட்டலும் ராபர்ட் கியுபிகாவும் மோதிக் கொள்ள, சேஃப்டி கார் உள்ளே வருவதற்கான மஞ்சள் கொடி காண்பிக்கப்பட்டது. ஆக, போட்டியின் முடிவில் (58 சுற்று) லூயிஸ், நான்காவது இடத்தைப் பிடித்தார். மூன்றாவது இடத்தில் வந்த டோயாட்டோ அணி வீரர் ட்ரூலி, மஞ்சள் கொடி காண்பிக்கப்பட்ட பின் லூயிஸை முந்திச்சென்றதாகக் குற்றச்சாட்டு எழுந்தது. எனவே ட்ரூலி போட்டியை முடித்த நேரத்துடன் அபராதமாக 25 நொடிகள் அதிகரிக்கப்பட்டு, அவர் 12-வது

இடத்துக்குத் தள்ளப்பட்டார். லூயிஸ் 3-ம் இடத்தில் சிரித்தார். ஆனால், 57-வது சுற்றில் லூயிஸ், தன் அணியிடருடன் நடத்திய ரேடியோ பேச்சு ஆதாரம், அத்தனையையும் புரட்டிப் போட்டது.

நடந்தது இதுவே. விபத்தால் சேஃப்டி காருக்காக மஞ்சள் கொடி காண்பிக்கப்பட்டதும், ட்ரூலி பந்தயப்பாதையை விட்டு விலக, லூயிஸ் கணப்பொழுதில் முந்திச் சென்று விடுகிறார். பின், லூயிஸ் தவறை உணர்ந்து அணியினரிடம் ரேடியோவில் ஆலோசிக்கிறார். அணியினர் அறிவுரையின்படி ட்ரூலி மீண்டும் தன்னை முந்திச் செல்லும்படி வேண்டுமென்றே வேகத்தைக் குறைக்கிறார். வேறுவழியின்றி ட்ரூலி முந்திச் செல்ல, லூயிஸ் சமர்த்தாக நான்காவது இடத்தில் ரேஸை முடிக்கிறார். ஆக, தவறு ட்ரூலி மீது அல்ல, லூயிஸ் மீதுதான். மெக்லேரேன் அணியினர் 'பொய் நாடகம்' ஆடியிருக்கிறார்கள் என்ற உண்மை வெளிப்பட, லூயிஸ் அந்தப் போட்டியிலிருந்தே 'தகுதி நீக்கம்' செய்யப்பட்டார்.

அந்த நிகழ்வால் உண்டான அவப்பெயர் லூயிஸை ஏகத்துக்கும் வதைத்தது. 'கருப்பினத்தவர்களே இப்படித்தான். மோசடி மன்னர்கள்' என்ற வார்த்தைகள் உயிரை எரித்தன. ஃபார்முலா 1-ஐ விட்டே விலகிவிடலாம் என்ற அளவுக்கு விரக்தியில் விழுந்தார். அடுத்தடுத்தப் போட்டிகளில் 13, 16, 18 இடங்களில் சரிந்து விழுந்தார். இனி லூயிஸ் அவ்வளவுதான். காலி. போடியம் ஏறவே மாட்டார். வந்து விழுந்த வசவுகளை எல்லாம் டயருக்குக் கீழ் எலுமிச்சையாக நசுக்கித் தேய்த்துவிட்டு, அதே சீஸனில் ஹங்கேரியன் கிராண்ட் பிரிக்ஸில் முதலிடம் பிடித்து, ஷாம்பெயினுடன் பொங்கினார் லூயிஸ்.

2009 தொடங்கி 2013 வரை தனிப்பட்ட போட்டிகளில் முதலிடம் வந்தாலும், லூயிஸால் மீண்டும் உலக சாம்பியன் ஆக முடியவில்லை. 4, 5-வது இடங்களைத்தான் பெற முடிந்தது. 2013-ல் அவர் மெர்சிடிஸ்-பென்ஸ் அணிக்கு இடம்மாறினார். 2014-ன் ஆஸ்திரேலிய ரேஸ் தொடக்கமும் லூயிஸுக்கு சோதனையாகத்தான் அமைந்தது. இரண்டாவது சுற்றிலேயே இன்ஜின் பழுதாக எல்லாம் பாழ். 'லூயிஸ் எல்லாம் தாற்காலிக அதிசயமே. அவரால் மீண்டும் உலக சாம்பியன் ஆக முடியாது' என்று பந்தய உலக ரசிகர்கள், மற்ற வீரர்கள் மீது கவனம் குவிக்க ஆரம்பித்தனர்.

44 என்ற புதிய எண் கொண்ட காருடன் சிலிர்த்துக் கொண்டு சிறகை விரித்தார் லூயிஸ். 2014 சீஸனில் 19 போட்டிகளில் 11-ல் முதலிடம் பிடித்தார். மூன்றில் 2-ம் இடம். இரண்டில் 3-ம் இடம். மூன்றில் ரிட்டயர்டு. மொத்தம் 384 புள்ளிகள். மீண்டும் உலக சாம்பியன். 2015-லும் அந்த வேகம் குறையவில்லை. அந்த ஆண்டும் லூயிஸே உலக சாம்பியன்.

2016. மலேசியன் கிராண்ட் ப்ரீ. முதலாவது பொஸிஷனில் வ்ரூம்ம்ம்ம் என்று ரேஸை ஆரம்பித்த லூயிஸ், 42-வது சுற்றில் எஞ்சின் பழுதாகித் தீப்பிடிக்க ரிட்டயர்ட் ஆக வேண்டிய கட்டாயத்துக்குத் தள்ளப்பட்டார். அந்த ஆண்டிலும் 10 போட்டிகளில் முதலிடம் பிடித்தார். 17 முறை போடியம் ஏறினார். மொத்தம் 380 புள்ளிகள். கூடுதலாக ஒரு புள்ளி பெற்று சக மெர்சிடிஸ் வீரரான நிகோ ரோஸ்பெர்க், உலக சாம்பியன் ஆனார்.

ஒரே ஒரு புள்ளியில் *2016*-ல் உலக சாம்பியன் பட்டத்தைத் தவறவிட்ட லூயிஸ், *2017*, *2018* ஆண்டுகளில் அதை விட்டுக் கொடுக்கவில்லை. முறையே *363*, *408* புள்ளிகள் பெற்று நம்பர் *1* இடத்தைத் தக்க வைத்துக் கொண்டார். *2019*-லும் லூயிஸை அடித்துக் கொள்ள ஆளில்லை. இன்னும் பலமுறை உலக சாம்பியன் ஆவதற்கான வாய்ப்பு லூயிஸுக்குப் பிரகாசமாக இருக்கிறது. ஏழுமுறை உலக சாம்பியனான மைக்கேல் ஷுமேக்கரின் சாதனையை முறியடிக்கவும் காலமும் களங்களும் லூயிஸுக்காகக் காத்திருக்கின்றன. அந்தக் கனவுடன் இயங்கிக் கொண்டிருக்கும் லூயிஸ் உதிர்த்த நம்பிக்கை வார்த்தைகள் இவை.

'சுறா, இரைக்குத் தெரியாமல் பதுங்கி வந்துத் தாக்கும். சிறுத்தைதான் இரையைத் துரத்தி வரும். தன் வேகத்தால் பிடித்தும் விடும். எனக்கு சுறா பிடிக்காது. சிறுத்தைதான் பிடிக்கும்.'

காணொளிகள்

லூயிஸ் ஹாமில்டன் நேர்காணல் ஒன்று

Lewis Hamilton: King of the overtakes

சுடப்பட்ட பெண்ணாக என்னை நினைவில் வைக்காதீர்கள். அதற்குப் பின்பும் எழுந்து நின்ற பெண்ணாக நினைவில் வையுங்கள்.

மலாலா யூசுஃப்ஸை

கல்விப் போராளி

பெண் குழந்தைகள் பிறந்தாலே முகம் சுளிக்கும் சமூகத்தில் வாழ்ந்த கவிஞர் ஜியாவுதீன், *1997*, ஜூலை *12* அன்று பிறந்த தனது மகளுக்குச் சூட்டிய பெயர் மலாலா யூசுஃப்ஸை (Malala Yousafzai). அதில் யூசுஃப்ஸை என்பது பரம்பரைப் பெயர். 'மலாலா' என்பவள் பத்தொன்பதாம் நூற்றாண்டில் வாழ்ந்த ஆப்கனின் 'ஜோன் ஆஃப் ஆர்க்'. போர்க்களத்தில் வீராவேசமாகப் பேசி தோட்டாவுக்குப் பலியானவள். அந்தப் பெயரின் உட்பொருள் - 'துன்பத்தால் தாக்கப்பட்டவள்'. ஆகவே குழந்தைக்கு வைக்கப்பட்ட பெயர், தாத்தாவுக்குப் பிடிக்கவில்லை. அவர் மட்டும் 'மலாலா - இந்த உலகத்திலேயே மகிழ்ச்சியானவள்' என்று குழந்தையைப் பார்க்கும் போதெல்லாம் வாழ்த்தினார். ஆனால், 'மலாலா'வின் நேற்றைய வாழ்க்கை துன்பங்களால் தாக்கப்பட்டதாகவே இருந்தது.

பாகிஸ்தானின் ஸ்வாட் பள்ளத்தாக்கு. காடு, மலை, அருவி, ஏரிகள் நிறைந்த நந்தவன பூமி. புத்தரும் புத்த மதமும் உலவிய பிரதேசம். பதினேழு முறை படையெடுப்பு புகழ் கஜினி முகமதுவின் *11*-ம் நூற்றாண்டுப் படையெடுப்பால் இங்கே இஸ்லாம் பரப்பப்பட்டது. சென்ற நூற்றாண்டு வரை அமைதி பள்ளத்தாக்காக, சுற்றுலாப் பயணிகளின் சொர்க்க பூமியாகத்தான் இருந்தது - தாலிபன்கள் தங்கள் இடதுகாலை எடுத்து வைக்கும் வரை.

ஸ்வாட்டின் பெரு நகரமான மிங்கோராவில் பிறந்த மலாலாவுக்கு பால்ய கால சந்தோஷங்களுக்குக் குறைவில்லை. சேவல் வேட்டை, மொட்டைமாடி கிரிக்கெட், அத்தி, பிளம்ஸ், பீச் என பறவைகளுடன் போட்டி போட்டுக் கொண்டு பழங்கள் உண்ணும் பரவசம்.

இன்றும் பெண் என்பவள் திருமணத்துக்கு முன்னும் பின்னும் சமையலறையில் வாழப் பிறந்தவள். அவள் உலகம் பர்தாவுக்குள் தொடங்கி அதனுள்ளேயே முடிந்து போவது என்ற சீழ்பிடித்த பழைமைவாதக் கொள்கைகள் கொண்டதுதான் மலாலா பிறந்த

பாஷ்டூன் இனமும். (பாகிஸ்தானின் இரண்டாவது மிகப்பெரிய இனம்). ஆனால், ஜியாவுதீன் தன் மகளுக்கு பர்தாவுக்குப் பதில் சிறகுகள் வாங்கித் தந்தார். அவரும் தூய்மையான இஸ்லாமியரே. ஆகவே தேவையற்ற, இஸ்லாத்துக்கு முரணான சமூகக் கட்டுப்பாடுகளை எதிர்த்தார். பள்ளிக்கூடம் நடத்த வேண்டும், பெரும்பான்மையானவர்களுக்கு கல்வியறிவு அளிக்க வேண்டும் என்பது ஜியாவுதீனின் கனவு. நண்பருடன் சேர்ந்து கடன் வாங்கி 'குஷால்' என்ற பெயரில் பள்ளிக்கூடம் ஒன்றையும் ஆரம்பித்திருந்தார். அதைப் பதிவு செய்யக்கூட பணம் இல்லை. அரசு அதிகாரிகள் கேட்கும் லஞ்சம் கோபமூட்டியது. ஆகவே

தனியார் பள்ளி கூட்டமைப்பில் இணைந்தார். அவரது நேர்மையும் சமூகக் கோபங்களும் மேலும் மேலும் துன்பங்களைத்தான் கொடுத்தன. மனம் தளராத ஜியாவுதீன், தன் மகளையும் போராட்டக் குணத்துடனேயே வளர்த்தார்.

மலாலாவின் அம்மா தூர்பெக்காய், சிறுவயதில் ஆரம்பப் பள்ளிக்குச் சென்றபோது வகுப்பில் அவர் மட்டுமே பெண் குழந்தை. தன் வயது சிறுமிகள் வீட்டில் விளையாடிக் கொண்டிருக்க, தனக்கும் பள்ளி வேண்டாம் என்று அறியாமையால், புத்தகங்களை விற்று, அதில் பெப்பர்மெண்ட் மிட்டாய் வாங்கிச் சாப்பிட்டு படிப்பைக் கைவிட்டவர். ஆனால், 'கல்வியே தன் மகளின் வாழ்க்கையை இனிமையாக்கும்' என்பதில் உறுதியாக இருந்தார் தூர்பெக்காய்.

தவழும் வயதிலேயே மலாலா பள்ளியில்தான் வளர்ந்தாள். பேசப் பயிலும் பருவத்தில் வகுப்பில் பாடம் கவனித்துக் கொண்டிருந்தாள். அவளுக்குத் தந்தையின் பள்ளிதான் எல்லாம். பெரு விருப்பத்துடன் கல்வி கற்றாள். சிறுபிள்ளைத் தனங்களுக்கும் குறைவில்லை. எட்டு வயது மலாலாவிடமிருந்த ஒரே விளையாட்டுப் பொருள் பொம்மைக் கைப்பேசி. அது ஒருநாள் காணாமல் போனது. பக்கத்துவீட்டுச் சிறுமி சபீனா அதேபோலொரு பொம்மையை வைத்திருக்க, மலாலாவுக்குச் சந்தேகம். கோபம். பதிலுக்கு சபீனாவின் பொம்மைகள், காதணி, நெக்லெஸ் என ஒவ்வொன்றாகத் திருட ஆரம்பித்தாள் மலாலா. ஒருநாள் பிடிபட்டாள். 'இப்படித் திருடி எங்களை அவமானப் படுத்துகிறாயா?' - அம்மாவின் கேள்வி சுட்டெரித்தது. 'அப்பாவிடம் சொல்லிவிடாதீர்கள்' என்று அழுது அரற்றியபடியே மலாலா மன்னிப்பு கேட்டாள். ஜியாவுதீனின் காதுகளுக்கும் விஷயம் போனது. அவர் உஷ்ணமாகவில்லை.

'தவறு செய்ய சுதந்தரம் இல்லையென்றால் அந்தச் சுதந்தரம் தேவையற்றது என்று காந்தி சொல்லி யிருக்கிறார். தவறை உணரும்போது அதில் இருந்து கற்றுக்கொள்வதுதான் முக்கியமானது.' மலாலாவின் மனத்தில் ஆழப்பதிந்த வார்த்தைகள். மதிப்பற்ற அழகுப் பொருள்களுக்காக நான் ஏன் எனது விலைமதிப்பற்ற ஆளுமையைத் தொலைக்க வேண்டும்? தன் அற்ப ஆசைகளை அப்போதே விட்டு விலகினாள் மலாலா.

வகுப்பில் முதல் மாணவியாக இருக்க வேண்டும். நிறைய புதிய புத்தகங்களைப் படிக்க வேண்டும். தந்தைபோல அரசியலில் அறிவை, பேச்சாற்றலைப் பெருக்கிக் கொள்ள வேண்டும். மலாலாவுக்கு ஏகப்பட்ட லட்சியங்கள். தந்தை உற்சாகப் படுத்தினார். 'மகளே! நீ உன் கனவுகளைப் பின்தொடர்ந்து செல். நான் உன் சுதந்தரத்தைப் பாதுகாப்பேன்.'

'என் போன்ற சிறுமிகள் ஒவ்வொருவருக்குமே இதுபோல் கனவுகள் இருக்கும்தானே. ஆனால், பல சிறுமிகள் பள்ளிக் கூடத்தின் வாசனையையே இதுவரை உணர்ந்ததில்லை. நேற்றுவரை என் சக மாணவியாக இருந்த 10 வயதுச் சிறுமியை இன்று அரைக் கிழவன் ஒருவனிடம்

மெஹந்திக் குறிப்புகள்

❖ தான் உயரம் குறைவாக இருப்பது குறித்து மலாலாவுக்குத் தாழ்வு மனப்பான்மை இருந்தது. அதற்காகத் தனியே துவா செய்தாள். 'இப்போது இறைவன் நான் என்னை அளவிடவே இயலாதபடி உயரமாக்கிவிட்டார்' என்பது மலாலாவின் ஸ்டேட்மெண்ட்.

❖ கைகளில் மெஹந்தி வரைவதென்றாலும் அதில் இயற்பியல், வேதியியல் சமன்பாடுகளை டிசைனாக வரைந்து கொள்வது மலாலாவின் வழக்கம்.

❖ பாகிஸ்தானின் மகள் என்று பிற தேசத்தினர் மலாலாவைக் கொண்டாட, மதப்பற்றாளர்கள் நிறைந்த பாகிஸ்தானிலோ அவருக்கு எதிர்ப்புகளே அதிகம். மலாலாவின் வாழ்க்கைப் புத்தகமான *I Am Malala* பாகிஸ்தானின் தனியார் பள்ளி கூட்டமைப்பினால் தடை செய்யப்பட்டுள்ளது. அந்தப் புத்தகத்தை எதிர்க்கும்விதமாக *I Am Not Malala* என்றொரு புத்தகம் வெளியிடப்பட்டுள்ளது.

❖ நோபல் அமைதிப் பரிசு பெற்ற முதல் பாகிஸ்தானியப் பெண், முதல் பாஷ்தூன், மிக இளையவள் என்ற பெருமைகள் மலாலாவுக்கு உண்டு. 2013, 2014, 2015 ஆண்டுகளில் டைம் இதழ்

விற்றுவிடுகிறார்கள். இரு குடும்பங்களின் பழைய பகையைத் தீர்க்க, ஒரு குடும்பத்தின் பெண்ணைப் பலிகடாவாக்கி, கேவலமான ஒருவனுக்குக் கட்டாயத் திருமணம் செய்து வைக்கிறார்கள். வேற்று இன ஆணுடன் அன்பு வைத்த ஒரு சகோதரி, திடீரென இறந்து போகிறாள். குடும்பத்தினரே செய்யும் கொலைதான். இந்த இழிநிலைகள் என்றைக்குமே மாறாதா? இதையெல்லாம் தட்டிக் கேட்கவே முடியாதா?' - மலாலாவின் மனத்தில் அடுக்கடுக்காகக் கேள்விகள்.

'ஷக்கலக்க பூம்பூம்' என்ற டீவி தொடரில், சிறுவன் சஞ்சு தனது மாயப் பென்சில் கொண்டு வரையும் ஓவியங்கள் உயிர்பெறும். அதன்மூலம் அநியாயங்களைத் தட்டிக் கேட்பான்.

மலாலாவும், கைலாஷ் சத்யார்த்தியும் - நோபல் அமைதிப் பரிசுடன்

வெளியிட்ட 'உலகின் முக்கியமான 100 மனிதர்களின்' பட்டியலில் மலாலாவும் இடம்பெற்றிருந்தார். அவர் பெற்றிருக்கும் சர்வதேச விருதுகளின் பட்டியல் மிக நீளம். ஐ.நா. 2013, ஜூலை 12-ல் மலாலாவின் 16-வது பிறந்தநாளை Malala Day என்று அறிவித்தது.

- *கனடா அரசு, மலாலாவுக்கு கௌரவக் குடியுரிமை கொடுத்து பெருமைப்படுத்தியிருக்கிறது. 2015-ல் வெளியான He Named Me Malala என்ற ஆவணப்படம், ஆஸ்கருக்குப் பரிந்துரைக்கப்பட்டது. நெட்ஃப்ளிக்ஸில் My Next Guest Needs No Introduction - என்ற டேவிட் லெட்டர்மேனின் நடத்தும் நிகழ்ச்சியில் மலாலாவின் நேர்முகம் மிகப்பிரபலமானது.*

அயோக்கியர்களை ஓட ஓட விரட்டுவான். மலாலா, அந்த மாய பென்சில் தனக்கும் வேண்டும், தானும் சஞ்சுவாக மாற வேண்டும் என்று ஐந்து வேளை தொழுகையிலும் இறையிடம் வேண்டினாள். தொழுகை முடிந்து மேசை டிராயரை நம்பிக்கையுடன் இழுத்தும் பார்த்தாள். மாய பென்சில் இல்லை. இன்னொரு முறை தன் நகரத்தில் குப்பைமேட்டில் உழலும் குழந்தைகளுக்காக வேண்டியும், இந்த உலகத்தைக் குறைகளற்ற தாக மாற்றக் கோரியும் கடவுளுக்குக் கடிதம் எழுதினாள் மலாலா. சரி, கடவுளின் முகவரி என்ன? தெரியவில்லை. கடிதத்தை ஒரு மரச்சட்டத்தில் கட்டி, ஓடும் நதியினில் மிதக்க விட்டாள். 'நிச்சயம் இதைக் கடவுள் கண்டெடுத்து விடுவார்!'

தந்தையின் பள்ளியும் விரிவடைந்து, மூன்று கட்டடங்களில் இயங்க ஆரம்பித்தது. தனது சமூக ஆர்வமிக்க செயல்களினால், பேச்சுகளினால் ஜியாவுதீனும் ஊரறிந்த புள்ளி ஆனார். 'உலக அமைதிக் குழு' என்றோர் இயக்கம் ஆரம்பித்து அதன் தலைவராகவும் இயங்கினார். 9/11 அமெரிக்க இரட்டைக் கோபுரத் தாக்குதலுக்குப் பிறகு காட்சிகள் மாறின. ஒசாமா பின்லேடன் 'சூப்பர் ஹீரோ' அந்தஸ்து பெற்றார். தாலிபன்கள் மீது பாகிஸ்தான் மக்களுக்கு ஈர்ப்பு உண்டானது. உலக அமைதியை விரும்பிய புத்தர் மீது குண்டுகள் பொழிந்த தாலிபன்களின் விஷ நிழல், 2007-ல் ஸ்வாட் பள்ளத்தாக்கின் மீதும் படரத் தொடங்கியது. மக்கள், அவ்வப்போது சிறிய, பெரிய நில நடுக்கங்களால், மழை வெள்ளத்தால் பாதிக்கப்படுவதுண்டு. ஆனால், அனைத்தையும்விட பெரிய அழிவுச் சக்தியாக அங்கே தாலிபன்கள் நுழைந்தனர். அப்போது மலாலாவுக்கு வயது 10.

முல்லா எஃப்எம் என்றழைக்கப்பட்ட சட்ட விரோத பண்பலை வானொலி, பள்ளத்தாக்கு எங்கும் ஒலித்தது. அதில் தன்னை இஸ்லாமியச் சீர்திருத்தவாதியாக அறிவித்துக் கொண்ட உள்ளூர் இயக்கத்தின் தலைவரான மௌலானா ஃபசுலுல்லா தினமும் உரையாற்றினார். ஆரம்பத்தில் மக்களைக் கவருவதற்காக அன்பொழுகப் பேசி மயக்கினார். பின் மக்களின் அறியாமையைப் பயன்படுத்தி, தனது (தாலிபன்) ஆதிக்கத்தைப் பரப்பத் தொடங்கினார். பாட்டு, நடனம், பொழுதுபோக்குக்குத் தடை. தொலைக்காட்சி, டிவிடி பிளேயர்கள் சாலைகளில் கொட்டி எரிக்கப்பட்டன. பெண்கள் பர்தா அணிவது கட்டாயமானது. ஆண் துணையின்றி வெளியே வரும் பெண்கள் தாக்கப்பட்டார்கள்.

நிலுவையிருந்த வழக்குகளை 'ஷுரா' என்ற கட்டப் பஞ்சாயத்துகள் மூலம் பைசல் செய்தனர். பொதுமக்கள் முன்னிலையில் கசையடி தினசரி நிகழ்வானது. தாலிபன்கள் மக்களிடம் பண வசூலும் நடத்தினர். அடுத்ததாகப் பெண்கள் பள்ளிக்குச் செல்லக் கூடாதென அச்சுறுத்தத் தொடங்கினர். '...ஆகிய பெண்கள் பள்ளிக்கு செல்வதை நிறுத்தி விட்டார்கள். அவர்கள் நிச்சயம் சொர்க்கத்துக்குச் செல்வார்கள்' என்று வானொலியில் வரிசையாகப் பெண்களின் பெயரைக் கூறி வாழ்த்தினார்கள். போலியா சொட்டு மருந்து கொடுப்பதுகூட ஷரியா சட்டத்துக்கு எதிரானது என்று தடுத்தனர். அராஜகம் தலைதூக்கியது.

மலாலாவுக்கு பர்தா பிடிக்காது. ஒருமுறை துர்பெக்காய் மகளுடன் கடைவீதிக்குச் செல்கையில் 'முகத்தை மூடிக்கொள். அவர்கள் உன்னைப் பார்க்கிறார்கள்' என்று நடுக்கத்துடன் எச்சரித்தாள். மலாலா பயப்படவில்லை. 'பரவாயில்லை. நானும் அவர்களைப் பார்க்கிறேன்.' அவள் மனத்தில் தந்தை சொன்ன வார்த்தைகள் எப்போதும் இருந்தன. 'பர்தா வெறும் துணியில் இல்லை. அது இதயத்தில் உள்ளது.'

தாலிபன்கள் பள்ளிகளைக் குண்டுவீசித் தகர்க்கும், இடித்துத் தரைமட்டமாக்கும் செய்திகள் அதிகரித்தன. ஜியாவுதீனின் பள்ளிகளுக்கும் மிரட்டல்கள் வந்தன. ஒன்று தாலிபன்களின் அடிமையாக ஒடுங்கி வாழ வேண்டும். அல்லது, சாகத்துணிந்து அவர்களை எதிர்க்க வேண்டும். அவர் இரண்டாவதைத் தேர்ந்தெடுத்தார். ஸ்வாட்டில் தாலிபன்களின் அட்டூழியங்கள் குறித்து ஊடகங்களிடம் பேச ஆரம்பித்தார். அதில் பிபிசி உள்ளிட்ட வெளிநாட்டு ஊடகங்களும் உண்டு. பெண்கள் சார்பாக பேசுவதற்கு, தனது 11 வயது மகள் மலாலாவைக் கொண்டு நிறுத்தினார். அவளும் அழுத்தமாகப் பேசினாள். 'கல்வி எனது அடிப்படை உரிமை. அதைப் பறிக்க தாலிபன்கள் யார்? பள்ளி செல்வதும் படிப்பதும் வீட்டுப்பாடங்கள் எழுதுவதும் வெறும் பொழுதுபோக்கல்ல. அது எங்கள் எதிர்காலம். தாலிபன்களால் எங்கள் புத்தகங்களை, பேனாக்களைப் பறிக்க முடியும். ஆனால், எங்கள் சிந்தனையைத் தடுக்கவே முடியாது. உலகிலுள்ள அனைவரும் முஸ்லிம்களாக மாற விரும்பினால், முதலில் அவர்கள் தங்களை நல்ல முஸல்மான்களாக மாற்றிக் கொள்ளட்டும்.'

மலாலா மொழிகள்

- ❖ *என்னைச் சுட்டவர்களை நான் மன்னித்துவிட்டேன். அதைவிட மிகச்சிறந்த பழிவாங்கல் வேறு எதுவுமில்லை.*
- ❖ *மரபுகள் எவையும் சொர்க்கத்தி லிருந்து அனுப்பப்பட்டதல்ல. கடவுள் அனுப்பி வைத்ததல்ல. அதை நாமே உருவாக்கியிருக் கிறோம். அவற்றை மாற்றும் உரிமையும் நமக்கு உண்டு.*
- ❖ *தாலிபன்களையோ, பிற இயக்கத் தீவிரவாதிகளையோ பழிவாங்குவதற்காக நான் குரல் கொடுக்கவில்லை. தாலிபன்களின், பிற தீவிரவாதிகளின் வீட்டுப் பெண் குழந்தைகளின் கல்விக்காகவும் சேர்த்துதான் குரல் கொடுக்கிறேன்.*
- ❖ *உலகத்திலுள்ள அனைத்துப் பிரச்னைகளுக்கும் ஒரே தீர்வு - அனைவருக்கும் கல்வி கொடுப்பது.*
- ❖ *ஒரு குழந்தை. ஓர் ஆசிரியர். ஒரு புத்தகம். ஒரு பேனா. உலகை மாற்ற இவை போதும்.*

2008-ல் நிலைமை மிகவும் மோசமானது. தாலிபன் எதிர்ப் பாளர்கள், சந்தேகப் பட்டியலில் உள்ளவர்கள், கணுக்கால் தெரிந்த பெண்கள், இப்படிப் பலரும் கொல்லப்பட்டு சதுக்கம் ஒன்றில் வீசப்பட்டார்கள். அது 'ரத்தச் சதுக்கம்' என்ற பெயர் பெற்றது. ஜியாவுதீனின் உயிருக்கும் குறி வைக்கப்பட்டதாகத் தகவல் வந்தது. தாலிபன்கள் வந்தால் தன் கணவர் தப்பித்து ஓடுவதற்கென தூர்பெக்காய் வீட்டின் பின்புறத்தில், எப்போதும் ஓர் ஏணியைத் தயாராக வைத்திருந்தார். மலாலா ஒரு சுரங்கப்பாதை தோண்ட முடியுமா என்று திட்டமிட்டுக் கொண்டிருந்தாள். தலையணைக்குக் கீழ் கத்தி ஒன்றை வைத்துக் கொண்டு தூங்கினார்கள். வீட்டுக்கு அருகிலேயே வெடிக்கும் குண்டுச் சத்தங்கள் உயிரை உலுக்கின. 'நானும் மனுஷிதானே. எனக்கும் பயம் இருந்தது. ஆனால், அது தைரியத்தைவிட குறைவாகவே இருந்தது.' மலாலாவின் தம்பிகள் இருவரும் கையில் மரக்கிளையைத் துப்பாக்கிபோல

பிடித்துக் கொண்டு 'ராணுவம் - தாலிபன்' விளையாட்டை ஆட ஆரம்பித்திருந்தனர்.

பிபிசியின் பிரதிநிதியான அப்துல் ஹை-காக்கர், 'தாலிபன் களுக்குக் கீழ் வாழும் வாழ்க்கை' குறித்த நாட்குறிப்புகளை யாராவது எழுதுவார்களா என்று ஜியாவுதீனிடம் கேட்டார். விஷயம் கேள்விப்பட்ட மலாலா 'நானே எழுதுகிறேன்' என்று முன்வந்தாள். முதல் கட்டுரை, 2009 ஜனவரி 3 அன்று பிபிசி உருது இணைய தளத்தில் வெளிவந்தது. மலாலாவின் பாதுகாப்பு கருதி புனைப்பெயரில். குல்மக்காய். சோளமலர் என்று அர்த்தம். 'ஒவ்வோர் அடிக்கும் பயத்துடன் திரும்பிப் பார்த்துக் கொண்டேதான் பள்ளிக்குச் செல்கிறேன். யாராவது என் முகத்தில் அமிலம் வீசி விடுவார்களோ என்று பயமாக இருக்கிறது. அன்று ஒருவனைக் கடக்கும்போது 'உன்னைக் கொல்லப் போகிறேன்' என்றான். திடுக்கிட்டுத் திரும்பினேன். அவன் போனில் பேசிக் கொண்டிருந்தான்.' ஸ்வாட்டின் மோசமான சூழலைத் தோலுரித்த மலாலாவின் எழுத்துகள் கொஞ்சம் கொஞ்சமாக, சர்வதேசக் கவனம் பெற ஆரம்பித்தன.

நியு யார்க் டைம்ஸின் ஆவணப் படம் ஒன்றுக்காக மலாலாவிடம் கேட்கப்பட்ட கேள்வி, 'உன் பள்ளிக்கோ, பள்ளத்தாக்குக்கோ நீ திரும்பிச் செல்லவே முடியாதென்றால் என்ன செய்வாய்?' அப்படியெல்லாம்கூட நடக்குமா என்ன. மலாலா அழ ஆரம்பித்தாள். அந்த ஜனவரியில் பனிக்கால விடுமுறைக்காக பள்ளியின் இறுதி மணி ஒலித்தது. மார்ச்சில் தேர்வுகளுக்காக மீண்டும் பள்ளி திறக்கப்படுமா? அதுவரை தாலிபன்கள் கட்டடத்தை விட்டு வைத்திருப்பார்களா? நினைக்க நினைக்க மலாலாவால் கண்ணீரைக் கட்டுப்படுத்த இயலவில்லை.

நிலைமை அப்படித்தான் ஆகிப்போனது. பாகிஸ்தானின் ராணுவம் அனுப்பப்பட்டும் தாலிபன்களின் கை ஓங்கியது. ஸ்வாட்டை விட்டு மக்கள் கூட்டம் கூட்டமாக வெளியேற ஆரம்பித்தனர். மலாலாவின் குடும்பத்தினரும். வீட்டில் வளர்த்த கோழிக்குஞ்சு களை என்ன செய்ய? நிறைய நீரும், கொஞ்சம் சோளமும் வைத்துவிட்டு, மலாலா ஒரு காரில் நெருக்கிப் பிடித்து உட்கார்ந்து கொண்டாள். அவளது புத்தகப் பையைக்கூட எடுத்துக்கொள்ள முடியவில்லை. வழியெங்கும் கவலை தோய்ந்த முகங்கள். ராணுவச் சோதனைச் சாவடிகள். கடுமையான பயணத்துக்குப் பின் அவளது அம்மாவின் பூர்வீகக் கிராமத்தை அடைந்தனர்.

மீண்டும் பாகிஸ்தானுக்கு!

2018, *மார்ச்சில் மலாலா தன் குடும்பத்தினருடன் பாகிஸ்தானுக்குச் சென்று வந்தார். பாகிஸ்தான் பிரதமரைச் சந்தித்தார். எந்த பயமும் இன்றி என் தேசத்துக்குத் திரும்ப வேண்டுமென்ற தன் கனவு நிறைவேறியதாக மகிழ்ச்சியைப் பகிர்ந்தார். மலாலாவின் வருகைக்கு மதவாதிகளின் எதிர்ப்புக் குரல்களும் எழுந்தன. அதற்கு அவர் அளித்த பதில், 'நான் என் மதம் குறித்து பெருமை கொள்கிறேன். என் தேசம் குறித்து பெருமை கொள்கிறேன்.'*

அங்கே கொஞ்ச நாள். பின் பெஷாவர். மூன்று மாதங்கள் நாடோடிப் பயணம்.

2009 ஜுலை 24. 'ஸ்வாட்டில் தாலிபன்களை அகற்றிவிட்டோம். மக்கள் பள்ளத்தாக்குக்குத் திரும்பலாம்' என்று பிரதமர் கிலானி அறிவித்தார். படபடக்கும் நெஞ்சுடன் மலாலா குடும்பத்தினர் மிங்கோராவை அடைந்தனர். வழியெங்கும் போரின் சிதிலங்கள். நல்லவேளை, வீடு தரைமட்டமாகவில்லை. குஷால் பள்ளியும் தப்பித்திருந்தது. கோழிக்குஞ்சுகளின் எலும்புகள் கிடைத்தன. மிங்கோராவும் கிட்டத்தட்ட அப்படித்தான் இருந்தது. ஆகஸ்ட் 1-ல் மீண்டும் குஷால் பள்ளி மணி ஒலித்தபோது மலாலாவின் முகத்தில் பழைய புன்னகை. தன் தோட்டத்தில் மாங்கொட்டை ஒன்றை புதைத்து வைத்தாள். 'எதிர்காலத்தில் இதன் பழங்களை நான் உண்பேன்.'

இஸ்லாமாபாத் செல்வது, வேறு வேறு கூட்டங்களில் கலந்து கொண்டு பேசுவது, ஊடகங்களில் பேட்டி கொடுப்பது என மலாலாவின் பணிகள் தொடர்ந்தன. பாகிஸ்தானியர்கள் மத்தியில் மலாலா பிரபலமடைந்தாள். யுனிசெஃப் நடத்திய சிறுவர்களுக்கான சட்டசபைத் தேர்தலில் மலாலா சபாநாயகராகத் தேர்ந்தெடுக்கப்பட்டாள். 'தாலிபனால் அழிக்கப்பட்ட அனைத்துப் பள்ளிகளும் மீண்டும் கட்டப்பட வேண்டும்' என்று தனது சட்டசபையில் தீர்மானம் நிறைவேற்றி னாள். 2011 டிசம்பரில் பாகிஸ்தானின் முதல் தேசிய அமைதிப் பரிசுக்காக மலாலா தேர்ந்தெடுக்கப்பட்டாள். இனி வருடந்தோறும் மலாலாவின் பெயரிலேயே இந்த விருது வழங்கப்படும் என விழாவில் அறிவிக்கப்பட, ஜியாவுதீனுக்கு

முகம் வாடிப்போனது. 'இறந்தவர்களின் பெயரில்தான் விருதுகளை வழங்குவார்கள். என் மகளின் பெயரில் ஏன்?' ஏதோ ஒன்று உறுத்தியது.

பரிசுத் தொகையினால் கையில் அரை மில்லியன் பணம் கிடைத்தது. கொஞ்சம் வீட்டுச் செலவுகள் போக, மீதியைக் கொண்டு 'கல்வி அறக்கட்டளை' ஆரம்பிக்க மலாலா திட்ட மிட்டாள். ஆனால், மலாலாவைக் கொல்ல தாலிபன்கள் தீவிரமாகத் திட்டமிட்டுக் கொண்டிருந்தார்கள். அது குறித்து காவல் நிலையத்திலிருந்துகூட எச்சரிக்கை வந்தது. தன் நெருங்கிய போராளி நண்பர்கள் கொல்லப்பட்டதற்கோ, அடுத்த குறி தான்தான் என்பதற்கோகூட பதறாத ஜியாவுதீன், இப்போது தைரியமிழந்தார். 'நாம் தலைமறைவாகி விடுவோமா?' மலாலா பதறவில்லை. 'எப்படியும் இறக்கத்தான் போகிறோம். அது போராடி இறப்பதாகவே இருக்கட்டும்.'

2012, அக்டோபர் 9. பள்ளியில் 'பாகிஸ்தான் சுதந்தர வரலாறு' பரிட்சையை எழுதிவிட்டு, தன் தோழிகளுடன் பேருந்தில் நெருக்கிப் பிடித்து அமர்ந்து திரும்பிக் கொண்டிருந்தாள். இரண்டு இளைஞர்கள் பேருந்தை மறித்தனர். ஒருவன் உள்ளே ஏறினான். 'உங்களில் யார் மலாலா?' - மிரட்சியில் பதில் சொல்லாத அந்த பர்தா தோழிகள், முகத்தைக் காட்டிக் கொண்டிருந்த மலாலாவைப் பார்த்தனர். அவன் துப்பாக்கி ஒன்றை எடுத்து மூன்று முறை சுட்டான். முதல் தோட்டா மலாலாவின் இடது கண் அருகில் பாய்ந்து இடது தோளுக்குச் சென்றது. அதில் அவள் பதறிச் சரிந்ததால், அடுத்த இரண்டு தோட்டாக்கள் மற்ற இரு தோழிகளுக்குச் சிறு காயங்களைத் தந்தன. தன் நாட்டைக் கடைசியாகப் பார்த்த விழிகளுடன், ரத்த வெள்ளத்தில் மயங்கினாள் மலாலா.

ஸ்வாட் சென்ட்ரல் மருத்துவமனை. விஷயம் கேள்விப்பட்டு ஜியாவுதீன் வருவதற்கு முன்பாகவே மீடியா அங்கே குவிந்து இருந்தது. மகளைக் கண்டு ஏதேதோபுலம்பினார். 'மலாலாவுக்காக துவா செய்யுங்கள்' - என்று மீடியாவிடம் கெஞ்சினார். ஸ்வாட்டில் சிகிச்சைக்குப் போதிய வசதிகள் இல்லாததால், மலாலாவை ராணுவ ஹெலிகாப்டரில் பெஷாவர் ராணுவ மருத்துவ மனைக்குக் கொண்டு சென்றனர். அங்கே ஐந்து மணிநேரம் அறுவை சிகிச்சை. தோட்டா மூளையைச் சேதப்படுத்தாததால் உயிருக்கு ஆபத்தில்லை. ஆனால் மூளை வீங்கத் தொடங்கியது.

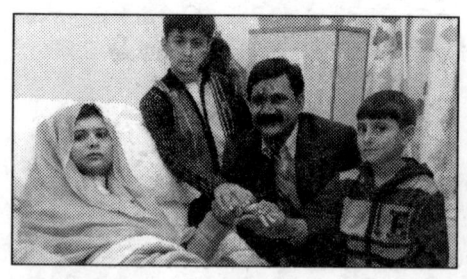

அதன் அழுத்தத்தைக் குறைக்க, மண்டை ஓட்டில் கொஞ்சம் வெட்டியெடுத்து, வயிற்றுப் பகுதியில் பத்திரப்படுத்தினர். இடது தோள்பட்டையிலிருந்து தோட்டாவை நீக்கினர். தாற்காலிகமாக ஆபத்து நீங்கியது என்றாலும் எதுவும் சொல்வதற்கில்லை என்னும் நிலைமை. உலகமே மலாலாவுக்காகப் பிரார்த்தனை செய்ய ஆரம்பித்தது. சேனல்களெங்கும் மலாலாவின் முகம். ஒபாமா முதல் பான்-கீ-மூன் வரை கண்டன அறிக்கைவிட, தாலிபனும் அறிக்கைவிட்டது. 'மதச்சார்பின்மையைப் பரப்பியதால், மேற்கத்திய நாகரிகத்தை பாஷ்டூனிய மண்ணில் வளர்த்ததால் மலாலாவுக்குக் குறி வைத்தோம்.' மலாலா பிழைக்காவிட்டால் பாகிஸ்தானில் மாபெரும் அரசியல் மாற்றம் உண்டாகுமென பயந்த அரசு, அவளைச் சிகிச்சைக்கென வெளிநாட்டுக்கு அனுப்ப ஏற்பாடு செய்தது.

இங்கிலாந்தின் பிர்மிங்ஹாமிலுள்ள குயின் எலிசபெத் மருத்துவமனைக்கு, மலாலா தனி விமானத்தில் கொண்டு செல்லப்பட்டாள். 'பாகிஸ்தானின் மகளை'க் காப்பாற்ற வேண்டிய நிர்பந்தம் அந்த மருத்துவமனைக்கு உண்டானது. சுடப்பட்டு ஒரு வாரம் கழித்து மலாலா கண்விழித்தாள். அவளுக்காக உலகம் முழுவதுமிருந்து வாழ்த்து அட்டைகள் குவிந்து கொண்டிருந்தன.

மலாலாவின் இடது பக்க முகம் செயலிழந்திருந்தது. சில அறுவை சிகிச்சைகள் நிகழ்ந்தன. வயிற்றுப்பகுதியில் பாதுகாக்கப்பட்ட மண்டை ஓட்டுத்துண்டு அகற்றப்பட்டு, பதிலாகத் துளையிட்டப்பட்ட இடத்தில் டைட்டானியத் தகடும் பொருத்தப்பட்டது. பல மாதங்களுக்குப் பிறகு மலாலாவின் முகத்தில் மறுபிறவிப் புன்னகை.

சிகிச்சைக்காகவும், தாலிபன்களின் மிரட்டல் தொடர்ந்ததாலும் மலாலா குடும்பத்துடன் பிர்மிங்ஹாமிலேயே தங்க வேண்டிய நிலை உருவானது. அவள் அங்கேயே பள்ளிக்குச் செல்லத் தொடங்கினாள். எப்போது ஸ்வாட்டுக்குத் திரும்புவோம் என்று அவளுக்குள் ஏக்கம் நிறைந்திருக்க, மலாலா அமெரிக்காவின்

கைக்கூலி, வெளிநாட்டுக்குக் குடும்பத்துடன் தப்பியோட மலாலா நடத்திய நாடகம் என்றெல்லாம் விமரிசனங்களைச் சிலர் கிளப்பினர். ஆனால், மலாலா தன் போராட்டப் பாதையை மாற்றிக் கொள்ளவில்லை.

மலாலா தான் அமைத்துள்ள கல்வி அறக்கட்டளைக்காக உலகமெங்கும் நிதி திரட்டுகிறார். சர்வதேசப் பிரபலங்கள் நிதி உதவி செய்கின்றனர். காஸாவில் சிதைந்துபோன பள்ளிகளை மறுகட்டுமானம் செய்வதெற்கென 2014 அக்டோபரில் $50,000 நிதி உதவி செய்தார். 2015 ஜூலையில் லெபனானின் பெக்கா சமவெளிப்பகுதியில் புதிய பள்ளி ஒன்றைக் கட்டிக் கொடுத்தார். 2017-ல் பள்ளிப்படிப்பை முடித்த மலாலா, பிறகு ஆக்ஸ்போர்டின் லேடி மார்கரெட் ஹால் கல்லூரியில் அரசியல், பொருளாதாரம் மற்றும் தத்துவவியில் பட்டப்படிப்பு படிக்க இணைந்தார். கல்விக்காக ஏங்கும் உலகச் சிறார்களின் ஒட்டுமொத்தக் குரலாக மலாலாவின் குரல், ஐ.நா. உள்ளிட்ட சர்வதேச சபைகளில் தொடர்ந்து ஒலித்துக் கொண்டிருக்கிறது.

2014-ம் ஆண்டின் உலக அமைதிக்கான நோபல் பரிசு, 17 வயது மலாலாவுக்கும், குழந்தைத் தொழிலாளர்களின் விடுதலைக்காகப் போராடி வரும் இந்தியரான கைலாஷ் சத்யார்த்திக்கும் சேர்த்து வழங்கப்பட்டது. அங்கு மலாலா பேசிய வார்த்தைகள்...

‘இது என் முதல் அடி. இறுதி அடி அல்ல. ஒவ்வொரு குழந்தையும் பள்ளிக்குச் செல்லும்வரை நான் என் போராட்டத்தை நிறுத்தப் போவதாக இல்லை.’

காணொளிகள்:

மலாலா நோபல் அமைதிப் பரிசு உரை

கனடா பாராளுமன்றத்தில் மலாலா உரை

என் செயல்கள் மற்றவர்களுக்குப்
பைத்தியக்காரத்தனமாகத் தோன்றலாம்.
ஆனால், நான் இந்தக் கலைக்காகவே
படைக்கப்பட்டிருக்கிறேன்.

நிக் வாலெண்டா

சர்க்கஸ் ஸ்டார்

அந்த நாய்கள் காட்டுக்குள் ஓடுகின்றன. சிறுவன் நிக், நாய்களின் பின்னால் ஓடுகிறான். எங்கெங்கும் பெரிய மரங்கள். ராட்சசப் பூக்கள். எங்கோ யானை பிளிறும் சத்தம். அருகிலேயே சிங்கத்தின் கர்ஜனை. புலியின் உறுமல். எதற்கும் பயப்படாமல் அவன் ஓடிக் கொண்டே இருக்கிறான். ஒரு புல்வெளி விரிகிறது. அது மலைச்சரிவை நோக்கி நீள்கிறது. புல்வெளியைக் கடந்து நாய்கள் மலைமீது ஏற, இவனும் ஏறுகிறான். மலையின் உச்சியில் ஒரு மாபெரும் பள்ளத்தாக்கில், பேரிரைச்சலுடன் கண்கொள்ளாத அளவில் அருவி ஒன்று பாய்கிறது. நிக் மூச்சிரைக்க அங்கே சென்று நிற்கிறான். 'அருவியின் குறுக்கே நடந்து செல்' - என்று ஒரு குரல் அன்பொழுகக் கட்டளையிடுகிறது. அவன் திரும்பிப் பார்க்கிறான். வெள்ளை உடையணிந்த பெரியவர் ஒருவர் புன்னகையுடன் நிற்கிறார். 'போ, அருவியின் குறுக்கே நடந்து செல்.' அவன் சந்தோஷமாக நடந்து செல்ல ஆயத்தமாகிறான்.

கனவு கலைய, திடுக்கிட்டு விழித்துப் பார்க்கிறான் சிறுவன் நிக். இது அவனுக்கு அடிக்கடி வரும் கனவுதான். யார் அந்தப் பெரியவர்? எங்கே இருக்கிறது அந்த அருவி? குழப்பம் சூழ, மீண்டும் தூங்கிப் போகிறான். ஆனால், அதற்கான விடையைத் தேடுவதில்தான் தனது வாழ்வின் அர்த்தமே அடங்கியிருக்கிறது என்பதைப் பின்னர் புரிந்து கொண்டான் நிக் வாலெண்டா (Nik Wallenda).

யார் இவர்? அசகாய சர்க்கஸ் வீரர். இரண்டு உயரமான இடங்களுக்கிடையே கம்பியைக் கட்டி, எந்தவிதப் பாதுகாப்பும் இல்லாமல் ஒரு கம்பை மட்டும் இரு கைகளிலும் கிடைமட்ட மாகப் பிடித்தபடி நடந்து செல்லும் Wire Walk என்ற ஆபத்தான கலையின், உலகின் நம்பர் ஒன் வீரர் இவரே. அதில் 9 கின்னஸ் உலக சாதனைகள் படைத்திருக்கிறார். புவி ஈர்ப்பு விசைக்கு எதிராக நின்று, நிக் எடுத்து வைத்துக் கொண்டிருக்கும் வாழ்வின் ஒவ்வோர் அடியும் அத்தனை த்ரில்லானது.

வாலெண்டா குடும்பத்தினர் பரம்பரை சர்க்கஸ்காரர்கள். முன்னோர்களில் முக்கியமானவர் கார்ல் வாலெண்டா (நிக்கின் கொள்ளுத் தாத்தா). 1905-ல் ஜெர்மனியில் பிறந்தவர். ஆறு வயதிலேயே சர்க்கஸில் வித்தைகள் செய்ய ஆரம்பித்தவர். The Flying Wallendas என்ற பெயரில் தன் குடும்பத்தினருடன் இணைந்து, ஆபத்தான சர்க்கஸ் வித்தைகளை அறிமுகப்படுத்தியவர். பல்வேறு உயரமான இடங்களுக்கிடையே, கீழே வலை ஏதுமின்றி, கம்பியின் மேல் நடப்பது அவருக்குத் தூக்கத்திலும் கைகூடிய வித்தை. தன் 65-வது வயதில் ஜார்ஜியாவின் தலுல்லா (Tallulah) நதிப் பள்ளத்தாக்கின் இடையே கம்பியிலும், தன் 69-வது வயதில் அமெரிக்காவின் கிங்ஸ் தீவில் 1800 அடி தூரம் கம்பியிலும் நடந்து புதிய உலக சாதனைகள் படைத்தார் கார்ல். 1978-ல் கார்ல், தன் 73 வயதில் புவேர்டோ ரிகோவின் இரண்டு உயரமான கட்டடங்களுக்கிடையே கம்பியில் நடந்தபோது வீசிய அதிகக் காற்றினால் நிலைதடுமாறினார். கீழே விழுந்தார். உயிர் உடனே பிரிந்தது.

கார்லின் மகள் ஜெனி. ஜெனிக்குப் பிறந்தவள் டெலிலா. டெலிலாவுக்கும் அவரது கணவர் டெரிக்கும் 1979-ல் ஃப்ளோரிடாவில் பிறந்தவர் நிக் வாலெண்டா. சர்க்கஸ்தான் குடும்பத்தை வாழ வைத்துக் கொண்டிருந்தது. நிக், வயிற்றில் ஆறுமாதக் கருவாக இருக்கும்போதுகூட கம்பியின் மீது அசால்ட்டாக நடந்து கைத்தட்டல் வாங்கிக் கொண்டிருந்தார் டெலிலா. ஆக, நாடி, நரம்பு, ரத்தம், சதை, மரபணு அனைத்திலும் சர்க்கஸ் வெறி நிறைந்தவனாகத்தான் நிக் வளர்ந்தான். இரண்டு வயதிலேயே இரண்டு அடி உயரத்தில் கம்பியின் மீது நடக்கப் பழகினான். அது அவனுக்கு மிகவும் பிடித்திருந்தது. 'நிக், நடந்தது போதும். சாப்பிட வா' என்று அம்மா அழைத்தால், 'இன்னும் கொஞ்ச நேரம் ப்ளீஸ்...' என்பான். 'வாழ்க்கை முழுக்க அதுலதான் நடக்கப்போற. இப்ப வா' என்பார் டெலிலா.

நாய்களுடன் வித்தை காண்பிக்கும் குட்டிக் கோமாளியாக நிக்கின் சர்க்கஸ் வாழ்க்கை ஆரம்பமானது. கூடவே, கம்பி மீது நடக்கும் பயிற்சியும். குட்டிக் கால்களால் நிக் கம்பி மீது நடக்க, பெற்றோர் ஏதாவது பொருள்களை அவன் மீது தூக்கியெறிந்தார்கள். அதையும் சமாளித்து அவன் நேர்த்தியாக நடக்கும்படி பயிற்சியளித்தனர். ஆறாவது வயதில் நிக்கை முதல் முறையாக நயாகரா நீர்வீழ்ச்சிக்கு அழைத்துச் சென்றனர். ஆச்சரியத்தில் விரிந்த நிக்கின் கண்கள், கலங்கவும் செய்தன. கனவில் நான்

கண்ட இடம் இதுதான். 'இங்கே நான் ஏற்கெனவே வந்திருக்கிறேன்' என்று நிக் சொல்ல, டெரி ஒன்றும் புரியாமல் பார்த்தார். 'இதன் குறுக்கே ஒருநாள் கம்பியில் நடக்க வேண்டும்' என்ற எண்ணம் அப்போதே நிக்கினுள் விதையாக விழுந்தது.

நிக், வளர வளர தன் வாலெண்டா குடும்பத்தின் சர்க்கஸ் பெருமைகளைப் புரிந்துகொள்ள ஆரம்பித்தான். குறிப்பாக, கொள்ளுத் தாத்தா கார்லின் சாகசங்கள் எல்லாம் அவனைச் சிலிர்க்கச் செய்தன. எனில், அருவிக் கனவில் வரும் பெரியவர், கார்லாகத்தான் இருக்க வேண்டும். நிக் நம்பினான். கம்பி மீது நடக்கும் வித்தை மீது ஈர்ப்பு அதிகமானது. இன்னொரு பக்கம் சர்க்கஸ் தொழில் நொடிந்து கொண்டிருந்தது. உயிரைப் பணயம் வைத்து உயரத்தில் சாகசம் செய்த நிக்கின் பெற்றோர், வருமானத்துக்காக உயரமான கட்டடங்களின் ஜன்னல்களையும் சுத்தம் செய்து கொண்டிருந்தனர். இதையெல்லாம் கண்டு வெறுத்து, 'நான் ஒருபோதும் சர்க்கஸ்காரன் ஆக மாட்டேன்' என்றும் சொல்ல ஆரம்பித்தான். படிப்பில் கவனம் குவித்தான். குழந்தைகள் மருத்துவர் அல்லது பைலட் ஆக வேண்டுமென்ற ஆசையும் அவனுக்குள் வளர்ந்தது.

1993-ல் டெலிலா, சர்க்கஸில் வாலெண்டா பரம்பரை வாழ்வாங்கு வாழ்ந்து, வீழ்ந்த வரலாற்றை The Last of the Wallendas என்ற புத்தகமாக வெளியிட்டார். நிக்கை வருத்தம் சூழ்ந்தது. வருங்

காலத்தில் வாலெண்டா பரம்பரையின் சர்க்கஸ் பெருமைகளை உலகம் மறந்துவிடுமா?

1998. நிக் கல்லூரிக்குச் சென்று கொண்டிருந்த காலம். உறவினர் ஒருவர் தேடி வந்தார். 'நம் குடும்பத்தின் அடையாளமான பிரமிடு சாகசத்துக்கு மீண்டும் உயிர் கொடுக்க நினைக்கிறேன்' என்றார். அதென்ன? கார்ல் வாலெண்டா, தன் சகோதரருடன் இணைந்து பல வருட உழைப்பில் உருவாக்கிய சாகச வித்தை அது. 1947-ல் முதன்முறையாக அரங்கேற்றினார். சில அடி உயரத்தில் கம்பியின் மேல் வரிசையாக நான்கு பேர். அவர்களுக்கிடையே பொருத்தப்பட்ட கம்பியில் இருவர். அந்த இருவருக்கிடையில் இருக்கும் கம்பியின் மீதுள்ள நாற்காலி மீது ஒரு பெண். இப்படி மூன்று வரிசைகளில் ஏழு பேர் நின்று பிரமிடு வடிவத்தை உருவாக்கும் அசாத்திய வித்தை. கீழே வலை உள்ளிட்ட பாதுகாப்பு ஏற்பாடுகள் எதுவுமே கிடையாது. வாலெண்டா சர்க்கஸின் அற்புத அடையாளமாக இந்த பிரமிடு சாகசம் பல காலம் விளங்கியது.

1962-ஆம் ஆண்டு டெட்ராய்ட் நகரத்தில் கார்ல் வாலெண்டா, தன் குடும்பத்தினருடன் பிரமிடு சாகசம் நிகழ்த்திக் கொண்டு இருந்தார். உயரத்தில் இருந்த பெண், நாற்காலியின் மீது ஏறிக் கையசைத்த போது, பிரமிடின் முதல் வரிசையில் முதலாவதாக இருந்த டயாட்டர் என்பவர் நிலைதடுமாற, பிரமிடு நிலை குலைந்தது. மூவர் காயமின்றித் தப்பிக்க, கீழே விழுந்த இருவர் இறந்து போயினர். கார்லின் மகன் முடமாகிப் போனார். கார்லுக்கு இடுப்பில் எலும்பு முறிவு. இந்த அசம்பாவிதத்துக்குப் பிறகும் மறுநாளே மருத்துவமனையில் இருந்து எழுந்து வந்து, தான் பயிற்சியளித்த மற்ற நபர்களுடன் இணைந்து பிரமிடு சாகசத்தை நிகழ்த்திக் கூட்டத்தை அதிர வைத்தார் கார்ல். அவருக்குப் பின் அந்தச் சாகசம் வழக்கொழிந்து போனது.

'கார்லுக்காக நாம் பிரமிடு சாகசத்தை மீண்டும் நிகழ்த்தியே தீர வேண்டும்.' டெலிலாவும் டெரியும் ஒப்புக் கொண்டார்கள். நிக்கும் அதற்காகப் பயிற்சி பெற முன்வந்தார். வாலெண்டா குடும்பத்தில் பலரும் மீண்டும் இணைந்தார்கள். பிரமிடு சாகசத்தை மறுஉருவாக்கம் செய்து மீண்டும் அரங்கேற்றினர். வெற்றிகரமாகச் செய்து முடித்து தரையிறங்கிய நொடியில் அனைவரது கண்களிலும் ஆனந்தக் கண்ணீர். 'இனி கம்பியின்

பிரமிடு சாகசம்

மீதுதான் என் வாழ்க்கை' - நிக் உறுதியாக முடிவெடுத்தார். 'சர்க்கஸ் அழியவில்லை. மாறியிருக்கிறது' என்ற புரிதலுடன் புதிய சாகசங்களை அறிமுகப்படுத்தி, பரம்பரைப் பெருமையை மீட்டெடுக்கும் நடவடிக்கைகளில் தீவிரமாக இறங்கினார் நிக்.

அதில் முக்கியமானது Wheel of Death சாகசம். உயரமான கட்டடத்தின் மீது சுற்றிச் சுழலும் ஒரு வளைய அமைப்பின் மீது தடதடவென நடக்கும் வித்தை. தீம் பார்க், கேஸினோ, பிற பொழுதுபோக்கு இடங்களில் நிக் தனது சாகசங்களை நிகழ்த்த ஆரம்பித்தார். உறுதுணையாக அம்மா, அப்பா, உறவினர்கள், புதிதாக மனைவி எரண்டிராவும் இணைந்திருந்தார். அது ஓர் அழகான காதல் கதை. எரண்டிராவும் பாரம்பரியமான சர்க்கஸ் குடும்பத்திலிருந்து வந்தவரே. வாலெண்டா குழுவுடன் வித்தை காட்ட அந்த தத்தை இணைந்தபோது, மெத்தைமீது தூக்கத்தைத் தொலைத்தார் நிக். இருவரும் கம்பி மீது நடக்கும்போது, துணைக்குக் காதலும் நடைபயின்றது.

1999-ல் கனடாவின் மொண்ட்ரியேல் நகரத்தில் ஒரு சர்க்கஸ் நிகழ்ச்சியில், சுமார் 18000 பேர் முன்னிலையில் 30 அடி உயரக் கம்பியின் நடுவே மண்டியிட்ட நிக், தன் முன் நின்று கொண்டிருந்த எரண்டிராவிடம் காதலைச் சொன்னார். முகம் சிவக்கக் காதலை ஏற்றுக் கொண்டார் எரண்டிரா. அரங்கம்

புவெர்டோ ரிகோவில் கம்பியின் மீது டெலுலாவுடன் நிக்

அதிர்ந்தது. ஒரு வாரத்தில் திருமணம் செய்து கொண்டார்கள்.

2001-ல் ஜப்பானில் நிக், வாலெண்டா குடும்பத்தினருடன் இணைந்து, எட்டு பேராக நான்கு அடுக்கு பிரமிடு சாதனையைச் செய்தார். இது அவரது முதல் கின்னஸ் உலக சாதனை. அதற்குப் பின் கம்பியில் சைக்கிள் ஓட்டுவது, கம்பியில் பைக் ஓட்டியபடி மனைவியுடன் சேர்ந்து மயிர்க்கூச்செரியும் சாகசங்கள் புரிவது, அந்தரத்தில் கம்பியின் நடுவில் உட்கார்ந்தபடி போன் பேசுவது, காபி குடிப்பது என விதவிதமாகத் தன் வித்தைகளை வித்தியாசப் படுத்தினார். ஏதாவது உயரமான இடங்களைக் கண்டாலே இதற்கும் அதற்கும் இடையில் கம்பியைக் கட்டி நடக்கலாமா என்று அவரது சிந்தனை காற்றுவெளியில் மிதக்க ஆரம்பித்தது. புதிய சாதனைகளை நோக்கி உழைக்க ஆரம்பித்தார் நிக்.

2008. நியு ஜெர்ஸியின் 135 அடி உயர ப்ரூடென்சியல் சென்டரிலிருந்து கம்பி வழியாக 250 அடி நடந்தார். கீழே வலையெல்லாம் கிடையாது. கரணம் தப்பி, வலையில் விழுந்தும் வாலெண்டே குடும்பத்தினர் இறந்திருக்கிறார்கள் என்பதால் கார்ல் ஒருபோதும் அவற்றை நம்பியதில்லை. அதையே நிக்கும் பின்பற்றினார். ப்ரூடென்சியலில் காலால் நடந்து கடந்த பிறகு, ஹேண்டில் பாரும், டயரும் நீக்கப்பட்ட சைக்கிளையும் கம்பியில் ஓட்டிச் சாதித்தார். 'கடைசி சில அடிகளில் பின் சக்கரம் சற்றே வழுக்க ஆரம்பிக்க,

ஒருவழியாக வந்து சேர்ந்துவிட்டேன்.’ அதிக உயரத்தில் அதிகத் தொலைவுக்கு கம்பியில் சைக்கிள் ஓட்டிய விதத்தில் நிக் புதிய கின்னஸ் சாதனை படைத்தார்.

‘அதுக்கும் மேலே’ எங்கே கம்பி கட்டலாம் என்று நிக்கின் பார்வை உயர்ந்துகொண்டே சென்றது. 2009 வரை 15 உயரமான இடங்களில் பிசகின்றி நடந்து சாதித்தார். பிட்ஸ்பெர்க் நகரின் Allegheny நதியைக் கடக்க கயிற்றில் கால்வைத்தார் நிக். குறிப்பிட்ட நேரத்தில் மழையும் காற்றும் சேர்ந்து கொண்டது. தவிர, எப்போதும் உயவு எண்ணெயிடப்படாத கம்பியில்தான் நடப்பார் நிக். அன்று அங்கே அமைக்கப்பட்டிருந்ததோ எண்ணெய் கசியும் கம்பி. நிக் பின்வாங்கவில்லை. தன் ஷூக்களை கழட்டி எறிந்து விட்டு, வெறும் காலுறைகளுடன் (200 அடி உயரத்தில் 1084 அடி நீளம்) நடந்து கடந்தார்.

நிக்கின் சாகசங்களுக்கான ஏற்பாடுகளை, அதற்குரிய கட்டுமானங்களை எல்லாம் கவனித்துக் கொள்வது அவரது தந்தை டெரி. சாகசக் களங்களில் தந்தை, பாதுகாப்பு ஆலோசகராக உடனிருப்பது நிக்குக்கு மாபெரும் பலம். 2010-ல்

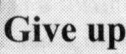

Never Give up

மனைவியுடன் நிக்

❖ *வாரத்தில் ஆறு நாள்கள், தினமும் ஆறு மணி நேரம் கம்பி மீது பயிற்சி. தவிர வாரத்துக்கு 10 மணி நேரம் எடை தூக்கும் பயிற்சி, 5 மணி நேரம் ஏரோபிக்ஸ் பயிற்சி மேற்கொள்கிறார் நிக். ‘சிறிய உயரமோ, மிக அதிக உயரமோ கம்பியில் நடப்பதற்கு*

பஹாமாஸில் கடற்கரையோரம் அமைந்த கட்டடங்களுக்கு இடையே (26 0 அடி உயரம்) நிக், சைக்கிளில் கம்பியைக் கடந்து புது கின்னஸ் உலக சாதனை படைத்தார். அந்த நிகழ்வு முடிந்த பிறகு டெரி உடல்நிலை சரியில்லாமல் மருத்துவமனையில் அனுமதிக்கப்பட்டார். அன்று மதியம் கம்பியில் 2000 அடி தொலைவு நடக்கத் திட்டமிட்டிருந்த நிக் பரிதவித்துப் போனார். 'அப்பா இல்லாமல் எப்படி?' இருந்தாலும் முன்வைத்த காலை பின்வைக்க மனமில்லை. மின்னிய மின்னல்களுக்கிடையில் கம்பியைக் கடந்த நிக், 'இது வாழ்வின் கடினமான தினம்' என்றார்.

புவேர்டோ ரிகோவில் கார்ல் விழுந்து இறந்த அதே கட்டடங் களுக்கிடையில் கம்பியில் நடந்து கடக்க வேண்டும் என்பது நிக்கின் லட்சியங்களில் ஒன்று. அதே எண்ணம் டெலிலாவுக்கும் இருந்தது. குடும்பத்தினர் பயந்தனர். தடுத்தனர். நீண்ட யோசனைக்குப் பிறகு, மகனும் அம்மாவும் அதே இடத்தில் அமைக்கப்பட்ட கம்பியில் கால் பதித்தனர். கம்பியின் ஒருபுற முறமிருந்து நிக் நடந்து வர, எதிர்ப்புறமிருந்து அம்மா டெலிலா நடந்து வந்தார். கார்ல் எந்தப் புள்ளியில் தடுமாறி விழுந்தாரே, அதே இடத்தில் டெலிலா கம்பியில் அமர்ந்தார். நிக், டெலிலாவை

முதலில் மனத்தளவில் தயாராவதுதான் மிக முக்கியம்' என்பன நிக்கின் அனுபவ வார்த்தைகள்.

- *Balance: A Story of Faith, Family, and Life on the Line - என்ற நிக் வாலெண்டாவின் சுயசரிதைப் புத்தகம் 2014-ல் வெளியாகி யிருக்கிறது.*
- *நிக் - எரண்டிரா தம்பதிக்கு மூன்று குழந்தைகள். அவர்களது கடைசி மகளான எவிட்டா, கம்பி வித்தையில் கவனம் செலுத்தி வருகிறாள்.*
- *2015 ஏப்ரலில் ப்ளோரிடாவில் அமைக்கப்பட்டிருக்கும் 400 அடி உயர ராட்சச ராட்டினத்தின் (Orlando Eye) உச்சியில் எந்தவிதப் பாதுகாப்புமின்றி ஏறி நடந்து பார்வையாளர்களை மெய்சிலிர்க்கச் செய்தார் நிக்.*
- *Never Give Up - நிக்கின் மந்திர வாசகம் இதுவே. 'உலகின் சிறந்த வயர் வாக்கர் என்று என்னைச் சொல்ல மாட்டேன். சாதனைகளை முறியடிப்பது என் நோக்கமல்ல. இதுவரை நிகழ்த்தப்படாத சாதனைகளைச் செய்வதில்தான் கவனம் செலுத்துகிறேன்.'*

நெருங்கி, சாதுர்யமாகத் தாண்டினார். கூட்டம் பதறியது. பின், டெலிலா மீண்டும் எழுந்து நிற்கவும் உதவினார். தூரத்தைக் கடந்து முடிப்பதற்குச் சில அடிகள் முன்பாக நிக், கம்பியில் மண்டியிட்டு கார்லுக்காக முத்தமொன்றைப் பறக்கவிட்டார். 'கார்லின் மரணம் எங்களைக் காலம் காலமாகத் துரத்திக் கொண்டேயிருந்தது. இதோ அதே பாதையிலேயே அவரது கனவை நாங்கள் நிறைவேற்றிவிட்டோம். கார்லைப் பெருமைப்படுத்தி விட்டோம்.'

அடுத்த இலக்கு - இளவயது முதல் துரத்தும் அந்தக் கனவு - அருவியின் குறுக்கே நடப்பது. அந்த அருவி நயாகரா. பத்தொன்பதாம் நூற்றாண்டில் பல கலைஞர்கள், நயாகரா நதி ஓடும் பள்ளத்தாக்கின் குறுக்கே கம்பியில் நடந்து விதவிதமான சாதனைகள் செய்திருக்கிறார்கள். ஆனால், யாருமே அருவியை ஒட்டி, கம்பி கட்டிக் கடந்ததில்லை. கிட்டத்தட்ட அரைவட்ட வடிவில் விழும் நயாகராவின் ஒரு முனையிருப்பது அமெரிக்காவில். மறுமுனையிருப்பது கனடாவில். அந்த இரு கரைகளுக்கிடையில் கம்பி அமைத்து நயாகராவைக் கடப்பது நிக்கின் திட்டம். ஆனால், சுமார் 120 வருடங்களாக நயாகராவில் சாகசங்களைத் தடை செய்திருந்தார்கள். நிக், 2010 முதலே இரண்டு அரசுகளிடமும் அனுமதி கேட்டுப் போராட ஆரம்பித்தார். ஏகப் பட்ட சட்டச் சிக்கல்கள். பலரது உதவியுடன் நிக் தொடர்ந்து வற்புறுத்த, ஒருவழியாக நயாகராவைக் கடக்க அனுமதிக்கும் மசோதா அமெரிக்கத் தரப்பில் நிறைவேற்றப்பட்டது.

கனடா தரப்பில் கடும் இழுபறி. விதிமுறைகள் அனுமதிக்காது என்பது தொடங்கி, கூடும் கூட்டத்தால் சுற்றுச்சூழல் கெட்டுவிடும் என்பது வரை பல்வேறு முட்டுக்கட்டைகள். 'இதனால் நயாகராவின் சுற்றுலா வருமானம் அதிகரிக்கும்' என்று நிக் போராடினார். 'நயாகராவில் நடப்பதைவிட, அதற்கான அனுமதி வாங்குவது கடினமாக இருக்கிறது' என்று நிக் மனம் வெறுத்த பொழுதில் கிரீன் சிக்னல் விழுந்தது.

நயாகரா சாகச பட்ஜெட்டும் எதிர்பார்த்ததைவிட எகிறியது. கட்டமைப்புக்கான செலவிலிருந்து பாதுகாப்பு ஏற்பாடு களுக்கான செலவு வரை, தவிர இரு அரசுகளும் நிர்ணயித்த லொட்டு லொசுக்கு கட்டணங்கள் என உத்தேசமாக $1.3 மில்லியன் தேவைப்பட்டது. சாகசத்தை நேரடியாக ஒளிப்பரப்ப ABC சேனலுக்கு உரிமம் கொடுத்து, பொதுவில் நிதி திரட்டி, விளம்பர

தாரர்களைப் பிடித்து - இப்படிப் பல வழிகளில் செலவைச் சமாளித்தார் நிக். இத்தனைக்கும் மத்தியில் பயிற்சியிலும் ஈடுபட்டார். உயரத்தில் நிக் நடக்க, தீயணைப்பு வாகனங்கள் நீரைப் பீய்ச்சியடிக்க, ராட்சசக் காற்றாடிகள் சுழன்றன. அவற்றின் மத்தியில் நடந்து பழகினார் நிக். பல மணி நேரங்கள் நயாகரா கரையில் உட்கார்ந்து, அந்த அருவியை, தன் பாதையை, உணர்ந்து உள்வாங்கிக் கொண்டார். அவர் முழுமையாகத் தயாரானார். ஆனால், ABC சேனல், கம்பியோடு இணைக்கப்பட்ட ஒரு பாதுகாப்பு வயரை நிக் தன் முதுகில் இணைத்துக் கொண்டுதான் சாகசம் மேற்கொள்ள வேண்டும் என்று கறாராகச் சொன்னது. நிக்குக்கு அதில் உடன்பாடில்லை. முடியவே முடியாதென கடுமையாக எதிர்த்தார். திட்டமே பாழாகிப் போகும் என்ற நிலையில் அரை மனத்துடன் ஒப்புக்கொண்டார்.

2012, ஜூன் 15. 'நயாகரா என்றெல்லாம் நினைக்காதே. எப்போதும் நடக்கும் அதே கம்பிதான். இடம் வேறு. அவ்வளவுதான். உன்னால் நிச்சயமாக முடியும்.' நம்பிக்கையுடன் அமெரிக்கப் பகுதியில் இருந்து முதல் அடியை எடுத்துவைத்தார் நிக். அது இரவு மணி 10.16. அந்நேரத்தில் மின் உற்பத்திக்காக நயாகராவின் நீரின் குறிப்பிட்ட அளவு எடுத்துக் கொள்ளப்படுவதால், நீர்வரத்து சற்று குறைவாக இருக்கும். ஆனால், பனிமூட்டமும் காற்றும் எதிர்பார்த்ததைவிடக்கடுமையாகவே இருந்தன. பேரிரைச்சலுடன் நொடிக்கு 60000 கேலன் விழும் நீரால் தெறிக்கும் சாரலில், 2 இன்ச் விட்டமுள்ள கம்பி முழுக்க நனைந்திருந்தது. டெலிலா தன் மகனுக்காக, வழுக்காத, அதிகப் பிடிமானம் கொண்ட சிறப்பு ஷூக்களைத் தயாரித்துக் கொடுத்திருந்தார். புவியீர்ப்பு விசையைச் சமப்படுத்தும் விதத்தில் கையில் நீண்ட கம்பு ஒன்றை (40 அடி நீளம், 16 கிலோ எடை) கிடைமட்டமாகப் பிடித்தபடி ஒவ்வோர் அடியாக, கவனமாக எடுத்து வைத்தார் நிக். முதுகுடன் பொருத்தப்பட்டிருந்த, அதுவரை அவர் அணிந்தேயிராத பாதுகாப்பு வயர்தான் பெரும் தொந்தரவாகத் தெரிந்தது. (நிக் அதைப் பாதி வழியில் கழட்டிவிடுவார் என சிலர் நினைத்தார்கள். ஆனால், சேனலுடனான ஒப்பந்தத்தை மதித்து அப்படி எதுவும் செய்யவில்லை.)

இரண்டு புறமும் சேர்த்து இரண்டு லட்சத்துக்கும் அதிகமான பார்வையாளர்கள் திரண்டிருந்தார்கள். தவிர நேரடி ஒளிபரப்பில் கோடிக்கணக்கான விழிகள் இமைக்க மறந்திருந்தன. நிக்,

நிக்கின் நயாகரா நடை

அந்தரத்தில் நடக்க நடக்க, ஒவ்வொருவரது இதயத் துடிப்பும் எகிறிக் கொண்டிருந்தது. நயாகரா வாழ் வல்லூறுகள், பறந்து வந்து நிக்கைத் தாக்கும் ஆபத்தும் இருந்தது. வேறெதையும் யோசிக்காமல் தன் பாதையில் தீர்க்கமாக நடந்தார் நிக்.

பாதையின் மையத்தை அடைந்தார். கீழே 220 அடி ஆழத்தில் நயாகரா நீரின் சங்கமத் தாண்டவம். 'எங்கே இருக்கிறாய் நீ?' என்று மனதில் விநோதக் கேள்வி. திடீரென எல்லாம் ஏதோ கனவு போலத் தோன்றியது. நிக் நிலைதடுமாறாமல், **ABC** நிருபருடன் தன்னில் பொருத்தப்பட்ட மைக்கில் பேசியபடி நடந்தார். அதிகக் குளிர். ஈரம். கைகள் விறைத்தன. உடல் வலிமையிழப்பதாகத் தோன்றியது. நினைவில் கார்ல் வந்தார். உதடுகள் கடவுளைப் பிரார்த்தித்தன. எரண்டிராவும் குடும்பத்தினரும் வெலவெலத்து நின்றனர். 90 சதவிகித தூரத்தைக் கடந்தபின், நிக் மண்டியிட்டு முத்தமொன்றைப் பறக்கவிட்டார். மக்களின் ஆர்ப்பரிப்பில் நயாகராவின் இரைச்சலும் அமுங்கியது.

இரவு 10.41. நயாகாராவின் குறுக்கே கம்பியில் 1800 அடிகள் கடந்து, கனடாவின் டேபிள் ராக் பகுதியை அடைந்த முதல் மனிதராக புதிய கின்னஸ் உலக சாதனை படைத்தார் நிக். வாலெண்டா குடும்பத்தினர் நெகிழ்ந்து நின்றனர். நிக்கின் முகத்தில் நயாகராவையே வென்ற ஆனந்தம். அந்தக் கரையில் கனடா அதிகாரிகள் நிக்கை வரவேற்றார்கள். நிக், தன் உடைக்குள் நனையாமல் வைத்திருந்த பாஸ்போர்ட்டை எடுத்து நீட்டினார். 'உங்கள் பயணத்தின் நோக்கமென்ன?' அதிகாரிகள் கேட்டதற்கு நிக் பெருமிதத்துடன் அளித்த பதில், 'உங்கள் கனவை வெல்லும் முயற்சியை ஒருபோதும் விட்டுவிடாதீர்கள் என்று உலக மக்களுக்குச் செய்தி சொல்வதே.'

நிக்கின் அந்த நடையால், அமெரிக்காவிலும் கனடாவிலும் நயாகராவின் சுற்றுலா லாபம் அந்த ஆண்டில் அதிகரித்தது. நிக்கும் மில்லியன் கணக்கில் சம்பாதித்துவிட்டார் என்றுதான் பலரும் சொன்னார்கள். நிஜத்தில் $50000 வரை நஷ்டப்பட்டுத்தான் சாதனையை நிகழ்த்தியிருந்தார் நிக். அதற்காக முடங்கிவிடவும்

கிராண்ட் கேன்யான் பள்ளத்தாக்கில் நிக்

இல்லை. அடுத்த இலக்கை நிர்ணயித்தார். அரிசோனாவின் கிராண்ட் கேன்யான் பள்ளத்தாக்கின் குறுக்கே, லிட்டில் கோலராடோ நதியின் மேலே நடப்பது. மொத்தம் 1400 அடி நீளம், அதுவும் 1500 அடி உயரத்தில் கடப்பது. 2013, ஜுன் 23. நிக், அந்த அதீத உயரத்தில் நடக்கத் தொடங்கினார். பயணத்தில் இரண்டு முறை அதிகக் காற்றால் சற்றே தடுமாறி சமாளிக்க வேண்டிய திருந்தது. 22 நிமிடம், 54 நொடியில், கடைசி சில அடிகளை குடுகுடுவென ஓடிக் கடந்து மண்ணை முத்தமிட்டு மகிழ்ந்தார் நிக். அவர் கம்பியில் நடந்ததிலேயே மிக அதிக உயரம் இதுதான். மற்றுமோர் உலக சாதனை.

2014-ல் சிகாகோவில் நிக், 588 அடி உயரமுள்ள ஒரு கட்டடத்தின் உச்சியிலிருந்து, 671 அடி உயரமுள்ள இன்னொரு கட்டடத்தின் உச்சியை நோக்கி, 19 டிகிரி சாய்வில் கட்டப்பட்ட கம்பியில் நடந்து கின்னஸ் சாதனை படைத்தார். அதே இரவில், இரண்டு கட்டடங்களுக்கிடையில், கண்களைக் கட்டிக் கொண்டு, 500 அடி உயரத்தில், 94 அடி தூரத்தைக் கடந்து தனது ஒன்பதாவது கின்னஸ் சாதனையை வரலாற்றில் பதித்தார்.

இதுவரை தன் சாகசங்களில் எந்த விபத்தையும் சந்திக்காத நிக், குமுறும் எரிமலையின் குறுக்கே நடக்க வேண்டும், பிரமிட், ஈஃபிள் டவர், மலேசியா ட்வின் டவர், மச்சு பிச்சுவில் நடக்க வேண்டும் என அபாயகரமான வருங்காலத் திட்டங்கள் பலவற்றையும் வைத்துள்ளார்.

'எந்த உயரத்தைக் கண்டும் நான் பயப்படுவதில்லை. நான் பயப்படுவது கடவுளுக்கு மட்டுமே. மரணம் எந்த விதத்திலும் வரலாம். நான் எனது 50 வயது வரை கம்பியின் மீது வாழவே விரும்புகிறேன். வயதாகி, இயற்கையான மரணத்தைச் சந்திக்கவே ஆசைப்படுகிறேன். எதிலும் எப்போதும் முதல் அடியை எடுத்து வைப்பதுதான் கடினமானது. தைரியமாக இறங்கி, ஆபத்துகளை எதிர்கொள்ளப் பழகிவிட்டால் எதுவும் சாத்தியமே. ஏனெனில், அனுபவத்தை வேறெதைக் கொண்டும் ஈடு செய்யவே இயலாது.'

காணொளிகள்

 கார்ல் வாலெண்டாவின் இறுதி நடை

 நிக் புரூடென்ஷியல் சாகசம்

 நிக்கும் அவரது தாயாரும் - புவர்டோ ரிகோ சாதனை

 நிக் நயாகரா நடை

 கிராண்ட் கென்யான் சாகசம்

 சிகாகோவில் கண்கள் கட்டிக் கொண்டு நடை சாகசம்

நான் என்னளவில் மிக மிக அழகானவள்.
அற்புதமானவள். திருநங்கை என்ற என்
அடையாளத்தை வெளிப்படையாகச் சொல்லிக்
கொள்வதே எனக்குப் பெருமை.

லெவெரின் காக்ஸ்

திருநங்கை நட்சத்திரம்

'அவள் ஒரு பையன்' அல்லது 'அவன் ஒரு பொண்ணு' - லெவெரின் காக்ஸ் (Laverne Cox) தன் பள்ளிக்காலத்தில் அதிகம் கேட்ட வார்த்தைகள் இவை. பருவ வயதில் வெளியில் தனியாகச் செல்லும்போது நான்கெழுத்து ஆங்கிலக் கெட்ட வார்த்தை சொல்லி பரிகாசம் செய்யாதவர்கள் குறைவே. ஒரு திருநங்கை அனுபவிக்கும் அத்தனைத் துன்பங்களையும் கடந்து வந்திருக்கும் காக்ஸ், இப்போது அமெரிக்காவில் நாடறிந்த பிரபலம். சர்வதேச அளவில் புகழ் பெற்றிருக்கும் அசாத்திய நடிகை, சமூகப் போராளி. ஆனால், இன்றைக்கும் 'முன்னேறிய நாடான அமெரிக்கா'வின் வீதிகளில் ஒரு பெண்ணாக அவள் நடந்து செல்லும்போது காதில் விழும் வார்த்தைகள், 'அந்தா, ஆம்பளை போகுது பாரு!'

சீழ்பிடித்த சமூகத்தில் சகலத்தையும் சகித்துக் கொண்டுதான் வாழ்ந்தாக வேண்டும் என்று காக்ஸ் ஒருபோதும் ஒடுங்கிப் போகவில்லை. வலிகளை, ரணங்களை எல்லாம் உதறித் தள்ளிவிட்டு, ஒட்டுமொத்த திருநங்கைகளின் பிரதிநிதியாக உலகின் கவனம் ஈர்க்கிறார். தங்கள் அடிப்படை 'மனித' உரிமைகளுக்காக உரக்கக் குரல் கொடுத்துக் கொண்டிருக்கிறார். திருநங்கை லெவரின் காக்ஸின் வாழ்க்கை - வெறும் வெற்றிக் கதையல்ல. அதற்கும் மேல்.

1984, மே 29. அமெரிக்காவின் அலபாமா மாகாணத்தில் மொபைல் என்ற நகரத்தில் வசித்த குளோரியாவுக்குப் பிரசவ வலி உண்டானது. மருத்துவமனையில் அவளுக்கு முதல் குழந்தை பிறந்தது. அடுத்த ஏழாவது நிமிடத்தில் இன்னொரு குழந்தை. 'ரெண்டும் ஆம்பளைப் புள்ளைங்க. உரிச்சி வைச்ச மாதிரி ஒண்ணா இருக்குது' - நர்ஸ் ஒருத்தி, மயக்கம் தெளிந்த குளோரியாவிடம் மகிழ்ச்சியைப் பகிர்ந்து கொண்டாள். முதல் மகனுக்கு லெவரின் காக்ஸ் என்றும், இரண்டாவது மகனுக்கு லாமர் என்றும் பெயர் வைத்தார் குளோரியா. அவருக்குத் திருமணமாகவில்லை. (பின்னாளிலும் குளோரியா தன் குழந்தை களின் தந்தை பற்றி அவர்களிடம் எந்த விவரமும் பகிர்ந்து

கொண்டதில்லை.) குளோரியாவுக்கு ஆதரவு அவளது தாய் மட்டுமே. பள்ளியொன்றில் ஆசிரியையாகப் பணியிலிருந்த குளோரியா, குழந்தைகளை வளர்க்க அந்த வருமானம் மட்டும் போதாமல், தனக்குக் கிடைத்த பகுதி நேர வேலைகளையெல்லாம் செய்தார்.

'நீ வக்கீல் ஆக வேண்டும், நீ டாக்டராக வேண்டும்' - குளோரியா தன் மகன்களிடம் விதைத்த கனவு. ஆசிரியையாக இருந்ததால் தன் மகன்களைக் கவனமுடன் படிக்க வைத்தார். இருவருமே பள்ளிப் படிப்பில் கெட்டியாகத்தான் இருந்தனர். காக்ஸுக்குப் பள்ளி செல்வதும், பாடங்களைப் படிப்பதும், டாப் கிரேடில் இருப்பதும் அவ்வளவு பிடிக்கும். எப்போதும் ஏதாவது எழுதிக் கொண்டிருப்பான் அல்லது புத்தகங்களோடு பொழுதைக் கழிப்பான். ஆனால், அவனுக்கு நண்பர்கள் யாரும் கிடையாது. அவனை யாரும் நண்பனாகச் சேர்த்துக் கொள்ளவில்லை என்பதே உண்மை. காரணம், காக்ஸிடம் சிறுவயதிலிருந்தே மிளிர்ந்த பெண் தன்மை. 'Sissy' (பெண் தன்மை கொண்டவன்) - இந்த வார்த்தையால்தான் சக மாணவர்கள் காக்ஸைக் கேலி செய்தனர். அப்படி அடுத்தவர்கள் கேலி செய்யும்போது காக்ஸ் ஒதுங்கி, ஒடுங்கிச் சென்றாலும், விவரமறிந்த வயதில் அவனுக்குள் தோன்றியதும் அதுவே.

'பிறப்பால் நான் ஓர் ஆண் என்று நீங்கள் சொல்கிறீர்கள். ஆனால், நான் நிச்சயம் ஆண் அல்ல. பெண். பெண்தான்.'

மனத்துக்குள் அப்படி நினைத்துக் கொள்வதுதான் 'அவளுக்குப்' பிடித்திருந்தது. 'டான்ஸ் கிளாஸ் போறேம்மா' என்று அடிக்கடி அம்மாவிடம் கெஞ்சுவாள். ஆனால், பொருளாதாரம் இடம் கொடுக்கவில்லை. எட்டாவது வயதில் நடன வகுப்பு ஒன்றில் இலவசமாகப் பயிலும் வாய்ப்பு அமைந்தது. அப்படியே சில ஷோக்களில் நடிக்கவும் வாய்ப்பு. காக்ஸ், தனக்குள் உலவிக் கொண்டிருந்த பெண்மையை நடனத்திலும் நடிப்பிலும் வெளிப் படுத்தி வடிகால் தேடிக் கொண்டாள். இருந்தாலும் வெளியில் பெண் என்று சொல்லிக் கொள்ளத் தயக்கம். 'பசங்க வலது பக்கம் நில்லுங்க. பொண்ணுங்க இடதுபக்கம் நில்லுங்க' என்று பள்ளியில் சொல்லும்போது இடது பக்கமாக மனத்தளவிலும், வலது பக்கமாக உடலளவில் மட்டும் சென்று நின்றாள்.

சகோதரன் லாமர் ஆணுக்குரிய இயல்புடனேயே வளர்ந்தாலும், அவனும் காக்ஸின் இரட்டை என்பதால் கேலிக்கும் சித்ரவதைக்கும் உள்ளானான். தினமும் பள்ளி முடிந்ததும் காக்ஸும் லாமரும் ஒரு நிமிடம்கூட தாமதிக்காமல் பேருந்தைப் பிடிக்க ஓடுவார்கள். பள்ளிக்குள் மற்ற மாணவர்களிடம் மாட்டிக் கொண்டால் - அடி, உதை, கேலி, சித்ரவதை. பேருந்தில் மற்ற மாணவர்கள் இருந்தாலும் அப்போதைக்குப் பிரச்னையில்லை. காரணம், டிரைவர் கண்ணாடி வழியே பேருந்தில் நடப்பதைக் கவனித்துக் கொண்டிருப்பார். ஆனால், பேருந்து நிறுத்தம் வந்த கணத்தில் காக்ஸும் லாமரும் இறங்கி, தலைதெறிக்க வீட்டை நோக்கி ஓடத் தொடங்குவார்கள். மாணவர்களின் கும்பல் ஒன்று அவர்களைத் துரத்திக் கொண்டு ஓடும். சிக்கிக் கொண்டால் கொடூர நிமிடங்கள். பலமுறை சிக்கிய அனுபவம். ஆகவே

உலகின் அழகான பெண்!

2013-*ல் AntiViolence Project-ல் தைரியமான நபருக்கான விருது, 2014-ல் Glamour இதழ் தேர்ந்தெடுத்த 'ஆண்டின் சிறந்த பெண்' விருது, பிரிட்டனின் தி கார்டியன் பத்திரிக்கை 2014-ல் தேர்ந்தெடுத்த மிகச் சக்தி வாய்ந்த LGBT நபர் விருது, People இதழ் 2015-ல் பட்டியலிட்ட உலகின் மிக அழகான பெண்கள் வரிசையில் ஓரிடம், 2015 Time 100 Most Influential People - பட்டியலில் இடம்பெற்றது என்று லெவெரின் காக்ஸ் பெற்றிருக்கும் கௌரவங்கள் அநேகம். 2014-ல் பிரைம்டைம் எம்மி விருதுக்காக பரிந்துரைக்கப்பட்ட முதல் திருநங்கை நடிகை என்ற சிறப்பு காக்ஸுக்கு உண்டு. Madame Tussauds - சான் பிரான்சிஸ்கோ மெழுகுச் சிலை அருங்காட்சியத்தில் காக்ஸின் சிலையும் இடம்பெற்றுள்ளது. ஒரு திருநங்கை இந்தப் பெருமையை அடைவது இதுவே முதல் முறை.*

காக்ஸ், சகோதரனின் கையை இறுக்கப் பிடித்துக் கொள்வாள். உயிர் நடுநடுங்க ஓடுவார்கள். நல்லபடியாக வீட்டுக்கு வந்து சேர்ந்துவிட்டால், கசப்பின் புன்னகையோடு சொல்லிக் கொள்வாள். 'இன்னிக்கு ரொம்ப நல்ல வேகமா ஓடுனோம். நாளைக்கும் எப்படியாவது தப்பிச்சுடணும்.'

குளோரியாவின் காதுகளிலும் இந்த விஷயங்கள் வந்து விழும். துடித்துப் போவாள். 'அவங்க உன்னை அடிச்சாங்கன்னா, திருப்பி அடிக்கணும். இப்படிப் பயந்து ஓடக்கூடாது.' ஆனால், காக்ஸுக்கு எதிர்த்துப் போராடவெல்லாம் தோன்றவில்லை. எப்படியாவது தப்பிப்பதே போதுமானதாக இருந்தது. ஒருமுறை காக்ஸின் வகுப்பாசிரியை, குளோரியாவிடம் புகார் வாசித்தார். 'இவனோட நடத்தையே சரியில்லை. இப்படியே விட்டா, ஒருநாள் பொண்ணுங்க டிரெஸ்ஸோட ரோடு ரோடா திரியப் போறான். உடனே, ஏதாவது டாக்டரைப் போய்ப் பாருங்க.'

காக்ஸுக்குள் பயம் விஸ்வரூபமெடுத்தது. அம்மா, என்ன சொல்லுவாள்? அவளும் அடிப்பாளோ? ஆனால், குளோரியா அமைதியாக நகர்ந்துவிட்டாள். காக்ஸிடம் எந்தக் கண்டிப்பும் காட்டவில்லை. அந்த அமைதியில் காக்ஸும் தனக்குள் அடங்கிப் போனாள். எனக்குத் தெரியும், நான் ஆண் அல்ல. ஆனால், நான் பெண்ணும் அல்ல என்று மற்றவர்கள் சொல்கிறார்கள். என்ன செய்வது? அம்மாவின் மனத்தைக் கஷ்டப்படுத்தக்கூடாது. லாமரும் பாவம். வேறெதையும் யோசிக்காதே. படித்து முன்னேற வேண்டும். நிறைய சம்பாதிக்க வேண்டும். எப்படியாவது பிரபலமாக வேண்டும். அதற்கு, நான் நானாக இருக்கக் கூடாது. காக்ஸ், தனக்குள் உலவிய பெண்ணை, மனச்சங்கிலியால் கட்டிப் போட்டாள். இருந்தாலும் இதயத்தில் ஒரு மூலையில் (போலி) நம்பிக்கை ஒன்று வளர்ந்து கொண்டிருந்தது. 'நான் பருவமடைந்துவிட்டால் முழுக்க முழுக்கப் பெண்ணாகிவிடுவேன். அப்போது எல்லா பிரச்னைகளும் தீர்ந்துவிடும்.'

காக்ஸுக்கு 11 வயது இருக்கும்போது மற்ற 'பையன்கள்' மீது இயல்பான ஓர் ஈர்ப்பு உண்டாகத் தொடங்கியது. ஆனால், சர்ச்சில் மீண்டும் மீண்டும் சொல்லியிருக்கிறார்கள் - ஒரு பாலின ஈர்ப்பு பெரும் பாவம். கடவுளுக்குப் பிடிக்காது. என்னைப் பெண்

எனப் புரிந்துகொள்ளாமல் உலகம் இதைத் தப்பாகத்தானே பார்க்கும். காக்ஸ் ஒன்றும் புரியாமல் தடுமாறிக் கொண்டிருந்த அந்தப் பருவத்தில் அவளது பாட்டி இறந்துபோனாள். குளோரியாவுக்குப் பேரிழப்பு. காக்ஸுக்கு பாட்டி இறந்த சோகத்தைவிட, உள்ளே அச்சம் சூழ்ந்து கொண்டது. செத்துப்போன பாட்டி சொர்க்கத்தில் இருந்து என்னைப் பார்த்துக் கொண்டிருப்பாளே. நான் ஆணாக இல்லாமல் பெண்ணாக விரும்புவதை, பெண் உடைகளை ரகசியமாக அணிவதை, யாருக்கும் தெரியாமல் ஒப்பனை செய்து கொள்வதை, பிற ஆண்களை ரசிப்பதை... எல்லாவற்றையுமே பார்த்து விடுவாளே. அய்யோ! வேண்டாம். இனி நான் உயிர் வாழ முடியாது. அம்மா வாங்கி வைத்திருந்த ஒரு பாட்டில் மாத்திரைகள் கண்ணில் பட்டன. தூக்க மாத்திரைதான் என்று நினைத்து விழுங்கினாள். ஒன்றன்பின் ஒன்றாக. கணக்கின்றி. 'அம்மா... என்னை மன்னித்துவிடு.' கண்கள் சுழலச் சரிந்தாள்.

காலையில் கடும் வயிற்றுவலியுடன் எழுந்தாள். நான் இன்னும் சாகவில்லையா? வயிற்றுவலியைவிட அது பெரிய வலியாகத் தெரிந்தது. அந்தத் தற்கொலை முயற்சி தோல்விக்குப்பின் மீண்டும் ஒருமுறை மரணத்தைத் தொட்டுப் பார்க்கும் துணிவு காக்ஸுக்கு வரவில்லை. (அமெரிக்காவில் 20 வயதைத் தொடுவதற்குள் திருநங்கை இனத்தவர்களில் பாதி பேராவது தற்கொலை செய்து கொள்கின்றனர் அல்லது அதற்காக ஒருமுறையாவது முயற்சி செய்கின்றனர் என்கிறது ஒரு புள்ளி விவரம்.) அந்தப் பதின்வயதில் தன் உடலில் பெண்மைக்கான மாற்றங்கள் நிகழ்ந்துவிடும் என்று எதிர்பார்த்து ஏங்கி ஏமாந்து போனாள் காக்ஸ். ஓர் ஆணும் பருவமடையும் வயது இதுதானே. அதுவும் நேரவில்லையே. நான் யார்? ஒற்றைக் கேள்வி மனத்தைக் குடைந்து ரணமாக்கியது. இருந்தாலும் தனக்கு ஒரே ஆறுதலான படிப்பில் கவனம் சிதறவிடவில்லை. அடுத்த வந்த கிறிஸ்துமஸ் தினத்தில் குளோரியா, காக்ஸுக்கு வாழ்த்து அட்டை ஒன்றை அளித்தார். பிரித்துப் பார்த்த காக்ஸ், சந்தோஷக் கண்ணீரில் குளித்தாள். 'என் அன்பு மகளுக்கு...' என்று எழுதப்பட்ட மகளுக்கான வாழ்த்து அட்டை. திருநங்கைகள் எதிர்கொள்ளும் அதிமுக்கியப் பிரச்னை, குடும்பத்தினரின் புறக்கணிப்பு. ஆனால், என் தாயே என்னை ஏற்றுக் கொண்டாள், மகளாக! வேறென்ன வேண்டும்!

14 வயதில் காக்ஸுக்கு பிர்மிங்ஹாமில் உள்ள அலபாமா ஸ்கூல் ஆஃப் ஃபைன் ஆர்ட்ஸில் கல்வி உதவித் தொகையுடன் இடம் கிடைத்தது. வேறு ஓர் ஊரில் தங்கிப் படிக்க வேண்டிய சூழல். பழகிய இடத்திலேயே வெளியில் சென்று வருவதற்குள் ஏகப்பட்ட வதைகள். தெரியாத ஊரில் கேட்க வேண்டுமா? ஏற்கெனவே கறுப்பினத்தவர்க்கு எதிரான வெறி கொண்ட தேசம். அதிலும் ஒரு கறுப்பினத் திருநங்கை என்றால் கேட்கவே வேண்டாம். கறுப்பினத்தவர்களே கறுப்பினத் திருநங்கைகளைக் கொடுமைக்கு உள்ளாக்கும் அவலம் அங்கே சகஜம். எல்லாம் தெரிந்தும் காக்ஸ் யோசிக்கவில்லை. 'கலை' மட்டுமே தன் வாழ்வின் களைகளை அகற்றும் என்று உறுதியாக நம்பினாள். மனோதிடத்துடன் கிளம்பினாள்.

கிரியேட்டிவ் ரைட்டிங் படிப்பு. கொஞ்சம் சுதந்தரக் காற்று சுவாசிக்கக் கிடைத்தது. தன் விருப்பம்போல நடை, உடை, பாவனை, ஒப்பனைகளை மாற்றிக் கொண்டாள். அங்கும் கேலியும் கிண்டல்களும் துளைத்தன. பழகிப் போயிருந்தது. அடுத்து, ப்ளூமிங்க்டன் இந்தியானா யுனிவர்சிட்டியில் இரண்டு வருடம் நடனப் பயிற்சி. முடித்துவிட்டு நியு யார்க் நகர்ந்தாள். மேரிமவுண்ட் மன்ஹாட்டன் கல்லூரி. பாலே நடனம் மற்றும் நடிப்புப் பயிற்சி. முதன் முதலாக Andorra என்றொரு நாடகத்தில் மேடையேறும் வாய்ப்பு. வசனங்களற்ற பட்டிக்காட்டு முட்டாள் கேரக்டர். கிடைத்த கதாபாத்திரத்தில் தன்னை முழுமையாக நிரப்பி, கைதட்டல்களை அள்ளினாள் காக்ஸ். எனக்கும் நடிப்பு வருகிறது. உள்ளுக்குள் நம்பிக்கை வேர்விட்டது.

நியு யார்க் மிக மோசமான நகரம். பாலினத் தொந்தரவுகளால் பாதை மாறிப்போக வளமான வாய்ப்புள்ள நரகம். திருநங்கைகள் மீதான வன்முறை அதிகம். திருநங்கைகள் என்றாலே குற்றவாளியாகத்தான் பார்ப்பார்கள். தங்கள் மீதான வன்முறைக்கு எதிராகக் கொஞ்சம் திமிறினாலும் கைக்காப்புடன் கடும் தண்டனையுடன் 'ஆண்கள் சிறை'யில் தள்ளிவிடுவார்கள். காக்ஸுக்கு ஆரம்பத்தில் பயமாகத்தான் இருந்தது. வெளியில் சென்று வருவதற்குள் உயிரும் வெளியேறிவிட்டு வந்தது. பெண் தன்மையை மறைக்கப் பிரயத்தனப்பட்டாள். மொட்டை யடித்துக் கொண்டாள். ஆண்களுக்கான உடைகள் வாங்கினாள். நடையில் நளினத்தைத் தொலைக்க முயன்றாள். மனத்தில் மீண்டும் மீண்டும் சொல்லிக் கொண்டாள். 'நான் ஆண்.' எல்லாம் வெகுசில நாள்களுக்குத்தான். அவளால் 'இயல்பை'த் தொலைக்க இயலவில்லை. அவளுக்குள் வியாபித்திருந்த பெண், திமிறி வெளியே வந்தாள், மீண்டும். புதிதாக பெண்களுக்கான 'விக்' ஒன்றை வாங்கிப் பொருத்திக் கொண்டாள்.

நல்ல மருத்துவர் ஒருவர் அறிமுகமானார். இனியும் சுமையாக என்னில் துருத்திக் கொண்டிருக்கும் ஆணின் அடையாளம் எனக்கு எதற்கு? இழந்து மீண்ட பொழுதில், இன்று புதிதாகப் பிறந்த உணர்வு. விட்டு விடுதலையான நிறைவு. லெவெரின் காக்ஸ் - முழுவதுமாகத் தன்னை திருநங்கையாக மாற்றிக் கொண்டார்.

சாதாரணமாகவே கறுப்பினத்தவருக்கு வேலைப் பஞ்சம். கறுப்பினத் திருநங்கை என்றால் கேட்கவே வேண்டாம். அடித்துத் துரத்துவார்கள். ஆனால், தினமும் பசிக்குமே. காக்ஸ், அதற்காக ஒழுக்கம் தவறவில்லை. வருமானத்துக்காக கிளப்களில் ஆடினார், பாடினார். எங்கும் எல்லைக் கோட்டைத் தாண்டவில்லை. நடனம் அவருக்குப் பிடிக்கும், அவ்வளவே.

ஃபேஷன் டெக்னாலஜி படித்து முழுநேர டிஸைனராக மாறிவிடலாமா? வாய்ப்புள்ள, கௌரவமான தொழில். காக்ஸ் அந்தப் படிப்பில் இணைந்தார். இன்னொரு பக்கம் 'திருநங்கை நடிகை'யாகப் பெயரெடுக்க வேண்டும் என்றோர் ஆசை. தனது புகைப்படங்களுடன் பல தயாரிப்பு நிறுவனங்களின் ஏஜெண்டுகளைச் சென்று பார்த்தார். புகைப்படங்களை

வாங்கி வைத்துக் கொண்டார்கள். 'பாவம், அவர்களுக்கு என்னை வைத்து என்ன செய்வதென்று தெரியவில்லை.'

சில மாதங்கள் கழிந்தன. *2003.* Daughter of Arabia என்றொரு படத்தில் ஒரு சிறிய பாத்திரத்தில் நடிக்கும் வாய்ப்பு அமைந்தது. பாலினத் தொழிலாளி. காக்ஸுக்குச் சவாலாக இருந்தது. ஏற்றுக் கொண்டார். அடுத்தடுத்து சில வாய்ப்புகள் வந்தன. அவற்றில் பெரும்பான்மையானவை சபிக்கப்பட்ட அதே கதாபாத்திரங்களே. ஃபேஷன் படிப்பு பாதியிலேயே தடைபட்டுவிட, கிடைத்த 'ஆடை அவிழ்ப்பு' பாத்திரங்களில் நடித்துவிட்டு, வயிற்றுக்காக ரிஷப்சனிஸ்ட், டேபிள் கிளீனர், ஆபிஸ் அஸிஸ்டெண்ட் என்று வாய்த்த வேலைகளைச் செய்தார். இன்னொருபுறம் புதுப்புது நிகழ்ச்சிகளுக்கான 'கான்செப்ட்'களுடன் சேனல்களின் கதவைத் தட்டினார். அவர்கள் பதிலுக்கு உதிர்த்த ஏளனப் பார்வையை, சுடுசொற்களை, இளக்காரத்தை இதயத்தில் ஏற்றவில்லை. நிச்சயம், எனக்கான சரியான வாய்ப்பு அமையும். கண்ணில் திரண்ட கண்ணீரில் நம்பிக்கையைக் கரைய விடவில்லை காக்ஸ்.

ஒருமுறை VH1 சேனலுக்கு, காக்ஸ் புதிய நிகழ்ச்சிக்கான யோசனை ஒன்றுடன் அணுகினார். அப்போது அங்கே ரியாலிட்டி ஷோ ஒன்றில் கலந்துகொள்ளும் வாய்ப்பு கிடைத்தது. கலந்து கொண்டார். அதில் காக்ஸ் மீது ஏற்பட்ட அபிமானத்தினால் *2010*-ல் TRANSform Me என்ற திருநங்கைகளுக்கான ரியாலிட்டி ஷோ ஒன்றைத் தயாரிக்கும் வாய்ப்பை VH1 வழங்கியது. ஷோ ஹிட். அமெரிக்க சேனல் வரலாற்றில் நிகழ்ச்சி தயாரித்த முதல் ஆப்பிரிக்க-அமெரிக்கத் திருநங்கை என்ற பெருமை காக்ஸுக்கு அமைந்தது. கிடைத்த பெயரைக் கெட்டியாகப் பிடித்துக் கொண்ட காக்ஸ், அப்படியே சில பத்திரிகைகளில் எழுத ஆரம்பித்தார். திருநங்கைகள் மீதான சமூகப் பார்வை முதல் திருநங்கைகளின் ஏக்கங்கள், எண்ணங்கள் வரை ஒவ்வொன்றையும் கிடைத்த இடங்களில் எல்லாம் பலமாகப் பதிவு செய்தார்.

நெட்ஃப்ளிக்ஸ், Orange is the new Black என்ற காமெடி சீரியலைத் தயாரிப்பதாக அறிவித்தது. அதில் கிரெடிட் கார்டு மோசடி செய்து ஜெயிலில் அடைபட்டிருக்கும் சோஃபியா என்ற திருநங்கைக் கதாபாத்திரம் முதன்மையானது. பல்வேறு தேடல்களுக்குப் பிறகு அந்த வாய்ப்பு காக்ஸின் கதவைத் தட்டியது. காக்ஸின்

கண்களில் ஆனந்தச் சாரல். 'என் வாழ்க்கையில் முதன் முதலாக எனக்கான கதாபாத்திரம் கிடைத்துள்ளது' - சகோதரன் லாமரிடம் நெகிழ்ந்தார். (அதே சீரியலில் சோஃபியா, திருநங்கையாக மாறுவதற்கு முந்தைய இளமைக்கால பாத்திரத்தில் லாமர் நடித்தார்.)

பொதுவாக அமெரிக்க சீரியல்களிலும் (சினிமாக்களிலும்) திருநங்கை கதாபாத்திரம் என்பது கெக்கேபிக்கே காமெடிக்கும், காம நெடி குணாதியசங்களுக்குமே நேர்ந்துவிடப்பட்டவை.

ஆனால், சோஃபியாவின் கதாபாத்திரம் அத்தனை வலுவானதாக, உண்மையானதாக எழுதப்பட்டிருந்தது. காக்ஸ், அதில் தன்னை இயல்பாகப் பொருத்திக் கொண்டார். இந்தச் சமூகம் திருநங்கைகளை எப்படிப் பார்க்கிறது, இந்தச் சமூகத்திடம் திருநங்கைகள் எதிர்பார்ப்பது என்ன, வாழ்வாதாரம் ஏதுமின்றி வயிற்றுக்காகத் திருநங்கைகள் அனுபவிக்கும் துன்பம், மற்றவர்களுக்காக வளையும் சட்டம், திருநங்கைகளை மட்டும் எப்படி எல்லாம் வளைத்துப் பிடித்து வதைக்கிறது என்று பல விஷயங்களைப் பேசியது சோஃபியா கதாபாத்திரம். அந்த நகைச்சுவைத் தொடரிலும் காக்ஸின் உணர்வுபூர்வமான அசாத்திய நடிப்பு, அமெரிக்காவையே திரும்பிப் பார்க்க வைத்தது. திருநங்கைகள் குறித்த அமெரிக்கர்கள் 'ஆழ்மன மூட எண்ணங்களை' எல்லாம் புரட்டிப் போட்டது. திருநங்கைகளும் சக மனிதர்களே, அவர்களது குரலுக்கும் காது கொடுக்க வேண்டும் என்று விழிப்பு உணர்வின் வீரியம் பாய்ச்சியது.

அப்போதைய அமெரிக்க அதிபர் ஒபாமாவைச் சந்திக்கும் வாய்ப்பு. மிச்செல் ஒபாமா, காக்ஸைச் சந்தித்த நொடியில், அன்பால் இறுக்கி அணைத்துக் கொள்ள, ஆஹா ஓஹோவென கவனம் பெற்றார் காக்ஸ். ஆனால், கிடைத்த புகழ் அலையில் அடுத்தடுத்த வாய்ப்புகளை வளைத்துப் பணம் குவிக்க நினைக்கவில்லை. The T Word என்ற ஒரு மணி நேர ஆவணப் படத்தை எடுத்தார். அது, பல்வேறு திருநங்கைகள் தங்களது வாழ்வில் சந்தித்த கொடூரங்களை, தங்கள் கோரிக்கைகளை, 'சக மனித இனத்தின்' முன் வைக்கும் ஆவணப்படம்.

'அமெரிக்காவில் வேலை வாய்ப்பற்று இருப்போரில் திருநங்கைகளே அதிகம். அதிலும் கறுப்பின திருநங்கைகளே மிக அதிகம். அமெரிக்காவில் நடக்கும் குற்றங்களில் திருநங்கைகள் மீது நிகழ்த்தப்படுபவை அதிகம். அதுவும் கறுப்பினத் திருநங்கைகள் மீது நிகழ்த்தப்படுபவை மிக மிக அதிகம்.' இப்படிப் பல்வேறு உண்மை நிலவரங்களை உரக்கச் சொன்னார். அந்தப் படம் திருநங்கைகள் குறித்த உலகின் மிக முக்கியமான ஆவணங்களில் ஒன்று.

அமெரிக்காவில் 2011-லிருந்து இப்போதுவரை, கறுப்பினத் திருநங்கைகள் வன்முறையிலோ அல்லது மர்மமான

முறையிலோ கொலை செய்யப்படும் எண்ணிக்கை அதிகரித்துக் கொண்டேதான் செல்கிறது. தவிர, பல நிகழ்வுகளில் கறுப்பினத் திருநங்கைகளைப் பெரும் குற்றவாளியாக்கி, கடும் தண்டனை களுடன் ஆண்கள் சிறையில் அடைக்கும் நடைமுறையும் இருந்தது. 2011-ல் சிசி மெக்டொனால்டு என்ற 22 வயது கறுப்பினத் திருநங்கை, தன் சக கறுப்பினத் தோழிகளுடன் உணவு விடுதி ஒன்றில் இனவெறி, பாலியல் தொல்லைகளுக்கு உள்ளானாள். அதில் ஒரு கட்டத்தில் ஸிமிட்ஸ் என்ற வெள்ளைக் காரனால் கொலைவெறித் தாக்குதலுக்கும் ஆட்பட்டாள். தன்னைத் தற்காத்துக் கொள்ள சிசி தொடுத்த எதிர்த் தாக்குதலில் ஸிமிட்ஸ் கொலை செய்யப்பட்டான். சிசி, கடுமையான சிறைத்தண்டனையுடன் ஆண்கள் சிறையில் அடைக்கப்பட்டாள். சிசியின் விடுதலைக்காக Free CeCe என்ற ஆவணப்படத்தை எடுத்தார் காக்ஸ். தொடர்ந்து நீதிக்காகப் போராடினார். 2014 ஜனவரியில் சிசி விடுதலை செய்யப்பட்டாள்.

LGBT (Lesbian, Gay, Bisexual & Transgender) - அமெரிக்காவில் செயல்பட்டு வரும் ஓரினச் சேர்க்கையாளர்கள், திருநங்கைகள் - ஆகியோரது அங்கீகாரத்துக்கும், சமூக உரிமைகளுக்குமாகப் பல காலமாகப் போராடி வரும் அமைப்பு. இந்த அமைப்பில் திருநங்கைகளின் உரிமைகளுக்காகப் போராடும் முகமாக காக்ஸ்

முன்னிறுத்தப்படுகிறார். 2015-ல் அமெரிக்காவில் ஓரின ஜோடிகளின் திருமணத்துக்குச் சட்ட அங்கீகாரம் அளித்து தீர்ப்பு வழங்கப்பட்டது. அந்தப் போராட்டத்திலும் காக்ஸின் பங்கு முக்கியமானது.

காக்ஸ், பல்வேறு பல்கலைக்கழகங்களில், கல்லூரிகளில், பொது நிகழ்ச்சிகளில் கலந்து கொண்டு சிறப்புரையாற்றுகிறார். ஒரு நடிகையாக சீரியல்களிலும் சினிமாக்களிலும் தொடர்ந்து நடித்து வருகிறார். நிகழ்ச்சித் தயாரிப்பிலும், ஆவணப் படங்கள் தயாரிப்பிலும் ஈடுபட்டு வருகிறார். திருநங்கைகள் மீதான சமூகத்தின் அருவருப்புப் பார்வையைத் தன் அயராத முயற்சியால் மாற்றப் போராடிக் கொண்டிருக்கிறார். அதனால்தான் 2014-ல் டைம் இதழ் லெவெரின் காக்ஸைத் தன் அட்டையில் பிரசுரித்து பெருமை தேடிக் கொண்டது. 92 வருட டைம் இதழ் வரலாற்றில் அட்டையில் இடம்பெற்ற முதல் திருநங்கையான காக்ஸ், தன் சக திருநங்கைகளுக்கும் சமூகத்துக்கும் சொல்லும் செய்தி இதுவே.

‘திருநங்கையாகப் பிறப்பதில் உன் பிழை ஏதுமில்லை. அது இயற்கை. ஆனால், அதை உணராமல், வெட்கத்திலும் பயத்திலும் புழுங்கிப் புழுங்கிச் செத்துப் போவதைவிட, உண்மையை ஏற்றுகொண்டு, அனைத்தையும் உடைத்துக் கொண்டு வெளிவருதலே அவசியம். நான் என்னளவில் மிக மிக அழகானவள். அற்புதமானவள். திருநங்கை என்ற என் அடையாளத்தை வெளிப்படையாகச் சொல்லிக் கொள்வதே எனக்குப் பெருமை. பெரும் மகிழ்ச்சி. அதில் நான் முழுமையான சுதந்தரத்தை உணர்கிறேன். நான் நானாக வாழ முடிகிறது. நான் என்பது என் உடல், புறத்தோற்றம் மட்டுமல்ல. என் மனம், என் உணர்வுகள், என் சிந்தனை, என் அறிவு, என் ஆன்மா அனைத்தும் சேர்ந்ததே.

காணொளி

காக்ஸின் பேட்டி ஒன்று

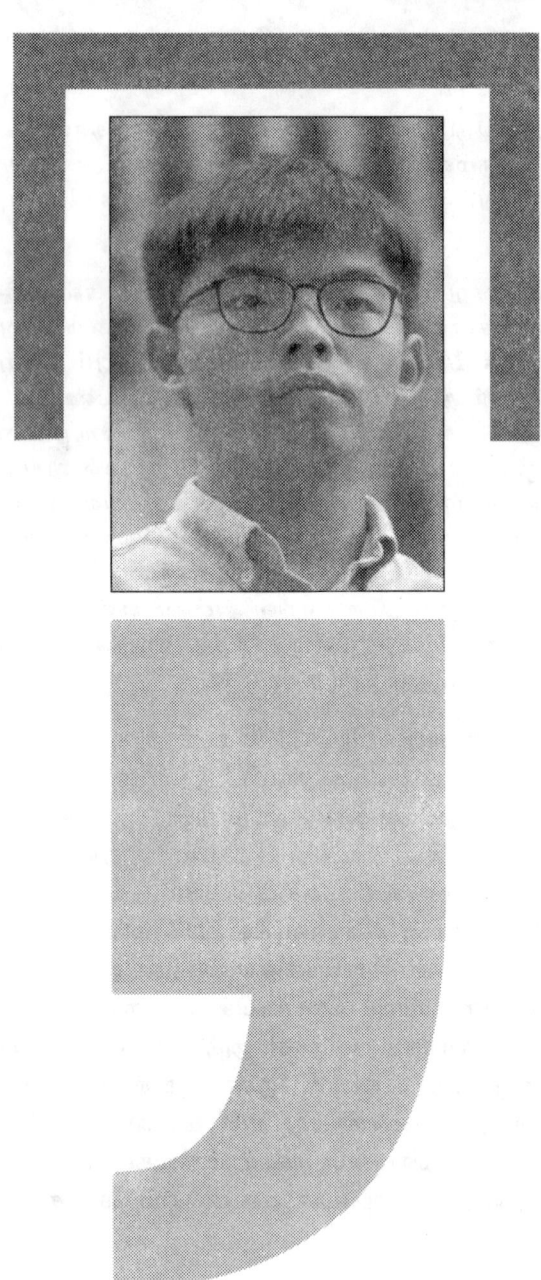

மக்கள் அரசாங்கத்தைப் பார்த்து பயப்படக்கூடாது.
அரசாங்கம்தான் மக்களைப் பார்த்து
பயப்பட வேண்டும்.

ஜோஸ்வா வோங்

இளைய தளபதி

அமெரிக்காவின் ஃபார்ச்சூன் இதழ், 2015-ன் உலகின் சக்திமிக்க 50 தலைவர்களைப் பட்டியலிட்டது. அதில் மூன்றாவது இடத்தில் இருந்தவர், தற்போதைய சீன அதிபரான ஸீ ஜின்பிங். அதே பட்டியலில் பத்தாவது இடத்தில் இருந்த பெயர் ஜோஸ்வா வோங் (Joshua Wong). ஹாங் காங்கைச் சேர்ந்த சாதாரண குடிமகன். அப்போது அவருக்கு வயது 18 மட்டுமே. கடந்த சில வருடங்களாக, இந்த வோங் என்ற சிற்றெறும்புதான், மகா பலம் பொருந்திய சீன டிராகனின் காதினுள் புகுந்து 'அரசியல் ஆட்டம்' காட்டிக் கொண்டிருக்கிறது. அதுவும் முற்றிலும் அஹிம்சை வழியில்! ஆனால், இந்தச் சிற்றெறும்பைத் தன் 'கருப்புப் பட்டியலில்' கொட்டை எழுத்தில் எழுதி வைத்து நசுக்கக் காத்திருக்கிறது சீன அரசு. அப்படி என்ன 'பயம்' காட்டிவிட்டார் வோங்? யார் இவர்?

1996, அக்டோபர் 13 அன்று ஹாங் காங்கில் ஒரு நடுத்தரக் குடும்பத்தில் பிறந்தவர். மாத வருமானத்தை மட்டுமே நம்பியிருந்த சாதாரணக் குடும்பம். பள்ளிக் கல்வியிலேயே 'பாடச்சுமை' அதிகம். உயர்நிலைப் பள்ளியில் 'ஏ கிரேடு' பெற்றால் மட்டுமே ஹாங் காங் பல்கலைக்கழகத்தில் வாய்ப்பு கிடைக்கும். அங்கே எதிர் நீச்சலடித்து, டிகிரி முடித்து, வேலை தேடி, திருமணம் செய்து, குழந்தை, சொந்த வீடு, கார்... வோங்கின் பெற்றோரும் இந்த ஸ்டீரியோடைப் வாழ்க்கைக்கு வாக்கப் பட்டவர்களே. அவனது தந்தை ரோஜர், ஐ.டி நிறுவன ஊழியர். தாய் கிரேஸூம் சிறிய வேலை ஒன்றில் இருப்பவர். ஒழுங்காக சர்ச்சுக்குச் செல்லும் கிறிஸ்துவக் குடும்பம்.

வோங்கைப் பள்ளியில் சேர்த்த சில வருடங்களுக்குப் பிறகுதான், அவனுக்கு எழுதுவதில், படிப்பதில் குறைபாடு இருப்பது தெரிய வந்தது. டிஸ்லெக்ஸியா. எழுத்துகளும் எண்களும் கண் முன் நடனமாடும். சொற்களை உச்சரிப்பதில் தடுமாற்றம் இருக்கும். படித்தவற்றை நினைவில் வைத்திருப்பது சிரமம். இந்தக் கற்றல் குறைபாடுள்ள குழந்தைகள் கூனிக்குறுகி மற்றக் குழந்தைகளுடன் சேராமல் விலகியே இருப்பர். மகனது

香
TMHK
TV

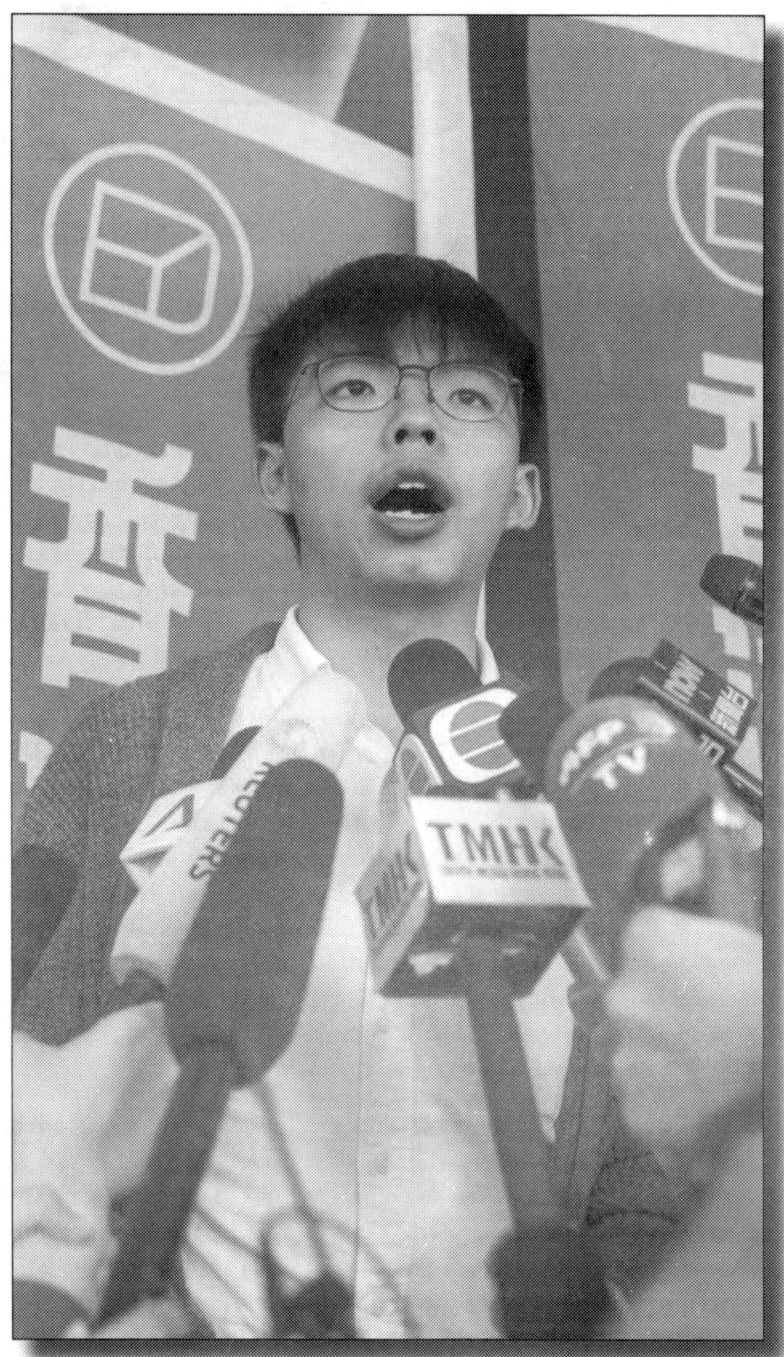

குறைபாட்டினைத் தெளிவாக உணர்ந்திருந்த ரோஜரும் கிரேஸும் வோங்கை மனம் தளரவிடவில்லை. நேரம் ஒதுக்கி பொறுமையாக அவனுக்கு எழுத்துகளைப் பழக்கினார்கள். கிரேடு குறைகிறதே என்று பரேடு நடத்தவில்லை. அவனை இயல்பான மாணவனாக உருவாக்க உள்ளன்புடன் உழைப்பைக் கொட்டினார்கள். காலப்போக்கில் வோங், எழுத்து மயக்கத்திலிருந்து தெளிந்து எழுந்தான்.

சிறு வயதிலிருந்தே வீடியோ கேம்களிலும் கார்ட்டூன் சேனல்களிலும் ஆர்வம் கொண்ட சராசரிச் சிறுவனாகவே வோங் வளர்ந்தான். கற்பனை உலகில் சஞ்சரிக்கும் மகனுக்கு, நிஜ உலக நிதர்சனங்களையும் உணர்த்த நினைத்தார் ரோஜர். வோங்கை, ஹாங் காங்கின் சேரிப் பகுதிகளுக்கு அழைத்துச் சென்றார். 'அப்படியும் மனிதர்கள் வாழ்ந்து கொழிக்கிறார்கள். இப்படியும் மனிதர்கள் வறுமையில் உழலுகிறார்கள்' என்று சமுதாய ஏற்றத் தாழ்வைப் புரிய வைத்தார். சமூக அக்கறையையும் அவனுள் விதைத்தார். அதே உணர்வுடன், வோங் தன் ஆசிரியரிடம், 'சமூகத்துக்கு நாம் எப்படி நன்மை செய்ய வேண்டும்?' என்று ஒருமுறை கேட்டான். அவர் சொன்ன அல்டிமேட் பதில், 'நன்றாகப் படித்து பெரிய கார்ப்பரேட் நிறுவனத்தில் இணைந்து அதிகம் சம்பாதித்து, ஏழைகளுக்குத் தர்மம் செய்ய வேண்டும்.'

வார இறுதிகளில் பைபிள் வகுப்புகளில் வோங்குக்கு மாணவர்கள் முன்பு பேச, கதை சொல்ல, பாட வாய்ப்புகள் அமைந்தன. மேடை பயம் விலக, கூட்டத்தினரை ஈர்க்கும்படி பேசுவது எப்படி என்ற வித்தை அவனுள் இயல்பாகவே வளர்ந்தது. 2009-ல் தீவுப் பகுதியான ஹாங் காங்கையும், மெயின்லேண்ட் சீனாவையும் இணைக்கும்விதத்தில் அதிவேக ரயில் பாதை அமைக்கும் திட்டம் ஒன்று ஆரம்பிக்கப்படவிருந்தது. அமெரிக்க மதிப்புப்படி 9 பில்லியன் டாலர் மதிப்புள்ள திட்டம். ஆனால், 50 ஆண்டுகள் ரயில் ஓடினால் மட்டுமே போட்டதை எடுக்க முடியும். தவிர, ஹாங் காங்கின் சில கிராமங்களை அழித்துதான் ரயில் பாதை அமையவிருந்தது. ஏகப்பட்ட சுற்றுச்சூழல் பிரச்னைகளும் உள்ளடங்கியிருந்தன. ஆக, 2009-ன் மத்தியில் ஆரம்பித்த மக்கள் போராட்டம், அடுத்தடுத்த ஆண்டுகளிலும் நீண்டது. வோங் இந்தப் போராட்டம் தொடர்பான செய்திகளை, விவாதங்களை உன்னிப்பாகக் கவனித்தான். ஒருமுறை கும்பலோடு கும்பலாக ஆர்ப்பாட்டத்திலும் கலந்து கொண்டான். ஆனால், விரைவிலேயே போராட்டம் வலுவிழந்து, தோல்வியடைந்தது.

14 வயது வோங்குக்குப் பெருத்த ஏமாற்றம். சமூகத்தைப் பாதிக்கும் என்று தெரிந்தே அரசு ஒரு திட்டத்தைக் கையில் எடுத்தால் அதை ஒருபோதும் மக்களால் தடுத்து நிறுத்தவே முடியாதா? வோங், யோசிக்கத் தொடங்கினான்.

யோசித்துக் கொண்டிருக்கட்டும். அதற்குள் நாம் ஹாங் காங்கின் வரலாற்றை சற்றே புரட்டிப் பார்த்துவிடுவது மேற்கொண்டு நகர வசதி. மெயின்லேண்ட் சீனாவுக்குத் தெற்குக் கடல் பகுதியில் கிடைக்கும் ஒரு துண்டு தீவுப்பகுதியே ஹாங் காங். சற்றே பெரிய மீனவ கிராமம். பண்டைய சீன ராஜ்ஜியத்தோடு இணைந்ததே. பத்தொன்பதாம் நூற்றாண்டில் தேயிலை வர்த்தகத்தில் சர்வாதிகாரம் செய்து கொண்டிருந்த சீனாவை முடக்க, கிழக்கிந்திய கம்பெனியினர் சீனாவில் அபினைப் புகுத்தும் நாச வேலையில் ஈடுபட்டனர். சீனாவுக்கும் பிரிட்டனுக்கும் 'அபின் போர்' நடந்தது. தோற்றுப்போன சீனா, தனது பல பகுதிகளை பிரிட்டனிடம் இழந்தது. அதில் ஹாங் காங்கும் ஒன்று. கி.பி. 1842-ல் சீனாவிடமிருந்து '155 வருட குத்தகைக்கு' ஹாங் காங்கைப் பறித்துக் கொண்ட பிரிட்டன், அதைத் துறைமுக நகரமாக மாற்றத் தொடங்கியது.

இரண்டாம் உலகப் போருக்குப் பின் பிரிட்டன், உலகமெங்கும் தன் காலனிகளை விலக்கிக் கொண்டாலும், ஹாங் காங்கை விடவில்லை. அதன்பின் ஆசியாவின் மிக முக்கிய வணிக மையமாக ஹாங் காங் வளர ஆரம்பித்தது. பிரிட்டன் தன் வணிக லாபங்களுக்காக அங்கே சலுகைகளை அள்ளித் தந்தது. வரிகள் மிகக்குறைவு, தொழில் தொடங்க லைசென்ஸ் தேவையில்லை, கார்ப்பரேட்களுக்கு பச்சைக் கம்பள வரவேற்பு - இப்படி. சீனக் குடியரசின் கம்யூனிஸக் கொள்கைகள் எதுவுமே ஹாங் காங் மீது படர முடியவில்லை. அது, ஆசியாவில் ஓர் ஐரோப்பிய தேசத்துக்குரிய வளர்ச்சியுடன் உயர்ந்து நின்றது - 1997 வரை. அப்போது பிரிட்டனின் 155 வருட குத்தகைக் காலம் முடிவுக்கு வந்தது. எனில், இனி ஹாங் காங் சீனாவுக்கா?

அதில் பல சிக்கல்கள் இருந்தன. சீனாவின் மூடிய பொருளாதாரக் கொள்கைகளும் ஹாங் காங்கின் திறந்த பொருளாதாரக் கொள்கைகளும், ஆகாத மாமியார் - வேண்டாத மருமகள். தவிர, வலதுசாரி இயல்புக்குப் பழகிய ஹாங் காங் குடிமக்கள், சீனாவின்

இடதுசாரி கிடுக்கிப் பிடிக்குள் சிக்க விரும்பவில்லை. சீனாவும் ஹாங் காங்கின் வணிக வளங்களை இழக்க விரும்பவில்லை. இப்படிப்பட்டச் சூழலில் பிரிட்டனும் சீனாவும் ஒரு முடிவுக்கு வந்தன. ஒரு நாடு - இரு கொள்கை. அதாவது ஹாங் காங்கின் வணிகச் சுதந்தரத்தில் சீன அரசு தலையிடாது. வெளியுறவு மற்றும் பாதுகாப்புத் துறைகளை மட்டும் பார்த்துக் கொள்ளும். எனில் ஹாங் காங்கை ஆள்வது? அதற்கென்ன, வணிக நகரம்தானே. சீனாவின் 'சிறப்பு நிர்வாகப் பிரதேசமாக' ஹாங் காங் 1997 ஜூலை 1-ல் அறிவிக்கப்பட்டது. அதை நிர்வகிக்க ஒரு தலைமை நிர்வாகியை (Cheif Executive) நியமித்தது.

அதாவது நேரடியாக அம்பானியும் அதானியும் நம் தேசத்தை ஆண்டால் எப்படி இருக்கும். அதே. ஹாங் காங்கை ஆளும் (சீன ஆதரவு பெற்ற) பெருமுதலாளி. அவருக்குக் கீழ் ஒரு தலைமைச் செயலாளர். சட்டம், நிதி, போக்குவரத்து என ஒவ்வொரு துறைக்கும் குறிப்பிட்ட அளவில் உறுப்பினர்கள் மற்றும் நியமன உறுப்பினர்கள் அடங்கிய 1200 பேர் குழு உண்டு. 70 எண்ணிக்கை கொண்ட சட்டசபை உறுப்பினர்களும் அதில் அடக்கம். 70-ல் 40 பேர் மட்டும் தேர்தல் மூலம் மக்களால் தேர்ந்தெடுக்கப்படுபவர்கள். ஏனையோர் தொழிலதிபர்கள். இந்த 1200 பேரும் வாக்களித்து 'தலைமை நிர்வாகி'யைத் தேர்ந்தெடுக்கிறார்கள். இந்த அரசியலமைப்பு முறையும் 2047 வரையே. அதன்பின் ஹாங் காங் சீனாவின் முழுக்கட்டுப்பாட்டுக்குள் சென்றுவிடும். இதுவே 1997-ல் பிரிட்டன் - சீனா போட்டுக் கொண்ட புதிய ஒப்பந்தம்.

வருங்காலத்தில் தன் கட்டுப்பாட்டில் வரவிருக்கும் ஹைஃபை ஹாங் காங் இளைய தலைமுறையினரின் சிறகுகளை எல்லாம் முறித்து, இப்போதே 'கம்யூனிஸம் நல்லது' என்று மூளைச்சலவை செய்துவிட்டால் வசதியல்லவா. ஆகவே 2012-ல் ஹாங் காங் கல்வித் திட்டத்தில் கைவைத்தது சீன அரசு. Moral and National Education என்ற பெயரில் புதிய கல்வித் திட்டத்தைப் படிப்படியாக அமல்படுத்தவிருப்பதாகச் சொன்னது. 'ஜனநாயகம் ஆகாது. கம்யூனிஸமே சாலச் சிறந்தது' என்று மாணவர்களை மறைமுகமாக போதிக்கும் கல்வி முறை அது. அதிர்ந்து போனான் ஜோஸ்வா வோங். அவனைப் போலவே பலரும். ஏற்கெனவே ஹாங் காங் மாணவர்களை சிறு சிறு குழுக்களாக, சீனாவுக்கு அழைத்துச் சென்று மாவோயிஸப் புகழைத் திணிக்கும் வேலைகளும் நடந்து கொண்டிருந்தன.

2011 மே மாதத்தில் வோங், தன் பள்ளியில் Scholarism என்ற அமைப்பைத் தொடங்கியிருந்தான். சமூகப் பிரச்னைகள் குறித்த விவாதங்கள் நடத்தும் சிறு மாணவ அமைப்பு. அதன் மூலமாக சீனக் கல்வித் திட்டத்தை எதிர்க்கலாம் என்று வோங்கும் மற்றவர்களும் முடிவெடுத்தனர். பெரிதாக ஒன்றுமில்லை. நோட்டீஸ் விநியோகித்து தங்கள் எதிர்ப்பைத் தெரிவிப்பது. செய்தார்கள். வோங்கே எதிர்பாராத விதத்தில் மாணவர்களின், பெற்றோர்களின் ஆதரவு பெருகியது. 'சீனக் கல்வி வேண்டாம்' என்ற பெட்டிஷனில் பத்தே நாளில் ஒரு லட்சம் பேர் கையெழுத்திட்டனர். அதில் ஆசிரியர்களும் அடக்கம். மாணவர்கள் ஏதோ 'புரட்சி'க்குத் தயாராகிறார்கள் போல என்று மீடியாவும் மைக்குடன் வந்தது. வோங் முன் நின்று குரல் கொடுத்தான்.

'எங்களுக்குப் பின் வரும் தலைமுறையினர் தங்கள் சுதந்தரத்தை இழந்து வெறும் பொம்மைகளாக வாழுவதை நாங்கள் விரும்பவில்லை. அப்படிப்பட்ட சீனக் கல்வித் திட்டத்தை எங்கள் மீது திணிக்காதீர்கள்.' தெளிந்த சிந்தனையுடன், திடமான நோக்கத்துடன் உறுதியாக ஒரு மாணவனின் குரல். வோங்கை ஒரு தலைவனாக மற்ற மாணவர்கள் நிமிர்ந்து பார்த்த தருணம் அது.

ஸ்காலரிஸத்தைப் போலவே வேறு சில மாணவர் அமைப்புகளும் உருவாகின. 'இணைந்தே போராடுவோம்' என்று வோங், அந்த அமைப்புகளை ஒன்றிணைக்கும் முயற்சிகளில் இறங்கினான். சீனக் கல்விக்கெதிரான மாணவர்கள் மற்றும் மக்கள் கூட்டணி உருவானது. அந்த ஜூலை 29 அன்று சுமார் 90000 பேர் திரண்டு ஹாங் காங்கின் முக்கிய வீதிகளில் அமைதியாக ஊர்வலம் சென்று எதிர்ப்பைத் தெரிவித்தார்கள். ஆனால், 2012 ஜூலையில் ஹாங் காங்கின் புதிய தலைமை நிர்வாகியாக பதவியேற்றிருந்த (வியாபாரக் காந்தம்) லியுங் சன்-யிங் (Leung chun-ying) மாணவர் போராட்டத்தை மதிக்கவே இல்லை.

பொதுவாக ஹாங் காங்கில் புதிய கல்வி ஆண்டு செப்டெம்பரில் தொடங்கும். ஆனால், ஆகஸ்ட் இறுதி வரை அரசு, எதிர்ப்புகளைக் கண்டுகொள்ளாததால், வோங் புதிய திட்டத்தை வகுத்தான். ஆகஸ்ட் 30-ல் வோங் தலைமையில் 'கருப்பு டீசர்ட்' மாணவர்கள் அரசு தலைமைச் செயலகம் முன் திரண்டார்கள். ஆங்காங்கே

கூடாரங்கள் அமைத்து முற்றுகையிட்டார்கள். 'புதிய பாடத்திட்டம் வாபஸாகும் வரை போராட்டம் தொடரும்' - வோங் முழங்கினான். மூன்று பேர் உண்ணாவிரதப் போராட்டத்தையும் ஆரம்பித்தனர். லியுங், பேச்சு வார்த்தை நடத்தக்கூட ஆள் அனுப்பவில்லை. பள்ளிகள் திறக்கப்பட்டன. 'பள்ளிக்குச் செல்வோம். ஆனால், இரவு நேரத்தில் போராட்டம் நடக்கும்' என்று அறிவித்தான் வோங். அந்த செப்டெம்பர் முதல் வாரத்தின் ஒவ்வொரு இரவிலும் தங்கள் பிள்ளைகளுக்காகப் பெற்றோரும் அந்த வளாகத்தில் குவிய ஆரம்பித்தனர்.

'லியுங், ஹாங் காங் மக்களுக்கு அடிப்படை மரியாதைகூட தர மாட்டாரா? நாங்கள் ஓயப்போவதில்லை. இன்னும் பல்கிப் பெருகி எங்கள் எதிர்ப்பைத் தீவிரப்படுத்துவோம்' - அந்த

நால்வர் கூட்டணி!

டெமாசிஸ்டோ கட்சியின் பொதுச்செயலாளரான ஜோஸ்வா வோங், அந்தக் கட்சியின் நிலைக்குழு உறுப்பினரும், பெண் போராளியுமான ஆக்னஸ் செள, முன்னாள் மாணவர் தலைவரான நாதன் லா, ஹாங் காங் ஸ்டூடண்ட்ஸ் ஃபெடரேஷனின் பொதுச் செயலாளராகப் பதவி வகித்த அலெக்ஸ் செள - இந்த நால்வர் கூட்டணிதான் ஹாங் காங் போராட்டங்களை முன்னெடுத்துச் செல்கிறது. சொல்லப் போனால், மக்கள் ஆதரவு பெற்ற நான்கு இளைஞர்களை நம்பித்தான் ஹாங் காங்கின் அரசியல் எதிர்காலமே இருக்கிறது.

இரவில் வார்த்தைகளால் சீறினான் வோங். கூட்டம் ஆர்ப்பரித்தது. வகுப்புகளைப் புறக்கணிக்க ஆரம்பித்தார்கள். செப். 7-ல் 1,20,000 பேர் கூடி ஆர்ப்பரிக்க, போராட்டம் உலகின் கவனம் பெற ஆரம்பித்தது. சீனா 'விட்டுத்தொலை' என்று சிக்னல் கொடுக்க, செப்.8 அன்று லியுங், 'சீனக் கல்வித் திட்டம் இப்போது அமல்படுத்தப்படாது' என்று அறிவித்தார். பெரு வெற்றி. மாணவர்கள் தங்கள் போராட்டத்தால் எழுதிய புதிய வரலாறு.

15 வயது வோங், ஹாங் காங்கின் 'இளம் தலைவர்' அந்தஸ்துக்கு உயர்ந்தார். அதே சமயம் போன் ஒட்டுக் கேட்கப்படுதல், வேவு பார்க்கப்படுதல் உள்ளிட்ட அரசின் கண்காணிப்புக்கும், அநாமதேய மிரட்டல்களுக்கும் ஆளாவது வாடிக்கையானது. அந்த அக்டோபரில் வந்த வோங்கின் பதினாறாவது பிறந்த நாளுக்கு ஹாங் காங்கே வாழ்த்தியது. அடுத்த இரு வருடங்களில் 18 வயது. அப்போது டிரைவிங் லைசென்ஸ் வாங்கலாம். மது அருந்தலாம். திருமணம்கூட செய்து கொள்ளலாம். ஆனால், என்னால் ஓட்டு போட முடியுமா? தன்னை ஆளும் தலைமை நிர்வாகியைத் தேர்ந்தெடுக்கும் உரிமைகூட ஹாங் காங் குடிமகனுக்குக் கிடையாது என்பது அவலம் அல்லவா. ஏன் இதற்காகவும் போராடக் கூடாது? ஹாங் காங் குடிமகன்களின் சுதந்தரம் எல்லாம் 2047 வரைதானா? அதற்குப் பின் சீன அடிமைகளாக வாழ வேண்டியதுதானா? முடியாது. வருங்காலத் தலைமுறையினர் சுதந்தரமாக வாழ வேண்டும். அந்தச் சுதந்தரத்தைப் பெற்றுத் தருவது இன்றைய தலைமுறையினரின் கடமை. முந்தைய போராட்டத்தில் கிடைத்த வெற்றி வோங்குக்கு முழு அளவில் மனோதிடத்தைக் கொடுத்தது.

ஸ்காலரிஸ உறுப்பினர்களுடன் கலந்து பேசினார். 'நாம் உபயோகிக்கும் கம்ப்யூட்டர் உள்ளிட்ட பல பொருள்களும் 'மேட் இன் சீனா.' நம் தலைமை நிர்வாகியும் ஏன் 'மேட் இன் சீனா'வாக இருக்க வேண்டும்? 2017-ல் எந்த ஒரு ஹாங் காங் குடிமகனுக்கும் தலைமை அதிகாரிக்கான தேர்தலில் நிற்கும் உரிமை வேண்டும். அப்போது 18 வயது பூர்த்தியான நாம் ஒவ்வொருவரும் ஓட்டளித்து நம் 'தலைமை நிர்வாகி'யைத் தேர்ந்தெடுக்க வேண்டும். ஜனநாயகம் மலர வேண்டும். நாம் மாணவர்கள். நம்மிடம் இழப்பதற்கு ஏதுமில்லை. நாம்தான் இந்தப் போராட்டத்தின் முன் வரிசையில் நிற்க வேண்டும். அரசு என்பது மக்களுக்கானதே. எந்தக் காலத்திலும் மக்கள்

அரசாங்கத்தைக் கண்டு பயப்படக்கூடாது. அரசுதான் மக்களைக் கண்டு பயப்பட வேண்டும்.' சிந்தனைத் தெளிவுடன் வோங் முன் வைத்த கருத்துகள் ஒவ்வொன்றும் ஆதரவைப் பெருக்கியது. இதற்கான போராட்டங்கள் அங்கொன்றும் இங்கொன்றுமாக ஆரம்பித்தன.

அந்தக் குரல்கள் வலுப்பெறவும், 2014 ஆகஸ்ட் 31-ல் சீன அரசு பம்மாத்து அறிவிப்பு ஒன்றை வெளியிட்டது. '2017 தேர்தலில் ஹாங் காங் மக்களுக்கு ஓட்டுரிமை வழங்கப்படுகிறது. ஆனால், தலைமை நிர்வாகிக்கான வேட்பாளர்கள் மூன்று பேரை மட்டும் நாங்கள் அறிவிப்போம்.' அதாவது, சீன பொம்மைகளில்

சிறந்த பொம்மையைத் தேர்ந்தெடுத்துக் கொள்ளும் உரிமை. வோங், தன் அமைப்பினரோடு முழுநேரப் போராட்டங்களில் இறங்கினார். 2014, செப்.22-ல் ஸ்காலரிஸ உறுப்பினர்கள் வகுப்பு களைப் புறக்கணித்தனர். தலைமைச் செயலகத்தை முற்றுகை யிட்டனர். கூடாரங்கள் முளைத்தன. இந்தக் கூடாரங்களை நாங்கள் கலைத்துவிட்டால், எதிர்காலத்தில் சீன அரசின் கொள்கைப்படி, ஹாங் காங்கில் எந்த ஒரு தனி மனிதனுக்கும் சொந்த வீடுகூட இல்லாமல் போய்விடும். ம்ஹூம்... நாங்கள் அதற்கு இடம் கொடுக்க மாட்டோம்.

மற்ற அமைப்புகளும், மாணவர் இயக்கங்களும் ஆதரவு தெரிவித்து போராட்டத்தில் இணைந்து கொண்டன. 'லியுங் உடனே பதவி விலக வேண்டும், அரசியலமைப்புச் சட்டத்தில் மாற்றம் வேண்டும்' அனைவரும் இணைந்தே ஓயாது

முழங்கினார்கள். போராட்டம் சர்வதேச மீடியாவின் கவனம் பெற ஆரம்பிக்க, சீன அரசு அந்தச் 'சிற்றெறும்பை' நசுக்க நினைத்தது. செப்.26-ல் போலீஸ், வோங்கை வலுக்கட்டாயமாகத் தூக்கிச் சென்றது. ஏதோ ஓர் அறையில் தனிமைச் சிறை.

போராட்டக்காரர்கள் வெகுண்டெழுந்தார்கள். 'வோங்கை விடுதலை செய்.' நிலைமை தகிதகிக்க, போலீஸ் வன்முறையை ஏவிவிட்டது. ஆனால், போராட்டக்காரர்கள் பதில் தாக்குதல் நடத்த வில்லை. வோங், ஏற்கெனவே தெளிவாக அறிவுறித்தியிருந்தார். 'எந்தச் சூழலிலும் நம் போராட்டம் சாத்வீகமானதாகத்தான் இருக்க வேண்டும்.'

பெப்பர் ஸ்பிரே, ரப்பர் குண்டு, கண்ணீர்ப்புகை, நீர்ப் பாய்ச்சித் தாக்குதல் என்ற போலீஸார் களமிறங்க, போராட்டக்காரர்களின் குடைகள் விரிந்தன. அதுவும் எங்கெங்கும் மஞ்சள் வண்ணக் குடை. காயமடைந் தாலும் அவர்கள் கலையவே இல்லை. மறுநாள் கூட்டம் மேலும் அதிகமானது. உலகமெங்கும் மீடியாவில் Hong Kong's Umbrella Revolution என்று செய்திகள் வலம்வர ஆரம்பித்தன. வோங்கை விடுவிக்க 'ஆட்கொணர்வு மனு' தாக்கல் செய்யப்பட்டது. செப். 28-ல் வோங் விடுதலையானார். 'அரசின் தவறுகள் அதிகரித்தால், நம் வலிமை மேலும் அதிகமாகும்' என்று வோங் சொல்ல, கூட்டத்தில் உற்சாக முழக்கம்.

'எப்போது வேண்டுமானாலும் அரசு தொலைத்தொடர்பைத் துண்டிக்கலாம். ஆகவே ஃபயர்சாட்டில் இணைந்திருங்கள்' என்று வோங் அறிவிக்க, அது அனைத்து மொபைல்களிலும் டௌன் லோடானது. (ஃபயர்சாட் என்பது இணையம், தொலைத்தொடர்பு இல்லாவிட்டாலும் அருகிலிருப்பவர்களுக்கு ப்ளூடூத் மூலமாகச் செய்தி பரப்பும் அப்ளிகேஷன்.) அந்தக் கூடாரங் களைக் கலைக்க, அரசு குறுக்கு வழிகளையும் நாடியது. போராட்டக்காரர்கள் போர்வையில் ரவுடிகளை ஏவிவிட்டு வன்முறையை அரங்கேற்றியது. ஆனால், மாணவர்கள் கட்டுக்கோப்பாக தங்கள் ஒற்றுமை குலையாமல் அமைதி காக்க, அரசின் முகத்தில் கரி.

அக்.21-ல் நடந்த அரசு நடத்திய முதல்கட்டப் பேச்சுவார்த்தையும் சவசவ. 'நாம் கேட்பதையெல்லாம் அரசுதூக்கிக் கொடுத்துவிடாது. இருந்தாலும் போராட்டத்தைக் கைவிடக் கூடாது' - வோங்கின் வார்த்தைகளில் உறுதி அதிகமானது. எங்கெங்கும் மஞ்சள் குடைகள் நிறைய, நவம்பரிலும் முற்றுகை தொடர்ந்தது. மீண்டும் மீண்டும் கைதுகள் அரங்கேறின. நவம்பர் 27-ல் வோங், மறுபடி கைது செய்யப்பட்டார். பின் ஜாமீனில் வெளிவந்த வோங், டிசம்பர் 1 முதல் தன் சகாக்கள் சிலருடன் காலவரையற்ற உண்ணாவிரதத்தில் இறங்கினார். உடல்நலத்தைக் கருத்தில் கொண்டு ஐந்தாவது நாளில் உண்ணாவிரதம் முடிவுக்கு வந்தது. டிசம்பர் 9-ல் நீதிமன்றம், பொதுமக்களுக்கும் அரசு அலுவலகங்களுக்கும் இடையூறாக இருக்கும் முற்றுகையை அகற்றச் சொன்னது. சுமார் 80 நாள்கள் நிகழ்ந்த முற்றுகைப் போராட்டம் இருதரப்புக்கும் வெற்றி, தோல்வியன்றி முடிவுக்கு வந்தது.

2000 தொடங்கி ஹாங் காங்கின் ஜனநாயக உரிமைகளுக்காக எத்தனையோ போராட்டங்கள் நிகழ்ந்திருந்தாலும், வோங் முன்னெடுத்த '2014 மாணவர் போராட்டம்'தான் மிகப் பெரியது, தீவிரமானது. அதை மேலும் வலுப்படுத்த என்ன செய்ய வேண்டுமென்று வோங்கும் சகாக்களும் யோசித்தனர். அரசியலில் குதிக்க வேண்டும். கட்சி ஆரம்பிக்க வேண்டும். தேர்தலில் நின்று அதிகாரத்தைக் கைப்பற்ற வேண்டும். அதெல்லாம் நடந்தால்தான் தேசத்தின் ஜனநாயகத்தைக் காப்பாற்ற முடியும் என்று தீர்க்கமாக முடிவெடுத்தனர்.

2016, ஏப்ரல் 10 அன்று வோங் தங்களது புதிய கட்சியைத் தொடங்கினார். அதன் பெயர் டெமோசிஸ்டோ (Demosistō). மஞ்சள் குடை புரட்சி உறுப்பினர்கள் பலருக்கும் அதில் பதவி வழங்கப் பட்டது. கட்சியின் பொதுச்செயலாளரான வோங், 2016 ஹாங் காங் தலைமை அதிகாரிக்கான தேர்தலில் நிற்பதற்கு விண்ணப்பித்தார். 21 வயது ஆகாமல் தேர்தலில் நிற்க இயலாது என்று அவரது மனுவை நிராகரித்தனர். 2017-ல் ஹாங் காங்கில் நடைபெற்ற இடைத்தேர்தலிலும் டெமோசிஸ்டோவின் கட்சி உறுப்பினர் களைப் போட்டியிட விடாமல் வெவ்வேறு காரணங்களைச் சுட்டிக் காட்டித் தடுத்தனர்.

பொது இடங்களில் போராட்டமா? தடை செய்! ஜோஸ்வா வோங் எங்காவது உரையாற்றுகிறாரா? தடை செய்! டெமோசிஸ்டோ கட்சிக் கூட்டமா? தடை செய்! இப்படி ஒவ்வொரு முறையும்

வோங்கையும் அவரது குழுவினரையும் அடக்க பெரும்பாடு படுகிறது சீனாவின் கைப்பொம்மையான ஹாங் காங் அரசு. ஆனாலும் சமூக வலைத்தளங்கள் வழியாகத் தங்களது போராட்டங்களை, பிரசாரங்களை வீரியம் குறையாமல் எடுத்துச் சென்று வருகிறார் வோங்.

2014-ல் நடத்திய போராட்டத்துக்காக வோங்கும் அவரது சகாக்களும் தொடர்ந்து நீதிமன்றங்களில் விசாரிக்கப்பட்டு வருகின்றனர். அதற்காகச் சிலமுறை சிறை தண்டனைகளும் விதிக்கப்பட்டு அனுபவித்திருக்கின்றனர். ஆனால், மக்களின் பேராதரவு பெற்ற வோங்கை அடக்குவது அவ்வளவு எளிதல்ல என்பது சீனாவுக்குப் புரியாமலில்லை. எனவே சீன அடிமையான ஹாங் காங் அரசு புதிய சட்டத் திருத்தம் (The Fugitive Offenders Amendment Bill) ஒன்றைக் கொண்டு வந்தது. அதன் மூலம் சீனாவுக்கு எதிராகப் பேசும் ஹாங் காங்

நான் ஹீரோ அல்ல!

- *ஹாங் காங்கின் வருங்காலம் வோங்கின் கையில் இருக்கிறது என்று யாராவது முன்னிறுத்திப் பேசினால் உடனே மறுக்கிறார் அவர். 'என் சகாக்கள் போலீஸால் தாக்கப்படும்போது, எதுவும் செய்ய முடியாமல் ஏதோ ஓர் அறையில் அடைந்துதானே கிடந்தேன். நான் ஹீரோ அல்ல. தயவுசெய்து என்னை முன்னிலைப்படுத்தி போராட்டத்தை நீர்த்துப் போகச் செய்யாதீர்கள். இதில் பங்கேற்கும் ஒவ்வொரு குடிமகனுமே ஹீரோதான்.'*
- *2014-ல் டைம் அட்டையில் இடம்பிடித்த ஆசிய மாணவர், தி டைம்ஸின் Young Person of the Year 2014 சிறப்பு பெற்றவர், டைம் 2014-ல் வெளியிட்ட 'உலகின் டாப் 25 இளைஞர்கள்' பட்டியலில் இடம்பிடித்தவர் - இப்படிப் பல பெருமைகள் பெற்ற வோங் மீது சீனா சுமத்தும் பட்டம், 'அமெரிக்கக் கைக்கூலி'. வோங்கை முடக்க, சீனா பலவிதங்களிலும் முயன்று வருகிறது. வோங்கும் அவரது பெண் தோழியும் பொது இடங்களில் தாக்கப்பட்ட சம்பவங்களும் உண்டு. 2015, மே மாதம் மலேசிய மாணவர் அமைப்பு ஒன்றின் கூட்டத்தில் கலந்துகொள்ள மலேசிய*

குடிமகன் யார் மீது வேண்டுமானாலும் வழக்குப் பதிவு செய்யலாம். விசாரணைக்காக, ஹாங் காங் ஆட்சியாளர் அனுமதி இன்றி அந்த நபரை சீனா உள்ளிட்ட எங்கும் நாடு கடத்தலாம்.

சீனாவின் இந்த ஆதிக்கத்திற்கு எதிராக வோங் உரக்கக் கொடுத்தார். 2019, மார்ச் 31 அன்று ஹாங் காங் மக்கள் மீண்டும் வீதிகளில் இறங்கி தீவிரத்துடன் போராடத் தொடங்கினர். Anti-Extradition Law Amendment Bill (ELAB) Movement என்று அந்தப் போராட்டத்துக்குப் பெயரிடப்பட்டது. தினமும் ஆங்காங்கே ஆர்ப்பாட்டங்கள். வார இறுதிகளில் லட்சக் கணக்கானோர் திரண்டு போராட்டம். எல்லாம் அஹிம்சை வழியில் மட்டுமே. அறவழிப் போராட்டம் நடத்தும் மக்களுக்கு எதிராக எந்த அரசுதான் வன்முறையைக் கையில் எடுக்காமல் இருந்திருக்கிறது?

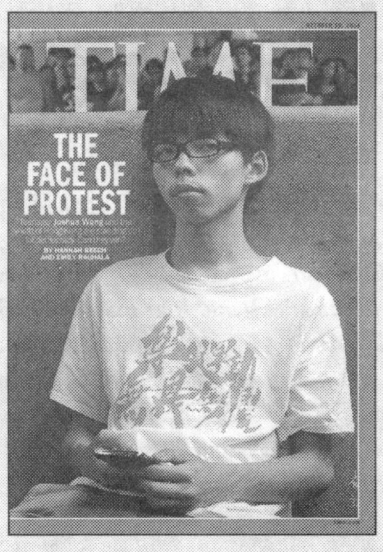

விமான நிலையத்துக்குச் சென்று இறங்கிய வோங், அங்கேயே தடுத்து நிறுத்தப்பட்டு, அடுத்த விமானத்திலேயே திருப்பி அனுப்பப்பட்டார். 'வோங்கால் மலேசியாவின் அமைதிக்குப் பாதகம் வந்துவிடும். சீனாவின் பகையை நாங்கள் சம்பாதிக்க விரும்பவில்லை' என்று மலேசியா பதிலளிக்க, ஹாங் காங் திரும்பிய வோங், வீடியோ கான்பரன்சிங் மூலமாக வீரியம் குறையாமல் தன் உரையை ஆற்றினார். இப்படி சீனாவின் தலையீட்டால், மிரட்டலால், சில ஆசிய நாடுகள் வோங்கைத் தங்கள் எல்லைக்குள் அனுமதிப்பதே இல்லை.

மிரட்டல்களுக்கு மத்தியிலும் போராட்டம் தொடர்ந்து வலுப்பெற்றது. 2019, ஜூன் 9, போராட்டத்தின் 123-வது நாள் அன்று, இருபது லட்சத்துக்கும் அதிகமானோர் கருப்பு உடைகள் அணிந்து திரண்டனர். ஹாங் காங் வரலாற்றில் நிகழ்ந்த மிகப்பெரிய போராட்டம் இது. அதனைத் தொடர்ந்து கைதிகளை சீனாவிடம் ஒப்படைக்கும் சட்டத்திருத்த மசோதா தாற்காலிகமாக நிறுத்தி வைக்கப்படுவதாக ஹாங் காங்கின் தற்போதைய நிர்வாகத் தலைவர் கேரி லேம் அறிவித்தார்.

சீனாவில் கம்யூனிஸ ஆட்சி நிறுவப்பட்டு 70 ஆண்டுகள் ஆனதையடுத்து, 2019-ல் அதை பிரமாண்டமான வகையில் கொண்டாடி வருகிறது சீனா. 1989-ல் சீனா, கம்யூனிஸ அரசுக்கு எதிராகப் போராடிய மாணவர்கள் மீது நடத்திய தியனென்மென் சதுக்கப் படுகொலைகள் நினைவிருக்கலாம். அக்.1 அன்று அதே சதுக்கத்தில் மாவோவைப் போலவே உடையணியும் வழக்கம் கொண்ட சீன அதிபர் ஸீ ஜின்பிங் நின்று உரையாற்றினார். 'சீனாவை எந்த அந்நிய சக்திகளாலும் அசைக்க முடியாது!'

அதே நாளன்று ஹாங் காங் முழுவதும் போராட்டங்களைத் தடுப்பதற்கென சீன ராணுவம் குவிக்கப்பட்டது. ஹாங் காங் போலீசார் வணிக வளாகங்கள், ரயில் நிலையங்கள் உள்ளிட்ட பொது இடங்களை எல்லாம் அடைத்து வைத்தனர். வோங் ஒரே

ஒரு ட்வீட் போட்டார். 'கொண்டாட்டங்கள் இல்லை. போராட்டங்கள் மட்டுமே!' ஹாங் காங் மக்கள் வீதிகளில் இறங்க எங்கெங்கும் கலவரம்! 2019 அக்டோபர் வரை, சுமார் 3000 பேர் காயமடைந்திருக்கின்றனர். சுமார் 2300 பேர் கைது செய்யப்பட்டு சிறைகளில் அடைக்கப்பட்டிருக்கின்றனர். 8 பேர் அரசுக்கு எதிராகக் கடிதம் எழுதி வைத்துவிட்டு தற்கொலை செய்து கொண்டிருக்கின்றனர்.

இன்றைக்கும் சாதாரண மாணவனாக மெட்ரோ ரயிலில் தன் வீட்டிலிருந்து மற்ற இடங்களுக்குச் சென்று வரும் வோங்கைக் கைது செய்ய சீன ராணுவத்தைப் பயன்படுத்துமளவுக்கு அவரது போராட்டத்தின் வீரியம் இருக்கிறது. சர்வதேச அளவில் வோங்குக்கும், ஹாங் காங் மக்களுக்கும் ஆதரவு பெருகிக் கொண்டே வருகிறது. தியனென்மென் சதுக்கப் படுகொலைகள் போன்ற ஒன்றை, தங்கள் பிள்ளைகள் மீதும் சீனா நிகழ்த்தி விடுமோ என்ற பயம் ஹாங் காங் மக்களுக்கு உண்டு. அதேசமயம் ஹாங் காங்கில் ரத்தம் பெருகி, வர்த்தக நடவடிக்கைகள் பாதிக்கப்பட்டால் அது சீனாவின் பொருளாதாரத்திலும் சறுக்கல்களை ஏற்படுத்தும். பல நாடுகளும் ஹாங் காங்கில் முதலீடு செய்துள்ளதால் அது சர்வதேச அளவில் அதிர்வுகளை ஏற்படுத்தும். அதற்காக சீனா பணிந்து போகும் குணம் கொண்டதுமல்ல. ஹாங் காங்கில் ஒரு புரட்சி வென்றால், வருங்காலத்தில் சீனாவுக்குள்ளேயே புரட்சிகள் வெடிக்கக் காரணியாகி விடக்கூடாது என்பதிலும் அது கவனமாக இருக்கிறது.

 எல்லாவற்றையும் மீறி, ஹாங் காங் வருங்காலத்தில் சீனாவின் ஆதிக்கத்தில் இருந்து விடுபட்டு சுயாட்சி கொண்ட தேசமாகத் திகழ்ந்தால், அப்போது அதன் முகமாக நிச்சயம் ஜோஸ்வா வோங்தான் இருப்பார்!

காணொளி

 ஜோஸ்வா வோங் குறித்த ஆவணப்படம் ஒன்று

உலகில் வேறுவிதமான சந்தோஷங்கள் இருக்கின்றன என்று எனக்கு நிச்சயம் தெரியும். ஆனால், போர்க்களங்களில் கேமராவுடன் திரிவதுதான் எனக்குப் பிடித்திருக்கிறது.

லின்சே அடாரியோ
லென்ஸ் லெஜெண்ட்

நான் ஒரு பத்திரிகையாளர். புகைப்படங்கள் எடுப்பது என் பணி. அதுவும் ராணுவ வாகனங்கள் சீறும், தோட்டாக்கள் பாயும், குண்டுகள் வெடித்துச் சிதறும் போர்க்களங்களில்தாம் என் வேலை. எதிரிகள் மீது பாய வேண்டிய குண்டு எந்நேரமும் என் மீதும் பாயலாம். நான் கடத்தப்படலாம். ஒரு பெண்ணாகிய நான், வன்புணர்வுக்கும் ஆளாக நேரிடலாம். எது வேண்டுமானாலும் நடக்கலாம். இருந்தாலும் 20 வருடங்களாக இந்த வேலையை நேசித்துச் செய்கிறேன். எனக்கு ஒரு கணவர் உண்டு. மகனும் உண்டு. என்னைச் சுற்றி எப்போதும் பேராபத்தும் உண்டு. ஆனாலும், நான் என் கேமராவுக்குப் பின் இருந்தபடி இந்த உலகைக் காண்பதையே விரும்புகிறேன். யுத்தக் களங்களில் இருந்தபடி வரலாற்றைப் பதிவு செய்யவே மெனக்கிடுகிறேன். இதுவே நான். என் பெயர் லின்சே அடாரியோ (Lynsey Addario).

அமெரிக்காவின் கனெக்டிகட்டில் வசித்த இத்தாலியரான பிலிப்புக்கும், அமெரிக்கரான கேமிலிக்கும் 1973-ல் நான்காவது மகளாகப் பிறந்த லின்சே, சிறுவயதில் துன்பம் என்றால் என்னவென்றே தெரியாமல் ஜாலியாக வளர்ந்த பெண். பெற்றோர்கள் ஒரு சலூன் நடத்தி வந்தார்கள். 'உலகின் சந்தோஷமான வீடு' என்று அக்கம்பக்கத்தினர் பொறாமைப்படும் படியாக அங்கே வார இறுதிகளில் பார்ட்டி களைகட்டும். எல்லாம் லின்சேவின் எட்டு வயது வரைதான். அப்போது பிலிப் குடும்பத்தைப் பிரிந்து, தன்பிரியத்திற்குரிய 'ஆணோடு' நியுயார்க் சென்று விட்டார். பின் கேமிலிதான் குழந்தைகளை வளர்த்து, குடும்ப பாரம் தாங்கினார். பிலிப், அவ்வப்போது 'நிதி' ஆதரவு கொடுத்தார். தன் கடைக்குட்டி மகளது பதின்மூன்றாவது வயதில் நிக்கான் ஸ்டில் கேமரா ஒன்றைப் பரிசளித்தார் பிலிப். கேமராவுடன் முதல் ஸ்பரிசம். உறவுக்காரப் பெண் ஒருவர், எப்படி ஃபிலிமை டெவலப் செய்வதெனக் கற்றுக் கொடுக்க, லின்சேவுக்குள் புகைப்படக் காதல் வேர்விட்டது. பூ, புகை, புன்னகை, புதுவானம், பூரண நிலா - இப்படித்தான் லின்சேவும் 'க்ளிக்'கத் தொடங்கினார். பொருளாதாரம், அரசியல் வரலாறு என

பட்டப்படிப்பு முடித்துவிட்டு, வேலை தேடி நியு யார்க்குக்கு நகர்ந்தார்.

வருமானத்துக்காக ஹோட்டலில் சர்வர் பணி. 'நீ மனத்தால் எதை அதிகம் நேசிக்கிறாயோ, அதையே உன் தொழில் ஆக்கிக் கொள்' என்று கேமிலி அடிக்கடி சொல்வதுண்டு. ஆகவே, லின்சே கேமராவை இறுகப் பற்றிக் கொண்டார். ஃபேஷன் ஷோக்கள் சம்பந்தப்பட்ட தாற்காலிகப் பணிகள் கிடைத்தன. ஆர்வம் அதில் அவுட் ஆஃப் போகஸாகவே இருந்தது. அச்சமயத்தில் உலகப் புகழ்பெற்ற புகைப்பட நிபுணர் செபாஸ்டியோ சல்காடோவின் (Sebastião Salgado) புகைப்படக் கண்காட்சியைப் பார்வையிட்டார் லின்சே. உணர்வும் உயிரும் ததும்ப, ஓராயிரம் வார்த்தைகளை ஒரே ஃப்ரேமில் விவரிக்கும் கருப்பு வெள்ளைப் புகைப்படங்கள். லின்சே, கண்ணீர் மல்க நின்றார். உள்ளுக்குள் ஒரு ஃப்ளாஷ். 'இதைத்தான் என் மனம் விரும்புகிறது.'

அங்குமிங்கும் சுற்றித் திரிந்து புகைப்படங்கள் எடுத்தார். ஒரே இடத்துக்கு மீண்டும் மீண்டும் சென்று மனிதர்களை வெவ்வேறு மனநிலையில் பதிவு செய்து பழகினார். புகைப்படமும் கைப்பழக்கம். சில பத்திரிகைகளில் பகுதி நேரப் பணிகள் கிடைத்தன. சில சீனியர்கள் 'ஒளி மொழி' கற்றுத் தந்தனர். பிரஸ் மீட், போராட்டம், பேட்டி, விபத்து... ஒரு போட்டோ வெளிவந்தால் 10 டாலர் கொடுத்தார்கள். அடுத்த கட்டத்துக்கு முன்னேற வேண்டாமா? லின்சேவின் மூன்று சகோதரிகளுக்கும் திருமணம் முடிந்திருந்தது. தந்தை பிலிப் ஒவ்வொருவருக்கும் திருமணப் பரிசாக $15000 கொடுத்திருந்தார். 'என் திருமணம் எப்போது என்றெல்லாம் தெரியாது. ஆனால், என் பங்கையும் தந்தால் தொழிலுக்கு உதவும்.' லின்சே உரிமையுடன் தந்தையிடம் பணம் கேட்டு வாங்கினார். புது கேமரா வசப்பட்டது. புதிய வாய்ப்பும்.

அஸோசியேட்டட் பிரஸ் செய்தி நிறுவனத்துக்காக கியூபாவுக்குச் சென்று தடைகளை மீறி, சில உண்மைகளைப் பதிவு செய்ய வேண்டும் என்ற அசைன்மெண்ட். லின்சே சவாலை ஏற்றுக் கொண்டு கிளம்பினார். கியூபாவின் வறுமையை லின்சேவின் லென்ஸ் பதிவுசெய்தது. அடுத்த சவால்? நியு யார்க் நகர வீதிகளில் திரியும் கருப்பினத் திருநங்கைகளின் இரவு வாழ்க்கை - அவர்கள் தொடர்ந்து கொலையாவதன் பின்னணி. வாரக்கணக்கில் இரவுப் பறவையாக திருநங்கைகளோடு திரிந்து,

Nikon D200

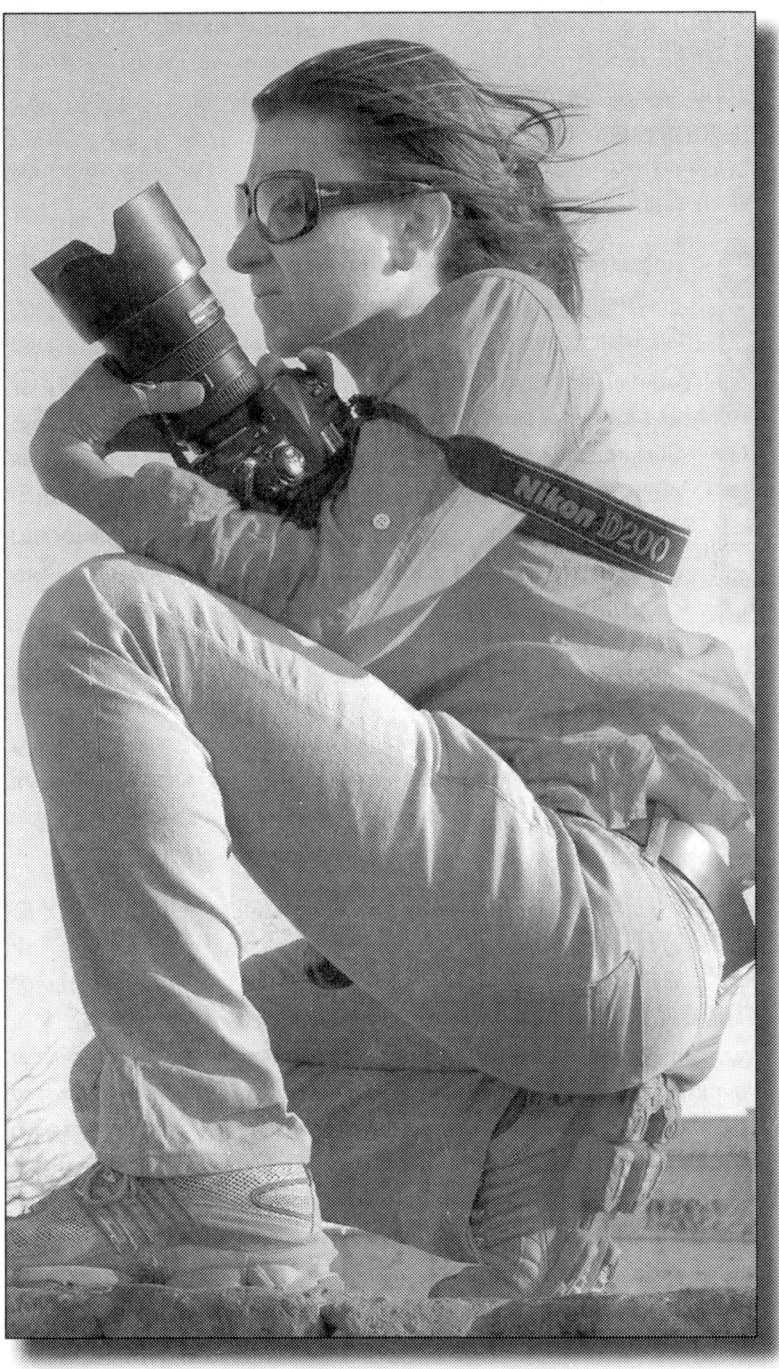

பழகி, அவர்களது உலகின் ஆதர்ச ஸ்டில்களைப் பிடித்தார். அதற்குப் பின் இந்தியாவில் (கல்கத்தா, வாரணாசி) சில மாதங்கள். புதிய களம். நல்ல பயிற்சி. இனி என்னால் உலகின் எந்த மூலைக்கும் செல்ல முடியும் என்று மனதில் அசட்டுத் தெம்பு உருவான சமயத்தில், 'ஆப்கனிஸ்தானுக்குச் செல்' என வாய்ப்பு கைகாட்டியது. திகைத்து நின்றார் லின்சே.

முரட்டுத் தாலிபன்களின் இரும்புப் பிடியில் கட்டுண்டு திணறும் ஆப்கனுக்குச் செல்வதா? அதுவும் நான் ஒரு பெண் என்பதாலேயே அங்கே சென்று கேமராவை வெளியில் எடுத்தாலே தாலிபன்கள் உயிரோடு கொளுத்துவார்கள் அல்லது கல்லால் அடித்தே கொல்வார்கள். நினைக்கும்போதே பதறியது. 'அதுதான் விஷயமே. இப்படிப்பட்ட தாலிபன்களின் பிடியில் சிக்கித் தவிக்கும் ஆப்கன் பெண்களின் நிலைமையை ஒரு பெண்ணாகிய உன்னால்தான் பதிவு செய்ய முடியும்' – சக பத்திரிகை நண்பர் உற்சாகப்படுத்தினார்.

நீண்ட யோசனைக்குப் பிறகு பாகிஸ்தான் வழியாக ஆப்கனுக்குக் கிளம்பத் தயாரானார் லின்சே. சில காலம் முன் தயாரிப்புகள். அனுபவ ஆலோசனைகள். 'பர்தா அணிந்து, தலையைக் குனிந்து நடப்பதற்குப் பழகிக் கொள். ஒருபோதும் ஆப்கன் ஆண்களின் கண்களை நேருக்கு நேர் பார்க்காதே. குறிப்பாக எந்த ஜோக்குக்கும் சிரித்து விடாதே.'

லின்சே பாகிஸ்தானை அடைந்தார். அங்கிருந்து விசா வாங்கி, ஆப்கனுக்குள் நுழைவதற்குள் நாக்கு தள்ளியது. ஜலாலாபாத்தில் ஐ.நா.வின் விருந்தினர் விடுதியில் தங்கியபடி, அவர்கள் ஏற்பாடு செய்திருந்த முகமத் என்ற கார் டிரைவருடன் சுற்றுப் பயணம். சில ஆப்கன் ஆண்களுடன், பெண்களுடன் பேசினார். பெண்களுக்கான ரகசியப் பள்ளி ஒன்றைப் பார்வையிட்டார். மற்றபடி கேமராவை வெளியில் எடுக்கவே பயமாக இருந்தது. அப்படிச் சில இடங்களில் எடுத்த புகைப்படங்களும் பதட்டத்தில் தெளிவற்று இருந்தன. பர்தாவுக்குள் சிறைபட்டுவிட்டோமோ என்று லின்சே தனக்குள் புழுங்கிய நள்ளிரவொன்றில், விருந்தினர் அறையின் பால்கனியில் உடைகளற்ற சுதந்தரத்துடன் தென்றலை அனுபவித்தார். தாலிபன் தேசத்தில் ஏவாளாக நிற்பதே பெருமிதமாகத் தோன்றியது.

அதேசமயம் நீல பர்தாவுக்குள் தவிக்கும் ஆப்கன் பெண்களின் நிலையும் மனத்தைப் பிசைந்தது. சில நல்ல புகைப்படங்களோடு ஆப்கனிலிருந்து கிளம்பினார் லின்சே.

மேற்குலக மீடியா, 9/11 சம்பவத்துக்கு முன்பு வரை ஆப்கனிஸ்தானைக் கண்டுகொள்ளவில்லை. அதற்குப் பின் உலகின் மொத்தக் கவனமும் அங்கேதான் குவிந்தது. அச்சமயத்தில் நியு யார்க் டைம்ஸுக்காகச் செய்தி சேகரிக்கும் வாய்ப்பு லின்சேவுக்கு அமைந்தது. அவர் பரபரவென பாகிஸ்தானின் பெஸாவருக்குக் கிளம்பி வந்தார். முதன்முதலாகக் கையில் டிஜிட்டல் கேமரா. அங்கே சர்வதேசப் பத்திரிகையாளர்கள் பலரும் திரண்டிருந்தார்கள். 'அமெரிக்கா ஒழிக!' என எதிர்ப்பு கோஷங்கள் நிறைந்த ஓர் ஊர்வலத்தை லின்சே புகைப்படம் எடுக்கச் சென்றார். அதிபர் புஷ்ஷின் புகைப்படத்தை தீ சுவைத்துக் கொண்டிருந்தபோது, லின்சேவின் பின்புறத்தை சில கரங்கள் பற்றத் தொடங்கின. பதறினார். மேற்குலகப் பெண்களை நீலப்படங்களில் மட்டுமே ரசித்த அந்த வக்கிர ஆண்களின் உதடுகளில் ஏதோ சாதித்த புன்னகை. 'இது ஹராம்! உங்க சகோதரிகள்கிட்ட இப்படித்தான் பண்ணுவீங்களா?' என்று ஆங்கிலத்தில் லின்சே கோப வார்த்தைகள் வீச, மேலும் பல கைகள்... ஒரு கட்டத்தில் தன் கேமரா லென்ஸால் ஒருவன் தலையில் பலமாகத் தாக்கிவிட்டு அங்கிருந்து ஓடினார் லின்சே. அவர்கள் ஸ்தம்பித்தனர். காருக்குள் கண்ணீருடன் வந்து உட்கார்ந்தார். சக (ஆண்) பத்திரிகையாளர்கள் செய்தி அனுப்ப வேண்டிய தங்கள் கடமையில் கவனமாக இருந்தார்கள்.

தாலிபன்கள் மீதான அமெரிக்கத் தாக்குதல் தீவிரமடைந்திருந்தது. ஆப்கனின் ஒவ்வொரு நகரமும் வீழ்ந்து கொண்டிருந்தது. தாலிபன் நிழல் நீங்கிய நகரங்களில் பாலிவுட் பாடல்கள் ஸ்பீக்கர்களில் ஒலித்தன. ஆப்கனியர்கள் சுதந்தரமாகக் கொண்டாடினார்கள். லின்சே பதிவு செய்து கொண்டார். அதில் பர்தா விலக்கிய சில பெண்களின் கண்களும் அடக்கம்.

2003-ல் ஈராக் மீதான அமெரிக்கப் போர் குறித்த செய்தி சேகரிக்கும் அசைன்மெண்டுக்காக லின்சே கிளம்பினார். அமெரிக்கப் படைகளுடன் இணைந்து சென்று, செய்தி சேகரிக்கும் வாய்ப்பை மறுத்த லின்சே, வட ஈராக் பகுதிக்குச் சென்று சதாமால்

லின்சே எடுத்த புகைப்படங்கள்

ஒடுக்கப்பட்ட குர்து இன மக்களின் மனநிலையைப் பதிவு செய்யத் துணிந்தார். தீவிரவாதத் தாக்குதல் நிறைந்த ஆபத்தான பகுதிகள். லின்சேவுக்கு சில அடிகள் தொலைவில் ஒரு கார் வெடிகுண்டு வெடிக்க, எங்கெங்கும் உடல்களின் சிதறல்கள். உறைந்து போனார் லின்சே. முதல் வெடிகுண்டு அனுபவம். அருகிலிருந்த ஒரு கேமராமேன் செத்துவிழுந்தார். இன்னொரு பத்திரிகையாளருக்கும் உடனடி மரணப் பரிசு. இப்படிப்பட்ட கொடூர முடிவு எக்கணமும் தனக்கும் வாய்க்கலாம் என்று லின்சே அழுத்தமாக உணர்ந்த தருணம் அது. அதற்காக நொறுங்கிப் போகவில்லை. 'பாக்தாத் வீழ்ந்தது. சதாம் தப்பி ஓட்டம்' என்று சிஎன்என் அறிவிக்க, கேமராவைத் தூக்கிக் கொண்டு தயாரானார். பாக்தாத்தில் ஓரிடத்தில் தோண்டத் தோண்ட பிணங்கள். உபயம் சதாம். இன்னொரு பக்கம், அமெரிக்க வீரர்களின் அத்துமீறல். ஈராக் மக்களை அவர்கள் செய்த வதை. இரண்டையுமே பாரபட்சமின்றிப் படம்பிடித்தது லின்சேவின் லென்ஸ். அதற்காக அமெரிக்க வீரர்களின் அதட்டல் மிரட்டல் களையும் சமாளிக்க வேண்டியதிருந்தது.

2004. பாக்தாத்தும் தீவிரவாதமும் ரத்த வாடையும் பிணக் குவியலும் லின்சேவுக்குப் பழகிப்போயிருந்தன. அப்போது மேத்யூ என்ற பத்திரிகையாளருடன் செய்தி சேகரிக்கச் சென்ற போது, ஓரிடத்தில் ஏ.கே.47 ஏந்திய ஈராக் போராளிகள் காரைச் சூழ்ந்தனர். அமெரிக்கர்கள் என்று தெரிந்துவிட்டால் உயிர் காலி. லின்சே நடுங்கினார். 'கீழே இறங்கு. அமெரிக்கர்களா? எதற்காக வந்திருக்கிறீர்கள்? பாஸ்போர்ட் எங்கே?' - மிரட்டினார்கள். 'நான் கீரிஸ். இவள் இத்தாலி. பத்திரிகையாளர்கள். பாஸ்போர்ட் கையில் இல்லை. ஈராக்கியர்கள் சார்பு செய்தி சேகரிக்கவே வந்திருக்கிறோம்' - மேத்யூ சமாளித்தார். அவர்கள், லின்சேவின் கேமராவைப் பரிசோதித்தார்கள். அதில் ஈராக்கிய முகங்களே அதிகம் பதிவாகியிருந்தன. அச்சமயத்தில் லின்சே, தங்களது அமெரிக்க பாஸ்போர்ட்களைச் சாதுரியமாக உள்ளாடையில் பதுக்கிக் கொண்டார். போராளிகள் அவர்களுக்கு நீர் கொடுத்தனர். அது விருந்தோம்பலின் அடையாளம். லின்சே பெருமூச்சு விட்டார்.

'இப்போது கிளம்ப முடியாது. காலையில் செல்லுங்கள்' என்று சொன்ன அவர்கள், அருகில் ஒரு வீட்டில் உட்கார வைக்க,

எதிர்க்கேள்வி

அமெரிக்கப் படைகள் 2007-ல் ஆப்கனின் Korengal பள்ளத் தாக்கைக் கைப்பற்ற ராணுவ நடவடிக்கை மேற்கொண்ட போது லின்சேவும் பல மாதங்கள் ராணுவத்தினரோடு தங்கி செய்தி சேகரித்தார். அப்போது அமெரிக்க ராணுவ இளைஞர்களின் போர்க்கள இழப்புகளை, வலிகளை பதிவு செய்தார். அமெரிக்க ராணுவத்தினரால் கொல்லப்பட்ட, சிதைக்கப்பட்ட அப்பாவி ஆப்கனியர்களின் அவலங்களையும் பதிவு செய்தார். அதில் அமெரிக்க குண்டுகளால் காயம்பட்ட 'காலிட்' என்ற சிறுவனின் படத்தை, நியு யார்க் டைம்ஸ் பிரசுரத்துக்காகத் தேர்ந்தெடுத்தது. அமெரிக்க ராணுவ அமைச்சகம் 'காலிட் அமெரிக்க குண்டுகளால் காயமடைந்ததற்கு எந்த ஆதாரமும் கிடையாது' என்று மறுக்க, நியு யார்க் டைம்ஸ் புகைப்படத்தைப் பிரசுரிக்க மறுத்தது. லின்சே போராடினார். 'ரிஸ்க் எடுக்க முடியாது' என்றார் பத்திரிகை ஆசிரியர். 'களத்தில் நான் எடுத்த ரிஸ்க்குகளுக்கு என்ன பதில்?' என்ற லின்சேவின் எதிர்க் கேள்விக்கு பத்திரிகையிடம் பதில் இல்லை.

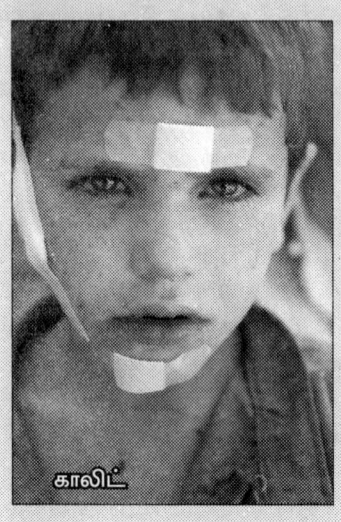

காலிட்

ஆபத்து நீங்கவில்லை என்று புரிந்தது. 'நாம் கடத்தப்பட்டிருக் கிறோமா?' லின்சேவுக்குச் சந்தேகம். 'இவர் என் கணவர், நான் கர்ப்பமாக இருக்கிறேன்' - லின்சே அந்த வீட்டிலிருந்த ஈராக்கியப் பெண்களின் ஆதரவைப் பெற தன் வயிற்றைத் தடவிக் காட்டினார். அதேநேரம் பிரிட்டன் பத்திரிக்கையாளர் ஒருவரும் பிடிபட்டு அங்கே அனுப்பப்பட்டார். நேரம் ஆக ஆக, 'இவர்கள் மனம்மாறி கொன்றுவிட்டால்?' என்ற பயம் கவ்வியது. 'ஒன்றும் செய்ய மாட்டோம். கிளம்புங்கள்' என்று சில மணி நேரங்கள் கழித்து விடுவித்தனர். அந்த இடத்தைவிட்டு விலகி வெகுதூரம் வந்தபிறகே லின்சேவின் இதயத்துடிப்பு சீரானது. தன் அறைக்கு வந்து தந்தைக்கு போன் செய்து அழுதார்,

அளவின்றி. இந்தச் சம்பவத்துக்குப் பிறகு லின்சே அதிகம் பதறி அழுதது காங்கோவில்.

கிழக்கு காங்கோவில் நடந்த உள்நாட்டுப் போரில், ருவாண்டா வீரர்களால் கடத்தப்பட்டு, மாதக்கணக்கில்/ வருடக்கணக்கில் அடைத்து வைக்கப்பட்டு, பலரால் மாறி மாறி சிதைக்கப்பட்ட அப்பாவிப் பெண்களின் கதைகள் ஒவ்வொன்றும் லின்சேவை பதைபதைக்கச் செய்தன. அவர்களது கண்ணீரை, லின்சேவின் புகைப்படங்கள் மூலமாக உலகம் அறிந்து கொண்டது.

எல்லைவிட்டு எல்லை தாண்டி சுற்றியபடியே இருந்ததால் 34 வயது லின்சேவுக்கு அமைந்த காதலெல்லாம் சில டேட்டிங்குகளோடு கரைந்துபோனது. அப்போது துருக்கியில் ராய்ட்டர்ஸ் செய்தி நிறுவன பணியாளரான பவுல் உடன் லின்சேவுக்குச் சிநேகம் உண்டானது. டேட்டிங் தினங்கள். இருவருமே ஒரே துறையைச் சேர்ந்தவர்கள் என்பதால் ஒருவரை ஒருவர் முழுமையாகப் புரிந்து கொண்டனர். 2009-ன் புத்தாண்டு நாளில் 'கல்யாணம் பண்ணிக்கலாமா?' என்று கண்கள் நிறைய காதலுடன் கேட்டார் பவுல். நெகிழ்ச்சியுடன் சம்மதித்தார் லின்சே.

ஜூலையில் திருமணம். ஜூனில் பாகிஸ்தானில் பணியிலிருந்த போது லின்சே கார் விபத்தில் சிக்கினார். டிரைவர் பலியாக, லின்சேவுக்குத் தோள்பட்டையில் எலும்பு முறிவு. வேதனை சூழ்ந்த தருணத்தில் தாயாக, செவிலியாக, தோழனாக, காதலனாக, யாதுமாகி நின்று லின்சேவை மீட்டுக் கொண்டு வந்தார் பவுல். குறிப்பிட்ட தேதியில் மோதிரம் மாற்றிக் கொண்டார்கள்.

2010-ல் துனிசீயப் புரட்சி, பின் எகிப்து புரட்சியைத் தொடர்ந்து 2011 பிப்ரவரியில் லிபியாவிலும் அதிபர் கடாஃபிக்கு எதிராக ஆரம்பித்த புரட்சி, உள்நாட்டுப் போராக உருமாறியிருந்தது. நியு யார்க் டைம்ஸ் பத்திரிக்கையாளர்களான ஆண்டனி, டெய்லர், ஸ்டீபனுடன் லின்சேவும் லிபியாவுக்குக் கிளம்பினார். எவ்வளவு செய்தி கிடைத்தாலும் இன்னும் கொஞ்சம் கிடைக்காதா என்று ஊடுருவிச் செல்வது பத்திரிகையாளர்களின் இயல்பு. அதுவும்

எத்தனை ஆபத்தான சூழலாக இருந்தாலும். அப்படித்தான் நால்வரும் தங்கள் உள்ளூர் ஓட்டுநரின் எச்சரிக்கையைப் பொருட்படுத்தாமல், எல்லை மீறிச் சென்று கடாஃபியின் ராணுவத்தினரிடம் சிக்கிக் கொண்டனர் (மார்ச் 16, 2011). 'மேற்குலகப் பத்திரிகையாளர்களைக் கண்டால் கொன்று விடுங்கள். அவர்கள் உளவாளிகள்' என்று கடாஃபி சில தினங்களுக்கு முன் பேசியது லின்சேவின் நினைவில் வந்து மூச்சை அடைத்தது.

வானை நோக்கி தோட்டாக்கள் பாய்ந்தன. அவர்கள் மீதே பாய்ந்தது போலிருந்தது. தப்பித்து ஓடவும் வழியில்லை. சுற்றிலும் ஏதுமற்ற பாலைவனம். நெருங்கி வந்த ஒருவன், லின்சேவின் முகத்தில் ஓங்கிக் குத்தினான். நால்வரது முகமும் தரையில் அழுத்தி நசுக்கப்பட்டது. உடைமைகள் பறிக்கப்பட்டன. 'இதுதான் என் இறுதி நாள்' - உள்ளுக்குள் பயம் சூழ்ந்தது. பவுலின் சிரிப்பும், குடும்பத்தினரது முகங்களும் நினைவில் வந்துபோயின. மற்ற மூவரையும் பரிசோதித்த அவர்களது கைகள், லின்சேவின் உடல் பாகங்களில் மட்டும் அத்துமீறிப் படர்ந்தன. 'கடவுளே! இவர்கள் என்னைச் சிதைக்கக் கூடாது' - லின்சேவின் கண்களில் கட்டுப்பாடற்ற கண்ணீர்.

கைகளைப் பின்னே கட்டி, கண்களையும் கட்டி ஏதோ ஒரு வாகனத்தில் ஏற்றி எங்கோ அழைத்துச் சென்றார்கள். 'என் கேமரா திரும்பக் கிடைக்குமா? அய்யோ, இனி நான் புகைப்படமே எடுக்க முடியாதா?' ஏதேதோ எண்ணங்கள் அலைபாய்ந்தன. 'நான் ஏன் அநாவசியமாக இந்த வேலையைச் செய்து கொண்டிருக்கிறேன்?' - மரணத்தின் விளிம்பில் நிற்கும்போது, லின்சேவுக்குள் இப்படி ஒரு கேள்வியும் தோன்றியது.

இன்னொருவன் லின்சேவை நெருங்கினான். எங்கெங்கோ அவனது கைகள் எல்லை மீறின. 'நான் திருமணமானவள்... எனக்குக் கணவர் இருக்கிறார்... நீ ஒரு இஸ்லாமியன்தானே...' லின்சேவின் கதறலையெல்லாம் அவன் கண்டுகொள்ளவில்லை. மெதுவாகச் சொன்னான், 'இன்றிரவு நீ சாகப் போகிறாய்.'

வாகனம் ஒவ்வொரு செக்-போஸ்ட்டாகக் கடந்து சென்றது. ஒவ்வொன்றிலும் யார் யாரோ வந்து உதைத்துவிட்டுப் போனார்கள்.

கடாஃபியின் ஊரான சிர்ட்டில் (Sirte) ஒரு சிறையில் நால்வரும் அடைக்கப்பட்டார்கள். கொஞ்சம் தண்ணீர், ரொட்டி, சாதம், காலி பாட்டில் வழங்கப்பட்டது. ஆண்கள் ஒதுங்கி பாட்டிலில் சிறுநீர் கழிக்க, லின்சே எதுவும் இயலாமல் முடங்கிக் கிடந்தார். சிறையின் பக்கத்து அறைகளில் யார் யாரோ அலறும் சத்தம் உயிரை உலுக்கியது. இங்கிருந்து விடுவிக்கப்படுவோமா? இல்லை, மரணம்தான் விடுதலையா? பல மணி நேரத்துக்குப் பின் சிறை அறைக்குள் சிலர் புகுந்து, மீண்டும் நால்வரையும் கட்டி இழுத்துச் சென்று, ஒரு சிறு விமானத்தில் ஏற்றினர். எங்கோ ஓரிடத்தில் இறக்கினர். வெட்டவெளியில் சுட்டுக் கொல்லப் போகிறார்களா? நால்வரும் பயந்து நடுங்கிய வேளையில், ஒரு போலீஸ் வாகனம் வந்தது. கட்டடம் ஒன்றுக்கு அழைத்துச் சென்றனர்.

'பயப்படாதீர்கள். நீங்கள் லிபிய அரசின் கட்டுப்பாட்டில் இருக்கிறீர்கள். ஒன்றும் ஆபத்தில்லை' யாரோ ஓர் அதிகாரி சொன்னார். ஒவ்வொருவரையும் தனித்தனியாக விசாரித்தார். லின்சேவையும்.

'அவர்கள் உங்களைத் தொட்டார்களா?'

'ஆம். அத்துமீறித் தொட்டார்கள்.'

'வன்புணர்வு செய்தார்களா?'

'இல்லை.'

'நல்லது' என்று புன்னகையுடன் அவர் விசாரணையை முடித்துக் கொண்டார். நால்வரும் ஓர் வீட்டில் காவலில் வைக்கப்பட்டனர். அங்கேயே சமைத்துச் சாப்பிட வசதி இருந்தது. ஒரு டீவியும் இருந்தது. 'காணாமல்போன நியு யார்க் டைம்ஸ் பத்திரிக்கையாளர்கள் நால்வர் குறித்து தங்களுக்கு எதுவும் தெரியாது என லிபிய அரசாங்கம் தெரிவித்துள்ளது' என்று செய்தி வாசிக்கப்பட, லின்சே வெடித்து அழ ஆரம்பித்தார். நிஜமாகவே ஆபத்து நீங்கிவிட்டதா? இல்லை, எப்போது வேண்டுமானாலும் கொல்லப்படலாமா? அந்த நள்ளிரவில் டைம்ஸ் அலுவலகத்திலிருந்து சூஸன் என்ற பத்திரிகையாளர் போனில் லின்சேவிடம் பேசிய பிறகே, கொஞ்சம் நம்பிக்கை வந்தது.

பலகட்ட முயற்சிகளுக்குப் பிறகு, மார்ச் 21 அன்று நால்வரும் விடுதலை செய்யப்பட்டனர். கதறலுடன் பவுலிடம் சரணடைந்தார் லின்சே. கோவாவில் சில நாள்கள் ஓய்வு. அடுத்த சில நாள்களில் டிம், கிரிஸ் என்ற இரண்டு பத்திரிகையாளர்கள் லிபியாவில் கொல்லப்பட்ட செய்தி வந்தபோது லின்சேவின் முகம் வெளிறிப் போனது. இனியும் இதெல்லாம் தேவையா என்றொரு கேள்வி கொக்கிப் போட்டு இழுத்தது. எல்லாம் கொஞ்ச காலம்தான். டெல்லியில் அந்தப் பெண் மருத்துவர், லின்சேவின் கர்ப்பத்தை உறுதி செய்தபோது, 'நான் ஆப்பிரிக்காவுக்குச் செல்ல வேண்டும். பயணம் செய்யலாமா?' என்றுதான் கேட்டார் லின்சே. மருத்துவரின் எச்சரிக்கையையும் மீறி, வறுமையும் தீவிரவாதமும் நோய்களும் மண்டிக் கிடக்கும் ஆப்பிரிக்க நாடுகளில் கர்ப்பவதியாகச் சுற்றித் திரிந்தார். சோமாலியாவின் ஒரு மருத்துவமனையில் ஊட்டச்சத்துக் குறைபாடால் ஒன்றரை வயதுக் குழந்தை ஒன்று தன் இறுதி நிமிடங்களில் இருந்தது. லின்சே கண்களில் நீர்ப்பெருக்குடன் அதைப் பதிவு செய்த நொடியில், அவரது வயிற்றுக்குள் ஆறு மாதக் கரு உதைப்பதை முதன் முதலாக உணர்ந்தார். என்ன வாழ்க்கை இது!

அடுத்த ப்ராஜெக்ட் காஸா. பாலஸ்தீனக் கைதிகள் சிலரை விடுவித்து, இஸ்ரேல் வீரர் ஒருவரை மீட்கும் நிகழ்வைப் படம் பிடிக்கச் சென்றார் லின்சே. பணியை முடித்துவிட்டுத் திரும்பும் போது Erez Crossing என்ற இஸ்ரேலிய காஸா எல்லையில், இஸ்ரேலியப் பாதுகாப்பு அதிகாரிகள், லின்சேவை 'எக்ஸ்ரே சோதனைக்கு' கட்டாயப்படுத்தினர். 'நான் ஏழு மாத கர்ப்பம்' என்று லின்சே பதறி மறுக்க, 'இங்கே மனித வெடிகுண்டு மிரட்டல்கள் அதிகம். அத்தனை உடைகளையும் கழற்றி சோதனை செய்து கொள்ளவா?' என்று நக்கலாகச் சிரித்தார் ஓர் அதிகாரி. கதிர்வீச்சால் சிசுவுக்கு பாதிப்பு ஏற்படுமோ என்று தயங்கிய லின்சே, வேறு வழியில்லாமல் சோதனை எந்திரத்துக்குள் ஏறினார். முதல் முறை ஸ்கேன் செய்தார்கள். சரியில்லை என்று சொல்லி மீண்டும் ஒருமுறை. வேண்டுமென்றே மூன்றாவது முறையும். அதற்குப் பிறகும் எந்திரம் சரியாக வேலை செய்யவில்லையென பொய் சொல்லி, உடைகளைக் கழற்றியும் பரிசோதித்தார்கள். சுற்றிலுமிருந்த இஸ்ரேலிய அதிகாரிகளின் உதடுகளில் நக்கல் புன்னகை. கோபத்தாலும்

இயலாமையாலும் வெடித்து அழுதார் லின்சே. பின்பு தூதரகத்தில் புகார் கொடுக்க, சில நாள்கள் கழித்து, இஸ்ரேலிய ராணுவ அமைச்சகம் மன்னிப்பு கேட்டது.

2011 டிசம்பர் 28 அன்று லின்சே தாயானார். லூகாஸ் பிறந்தான். தாய்மையின் பேரின்ப உணர்வுகள். மூன்றே மாதங்களில் மீண்டும் கேமராவைத் தூக்கிவிட்டார். அடுத்தடுத்த அபாயக்

போரும் அன்பும்!

- *2008-ல் லின்சே நியு யார்க் டைம்ஸ் குழுவினருடன் ஆப்கனில் எடுத்த Talibanistan என்ற புகைப்படங்களுக்காக, 2009-ல் புலிட்சர் விருது வழங்கப்பட்டது.*
- *புகைப்படங்களுக்காக பல விருதுகளைப் பெற்றுள்ள லின்சே, 2009-ல் MacArthur Fellowship-ஐயும் பெற்றார். அதாவது*

குறிப்பிட்ட துறையில் ஒருவர் மேலும் சாதிக்க, வழங்கப்படும் நிபந்தனையற்ற ஊக்கத்தொகை இது.

- *It's What I Do: A Photographer's Life of Love and War - இது லின்சேவின் அனுபவங்களைச் சொல்லும் தன் வரலாற்றுப் புத்தகம். 2018-ல் Of Love and War என்ற தலைப்பில், தான் போர்க்களங்களில் எடுத்த புகைப்படங்கள் அடங்கிய தொகுப்பையும் வெளியிட்டுள்ளார்.*

களங்கள். உலகமெங்கும் நசுக்கப்படும் அழிக்கப்படும் ஒடுக்கப்படும் அப்பாவி மக்களின் அவலங்களை சர்வதேச கவனம் பெறச் செய்ய மனிதம் நிறைந்த ஒரு பத்திரிகையாளராகத் தொடர்ந்து போராடி வரும் லின்சே, ஒரு தாயாக, ஒரு மனைவியாக சொந்த வாழ்க்கையைச் சமநிலைப்படுத்தவும் முயன்று வருகிறார்.

'ஒரு தாயான பின் இதெல்லாம் தேவையா?', 'மோசமான பெண் இவள்' என்றெல்லாம் விமரிசனங்கள் வந்தாலும், எதையும் பொருட்படுத்தாமல் உலகின் மிக முக்கியமான, முதன்மையான 'போர்க்களப் புகைப்படச் செய்தியாளராக' லின்சே தொடர்ந்து தீவிரமாக இயங்கிக் கொண்டிருக்கிறார். 'பிரேக்கிங் நியூஸோ, இல்லையோ - நான் கொடுக்கும் செய்தியில் என்னை 'பெண் புகைப்படச் செய்தியாளர்' என்று தனித்துக் குறிப்பிடுவதில் எனக்கு ஒருபோதும் விருப்பம் இல்லை.'

சிரியாவைச் சேர்ந்த மூன்று குடும்பங்கள். அவர்களது மூன்று கைக்குழந்தைகள். நாடற்றவர்களாகத் திரியும் அவர்களது சோகத்தை, ஐரோப்பியக் கண்டத்தில் எங்காவது ஒரு மூலையில் ஒடுங்குவதற்கு இடம் கிடைத்துவிடாதா என்று ஏங்கும் அவலநிலையை ஒரு வருடம் பின்தொடர்ந்து சென்று புகைப்படங்களாகப் பதிவு செய்திருக்கிறார் லின்சே.

டைம் இதழ், இதனை Finding Home (3 Babies, 3 Familes, 1 Year) என்ற பெயரில் வெளியிட்டிருக்கிறது. (https://time.com/finding-home-stories/)

ஒரு பெண்ணாக இருப்பதால், இஸ்லாமியப் பெண்களின் உலகத்துக்குள் என்னால் எளிதாக நுழைய முடிகிறது என்று சொல்லும் லின்சே, The Changing face of Saudi Women – என்ற தலைப்பில் நேஷனல் ஜியாகிராபிக் இதழுக்காக புகைப்படங்கள் எடுத்திருக்கிறார். இருபத்தொன்றாம் நூற்றாண்டில் சவுதி பெண்களின் வாழ்வியல் எப்படி மாறியிருக்கிறது என்று அந்தப் புகைப்படங்கள் பேசுகின்றன. 2015 தொடங்கி சிரியா அகதிகளின் துர்பாக்கிய நிலை குறித்து, நியு யார்க் டைம்ஸுக்காகத் தொடர்ந்து புகைப்படங்களாக பதிவு செய்து வருகிறார். தெற்கு சூடானின் உள்நாட்டுப் போர் குறித்த லின்சேவின் புகைப்படங்களும் சர்வதேசக் கவனம் பெற்றன.

எத்தனை இடர்களைச் சந்தித்தாலும், மரணத்தில் விளிம்பைச் சிலமுறை தொட்டுவிட்டுத் திரும்பினாலும், லின்சே தன் கேமராவை விட்டு விலகுவதாக இல்லை. அவரது குரலில் உறுதி குறையவே இல்லை. 'கேமரா என் ஆயுதம். உலகமெங்கும் பாதிக்கப்பட்ட மக்களின் முகமாக, குரலாக என் புகைப்படங்கள் தொடர்ந்து போராடிக் கொண்டிருக்கும்.'

காணொளிகள்

லின்சேவின் பேட்டி ஒன்று

Lynsey Addario: Lens on the Front Line | Nat Geo Live

இந்த உலகத்துக்கே பொருந்துவது போல்
ஒரு கதையை நன்றாகச் சொன்னால் போதும்.
அது எந்த மொழியில் வேண்டுமானாலும்
வெற்றி பெறும்.

S.S. ராஜ மௌலி
வசூல் சக்கரவர்த்தி

இவரது படங்களை எத்தனையாவது ரீலில் இருந்து பார்த்தாலும் சுவாரசியத்துக்குப் பஞ்சமிருக்காது. ஏதோ ஒரு விதத்தில் ரசிகனை உள்ளிழுத்து உட்கார வைத்துவிடும். இவரது வாழ்க்கைக் கதைகூட அப்படித்தான். எங்கிருந்து வேண்டுமானாலும் ஆரம்பிக்கலாம். அத்தனையும் சுவாரசியம்.

பாகுபலியின் இரண்டாவது பாகம் வரை தான் இயக்கிய பதினொரு படங்களையும் ப்ளாக் பஸ்டர் (அ) சூப்பர் ஹிட் வகையறாவாகக் கொடுத்து ஒப்பற்ற சாதனை படைத்துள்ளார் இயக்குநர் எஸ்.எஸ். ராஜ மௌலி (S.S. Raja mouli). நாம் அவரது வாழ்க்கையை 'ஸ்டூடண்ட் நம்பர் ஒன்'னிலிருந்து ஆரம்பிக்கலாம். எனில், முன் வாழ்க்கை? அட, ராஜ மௌலியின் ஃபார்முலாபடி நாயகனின் பின்னணியை எப்போதும் படத்தின் இடையே ஃப்ளாஷ்பேக்காகத்தான் சொல்ல வேண்டும். இங்கும் அப்படியே.

என்.டி.ஆரின் பேரனான ஜூனியர் என்.டி.ஆர். அறிமுகமான தெலுங்குப் படம் Ninnu Choodalani. அதீத எதிர்பார்ப்புடன் வெளியாகி அக்மார்க் தோல்வி கண்ட படம். எப்படியாவது ஜெயித்தே தீர வேண்டும் என்ற வெறியிலிருந்த ஜூனியர் என்.டி.ஆர்., தெலுங்கின் சீனியர் இயக்குநரான கே. ராகவேந்திர ராவ் திரைக்கதை அமைத்து தயாரிக்கவிருந்த 'ஸ்டூடண்ட் நம்பர் ஒன்'னைத் தேர்ந்தெடுத்தார். ராகவேந்திர ராவின் முதல் உதவியாளரான முடாபள்ளிதான் படத்தை இயக்குவதாக இருந்தது. அவர் சீரியலில் பிஸியாக இருந்ததால், ராகவேந்திர ராவின் 'சின்ஸியர் ஸ்டூடண்ட் நம்பர் ஒன்'னாக உழைப்பைக் கொட்டிக் கொண்டிருந்த 28 வயது ராஜ மௌலிக்கு டைரக்டர் நாற்காலி கிட்டியது. அந்தப் படத்தின் கதை, திரைக்கதை விவாதத்தில் ராஜ மௌலி பங்கேற்றிருந்தார். பல விஷயங்களில் முழுக்க உடன்பாடு இல்லாவிட்டாலும், குருவுக்கு அடங்கிய சிஷ்யனாக இயக்கும் வேலையை மட்டும் செவ்வனே செய்து முடித்தார்.

2001-ல் ஸ்டூடண்ட் நம்பர் ஒன்னே தெலுங்குத் திரையுலகை ஆண்டது. பாக்ஸ் ஆபிஸில் 10 கோடி வசூல். ஹீரோ ஜூனியர்

என்.டி.ஆருக்கு ஏகோபித்த வெற்றி. படத்தின் டைட்டிலில் டைரக்‌ஷன் மேற்பார்வை என ராகவேந்திர ராவ் பெயரும், டைரக்‌ஷன் என எஸ்.எஸ். ராஜ மௌலியின் பெயரும் வந்தன. ஆனால், 'ராஜ மௌலி'தான் படத்தின் இயக்குநர் என்பதைத் திரையுலகத்தினரேஒப்புக்கொள்ளவில்லை. 'ராகவேந்திரகாருவே டைரக்டரு' என்று ஆந்திராவின் கடைக்கோடி ரசிகன்கூட அசால்ட்டாகச் சொல்லிவிட்டு நகர்ந்தான். அடுத்தடுத்து வாய்ப்புகள் தேடிச் சென்ற ராஜ மௌலிக்கு, நிராகரிப்புகளும் அவமானங்களும் ஏமாற்றங்களுமே வெகுமதியாகக் கிடைத்தன. ஓர் இயக்குநருக்கு முதல் வெற்றி, வளமான எதிர்காலத்துக்கான அங்கீகாரம். ஆனால், அதுவே ராஜ மௌலிக்குப் பெரும் சுமையாகிப் போனது.

நம்பிக்கை வறண்டு, சோர்ந்து துவண்ட பொழுதுகளில், ராஜ மௌலியைத் தன் அன்பால் தேற்றி, அரவணைப்பால் நிமிர்ந்து உட்கார வைத்த ஜீவன் - ரமா. ராஜ மௌலியின் திருமதி. இவர்களுக்கிடைப்பட்டதும் வித்தியாசக் காதல் கதையே. ராஜ மௌலிக்கு சரித்திரக் கதைகள், புராணக் கதைகள் மீது அளவற்ற காதல் உண்டு. சிறுவயதில் அரசு நூலகத்தில் கிடைக்கும் 'அமர் சித்ர கதா' புத்தகங்களை மீண்டும் மீண்டும் படித்துக் கொண்டே இருப்பார். ராஜா, ராணி, மந்திரி, கோட்டை, அரண்மனை, போர்க்களம், மந்திரம், மாயாஜாலம்... அவருக்குள் அந்தக் கற்பனை உலகம் தனியே இயங்கிக் கொண்டிருந்தது.

தான் படித்த கதைகளை ராஜ மௌலி தன் வயது நண்பர்களிடம் சொல்ல ஆரம்பித்தால்... வெற்றிடத்திலேயே மாபெரும் கோட்டைகள் எழும். ராஜாவும் ராணியும் காற்றில் உருக்கொள்வார்கள். காதுகளில் குதிரைகளின் குழம்படிச் சத்தங்கள் தடதடக்கும். ஏதுமின்றியே போர்க்களங்கள் உருவாகும். வாள்களும் ஈட்டிகளும் பொறிபறக்க மோதிக்கொள்ளும். கேட்பவர்கள் வாய்பிளந்து உட்கார்ந்திருப்பார்கள்.

ராஜ மௌலி, தன் பதின்வயதின் இறுதியில் சினிமாதான் எல்லாம் என்று முடிவு செய்தபின், இசையமைப்பாளர் கீரவாணி யிடம் (தமிழ்த் திரையுலகில் மரகதமணி, ராஜ மௌலியின் சித்தப்பா) சென்று, தான் உருவாக்கிய திரைக்கதைகளைச்

231

சொல்ல ஆரம்பித்தார். அவை பெரும்பாலும் சரித்திர ஃபேண்டஸி கதைகளே. கீரவாணியின் வீட்டிலிருந்த சிறுவன் கார்த்திகேயாவுக்கு ராஜ மௌலியிடம் கதை கேட்பதென்றால் இஷ்டம். கார்த்திகேயாவை 'ரசிகனாக' உருவகப்படுத்திக் கொண்டு, அவனை அசரடிக்கும் விதத்தில் கதை சொல்ல மெனக்கிடுவார் ராஜ மௌலி. கார்த்திகேயாவின் அம்மா, ரமா. கீரவாணியின் உறவுப்பெண். கணவரிடமிருந்து விவாகரத்து பெற்றவர். மகனிடம் கதை சொன்ன ராஜ மௌலி, காலப்போக்கில் ரமாவிடம் காதலையும் சொன்னார். மகனின் பூரிப்பான சம்மதத்துடன் இருவரும் தம்பதிகளாயினர். (சில வருடங்களில் மகள் பிறந்தாள்!)

புதிய கனவுகள்

சிறுவயதிலிருந்தே மகாபாரதத்தின் மேல் ராஜ மௌலிக்கு அத்தனை விருப்பம். 'நான் எடுக்கப் போற மகாபாரத ஐடியா சர்வதேச ரசிகர்களுக்கானது. எப்படியும் பத்து வருஷத்துல அதை எடுத்துருவேன்' என்று முன்பே விகடனுக்கு பேட்டியளித்துள்ளார் ராஜ மௌலி. அது தவிர, கிருஷ்ண தேவராயர், சத்ரபதி சிவாஜி, மகாராணா பிரதாப், சாம்ராட் அசோகா ஆகியோரின் கதைகளைப் படமாக்கும் ஆசை இவருக்கு உண்டு. ராஜ மௌலியின் அடுத்த படம் RRR. ஜூனியர் என்.டி.ஆர், ராம் சரண், அலியா பட், அஜய் தேவ்கன் முதன்மைப் பாத்திரங்களில் நடிக்கிறார்கள். பிரிட்டிஷாரை எதிர்த்துப் போரிட்ட அல்லூரி சீதாராம ராஜூ, கொமரம் பீம் ஆகியோரைப் பற்றிய கற்பனை கலந்த கதை இது.

ராகவேந்திர ராவ், ஏதுமின்றித் தவித்துக் கொண்டிருந்த ராஜ மௌலியை மீண்டும் அழைத்தார். தன் மகனை வைத்தே தயாரிக்கவிருந்த அடுத்தப் படத்தை இயக்கும் வாய்ப்பைக் கொடுத்தார். ராஜ மௌலிக்கு சந்தோஷம். ஆனால், அந்தப் படமும் நின்று போனது. ஸ்டூடண்ட் நம்பர் ஒன் இயக்குநர் நான்தான் என்பதையே இந்த உலகம் நம்ப மறுக்கிறதே? நான் எப்படி என் கனவான 'டைரக்டர் நம்பர் ஒன்' என்ற ஸ்தானத்தை அடைய முடியும்? இதே இடத்தில் இப்படியே தேங்கி நின்று வாழ்க்கையைத் தொலைத்துவிடுவேனோ? ராஜ மௌலிக்குள் துன்பப் பேரலைகள் பெருக்கெடுத்தன.

சினிமாவில் தோல்விகள் என்பது ராஜ மௌலியின் குடும்பத்துக்குப் பழகிய ஒன்றே. அவரது தந்தை விஜயேந்திர பிரசாத் - திரைப்படக் கதாசிரியர். ராஜ மௌலியும் நல்ல கதை சொல்லியாகத்தான் தன் திறமையை வளர்த்துக் கொண்டார். 'நான் கதையை உருவாக்குபவன் அல்ல. நல்ல கதைக்கு உயிரோட்டம் கொடுப்பவன்!'

கர்நாடகாவின் ரெய்ச்சூரில் பிறந்த (1973, அக்.10) ஸ்ரீசைல ஸ்ரீ ராஜ மௌலி படித்ததெல்லாம் ஆந்திராவில்தான். பாடப் புத்தங்களைவிட காமிக்ஸ், கதைப்புத்தகங்கள், நாவல்கள் படிப்பதில் அதிக ஆர்வம் இருந்தது. சினிமா கனவுகள் ஆக்கிரமிக்க, கல்லூரிப் படிப்பைப் பாதியிலேயே விட்டார். ஏதாவது ஒரு வகையில் சினிமாவில் சாதிக்க வேண்டுமென நினைத்த ராஜ மௌலி, கிடார் வகுப்புகளுக்குச் செல்ல ஆரம்பித்தார். ஒருநாள் தந்தை கேட்டார். 'தினமும் எவ்வளவு நேரம் கிடார் பயிற்சி செய்கிறாய்?' ராஜ மௌலி '3 மணி நேரம்' என்றார். 'போதவே போதாது. கிடாரிஸ்ட்தான் ஆகப்போகிறாய் என்றால் தினமும் பத்து மணி நேரத்துக்கு மேல் பயிற்சி செய்' - அழுத்தமாகச் சொன்னார். எந்த ஒரு லட்சியத்துக்கும் அளவற்ற பயிற்சி தேவை என்று ராஜ மௌலி உணர்ந்துகொண்டார்.

எடிட்டர் கோத்தகிரி வெங்கடேஸ்வர ராவிடம் (இன்றைக்கும் ராஜ மௌலி படங்களின் எடிட்டர் இவரே) உதவியாளராக வேலை பார்க்கும் வாய்ப்பு அமைந்தது. அங்கே ஒரு வருடம். பின் சென்னைக்கு வந்து ஏ.வி.எம் ஒலிப்பதிவுக் கூடத்தில் சில காலம் வேலை பார்த்தார். அப்போதெல்லாம் ராஜ மௌலியின் ஆகப்பெரிய லட்சியம் கையில் ரூ. 32.50 சம்பாதிப்பதே. வளசரவாக்கம் டூ அண்ணா சாலை பேருந்தில் சென்று வர

ரூ. 2.50. சத்யம் தியேட்டரில் டிக்கெட் ரூ. 30. படம் பார்த்தால் பசி தீரும். சத்யம் தியேட்டரே கோயில். திரைப்படங்களே தெய்வம். சினிமாவை ரசிகர்களோடு ரசிகர்களாக அங்கே கற்றுக் கொண்டார் ராஜ மௌலி.

பின் தந்தைக்கு உதவியாளராக அவரோடு ‘கதை’ விவாதங்களில் ஈடுபட ஆரம்பித்தார். தந்தையின் சார்பாகப் பல இடங்களுக்குச் சென்று கதை சொல்லி அனுபவத்தையும் வளர்த்துக் கொண்டார். தந்தையின் கதையோடு வெளிவரும் பெரும்பாலான படங்கள் அதன் ‘ஜீவனை’ இழந்து வெறும் எலும்புக்கூடுகளாகவே காட்சியளித்தன. பொறுத்தது போதும் என்று சிலிர்த்தெழுந்த விஜயேந்திர பிரசாத், 1996-ல் அர்த்தாங்கி என்ற படத்தைத் தயாரித்து இயக்கினார். பரிசுத்தமான தோல்வி. அப்போது சென்னையிலிருந்த விஜயேந்திர பிரசாத், கடனையெல்லாம் அடைக்க, மீண்டும் முதலிலிருந்தே வாழ்வை ஆரம்பிக்க, ஹைதராபாத்துக்கே குடும்பத்துடன் திரும்பிப் போனார்.

எப்படியாவது இயக்குநராகிவிட வேண்டும் என்ற கனவிலிருந்த ராஜ மௌலி, வயிற்றுப் பிழைப்புக்காகவும், குடும்பக் கடனை அடைக்கவும் அங்குமிங்குமாக கிடைத்த வேலைகளைப் பார்க்க ஆரம்பித்தார். பின்பு ராகவேந்திரா ராவிடம் உதவியாளராகச் சேர்ந்தார். அப்போது சீரியலில் கொடிகட்டிப் பறந்த ராகவேந்திர ராவின் யூனிட்டில் அனைத்து வேலைகளையும் இழுத்துப் போட்டுச் செய்தார் ராஜ மௌலி. எடுபிடி வேலைகளைக்கூட ‘கற்றுக்கொள்ளும் வாய்ப்பு’ என்று இஷ்டத்துடன் செய்தார். அவரது அசுரத்தனமான உழைப்பால், ஒரு சீரியலின் சில எபிசோடுகளை இயக்கும் வாய்ப்பையும் பெற்றார். இதற்கெல்லாம் பிறகே ஸ்டூடண்ட நம்பர் ஒன் துன்பியல் சம்பவம் நிகழ்ந்தது.

சுமார் ஒன்றரை ஆண்டுகள் படவாய்ப்பின்றித் தவித்த ராஜ மௌலியின் வாழ்க்கையில் ‘இடைவேளை’ அது. விஜயேந்திர பிரசாத் தன் மனத்தில் தோன்றும் கதைகளை அவ்வப்போது மகனிடம் சொல்லுவார். அதில் தனக்குப் பிடித்த கதைகளை - திரைக்கதையாக, காட்சிகளாக மாற்றி உள்ளுக்குள்ளேயே செதுக்கிக் கொண்டிருந்தார் ராஜ மௌலி. அதில் பால கிருஷ்ணாவை மனத்தில் வைத்து பட்டை தீட்டிய ‘சிம்ஹாத்ரி’யும் ஒன்று. இடைப்பட்ட காலகட்டத்தில் மாஸ் ஹீரோவாக உயர்ந்திருந்த ஜூனியர் என்.டி.ஆர்., ராஜ மௌலியை அழைத்தார்.

தயாரிப்பாளர்களைக் கைகாட்டி கதை சொல்லச் சொன்னார். ராஜ மௌலியின் விவரிப்பில் சிம்ஹாத்ரி கதையைக் கேட்ட தயாரிப்பாளர்கள் குஷியில் கூத்தாடினர். 2003-ல் படம் வெளிவந்தபோது தியேட்டரிலும் ரசிகர்களும் ஆனந்தக் கூத்தாடினர். பாக்ஸ் ஆபிஸ் வசூலும் 30 கோடியென தாண்டவ மாடியது. 'இஸங்களில் சிறந்தது ஹீரோயிஸமே' என்று ஆந்திராவே அகமகிழ்ந்தது. 'யாரய்யா இந்தாளு?' என்று பலரும் கேள்வியெழுப்ப, 'ஸ்டூடண்ட் நம்பர் ஒன் டைரக்ட் பண்ணாரே, அவரேதான்' என்று உணர்ந்து, வியந்து கொண்டார்கள். இயக்குநர் ராஜ மௌலி நிமிர்ந்து உட்கார்ந்தார்.

முதல் படம், வெறும் இயக்கமே. இரண்டாம் படம் பக்கா மாஸ். மூன்றாவது? 'இந்தாளு வெறும் கமர்ஷியல் டைரக்டர் இல்ல. அதுக்கும் மேல!' என்று அழுத்தமாக உணர்த்த நினைத்தார். ரசிகர்களுக்குப் பரிச்சயமற்ற ரக்பி விளையாட்டுதான் கதைக்களம். ரிஸ்க்தான். நிதின் என்ற சிறிய ஹீரோ. அதைவிட ரிஸ்க். ஆனால், உலகில் அதிக ரிஸ்க் கொண்ட விளையாட்டு களில் ரக்பியும் ஒன்று. ஆக, எதையும் சொல்லும்விதத்தில் கமர்ஷியலாகச் சொன்னால் 10 ரூவா டிக்கெட் ரசிகனும் விசிலடித்துக் கொண்டாடுவான் என்ற நம்பிக்கையுடன் ராஜ மௌலி களமிறங்கினார். பிரதாப் ராவத் என்ற படா வில்லனை படத்தின் பெரும்பலம் ஆக்கினார். எளிமையான ஹீரோவின் அணியும், எருமைக்கடாக்களென வில்லன் அணியும் மோதும் ரக்பி காட்சிகளில் ரசிகர்களின் ரத்தம் சூடேறியது. இறுதி நொடியில் ஹீரோ வென்று களிக்க, 8 கோடியில் தயாரான 'ஸை' என்ற அந்தப் படமும் 12 கோடி வசூலித்து பாக்ஸ் ஆபிஸை வென்றது. (ரக்பி விளையாட்டை முறையாகக் காட்சிப்படுத்திய உலகின் சிறந்த 3 படங்களில் 'ஸை'யும் ஒன்றெனக் கொண்டாடப் படுகிறது.)

ஸை ஷூட்டிங் முடிந்து ரஷ் பார்த்தபோது ஒரு சில காட்சிகள் மட்டும் ராஜ மௌலிக்குத் திருப்தி தரவில்லை. ரிஷூட் செய்தால் பட்ஜெட் எகிறும். தயாரிப்பாளரும் தயங்கினார். 'எனக்கே திருப்தியில்லாத விஷயங்களை நிச்சயம் நான் ரசிகர்களுக்குக் கொடுக்க மாட்டேன்' என்று உறுதியாக நின்றார் ராஜ மௌலி. தயாரிப்பாளரிடம் தன் சம்பளத்தில் கழித்துக் கொள்ளச் சொல்லி 25 லட்சம் வாங்கி, போதாக்குறைக்கு ரமாவின் நகைகளையும் வைத்து அந்தக் காட்சிகளை மீண்டும் எடுத்தார். படம் வெளியான

மூன்றாவது நாளே தயாரிப்பாளர்கள் அந்தப் பணத்தைப் பரம திருப்தியுடன் ராஜ மௌலிக்குக் கொடுத்தார்கள். அந்தப் படத்தின் போஸ்டர்களிலிருந்து an s s raja mouli film என 'முத்திரை' குத்திக் கொள்ள ஆரம்பித்தார்.

அடுத்த ஆட்டம் சத்ரபதி. பிரபாஸ் கதாநாயகன். இலங்கையில் இருந்து அகதிபோல விசாகப்பட்டணம் துறைமுகத்துக்கு வரும் 14 வயது சிறுவன் ஒருவன், அந்தத் துறைமுகத்தை ஆட்டிப் படைக்கும் ராஸ் பீஹாரியையே வீழ்த்தி டான் ஆகும் கதை. கூடவே அம்மா செண்டிமெண்ட், அருமைச் சகோதரனின் துரோகம், அல்வா ஹீரோயின், அதிரடி ஆக்ஷன், அசரடிக்கும் இண்டர்வெல் என அனைத்தையும் அம்சமாக, அளவோடு அள்ளிப் பரிமாறியதில் ஆந்திர ரசிகனுக்கு அன்லிமிடெட் மீல்ஸ் திருப்தி. நூறு நாள்கள் படம்.

சிம்ஹாத்ரி, சத்ரபதி வரிசையில் அடுத்து ரவிதேஜாவுடன் விக்ரமாகுடு (தமிழில் சிறுத்தை). கிட்டத்தட்ட ஒரே மாதிரி மாஸ் மசாலா படம்தான். ஆனால், சண்டை, காமெடி, காதல், பாசம் என்று கரம் மசாலாவுடன் பந்தியில் பளிச்சென பரிமாறிய விதத்தில் படம் - ஜிந்தாத்தா ஜிந்தா ஜிந்தா ஹிட். பல மொழி களில் ரீமேக் செய்யப்பட்டும் ஆரவார வசூலை அள்ளியது. ஆனால், வேறெந்த மொழியிலும் ராஜ மௌலி இயக்கவில்லை.

'ஒரு கதை பிடிச்சதும் அதை அசத்தலா படம் பண்ணி சுடச்சுட கொடுக்குற திருப்தி, ரீமேக்ல வராது. என் சாப்பாட்டை நானே சமைச்சு நானே பரிமாறணும். அது மல்டிபிளக்ஸ் ஆடியன்ஸுக்கும் பிடிக்கணும். ராயல சீமா டாக்கீஸ் ரசிகனும் ரசிக்கணும். அது மட்டும்தான் எனக்கு முக்கியம்.'

முதல் ஐந்து படங்களில் கச்சிதமான கமர்ஷியல் இயக்குநராகத் தன்னை நிலைநிறுத்திக் கொண்ட ராஜ மௌலி, ஆறாவது படத்தில் தன் பெருவிருப்பத்திற்குரிய புராண, சரித்திர விஷயங் களில் கைவைத்தார். மீண்டும் ஜுனியர் என்.டி.ஆர். படம் - எமதொங்கா.

அதுவரை ஹீரோவின் கெட்-அப் மாற்றங்களுக்கு ராஜ மௌலி பெரிதாக மெனக்கிடவில்லை. ஆனால், எமதொங்கா ஜுனியர் என்.டி.ஆருக்கு ராஜமௌலி இட்ட கட்டளை, 'பத்து கிலோவாவது எடை குறைக்க வேண்டும்.' ஏனென்றால் தேவலோக கெட்-அப் கொழுக் மொழுக்கென ஹீரோ இருந்தால் பார்க்கச் சகிக்காதே. 90 நாள்கள் 300 பணியாளர்கள் உழைப்பில் ஆசியாவிலேயே அதுவரையில்லாத அளவில் மிகப்பெரிய உள்ளரங்கு செட் (எமலோகம்) உருவாக்கப்பட்டது.

சதி ஒன்றில் கொல்லப்படும் சாதாரணன் ஒருவன், எமலோகம் சென்று, தன் சாதுர்யத்தால் எமனையே (மோகன்பாபு) வென்று பாசக்கயிறைப் பிடுங்கி அழிச்சாட்டியம் செய்கிறான். மீண்டும் பூமிக்கு அனுப்பப்படும் அவன் எதிரிகளைப் பழிவாங்கி காதலியோடு இணையும் 'அதிசயப் பிறவித்தனமான' பழைய கதைதான். ஆனால், ராஜ மௌலியின் ரகளையான ட்ரீட்மெண்ட் ரசிகர்களுக்குத் தலைவாழை ட்ரீட்டாக அமைந்தது. கூடுதல் சுவாரசியமாக எமலோகத்தில் தாத்தா என்.டி.ஆர்., (உபயம்: கிராபிக்ஸ்) பேரன் என்.டி.ஆருடன் சேர்ந்து ஆட்டம்போட ஆந்திராவே 'தேவுரு' என கன்னத்தில் போட்டுக் கொண்டு நெக்குருகியது. வசூல் பெருகியது.

சத்ரபதியிலேயே கிராபிக்ஸ் உதவியால் பிரபாஸ் கடலுக்கடியில் சுறா ஒன்றுடன் மோதும் காட்சி வைத்திருந்தார் ராஜ மௌலி.

அப்போதிருந்த தொழில்நுட்பத்தில் அந்தக் காட்சி கார்ட்டூன் தனமாகப் பல்லிளித்தது. ஆக்‌ஷனில் அசர வேண்டிய ரசிகன், காணாத காமெடியைக் கண்டதுபோல கைகொட்டிச் சிரித்தான். அதில் ராஜ மௌலி கற்றுக் கொண்ட பாடம் - நினைத்ததைத் திரையில் கொண்டு வர வேண்டுமென்றால் எங்கும் எதிலும் எப்போதும் எந்தச்சூழலிலும் - தரத்தில் சமரசம் கூடாது. ஆனால், தொழில்நுட்பத்தை முறையாகக் கற்றுக்கொண்டு, தன் குழுவினரையும் கற்றுக்கொள்ளச் செய்த பிறகே களத்தில் இறங்கினார் ராஜ மௌலி. எங்கும்

ராஜ மௌலி

Behind the Scenes

- *ராஜ மௌலி படங்களில் கதைக்கரு, அவரது தந்தை விஜயேந்திர பிரசாத் கொடுப்பதே. தந்தை என்பதற்காகக் கதை விவாதங்களில் ராஜ மௌலி சமரசம் செய்துகொள்வதே கிடையாது. உறவெல்லாம் வேலைக்கு அப்பாற்பட்டது. அப்படித்தான் இசையமைப்பாளர் கீரவாணியிடமும், காஸ்ட்யூம் டிசைனர் (மனைவி) ரமாவிடமும் வேலை வாங்குகிறார். கார்த்திகேயாவும் ராஜ மௌலியுடன் உதவி இயக்குநராகப் பணிபுரிந்து வருகிறார். எல்லோருக்குமே ராஜ மௌலிதான் 'பாஸ்!'*

- *ராஜ மௌலியின் ஆஸ்தான கேமராமேன் செந்தில்குமார் (ஷை முதல்). புதிய தொழில் நுட்பங்களைக் கற்றுக் கொள்வதில், அறிமுகப் படுத்துவதில் வல்லவர். இன்றைக்கு இந்தியாவில் VFX நுட்பத்தில் எடுக்கப்படும் படங்களின் மோஸ்ட் வான்டட் கேமராமேன் இவரே. அதேபோல கோத்தகிரி வெங்கடேஸ்வர ராவ்தான் எப்போதும் எடிட்டர். பீட்டர் ஹெய்ன்தான் ஸ்டண்ட் மாஸ்டர். ராஜ மௌலி யின் உறவினர்கள் பலரும் டீமில் இருக்கிறார்கள். இந்தக் குழுவும், குழு உணர்வும் ராஜ மௌலியின் அசுர பலம்.*

- *ஹீரோவுக்காகக் கதை செய்யாமல், தன் கதைக்கேற்றபடி ஹீரோவை தேர்ந்தெடுப்பார் ராஜ மௌலி. அந்த ஹீரோவைக் கசக்கிப் பிழிந்து வேலை வாங்குவதில் இரக்கமே காட்ட மாட்டார். பாகுபலியில் பிரபாஸ் சிலமுறை நொந்து புலம்பியிருக்கிறார். ஆனால், ராஜ மௌலி தான் நினைத்தது கிடைக்கும்வரை தரத்தில் சமரசம் செய்து கொண்டதே இல்லை.*

கிராபிக்ஸ் உறுத்தவில்லை. சத்ரபதியில் கேலியாகச் சிரித்த அதே ரசிகன், எமதொங்காவில் சிலிர்த்தான். ஆக, ராஜ மௌலியின் கனவுகள் பெரிதாகின. கற்பனை செய்யும் எதையும் திரையில் கொண்டு வந்துவிடலாம் என்ற நம்பிக்கை பெருகியது.

1995-ல் வெளிவந்த 'கரன் - அர்ஜுன்' ஹிந்திப் படம். ஷாருக்கும் சல்மானும் நடித்த அக்மார்க் ரத்தத்துக்கு ரத்த ரிவெஞ்ச் மசாலா. 'அந்தப் படம்தான் என் உணர்வுகளை எல்லாம் தட்டி யெழுப்பியது' என்று குறிப்பிட்டிருக்கிறார் ராஜ மௌலி.

தந்தையுடன் ராஜ மௌலி

- ❖ *ஷூட்டிங் செல்வதற்கு முன்பே காட்சிகள், வசனம், ஷாட் ரீதியாக ஸ்டோரி போர்ட், கனகச்சிதமான முன் தயாரிப்புகள் - எல்லாம் திருப்தியான பிறகே கேமராவை முடுக்குவார். அதேபோல எந்தக் காட்சியானாலும், எந்தப் பாத்திரமானாலும் தான் நடித்துக் காண்பித்த பிறகே நடிகர்களிடம் வேலை வாங்குவார்.*
- ❖ *அசத்தல் ஹீரோ, அடிபட்டு வீழ்ந்து மீண்டும் அதிரடியாக எழுந்து வரும் பாணி ராஜ மௌலியின் படங்களில் தவறாமல் இருக்கும். அதேபோல வில்லனைப் படுபயங்கரமான, வலிமையான பாத்திரமாக உருவாக்குவார். ரத்தம் தெறிக்கும் ரணகள சண்டைக் காட்சிகளில் புதுமாதிரியான ஆயுதங்களை உபயோகிப்பது ராஜ மௌலி ஸ்டைல்.*
- ❖ *'அடுத்தவர்கள் மீது பழிபோடுவதிலும் உடன்பாடு கிடையாது. எங்கே தவறு நடந்தாலும் அதன் விளைவுகளுக்கு நானே முழுப்பொறுப்பு. அதிர்ஷ்டம் என்ற போலியான வார்த்தை என் அகராதியிலேயே கிடையாது. நான் என்ன செய்கிறேனோ, அதன் பலனே எனக்குத் திரும்பக் கிடைக்கும்' என்பது ராஜ மௌலியின் அழுத்தமான கூற்று.*

அவரது படங்களில் 'பழிவாங்கும்' அம்சம் பிரதானமாக இடம்பெறக் காரணம் கரன் - அர்ஜுன் பாதிப்பே.

'பழிவாங்கும் உணர்வு பொங்கும் கதையுடன்' அடுத்த அடி எடுத்து வைத்தார் - மகாதீரா (தமிழ் டப்பிங் : மாவீரன்). சிரஞ்சீவியின் மகன் ராம்சரண் 'சிறுத்தா'வில் அறிமுகமாகியிருந்தார். படம் பப்படம் என்றாலும் மீசையில் மண் ஒட்டவில்லை என்று சொல்லிக் கொண்டார்கள். ஆக, ராம்சரணுக்கு மீசையைக் கம்பீரமாக முறுக்கிக் கொள்ள ஒரு வெற்றி தேவைப்பட்டது. ராஜபார்த்திபன் - காலபைரவன் என்ற இரண்டு கனமான கதா பாத்திரங்களுடன் மகாதீரா அமைந்தது. முன்ஜென்மத்தில் ஒரு வில்லனால் பிரிந்த காதல் ஜோடி, நிகழ்ஜென்மத்தில் அதே வில்லனை வீழ்த்தி வெல்லும் மெகா பட்ஜெட் (35 கோடி) கதை. டப்பிங்கில் வெளியான தமிழில் மட்டுமே 8 கோடி லாபம். மொத்தமாக 150 கோடி வசூல். ஆந்திராவில் சில தியேட்டர்களில் 365 நாள்களும், ஒரு தியேட்டரில் 1000 நாள்களும் ஓடி, ராம்சரணை வெகு உயரத்தில் உட்கார வைத்தது.

மெகா டைரக்டராக உயர்ந்த ராஜ மௌலி, அடுத்து என்ன பிரமாண்ட படம் தரப்போகிறார் என சகல திரையுலகமும் உற்று நோக்கிக் கொண்டிருக்க, அவரோ மகாதீராவின் காமெடி யனான சுனில் கதாநாயகனாக நடிக்க, 'மரியாத ராமண்ணா'வை

அறிவித்தார். (தமிழில் சந்தானத்தின் 'வல்லவனுக்குப் புல்லும் ஆயுதம்'). 'இந்தாளுக்கு கிறுக்குதான் பிடிச்சிருக்கு' என்று எழுந்த விமரிசனங்களுக்குக் குறைவில்லை. ஆனால், ராஜ மௌலி தன் கனவு 'ஈ'யின் இடத்தில், சுனிலை வைத்து எடுத்த சின்ன ரிஸ்க் அது. நட்சத்திர அந்தஸ்தில்லாத ஒருவரை ஹீரோவாக்கி, தன்னால் ஜெயிக்க முடியுமா என்ற பரிசோதனை முயற்சி. 2010-ல் மரியாத

ராமண்ணா - மரியாதைக்குரிய வெற்றி. சொற்ப பட்ஜெட் - ஆனால், பாக்ஸ் ஆபிஸ் 30 கோடி. 'என் அடுத்த படத்தில் 'ஈ'தான் ஹீரோ' என்று ராஜ மௌலி சொல்ல, ஈயாள் என்ன செய்யப் போகிறார் என்று சகலரும் எதிர்பார்ப்பில் திளைத்தனர்.

சிறுவயதில் ஒருநாள் ராஜ மௌலி ஈ, எறும்புகளைப் பிடித்து, அடித்து விளையாடிக் கொண்டிருந்தார். அப்போது அங்கே வந்த விஜேயேந்திர பிரசாத், கோபத்தில் ராஜ மௌலியை அடி பின்னினார். 'எளிய உயிரினம் என்று எதையுமே வதைக்கக் கூடாது. பாவம்! புரியுதா?' என்றார். அந்த உயிரினங்களைக் கொன்றதற்குப் பிராயச்சித்தமாக 'ஈ'யை சூப்பர் ஹீரோவாக்க முடிவெடுத்தார் ராஜ மௌலி.

'தன்னைக் கொன்ற வில்லனை, ஈயாக மறுஜென்மம் எடுத்து பழிவாங்குகிறான் ஒருவன்' என்று அப்பா விஜயேந்திர பிரசாத் சொன்ன ஒருவரிக் கதையை, முதலில் 30 நிமிடக் குறும்படமாக எடுக்கத்தான் ராஜ மௌலி திட்டமிட்டிருந்தார். அதற்காக ஒரு ஈயை கிராபிக்ஸில் வடிவமைக்கச் சொல்லியிருந்தார். பெருஞ் செலவை இழுத்துவிட்ட அந்த ஈயின் உருவம் ராஜ மௌலிக்குப் பிடிக்கவே இல்லை. ஹாலிவுட்டில் உயிரற்ற பொருள்களையே உணர்வுபூர்வமாக கிராபிக்ஸ் செய்து அனிமேஷன் படங்கள் வெளியிடுகிறார்கள். எனில், உயிருள்ள ஈயைக் கொண்டு நம்மால் ஒரு முழு நீளப்படம் எடுக்க முடியாதா என்ன? எழுந்த கேள்வியை சவாலாக எடுத்துக் கொண்டு முழுமூச்சுடன் களமிறங்கினார்.

ஈயை ஹீரோவாக ரசிகன் ஏற்றுக் கொள்வானா? நிச்சய மாக. என் திரைக்கதை ஏற்றுக் கொள்ள வைக்கும். அதற் கான மெனக்கெடல்களை ஒவ்வொரு விஷயத்திலும் பார்த்துப் பார்த்துச் செய்தார் ராஜ மௌலி. ஒரு நிமிடத்தில் 2000 பிரேம்களைச் சுட்டுத் தள்ளும் GoPro HD கேமராவைக் கொண்டு காட்சிகளைப் படமாக்கி னார்கள். ஈயோடு ரசிகனும் பறந்து செல்லும் உணர்வை அள்ளித் தந்தன காட்சிகள். இல்லாத ஈயை இருப்பதாக நினைத்துக் கொண்டு பிற நடிகர்கள் நவரசம் காட்டி னார்கள். கிராபிக்ஸ் ஈ, அந்தப் பெரிய சிவப்புக் கண்களால் நகை, அழுகை, இளிவரல், மருட்கை, அச்சம், வெகுளி, பெருமிதம், உவகை, அமைதி என நவரச நாயகனாக வாழ்ந்து திரையை ஆண்டது.

சில படங்கள் வெளியானால் தியேட்டரில் ஈ ஓட்டுவார்கள். ஆனால், தெலுங்கில் 'ஈகா'வாகவும், தமிழில் 'நான் ஈ' எனவும் இறக்கை விரித்த 'ஈ'யை, தியேட்டர்களில் ரசிகர்களின் பேராதரவோடு ஓட்டோ ஓட்டென ஓட்டினார்கள். (பட்ஜெட் 26.5 கோடி, பாக்ஸ் ஆபிஸ் 125 கோடி).

சரி, சமகாலப் படங்களில் சாதித்துவிட்டோம். சரித்திரத்தையும் தொட்டு சாகசம் செய்துவிட்டோம். முழு கிராபிக்ஸ் படத்திலும் முழுமையான வெற்றி பெற்றுவிட்டோம். இனி? முழு நீள சரித்திரப் படம். பட்ஜெட் மிகப் பெரியது. படம் முடிய சில வருடங்கள் ஆகலாம். கிராபிக்ஸ் வேலைகள் எக்கச்சக்கம். கதை? பத்து வருடத்துக்கு முன்பு விஜயேந்திர பிரசாத், ராஜமௌலியிடம் 'சிவகாமி' கதாபாத்திரம் (ரம்யா கிருஷ்ணன்) குறித்த சிறு சம்பவம் ஒன்றைச் சொல்லியிருந்தார். சில வருடங்கள் கழித்து விசுவாச அடிமை கட்டப்பா (சத்யராஜ்) குறித்த ஒன்லைனைச் சொல்லியிருந்தார். அதற்குப் பிறகு ஒருநாள் பல்லால தேவா (ராணா) என்பவனின் கதை பேசினார். ராஜ மௌலி இந்தக் கதாபாத்திரங்களை ஒன்றிணைத்து, பாகுபலியை (பிரபாஸ்) உள்ளே புகுத்தி, மகா சரித்திரக் கதையொன்றைப் புடம் போட்டார். சிவகாமியின் கதையாகக் கருவான இந்தப் படத்தில் பாகுபலி நுழைந்தது இறுதியில்தான்.

படத்தின் முன் தயாரிப்புகளுக்கே மாதக்கணக்கில் செலவிட வேண்டியதிருந்தது. ராணா 126 கிலோ உடல் ஏற்ற, பிரபாஸ் குதிரையேற்றம், மலையேற்றம் என பயிற்சிகளில் மிளிர, ஒவ்வொரு கதாபாத்திரத்துக்குமான கம்பீரத் தோற்றம், உடைகள், ஷூட்டிங் திட்டமிடல், துணைப் பாத்திரங்களுக்கான பயிற்சி, தொழில்நுட்பக் குழுவினருடன் மெனக்கிடல்... இன்னும் இன்னும். சொல்லப்போனால் ஷூட்டிங் ஆரம்ப மாகும் முன்பே ராஜ மௌலிக்குக் கண்ணைக் கட்டியது. ஒரு கட்டத்தில் விட்டு விடலாமா என்றுகூட தளர்ந்தார். பின் வற்றிய நம்பிக்கையை எல்லாம் மீண்டும் தளும்பத் தளும்ப நிரப்பிக் கொண்டு முழு மூச்சுடன் களமிறங்கினார்.

மூன்று ஆண்டுகள் கடும் உழைப்பு. இந்தியாவின் மிகப்பெரிய பட்ஜெட் படமாக (125 கோடி), நான்கு மொழிகளில் வெளியான பாகுபலி : The Beginning, வசூல் 650 கோடி. இந்தியப் படங்களில்

புதிய சாதனை. எப்போதும் சற்றே மிதப்புடன் திரியும் பாலிவுட் காரர்களும் தென்னிந்தியத் திரையுலகை மரியாதையுடன் நோக்கத் தொடங்கினர்.

கட்டப்பா ஏன் பாகுபலியைக் கொன்றான் என்ற கேள்வியுடன் உலக அளவில் ரசிகர்கள் பாகுபலி இரண்டுக்காகக் காத்திருந் தார்கள். எப்போதும் பார்ட் 2 படங்கள் அவ்வளவு சுவாரசியமாக இருக்காது என்ற பொதுப் பிம்பத்தை எல்லாம் அடித்துத் தூளாக்கி விட்டு, பாகுபலி: The Conclusion வெளியானது. 250 கோடி செலவு என்றார்கள். உலகமெங்கும் வசூலித்த தொகை 1810 கோடி. ஆயிரம் கோடியைக் கடந்த இந்தியாவின் முதல் சினிமா. எந்த ஒரு இந்திய சினிமாவும் எட்டாத புதிய உச்சம்.

உச்ச நட்சத்திரங்களைவிட ஓர் இயக்குநரே என்றும் உயர்ந்தவர் என்று ஆணித்தரமாக அமைதியாக நிரூபித்துவிட்டு, அர்ப்பணிப்புடன் தனது அடுத்த பட வேலைகளில் இறங்கி

விட்டார் ராஜ மௌலி. ஒருபோதும் அவர், தன் தலைக்கு மேல் ஒளிவட்டத்தை ஏற்றிக் கொள்வதில்லை. கூடுதல் அர்ப்பணிப்புடன் அடுத்தடுத்த கனவுகளை நோக்கி நகர்ந்து கொண்டே இருக்கிறார். தனது வெற்றிகள் குறித்தும் எப்போதும் ஓர் எளிய பதிலை வைத்திருக்கிறார்.

'எந்த சினிமா ஜெயிக்கும், எது ஜெயிக்காதுன்னு இங்க யாருக்குமே தெரியாது. எனக்கும் தெரியாது. என்னை நம்பி தயாரிப்பாளர் பணம் போடுறார். படம் ஜெயிக்கணும்னு என்னோட உச்சபட்ச உழைப்பைக் கொடுக்குறேன். நினைச்சதுல 99% கிடைச்சாகூட என்னை நானே சபிச்சுக்குவேன். படைப்புக்கு நியாயம் செய்யலையோன்னு குற்ற உணர்வுல தவிப்பேன். எனக்கு தேவை 100%. அவ்வளவுதான் விஷயம். வேறெந்த சக்ஸஸ் ஃபார்முலாவும் என்கிட்ட இல்லை.'

காணொளிகள் :

'ஈகா' VFX குறித்த வீடியோ

பாகுபலி மேக்கிங் வீடியோ

எஸ்.எஸ். ராஜ மௌலி நேர்காணல் ஒன்று

கறுப்பினத்தில் பிறந்ததற்கு
வருத்தப்படுவதற்கு ஒன்றுமில்லை.
போராட வேண்டும். மற்றவர்களைவிட
நாம் பத்து மடங்கு மேலானவர்கள் என்று
உணர்த்துவதற்குப் போராட வேண்டும்.

மிஸ்டி கோப்லேண்ட்

பாலே பறவை

ஒரு சுருக் முன்னுரை:

பதினைந்தாம் நூற்றாண்டில் இத்தாலிய அரசவையில் உருவான நடனம் - பாலே. (பாலெட் என்ற பிரெஞ்சு சொல்லுக்கு குதித்தல், தாவுதல் என்று அர்த்தம்.) இது பின்னர் பிரான்ஸுக்கும் ரஷ்யாவுக்கும் பரவி, மேம்படுத்தப்பட்ட கலை வடிவமாக மெருகேறியது. உலக அளவில் பரவி செல்வாக்கு பெற்றது. குறிப்பாக அமெரிக்காவில். பாலே - வெள்ளை நிற மக்களுக்கான கௌரவமான கலை வடிவம் என்பது அங்கே பொதுபுத்தியில் புதைந்த விஷயம். ஆனால், அந்த நிறவெறியை மீறி, கறுப்பின வெறுப்பைத் தகர்த்தெறிந்து, தன் அசாத்தியத் திறமையால் 'நெருப்புப் பறவை'யாக பாலே உலகில் தனி அடையாளம் பெற்றிருக்கும் ஒரு பெண்ணின் வாழ்க்கை இது.

மிஸ்டி கோப்லேண்ட் (Misty Copeland).

பிறந்தது, 1982-ல் அமெரிக்காவின் மிசௌரி மாகாணத்தின் கான்ஸாஸ் நகரத்தில். தாயின் பெயர் - சில்வியா. உள்ளூர் கால்பந்து அணியின் சியர்கேர்ள். டக் கோப்லேண்ட், சில்வியாவின் இரண்டாவது கணவர். இருவருக்கும் பிறந்தவை நான்கு குழந்தைகள் (இரண்டு ஆண்கள், இரண்டு பெண்கள்). மிஸ்டி நான்காவதாகப் பிறந்தவள். மிஸ்டியின் இரண்டாவது வயதில் சில்வியா, டக் கோப்லேண்டைப் பிரிந்தாள். புதிய கணவர் ஹரால்டுடன் வாழ நான்கு குழந்தைகளுடன் லாஸ் ஏஞ்சல்ஸுக்குச் சென்றாள். அந்த பந்தத்தின் அடையாளமாக மீண்டும் ஒரு குழந்தை. ஹரால்டு ஐந்து குழந்தைகளையுமே அன்புடன் கவனித்துக் கொண்டார். ஆனால், அவரது மிதமிஞ்சிய குடிப்பழக்கம் சில்வியாவிடம் இருந்து பிரித்தது.

சில்வியா, மிஸ்டியின் எட்டாவது வயதில் அவளுக்கு மீண்டும் ஒரு புதிய தந்தையை அறிமுகப்படுத்தினார். ராபர்ட். குழந்தைகளிடத்தில் அன்பற்ற மனிதர். ஆனால், சில்வியாவின் ஆறாவது குழந்தைக்குத் தகப்பன் ஆனார். காதல் தேய்ந்து

கட்டெறும்பான தருணத்தில் இருவருக்குமிடையே அடிக்கடி பிரச்னைகள். இந்த வாழ்க்கையும் நிலையற்றதா? அடுத்து அம்மா எங்கே அழைத்துச் செல்வாள்? மிஸ்டிக்கு ஒன்றும் புரியவில்லை. அவளுக்குத் தன் நிஜத் தந்தை டக் கோப்லேண்டின் முகம்கூட நினைவில் இல்லை. அவரது புகைப்படத்தையும் பார்த்தில்லை.

- சில்வியா, இத்தாலியத் தாய்க்கும், ஆப்பிரிக்க - அமெரிக்கத் தந்தைக்கும் பிறந்தவள். டக்,

ஜெர்மானியத் தாய்க்கும், ஆப்பிரிக்க - அமெரிக்கத் தந்தைக்கும் பிறந்தவர். அவர்களிருவருக்கும் பிறந்த மிஸ்டி, இத்தாலிய - ஜெர்மானிய - ஆப்பிரிக்க - அமெரிக்கக் கலப்பினப் பெண். ஆனால், அவளது நிறம் - மிஸ்டியைக் கறுப்பினப் பெண்ணாகத்தான் அடையாளப்படுத்தியது.

1976 ஒலிம்பிக்கில் மூன்று தங்கப் பதக்கங்கள் வாங்கிய ருமேனிய ஜிம்னாஸ்டிக் வீராங்கனை நாடியாவின் வீடியோவைப் பார்த்த மிஸ்டிக்கு ஜிம்னாஸ்டிக் ஆர்வம் பிறந்தது. வீட்டின் பின்புறம் இருந்த காலியிடம், மிஸ்டியின் ஜிம்னாஸ்டிக் களம் ஆனது. எட்டு வயது உடல், இஷ்டத்துக்கு வளைந்து கொடுக்க, அவளுக்கு நாடியா ஆக வேண்டும் என்ற கனவு. இன்னொரு பக்கம் 'மரியா கேரே'யின் மியுஸிக் வீடியோக்கள் மீது விருப்பம். டீவியில் மரியா ஆட, அதன் கண்ணாடி பிம்பமாக இடுப்பசைத்து ஆடினாள். மிஸ்டியின் சகோதரி எரிகா, அவர்களது டானா பள்ளியின் டிரில் டீமில் நட்சத்திரமாக இருந்தாள். டானா டிரில் டீம் பிரபலமானது. மிஸ்டிக்கு டிரில் மீது ஆர்வம் பிறந்தது. அதுவும் டீமின் கேப்டனாக வேண்டும் என்ற ஆசையும் வந்தது. அதற்கான தேர்வில் கலந்து கொள்ள எரிகாவிடம் நடனம் கற்றுக் கொள்ள நினைத்தாள். பயிற்சியில், 'உனக்கு ஆடத் தெரியவில்லை' - என்று எரிச்சலுடன் எரிகா விலகிச் செல்ல, மிஸ்டி அழுதாள். அழுது தீர்த்து, பின் தானே சுயமாக நடனம் அமைத்தாள்.

பள்ளியில் டிரில் டீமுக்கான தேர்வு. மிஸ்டி குழுவுடன் ஆடினாள். பின் கேப்டன் தேர்வுக்காக தனி நடனம். 'பே....பி' என ஜார்ஜ் மிக்கேலின் குரல் பிளேயரில் அதிர, மிஸ்டி அதைத் தன் வாழ்க்கையின் வாய்ப்பாக நினைத்து நிலமதிர ஆடி முடித்து, விட்டத்தில் பார்வையை நிலைநிறுத்தி சிலையாக நின்றாள். அந்த நம்பிக்கை அவளை கேப்டன் ஆக்கியது. சந்தோஷத்தில் தன் பார்பி பொம்மைக்கு முத்தங்களைக் கொட்டினாள். டிரில் டீச்சர் எலிசபெத்துக்கு, மிஸ்டியை மிகவும் பிடித்துப் போனது. பாலே கற்றிருந்த எலிசபெத், டிரில்லிலும் பாலே கலந்தார். அதை மிஸ்டியின் உடல் கனகச்சிதமாக வெளிப்படுத்தியது. 'மிஸ்டி, உன் உடல் பாலே நடனத்துக்கு ஏற்றது. பாய்ஸ் - கேர்ள்ஸ் கிளப்பில் என் தோழி சிண்டி பாலே கற்றுக் கொடுக்கிறாள். நீ அவளிடம் செல்!'

எலிசபெத்தின் வார்த்தைகள் மிஸ்டிக்கு அந்நியமாகத் தோன்றின. எனக்கு டிரில்தான் பிடித்திருக்கிறது. நான் எதற்கு பாலே கற்க வேண்டும்? இருந்தாலும் எலிசபெத் சொன்னதற்காக பாய்ஸ் - கேர்ள்ஸ் கிளப்புக்குச் சென்றாள். அங்கே சிறு குழந்தைகள் முதல் பருவ வயதினர் வரை பலரையும் சிண்டி ஆட்டிவித்துக் கொண்டு இருந்தார். மிஸ்டி, வெறுமனே உட்கார்ந்து பார்த்துவிட்டுத் திரும்பினாள். சில நாள்கள் இப்படியே கடந்தன. பாலே மீது பாசம் எல்லாம் வரவில்லை. 'எலிசபெத்திடம் என்ன சொல்வது' என்பதுதான் உறுத்தியது. ஒருநாள் மிஸ்டியைக் கவனித்த சிண்டி, அவளிடம் வந்தார். அவள் எலிசபெத் அனுப்பிய சிறுமியென புரிந்துகொண்டு மற்ற சிறுமிகள் முன்பு மிஸ்டியை நிறுத்தினார். மிஸ்டியின் வலதுகாலை அவளது காது உயரத்துக்கு உயர்த்தி, ஒற்றைக் காலால் நளினமாக நிற்கச் செய்தார். அவளுக்கு அது எளிதாகவே இருந்தது. 'எல்லோரும் இப்படிச் செய்யுங்கள்' என அந்தக் கணத்திலேயே மிஸ்டியை மற்றவர்களுக்கு முன்னுதாரணமாக்கினார். மிஸ்டிக்கு சிண்டியை மிகவும் பிடித்துப் போனது. அதனால் பாலேவையும்.

பாலே, வசதி படைத்தவர்களுக்கானது. பாலேவின் நட்சத்திரங்கள் பலரும் ஐந்து வயதுக்குள்ளாகவே

பாலே உலகின் வழிகாட்டி

❖ *கறுப்பினத் தந்தைக்கும், யூதத் தாய்க்கும் பிறந்த இவான்ஸ் - மிஸ்டியின் நீண்ட கால பாய் ஃப்ரெண்ட். சில காலம் இருவரும்*

அதனைக் கற்க ஆரம்பித்தவர்கள். அப்போதே வளையப் பழகிய அவர்களது உடல், எப்போதும் வளைந்து கொடுக்கும். ஆனால், மிஸ்டி பாலேவுக்குள் பாதம் பதித்தபோது அவள் வயது 13. இருந்தாலும் ஆரம்பப் பயிற்சிகளை எல்லாம் அசால்ட்டாகக் கற்றுக் கொண்டாள். நடன அசைவுகள் ஒவ்வொன்றையும் மிஸ்டி புரிந்துகொள்ளும் வேகம் சிண்டியை ஆச்சரியப்படுத்தியது. எதற்கும் வளைந்து கொடுக்கும் தன் தேகத்தின் துணையால் வெகுவிரைவிலேயே pointe எனும் பாலேவின் உயிர்நாடி வித்தை கற்றாள். அதாவது பாலே ஷூவுடன், பாதத்தை முன்னோக்கி வளைத்து, கால் விரல்களின் நுனியால் உடல் எடையை மொத்த மாகத் தாங்கி நிற்பது. Grand jete என்ற (சில அடிகள் ஓடிவந்து, வலது காலை முன்னோக்கிக் கிடைமட்டமாகவும், அதற்கு இணையாக இடதுகாலை பின்னோக்கிக் கிடைமட்டமாகவும் வரும்படி உயரக் குதிப்பது) அடுத்த முக்கியமான நடன அசைவிலும் தேர்ச்சி பெற்றாள். சிண்டி, மிஸ்டியை உச்சி முகர்ந்தார். 'நீ பாலேவில் உச்சம் தொடப் பிறந்தவள்!'

தான் நடத்தி வந்த பாலே ஸ்டூடியோவில் மிஸ்டிக்குப் பயிற்சி கொடுக்க ஆரம்பித்த சிண்டி, அவளது பாலே ஷூக்களுக்கு,

---

நியு யார்க்கில் சேர்ந்து வாழ்ந்தார்கள். பரஸ்பரக் காதலும் நம்பிக்கையும் அதிகரித்த பின், 2016-ல் திருமணம் செய்து கொண்டார்கள்.

- *தன் இரண்டாவது வயதில் தன் தந்தையைப் பிரிந்த மிஸ்டி, தன் 22-வது வயதில் அவரைச் சந்தித்து நெகிழ்ந்தார்.*
- *2015 ஏப்ரல் 27 டைம் இதழ் அட்டைப்படத்தில் மிஸ்டி இடம் பெற்றார். பாலே உலகின் வழிகாட்டியாக டைம் இவரைப் புகழ்ந்தது. 1994-க்குப் பிறகு டைம் அட்டையில் இடம்பெறும் நடனம் சார்ந்த நபர் மிஸ்டியே.*
- *Life in Motion: An Unlikely Ballerina - என்ற மிஸ்டியின் வாழ்க்கைக் கதை, புத்தகமாக 2014-ல் வெளியானது. அடுத்து Firebird கதையை குழந்தைகளுக்கான கதைப்புத்தகமாக வெளியிட்டார். மிஸ்டி வெளியிட்டுள்ள மூன்றாவது புத்தகமான Ballerina Body, உடல் ஆரோக்கியம் சம்பந்தப்பட்டது.*

உடைகளுக்கு ஆகும் செலவையும் பார்த்துக் கொண்டார். மிஸ்டிக்குப் பணப்பிரச்னையின்றி பாலே வரம் அமைய, வீட்டிலோ மீண்டும் காற்றமுழ்த்த தாழ்வு நிலை. ராபர்ட், சில்வியாவின் குழந்தைகளை 'கறுப்பினத்தவர்களாகப்' பிரித்துப் பார்த்து வன்முறை வளர்த்தார். சில்வியா, குழந்தைகளுடன் வெளியேறினாள். மீண்டும் புதிய பாய் ஃப்ரெண்ட். ரே. சில மாதங்களில் மற்றொருவர் அலெக்ஸ். 'என் வாழ்க்கையில் இன்னும் எத்தனை அப்பாக்கள் வருவார்கள்?' - மிஸ்டிக்கு அம்மாவைப் பார்த்தாலே கோபம் வந்தது. அலெக்ஸ் தங்கி யிருந்த வீடு பறிபோன சூழலில், அனைவரும் அழுக்கடைந்த 'மோட்டல்' ஒன்றில் தங்க வேண்டிய சூழல். சில்வியாவுக்கும் வேலையில்லை. தரையில் ஏதாவது காசு கிடந்தால், பொறுக்கிக் கொண்டு சென்று கிடைத்ததை உண்டு பசியாறும் அளவுக்கு வாழ்க்கை மோசமானது. மிஸ்டியின் நிலையறிந்த சிண்டி, மோட்டலுக்கு வந்து சில்வியாவிடம் பேசினாள். 'நான் மிஸ்டியை என்னுடன் தங்க வைத்துக் கொள்கிறேன்.' சில்வியா சம்மதித்தாள். சிண்டியின் கணவர் பாட்ரிக்கும், அவர்கள் மகனும் மிஸ்டியைத் தங்கள் குடும்ப உறுப்பினராகவே ஏற்றுக் கொண்டார்கள். மிஸ்டிக்கு புதிய ஆக்ஸிஜன் கிடைத்தது.

பாலேவில் மிளிர எந்தவொரு 'சுருக்குவழி'யும் கிடையாது. இடைவிடாத பயிற்சியால் மட்டுமே கடைந்தெடுத்த பாலே அசைவுகள் வசப்படும். மிஸ்டிக்கு பாலே இயல்பாகவே வந்தது. சிண்டி, அவளுக்கு 'அட்வான்ஸ் பாலே' சொல்லிக் கொடுக்க ஆரம்பித்தார். American Ballet Theatre (ABT), 1940-ல் ஆரம்பிக்கப்பட்ட அமெரிக்காவின் நம்பர் ஒன் பாலே தியேட்டர். அதில் உறுப்பினராகக் கற்றுக் கொள்ளும் வாய்ப்பு அமைந்து, அதன் நிகழ்ச்சிகளில் பாலே ஆடுவது என்பது ஆகப்பெரிய கௌரவம். அந்தக் கனவுகளை மிஸ்டிக்குள் விதைத்தார் சிண்டி. அவரது ஸ்டூடியோ நடத்திய பாலே நிகழ்ச்சிகளில் மிஸ்டி, ரசிகர்களின் கவனம் பெற ஆரம்பித்தாள்.

சிண்டியின் முயற்சியால் 'ஸ்பாட்லைட் அவார்ட்ஸ்' என்ற பாலே போட்டியில் மிஸ்டி கலந்துகொண்டாள். ஜெயித்தால் பணம், ஸ்காலர்ஷிப், பெரிய பாலே ஸ்டூடியோக்களில் இருந்து 'சம்மர் கேம்ப்'ல் கலந்துகொள்ள அழைப்பு எல்லாம் கிடைக்கும். மிஸ்டிக்குத் தீவிரப் பயிற்சி கொடுத்த சிண்டி, 32 முறை ஒற்றைக் காலின் விரல் நுனியால் நின்று, பம்பரமாகச் சுற்றுவதுபோல (fouettés) நடனம் அமைத்திருந்தார்.

மேடையேறுவதற்கு முன் மிஸ்டியின் மனதில் அவநம்பிக்கை. 'என்னால் ஆட முடியாது' - அழ ஆரம்பித்தாள். சிண்டி, அவளைத் தரதரவென பார்க்கிங்குக்கு இழுத்துச் சென்று காரில் இசையை ஓட விட்டார். 'ஆடு' என்றார். மிஸ்டி தயக்கத்துடன் ஆட ஆரம்பிக்க, சில அசைவுகளை மாற்றி, பம்பரச் சுற்று களின் எண்ணிக்கையைப் பாதியாகக் குறைத்தார். திருத்தப்பட்ட நடனத்தை நினைவில் வைத்து பிசிறின்றி மேடையில் ஆடிய மிஸ்டி, ஸ்பார்ட்லைட் அவார்டை வென்றாள்.

மிஸ்டிக்கு, பல பாலே நிறுவனங்கள் வாய்ப்பு கொடுத்தன. நியு யார்க் சிட்டி பாலே நிறுவனம் மட்டும் 'தேர்ந்தெடுக்கப்பட வில்லை' என்று பதில் அனுப்பியது. காரணம், வலி மிகுந்தது. மிஸ்டி கறுப்பினப் பெண். 'மிஸ்டியை ஏன் தேர்ந்தெடுக்க வில்லை?' என பிற்காலத்தில் அந்நிறுவனம் வருத்தப்பட வேண்டுமென்ற வைராக்கியம் அவளுக்கு உருவாகியது. சான் பிரான்ஸிஸ்கோவிலுள்ள பாலே நிறுவனத்தின் அழைப்பை ஏற்றுக் கொண்ட மிஸ்டி, சம்மர் கேம்ப்க்காக அங்கே நுழைந்தாள். அங்கே எங்கும் வெள்ளைத்தோல்கள். இவளை அந்நியமாகப் பார்த்தார்கள். ஆனால், மிஸ்டியின் திறமை அனை வரையும் அண்ணாந்து பார்க்க வைத்தது. கேம்ப் முடிவதற்கு முன்பாகவே, வருடம் முழுவதும் அங்கேயே தங்கிப் படிக்கும் வாய்ப்பு மிஸ்டிக்கு வழங்கப்பட்டது. ஆனால், மிஸ்டியின் குறிக்கோள் ABT ஆக இருந்ததால் அவள் தன்மையாக மறுத்தாள்.

லாஸ் ஏஞ்சல்ஸுக்குத் திரும்பிய மிஸ்டியை, சில்வியா கெட்டி யாகப் பிடித்துக் கொண்டாள். 'சிண்டி, உன்னை ஆட வைத்து நிறைய சம்பாதிக்கிறாள். உனக்கும் பணம் தராமல் ஏமாற்று கிறாள். குடும்பத்திடமிருந்து உன்னைப் பிரிக்கப் பார்க்கிறாள். எங்களுக்கு நீ வேண்டும். உனக்கு பாலே வேண்டாம்' - சுடுசொற்கள் சில்வியாவிடமிருந்து தெறித்தன. மிஸ்டி, அதிர்ந்து நின்றாள். இதெல்லாம் அறிந்த சிண்டி, மிஸ்டியின் பாலே வாழ்க்கையை கருத்தில் கொண்டு emanicipation தாக்கல் செய்யச் சொன்னார். அதாவது, பதினெட்டு வயது நிரம்பாதவர்கள் பெற்றோரின் கட்டுப்பாட்டிலிருந்து விடுதலையாகி, தங்கள் வாழ்க்கை குறித்த முடிவை தாங்களே எடுக்கும் உரிமை கோருவது.

மிஸ்டி மொழிகள்

❖ நீங்கள் உங்கள் பயணத்தைத் தாமதமாகத் தொடங்கலாம். மற்றவர்களிடமிருந்து வேறுபடலாம். சூழல்களால் நிச்சயமின்மை தோன்றலாம். ஆனாலும், ஜெயிக்கலாம்!

❖ நம் விதியை நாமே உருவாக்குகிறோம். கடின உழைப்பு, அர்ப்பணிப்பு, தியாகம், துணிந்து செயல்படுதல் போன்றவையே நமக்கான அற்புத வாய்ப்புகளை உருவாக்குகின்றன.

❖ நேற்றைய ஷோவில் மிகச்சரியாக நடனமாடியது முக்கியமல்ல. நாளைக்கும் மிகச்சரியாக நடனமாட இன்றைக்கும் ஓய்வெடுக்காமல் பயிற்சி செய்வது அவசியம். சரியாக வரும் வரை பயிற்சி செய்தல் என்பது கூடாது. இனி ஒருபோதும் தவறாகவே வராது என்பது வரை பயிற்சி செய்ய வேண்டும்.

❖ பித்துப்பிடித்த இந்த உலகத்தில் பாலே என்பது களங்க மற்றது.

மிஸ்டி, அதைத் தாக்கல் செய்துவிட்டு தோழி வீட்டில் பதுங்க, வெகுண்டெழுந்த சில்வியாவோ 'தன் மகளைக் காணவில்லை. சிண்டி மீது சந்தேகம்' என போலீஸ் புகார் கொடுக்க, நூடுல்ஸ் சிக்கல்கள். மீடியாவின் வாய்க்கு மிஸ்டி அவல். தன்னலமற்ற குருவுக்கும், சுயநலமிக்க தாய்க்கும் நடுவில் திணறித் தவித்த மிஸ்டி, இறுதியில் பிரச்னைகளை எல்லாம் முடிவுக்குக் கொண்டு வரும் நோக்கில் சில்வியாவுடன் சென்றாள். இனி என் பாலே கனவுகள் அவ்வளவுதான்! உடைந்து அழுதாள்.

1999-ன் கோடையில் ABTயில் இருந்து சம்மர் கேம்ப்க்காக அழைப்பு வந்தது. சில்வியா அனுமதித்தாள். மகிழ்ச்சியை மிஸ்டி அனுபவித்தாள். நியு யார்க்கில் இரண்டு மாதப் பயிற்சியில் மிஸ்டி நிறையவே புதிதாகக் கற்றுக் கொண்டாள். இவள் பாலேவுக்கெனவே பிறந்தவள் என்று ABT உணர்ந்து கொண்டது. அதனால்தான், அவள் பள்ளிப் படிப்பை முடிக்க லாஸ் ஏஞ்சல்ஸ் திரும்பினாலும், அடுத்த ஆண்டின் சம்மர் கேம்ப்க்காக மிஸ்டியை மீண்டும் அழைத்துக் கொண்டது. அதன் முடிவில் தன் துணை நிறுவனமான ஸ்டூடியோ கம்பெனியுடன் மிஸ்டியை இணைத்துக் கொண்டது.

இங்கே வசதிக்காக சில பாலே பதங்கள். 'கிளாசிகல் பாலே' என்பது பழைமையான, பரிசுத்த பாலே வடிவம். 'நியோகிளாசிகல்' என்பது இருபதாம் நூற்றாண்டின் வடிவம். Contemporary என்பது கிளாசிகல் பாலேவுடன் நவீன நடனத்தையும் கலந்து ஆடுவது. Corps de ballet என்பது குழு நடன ஆள்களைக் குறிப்பது. Pas de deux என்பது ஆண்-பெண் ஜோடியாக ஆடுவது. Soloist என்பதும், Principal என்பதும் தனி நபர் நடனம். ஆனால், சோலோயிஸ்ட்டைவிட பிரின்சிபல் உயர் அந்தஸ்து. மிஸ்டி, தன் 17 வயதில் Corps de ballet ஆக ஆட ஆரம்பித்தார். ABT-ன் சோலோயிஸ்ட்டாக, பின் பிரின்ஸிபலாக உயர வேண்டும் என்னும் லட்சியக் கனவு அவளுக்குள் தனியே நடனமாடிக் கொண்டிருந்தது.

பாலேவிலும் காயங்கள் சகஜம். அடிக்கடி ஓடுவது, குதிப்பது, உடல் எடையை ஒரு புள்ளியில் குவித்து நிற்பது போன்ற அதீதப் பயிற்சிகளால் சிறு அளவில் எலும்பில் பிளவுகள் (Stress Fracture) ஏற்படும். மிஸ்டிக்கு அப்போது இடுப்பின் கீழ்ப்பகுதி பாதிக்கப் பட்டது. ஆறு மாதத்துக்கு 23 மணி நேரம் இடுப்பு பெல்ட் அணிய வேண்டிய சூழல். பத்தொன்பது வயதில் அதற்கான

சிகிச்சையில் இருக்கும்போதுதான், தான் இன்னும் பூப்பெய்தாத விஷயத்தை மருத்துவரிடம் பகிர்ந்தார் மிஸ்டி. மருத்துவர் கருத்தடை மாத்திரைகளைப் பரிந்துரைந்தார். பத்து நாள்களில் பலன். ஆனால், சிகிச்சையெல்லாம் முடிந்து மீண்டும் ஸ்டூடியோவுக்குத் திரும்பும்போது மிஸ்டியின் உடல் அமைப்பில் மாற்றம். மார்பளவு, உடல் வளைவுகள், எடை எல்லாம் அதிகரித்திருந்தன. அவை பாலே உலகம் ஒப்புக்கொள்ளாத விஷயம். 'நீ உன் உடலைச் சீராக்க வேண்டும்' என்று ABT-யினர் உதிர்த்த கம்பளிப்பூச்சி வார்த்தைகள், மிஸ்டியைக் கடும் எரிச்சலுக்கு உள்ளாக்கின. உடல் மாறினாலும் தன் பாலே தரம் மாறவே மாறாது என தீவிரப் பயிற்சியால் நிரூபித்து, விமரிசித்தவர்களின் வாயை அடைத்தார் மிஸ்டி.

ஆனால், புதிதாகக் கிளம்பிய புயல் ஒன்று மிஸ்டியை உருக்குலைத்துப் போட்டது. Swan Lake என்றொரு பாலே நடன நிகழ்ச்சிக்கான ஒத்திகை. அன்னங்களில் ஒன்றாக மிஸ்டியும் ஆடினார். 'கறுப்பு நிற அன்னம் எங்கும் கிடையாதே' - வெள்ளைக் கழுகுகள் காதுபடவே பேசின. நிகழ்ச்சியிலிருந்து மிஸ்டியின் பெயரை நீக்கினார்கள். நவீன யுகத்திலும் தீரா நிறவெறி. அமெரிக்காவில் கறுப்பினத்தைச் சார்ந்தவர் பாலேவில் பத்தோடு பதினொன்றாக ஆடலாம். பேய், பிசாசு, விலங்குகள், வில்லன் என 'ஒதுக்கப்பட்ட' பாத்திரத்தில் நடிக்கலாம். ஆனால், என்றுமே உயரத்துக்கு போக விடமாட்டார்கள்.

1950-ல் ரேவன் என்ற கறுப்பினப் பெண் பாலே ஆடத் துணிந்த போது அவர், ஒவ்வொரு முறையும் முகமெங்கும் வெள்ளை பெயிண்ட் அடித்துக் கொண்டது சோகம். அமெரிக்காவின் நிறவெறி அகங்காரத்தால், வெளிநாடுகளுக்கு அங்கீகாரம் தேடி ஓடிய கறுப்பு பாலே தேவதைகள் உண்டு. 'வெள்ளை' மாளிகையில் கறுப்பு அதிபரே இருந்தாலும் நிறவெறிப் பிரச்னைகள் நிரந்தரமானவை. 'என் திறமையை மட்டும் பாருங்கள். என் தோலின் நிறத்தை ஏன் பார்க்கிறீர்கள்?' - ஓங்கி அறைந்து உரக்கக் கேட்க வேண்டுமென மிஸ்டிக்குள் கோபம் பொங்கியது. யாரிடம் கேட்க? யார் தோள் கொடுப்பார்கள்? கறுப்பினப் பெண் ஒருத்தி பாலேவின் உச்ச நட்சத்திரம் ஆகவே முடியாதா? மிஸ்டி ஸ்டூடியோவில் விடாமல் பயிற்சி செய்து கொண்டிருந்த

போதும், அறை அகலக் கண்ணாடியின் மூலையில் அவளது பிம்பம் கதறி அழுது கொண்டிருந்தது.

ABT-ல் சோலோயிஸ்ட்டாக மாற கறுப்புத் தோல் தடை யென்றால், இன்னொரு ஸ்டூடியோவில் அதே வாய்ப்பு கம்பளம் விரிக்கலாம். ஆனால், அது பேரரசியாக முடியாமல் தோற்று, இளவரசியாக ஒப்புக் கொண்டதற்குச் சமமல்லவா. மிஸ்டி, ABT-ன் பேரரசியாகத் தன்னை நிரூபிக்க விரும்பினார். பாலேவில் தான் எவ்வளவு முக்கியமானவள் என்று உலகிற்கே உணர்த்தும் கணத்துக்காகக் காத்திருந்தார். அப்போது போட்டி ஒன்றில் (Princess Grace Prize) கலந்துகொள்ள வாய்ப்பு அமைந்தது. மிஸ்டி, முழு அர்ப்பணிப்புடன் ஆடினார். போட்டியில் தோல்வி. ஆனால், பெருவெற்றி. அந்த நடனம் மிஸ்டியை சோலோயிஸ்டாக ABT-ஐ அறிவிக்க வைத்தது (2007). பெரும் போராட்டத்துக்குப் பிறகு, ஒரு கறுப்பினப் பெண் ABT-ன் தனி நபர் நடனத்துக்காகத் தேர்ந்தெடுக்கப்பட்டது வரலாறு. பத்திரிகைகளில் மிஸ்டியின் செய்திகள் நடனமாடின. மிஸ்டியின் நிகழ்ச்சிகளுக்கு அரங்குகள் நிறைந்தன. 2008-ல் பாரம்பரியமான மெட்ரோபாலிடன் ஓபராவில் ஸ்லீப்பிங் ப்யூட்டியாக மிஸ்டி, ரசிகர்களின் விழிகளில் பரவசம் நிறைத்தாள்.

ABT-ன் நட்சத்திரக் கலைஞர், மியூஸிக் ஆல்பங்களில் நடிக்கும் வாய்ப்புகள், விளம்பர வாய்ப்புகள், டீவி நிகழ்ச்சிகள் என மிஸ்டியின் புகழ் ஓஹோ. 'நீங்கள் விரும்பும் பாத்திரத்தில் நடிக்கலாம்' - ABT அறிவித்தது. 2012-ல் மிஸ்டிக்கு FireBird கதையில் நடிக்கும் வாய்ப்பு அமைந்தது. வழி தவறிப் போகும் இளவரசன் இவானை, இறவாத கொடூர வில்லன் ஒருவனிட மிருந்து காப்பாற்றும் நெருப்புப் பறவையின் கதை. அந்த நெருப்புப் பறவையாக அரிதாரம் பூசினார் மிஸ்டி. மிகவும் கடினமான நடன அசைவுகள் கொண்ட கனமான பாத்திரம். ஆனால், காயங்கள் வாட்டின. பயிற்சியில் பம்பரமாகச் சுழல முடியாதபடி வலி. மிஸ்டி, சுலபமான அசைவுகளை மட்டும் பயிற்சி செய்துவிட்டு, கடின அசைவுகளை மனதுக்குள் ஒத்திகை பார்த்துக் கொண்டார்.

2012 ஜூன். மெட்ரோபாலிடன் ஓபரா. ரசிகர்கள் காத்திருந் தார்கள். சிவப்பு உடையில் அரிதாரம் பூசும்போதே, உடலெங்கும் வலி. 'லேடீஸ் & ஜெண்டில்மேன்... மிஸ்டி கோப்லேண்ட் அஸ் ஃபயர்பேர்ட்' என்ற அறிவிப்பு கேட்டதும், இசை கசிய

ஆரம்பித்தது. மேடையில் நுழைந்தார் மிஸ்டி. எத்தனை நாள் கனவு. எத்தனை வருடக் காத்திருப்பு. இன்று இயலாமல் போனால், கறுப்பர்கள் பாலேவுக்கு லாயக்கற்றவர்கள் என்ற நிரந்தரக் களங்கம் என்னால் ஏற்பட்டுவிடுமல்லவா. வெறி. அதுவரை சூழ்ந்திருந்த வலியெல்லாம் வழிதவறிப் போனது. மிஸ்டி நெருப்புப் பறவையாக உருமாறினார். மலர்ந்து, மிதந்து, வளைந்து, நெகிழ்ந்து, காற்றில் பறந்து, சுற்றிச் சுழன்று, வெறியுடன் எழுந்து, கோபம் கலந்து… அப்போது மிஸ்டி ஆடியது வெறும் பாலே அல்ல, காலம் காலமாக கறுப்பினத்தவர் மீது காட்டப்படும் வெறுப்புக்கு, அடக்குமுறைக்கு எதிரான வீறுகொண்ட தாண்டவம். முடிவில் அரங்கம் அதிர்ந்தது. 'நிறமற்ற' கண்ணீர் பலரது கண்களில்.

2015-ம் ஆண்டு, ஜூன் 30-ல் வெளியான அந்த அறிவிப்பைக் கேட்டு மிஸ்டியின் உடல் சிலிர்த்தது. கண்களில் மகிழ்ச்சி மிதக்கும் கண்ணீர். ABT-ன் பிரின்ஸிபல் டான்ஸராக அறிவிக்கப்பட்டார் மிஸ்டி. பாலே உலகின் மிக உயரிய கௌரவம். பிரின்ஸிபல் டான்ஸராக அறிவிக்கப்பட்ட உலகின் முதல் ஆப்பிரிக்க - அமெரிக்கப் பெண்.

 தனித்துவமிக்க கறுப்பின தேவதையாக மிஸ்டி, பாலே உலகை இன்று ஆட்சி செய்து கொண்டிருக்கிறார். தன்னைப் போல் பல கறுப்பு நெருப்புப் பறவைகளை உருவாக்க வேண்டும் என்பது மிஸ்டியின் வாழ்நாள் லட்சியம். அது அவரால் மட்டுமே முடியும்.

காணொளிகள்

 மிஸ்டி - ஒபாமா உரையாடல்

 மிஸ்டி நடனம் ஒன்று

 மிஸ்டி ஜோடி நடனம்

மற்றவர்களிடமிருந்து
நாம் வேறுபட்டு இருப்பதற்குப் பயப்படக்கூடாது.
மற்றவர்களைப் போலவே
நாமும் இருந்தால்தான் பயப்பட வேண்டும்.

டைனமோ

மேஜிக் ஜித்தன்

வருங்காலத்தை மாற்றவே முடியாது என்று சிலர் நினைக்கிறார்கள். உண்மை என்னவென்றால் வருங்காலம் என்பதே நாம் உருவாக்குவதுதான் - நிகழ்காலத்தின் டாப்மோஸ்ட் ஸ்டீரிட் மேஜிக் நிபுணரான டைனமோ (Dynamo என்கிற ஸ்டீவன் ஃப்ரேய்ன்) சொல்லும் மந்திர வார்த்தைகள் இவை. மேஜிக்தான் அவரது வாழ்க்கை. ஆனால், அவரது மாஜி வாழ்க்கை, எந்த மேஜிக்கும் இல்லாத கருப்புப் பக்கங்களால் நிரம்பியதே.

'ஸ்டீவன்... போ... உள்ளே உட்காரு' - பவுலும் பென்னும் வழக்கம்போல மிரட்டினார்கள். ஸ்டீவனும் குப்பைகள் போடும் சற்றே பெரிய டிரம்முக்குள் சென்று உட்கார்ந்தான். உடலைச் சுருக்கி, கை, கால்களை ஒடுக்கி. மறுத்தால் உதைப்பார்கள். எதிர்த்துப் பேசவோ, அடிக்கவோ ஸ்டீவனுக்குத் திராணியில்லை. பூஞ்சையான உடம்பு. தைரியம் பழகாதவன். ஆகவே, மற்ற சிறுவர்களுக்கு ஸ்டீவன் ஒரு சப்பாணி. அவமானங்களை அசட்டுச் சிரிப்புடன் ஏற்றுக் கொள்ளும் அடிமை.

சிறு குன்று போன்ற பகுதி. மேலிருந்து டிரம்மை ஸ்டீவனோடு சேர்த்து உருட்டிவிடுவார்கள். 360 டிகிரி சுழலில், கட்டுப்பாடற்ற வேகத்தில், அது உருண்டோட ஸ்டீபனை பயம், வலி, வேதனை எல்லாம் கவ்வும். சமதளத்தை அடைந்ததும், சமநிலையிழந்து வெளியில் வந்து விழுவான். புதிய காயங்கள் கிடைத்திருக்கும். கதறி அழத் தோன்றும். வேண்டாம், அவர்கள் கூடுதலாகக் கிண்டல் செய்வார்கள். வீட்டில் இரவுகளில் மொத்தக் கண்ணீரும் பீறிட்டு ஸ்டீவனின் தூக்கத்தைக் கரைக்கும்.

பிரிட்டனின் பிராட்போர்ட் நகரில் 1982, டிசம்பர் 17-ல் ஸ்டீபன், குறைமாதத்தில் பலவீனமாகப் பிறந்தான். சில வாரங்கள் இன்குபேட்டர் அவனைச் சுமந்தது. அவனது 17 வயது தாய் நிக்கி பிரிட்டனைச் சேர்ந்தவர். தந்தை பாகிஸ்தானி. அவர் பெயர், ம்ஹூம், ஸ்டீவன் அவரது பெயரைக்கூட எங்கும் சொன்னதில்லை. அவனது வாழ்க்கையில் 'உருவாக்கியதை'த் தவிர தந்தைக்கென்று எந்த ரோலும் கிடையாது. குற்றங்களின் நண்பர்.

நிரந்தர சிறைவாசி. ஸ்டீவனை அள்ளி அணைத்து வளர்த்த தெல்லாம் அவனது தாய்வழி தாத்தா, பாட்டிதான். அவர்கள் வாழ நேர்ந்த டெல்ப் ஹில் எஸ்டேட், கொலை, கொள்ளை, போதை, வன்முறை எல்லாம் பின்னிப் பிணைந்த பகுதி. அதனால், ஸ்டீபனின் நான்காவது பிறந்தநாளின்போது நிக்கி ஏற்பாடு செய்த பார்ட்டிக்குக்கூட யாரும் வரவில்லை.

ஸ்டீவன் படித்த பள்ளியும் முரடர்கூடம். புகையும் போதையும் பள்ளி வளாகத்திலேயே சகஜம். அங்கேதான் பவுலும் பென்னும் ஸ்டீபனை வலுக்கட்டாயமாக நண்பர்களாக்கிக் கொண்டார்கள், அவனது பாக்கெட் மணிக்காக. அவனிடம் பணம் இல்லை யென்றால் டிரம் தண்டனை. அல்லது சிறு நீர்த்தேக்கத்தில் அவனைத் தூக்கி எறிவார்கள். குளிர் நீரில், மூச்சு முட்ட, உயிருக்குப் பயந்து அரைகுறை நீச்சலில் தப்பிக் கரையேறுவான். இந்த வன்முறைகளிலிருந்து தப்பிப்பதற்காகவே ஸ்டீவன் பெரும்பாலும் வீட்டுக்குள்ளேயே முடங்கிக் கொள்வான். டீவியே அவனுக்கு ஆறுதல். பேண்டஸி படங்கள் என்றால் உயிர். ஏதுமற்ற நிராதரவான சூழலில் எதையாவது புதிதாக உருவாக்கி வென்று காட்டும் 'மெக்கைவர்' என்ற துப்பறியும் ஹீரோவின் நாடகங்கள் அவனுக்குப் பிடிக்கும். தவிர, சூப்பர்மேன், பேட்மேன், ஸ்பைடர்மேன் போன்ற சூப்பர் ஹீரோக்கள் முன் தன்னை மறப்பான். 'உன் திறமையை நீயே சந்தேகப்படாதே. உன்னால் முடியும் தம்பி' என்று அவர்கள் அவனுக்குள் உரக்கக் கூவினார்கள்.

ஸ்டீவனின் தாத்தா, இரண்டாம் உலகப் போரில் பங்கேற்றவர். போர்க்களத்தில் சக வீரர்களை உற்சாகப்படுத்த சின்ன சின்ன மேஜிக்குகள் செய்தவர். ஸ்டீவனின் ஒன்பதாவது வயதில், தாத்தா அவனுக்கு மேஜிக் செய்து காண்பித்தார். வெவ்வேறு நீளம் கொண்ட இரண்டு ஷூ நாடாக்களை ஒரு நொடியில் சுருட்டி விரித்து ஒரே நீளம் கொண்டதாக மாற்றினார். சிவப்புத் தீப்பெட்டியில் பச்சைத் தீக்குச்சிகளையும், பச்சைத் தீப்பெட்டியில் சிவப்புத் தீக்குச்சிகளையும் போட்டுக் குலுக்கி, சிவப்புப் பெட்டியில் சிவப்புத் தீக்குச்சிகள், பச்சைப் பெட்டியில் பச்சைத் தீக்குச்சிகள் வரும்படி மாற்றினார். ஸ்டீவன் வாய்பிளந்தான். 'இதையெல்லாம் கற்றுத்தர மாட்டேன். நீயே முயற்சி செய்து பார்' என்றார் தாத்தா. தன் பன்னிரண்டாவது வயதின் இரவொன்றில், 'பசங்க, ரொம்ப கொடுமைப்படுறாங்க தாத்தா' என்று நடந்ததை

எல்லாம் சொல்லி அழுதான் ஸ்டீவன். 'ஒரே நொடியில் உன் எதிரியின் பலத்தை காலி செய்யும் மேஜிக் வேண்டுமா?' என்ற தாத்தாவின் கேள்வியே ஸ்டீவனுக்கு அசுரபலம் தந்தது. அவர் அந்த மேஜிக்கையும் கற்றுக் கொடுத்தார்.

மறுநாள். பவுலும் பென்னும் ஸ்டீவனை மடக்கி, டிரம்மில் உட்காரச் சொல்ல, 'நீயே என்னைத் தூக்கி வை' என்று தன் கைகளை முன்னே நீட்டினான் ஸ்டீவன். பவுல் அசால்ட்டாக பொடியன் ஸ்டீவனைத் தூக்க வந்தான். ஓர் இன்ச்கூட தூக்க முடியவில்லை. ஸ்டீவன் தம் கட்டவில்லை. சாதாரணமாகவே நின்றான். பவுல் மீண்டும் மீண்டும் முக்கி எக்கி முயற்சி செய்தும்... ம்ஹூம். விதிர்விதிர்த்துப் போனான் பவுல். எங்கிருந்து இவ்வளவு பலம்? எப்படி? பவுலும் பென்னும் மாறி மாறிக் கேட்க, எந்தப் பதிலும் சொல்லாமல் கெத்துடன் தன்

பாதையில் நடந்தான் ஸ்டீவன். அந்த ஒற்றை நிகழ்வு ஸ்டீவனின் தன்னம்பிக்கையை, தைரியத்தை, ஆளுமையை எல்லாம் தூண்டி விட்டது. இனி, தாத்தா சொல்மிக்க 'மந்திரம்' இல்லை.

ஸ்டீவன், மேஜிக் பயிற்சியில் முழுமூச்சுடன் இறங்கினான். பகலில் - இரவில் - தூக்கத்தில்கூட புதிய யோசனைகள் உதித்தன. தாத்தா கைகொடுத்தார். வகுப்பறையில் ஒருநாள் அந்த சிவப்பு - பச்சை தீப்பெட்டி மேஜிக்கை ஸ்டீவன் செய்து அசத்த, மாணவர்கள் வாய்பிளக்க, எப்போதும் இவனை உதாசீனப்படுத்தும் மாணவிகளும் 'வாவ்' உதிர்த்தனர். ஸ்டீவன், தன் சப்பாணி இமேஜை நிரந்தரமாக உடைத்தெறிந்தான். ஆனால், அவனை வதைப்பதற்கென்றே வந்து சேர்ந்தது வயிற்று வலி.

எதைச் சாப்பிட்டாலும் வலி, சாப்பிடாவிட்டாலும் வலி. கூடவே அதிக ரத்தப்போக்கும். ஏகப்பட்ட மருத்துவப் பரிசோதனை களுக்குப் பிறகு நோயின் பெயரைச் சொன்னார்கள். குரோன் என்ற குடல் அழற்சி நோய். சிறுகுடல், பெருங்குடல், உணவுப் பாதை என ஆங்காங்கே பாதிப்பை ஏற்படுத்தி, வயிற்றில் கட்டி களை உருவாக்கும் தீர்வற்ற நோய். தாற்காலிக நிவாரணத்துக்கு மருந்துகள் உண்டு. மற்றபடி நோயைச் சகித்துக் கொண்டு வாழ வேண்டியதுதான். ஸ்டீவன் அந்த மனநிலைக்குத் தயாராகச் சில காலம் பிடித்தது. படித்துக்கொண்டே குடும்பத்துக்கு உதவ பகுதி நேர வேலைகளுக்கும் சென்றான். மீதி நேரங்களில் ஒரே சிந்தனை - மேஜிக். சீட்டுக்கட்டில் ஏதேதோ வித்தைகள் அவனுக்கு எளிதில் வசப்பட்டன. பர்த் டே பார்ட்டிகளில் சிறிய அளவில் மேஜிக் ஷோ நடத்த ஆரம்பித்தான். கேட்காமலேயே 'கேக்'கும், கேட்டால் பெட்ரோலுக்கான காசு மட்டும் கொடுத்தார்கள். ஆனால், புதிய தொடர்புகள் கிடைத்தன. அடுத்தடுத்த வாய்ப்புகளும். சில நண்பர்களைச் சேர்த்துக் கொண்டு, கிளப், நாய் கண்காட்சி, பார் எனவெவ்வேறு இடங்களில் மேஜிக் ஷோ நடத்தினான். கிடைக்கின்ற டிப்ஸ், டீன் ஏஜ் மனத்தை திருப்திப்படுத்தியது. ஸ்டீவன் பள்ளிப்படிப்பை முடித்தபோது, அவனது பெயர் பிரிட்டனின் மேஜிக் வட்டாரத்தில் அறியப்பட்ட ஒன்றாக உயர்ந்தது.

கல்லூரிக்குள் நுழையும்முன்பு சுமார் ஒரு வருட காலம் அமெரிக்காவுக்குச் சென்றுவரும் வாய்ப்பு ஸ்டீவனுக்கு அமைந்தது. அங்கே அவனுக்குத் தன் எதிர்கால 'மேஜிக்' குறித்த பல ஆலோசனைகள் கிடைத்தன. மேஜிக் நிபுணர்களின்

'மெக்கா'வான லாஸ் வேகாஸ் நகரத்தில் மேடையேற வேண்டும் என்று ஆசை வளர்த்தான். ஆனால், நியு ஓர்லென்ஸ் நகரத்தின் தெருக்களில் சிலர், சாதாரண மக்கள் முன்பு மேஜிக் செய்து கொண்டிருப்பதை வியந்து பார்த்தான். மேடையில் குறிப்பிட்ட பிராப்பர்டீஸை வைத்துக் கொண்டு மேஜிக் செய்வதைவிட, மக்களோடு மக்களாக நின்று, சாதாரண பொருள்களில், அசாதாரண மேஜிக் செய்வதுதான் அசத்தல் சவால். அவனது எண்ணம் மாறியது. ஸ்டீவன், 'ஸ்டீரிட் மேஜிக்' மீது காதல் கொண்டான்.

அமெரிக்காவில் சந்தித்த தந்திரக் கலை நிபுணர் அப்போலோ ராபின்ஸன் சொன்ன வார்த்தைகள் தெளிவைக் கொடுத்தன. 'உண்மையில் மேஜிக் என்று எதுவும் கிடையாது. பார்வையாளர்களுக்குத்தான் அது மேஜிக்காகத் தெரியும். பார்வையாளர்கள் இல்லையேல் மேஜிக் என்பதே அர்த்தமற்றது. அதனால் பார்வையாளர் களை அதிகபட்சம் பரவசப்படுத்துவதே மேஜிக்கின் உன்னத இலக்கு.'

2001-ல் நியு யார்க்கில் சுமார் 2000 மேஜிக் நிபுணர்கள் கலந்து கொண்ட சர்வதேசக் கருத்தரங்கில் பங்கேற்கும் வாய்ப்பையும் ஸ்டீவன் ஏற்படுத்திக் கொண்டான். தன் ரோல்மாடலான உலகின் தலைசிறந்த மேஜிஸியனான டேவிட் காப்பர்ஃபீல்டின் அனுபவ உரை, அவனுக்குள் சில மேஜிக்குகளை நிகழ்த்தியது. தவிர, அங்கே அத்தனை நிபுணர்கள் மத்தியில், மேஜிக் நிகழ்த்தும் அரிய வாய்ப்பும் ஸ்டீவனுக்கு அமைந்தது. ஸ்டீவன், தனக்குக் கைவந்த சீட்டுக்கட்டு மேஜிக் சிலவற்றைப் பிசகாமல் செய்து அசத்த, கூட்டத்தில் ஒருவர், 'இந்தப் பைய ★★★★★★ டைனமோ!' என்று கெட்ட வார்த்தை கலந்த அமெரிக்க ஸ்லாங்கில் சிலாகித்துக் கத்தினார். அது என்ன? டைனமோ! நன்றாக இருக்கிறதே. என் மேஜிக்குக்கான பெயராக இதையே வைத்துக் கொண்டால் என்ன! ஸ்டீவன், அந்த நொடியில் 'டைனமோ' ஆனார்.

பிரிட்டனுக்குத் திரும்பிய பின் கல்லூரி படிப்பைத் தொடர முடியவில்லை. குரோன் நோய் தீவிரமானது. தாங்க முடியாத வலி. மருத்துவமனையே வாழ்விடமானது. செத்துவிடலாமா என்றும் தோன்றியது. பல பரிசோதனைகளுக்குப் பிறகு

டைனமோ ரகசியம்!

லண்டனில், இரண்டு மாடி பஸ்ஸுக்கு வெளியே அதன் மேல்பாகத்தை தன் வலது கையால் மட்டும் பிடித்தபடி, நகரை வலம் வந்தது டைனமோவின் வைரல் மேஜிக். ஆனால், டைனமோ ஊரை ஏமாற்றுகிறார். அவர் மேஜிஸியனே அல்ல. அவர் தேம்ஸ் நதியில் நடந்தது இப்படித்தான். லாஸ் ஏஞ்சல்ஸ் டைம் கட்டடத்தில் நடந்தது இவ்விதம்தான். லிண்ட்ஸே லோஹனை மிதக்க வைத்தது இந்த முறையில்தான். இப்படி டைனமோவின் மேஜிக்கை உடைக்கும் தியரிகளைப் பலரும் சொல்லிக் கொண்டேயிருக்கிறார்கள். டைனமோ, லண்டனின் 1016 அடி உயர ஷார்டு டவரின் உச்ச கோபுரங்களுக்கிடையில் அந்தரத்தில் மிதந்த போது, அவருடன் கட்டப்பட்டிருந்த கயிறு தெரிந்தது என்று விவகாரம் கிளம்பியது. இந்த சர்ச்சைகளுக்கெல்லாம் டைனமோ அமைதியாகச் சொல்லும் ஒரே பதில் - 'மேஜிக் என்பது மக்களை ஏமாற்றுவதோ, முட்டாளாக்குவதோ அல்ல. அவர்களுக்கு ஆச்சரியத்தைப் பரிசளிப்பது, வியப்பை விருந்தாக்குவது, அற்புதக் கணங்களை உருவாக்கித் தருவது. அவ்வளவே. நான் செய்யும் மேஜிக்குகள் சாதாரணமானவையே. அதன் தியரியை விளக்க ஆரம்பித்தால் உங்களால் ஒரு நிமிடம்கூட முழுதாகக் கேட்க முடியாது. என் மேஜிக்கை மட்டும் ரசியுங்கள். அதன் பின் உள்ள ரகசியங்கள் ரகசியங்களாகவே இருக்கட்டும்.'

சீனியர் டாக்டரும் அதற்கான வாய்ப்பை முன்வைத்தார். 'மருத்துவமனையிலேயே தங்கி தொடர் சிகிச்சை எடுத்துக் கொண்டு வாழ வேண்டும் அல்லது ஆபரேஷன் செய்துகொள்ள வேண்டும். ஆனால், ஆபரேஷனில் உயிருக்கு உத்தரவாதம் கிடையாது.' குடும்பத்தினர் மனமுடைய, டைனமோவும் விரக்தியின் உச்சத்தில். இப்படி மருத்துவமனையிலேயே

சிறைபட்டால் என் எதிர்காலம்? தூங்க இயலாத மூன்று இரவுகளுக்குப் பின் டைனமோ மரணத்துக்குச் சவால்விட முடிவெடுத்தார். 'ஆபரேஷனுக்குச் சம்மதம்.' பல மணி நேரம் நடந்த ஆபரேஷனில், நோயின் தீவிரத்தைக் குறைக்க சிறுகுடலில் பாதியையும், வயிற்றில் பெரிய கட்டியையும் வெட்டி எடுத்தார்கள். டைனமோ பிழைத்துக் கொண்டார்.

புத்தம் புது வாழ்க்கை. ஆனால், கேள்வி ஒன்று நெஞ்சை அடைத்தது. ஒருவேளை நான் இறந்து போயிருந்தால்? எதையுமே சாதிக்காமல் அடையாளமற்ற ஸ்டீவனாகத்தானே அழிந்து போயிருப்பேன்? கிடைத்திருப்பது மறு வாய்ப்பு. இறுதி வாய்ப்பு. மீண்டும் நோய் என்னைத் தின்று தீர்ப்பதற்குள் மேலே, உயரே, உச்சத்துக்குச் செல்ல வேண்டும். எப்படி? மேஜிக்கெல்லாம் நிகழப் போவதில்லை. ஆனால், மேஜிக்கால் நிகழும். என்னால் நிகழ்த்த முடியும்.

ஆறு மாத மருத்துவக் காவலிலிருந்து விடுதலையான டைனமோ, உடனடியாக தன் மேஜிக் காட்சிகள் அடங்கிய டிவிடி ஒன்றை ரிலீஸ் செய்யத் திட்டமிட்டார். அதில் சிலரது ராப், பாப் இசையையும் இணைக்கத் திட்டமிட்டார். இளவரசர் சார்லஸ் நடத்தி வந்த டிரஸ்ட்டில் இளம் தொழில் முனைவோருக்கு லோன் கொடுத்தார்கள். கற்றுக்கொண்ட மொத்த வித்தையையும் காட்டி அவர்களிடம் 2000 பவுண்ட் லோன் வாங்கினார். உடனே ஒரு கேமரா, ஒரு லேப்டாப், ஒரு டிவிடி ரைட்டரும் வாங்கினார். டிவிடியில் வேறென்ன சிறப்பு செய்யலாம்? யோசித்த டைனமோ, Snoop Dogg போன்ற சில இசைப் பிரபலங்களைக் கெஞ்சிக் கூத்தாடி சந்தித்து, ஓரிரு நிமிடங்கள் அவகாசம் கேட்டு மேஜிக் செய்தார். அவர்கள் அனிச்சையாக வாய் பிளந்த காட்சிகளைப் பதிவு செய்து கொண்டார். பிரபலங்களின் காட்சிகளோடு Dynamo's Underground Magic என்ற டிவிடி வெளியானது. சில வாரங்களில் 5000 பிரதிகள் விற்றுத் தீர்ந்தன.

அதன் தொடர்ச்சியாக இளவரசர் சார்லஸைச் சந்திக்கும் வாய்ப்பும் அமைந்தது. லோனுக்கு நன்றி சொல்லும்விதமாக சார்லஸ் முன் பிரத்யேகமாக மேஜிக் செய்து காட்டினார் டைனமோ. அவர் முன் சில சீட்டுகளை விரித்து ஒரு சீட்டை நினைத்துக் கொள்ளச்

ஒளிர்ந்தது கங்கை!

- திடீரென மக்கள் மத்தியில் தோன்றி, அங்குள்ள சாதாரண பொருள்களைக் கொண்டு அற்புத மேஜிக்குகளை நிகழ்த்துவார் டைனமோ. மக்கள் ஆச்சரியத்தில் உறைந்து நிற்கும் நொடியில் இயல்பாக நடந்து போய்விடுவது டைனமோ ஸ்டைல். மேஜிஸியன் இம்பாஸிபிளுக்காக இந்தியாவுக்கு வந்த டைனமோ, மும்பையிலும் வாரணாசியிலும் செய்த ஸ்டீரிட் மேஜிக் நிகழ்ச்சி படு ஹிட். எபிசோடின் இறுதியில் இரவில் கங்கை நதியில் மிதக்க விடப்பட்டு அணைந்த விளக்குகளை எல்லாம் காற்றில் தன் கைகளசைவில் எரிய வைக்கும் டைனமோவின் மேஜிக் சிலிர்ப்பின் உச்சம்.
- உக்ரைனில் தன்னைச் சூழ்ந்து கொண்ட ஆதரவற்ற சிறுவர்களுக்காக டைனமோ காற்றில் நாணயம் வரவழைத்து ஒரு சிறுவனிடம் கொடுத்தார். அங்கிருந்த ஒவ்வொரு சிறுவனும் தனக்கொரு நாணயம் கிடைக்காதா என்று ஏங்கித் தவிக்க கலங்கிப் போனார். 2012 யுரோ கால்பந்தின் காலிறுதியில், அரையிறுதியில் யார் யார் வெல்வார்கள், இறுதியில் கோப்பையை ஸ்பெயின் வெல்லும் என்பதையெல்லாம் முன்னமே கணித்து எழுதி, கவரில் வைத்து சீல் செய்து, அதை ஒரு பெட்டிங் நிறுவனத்திடம் கொடுத்தார். அந்தக் கணிப்பின்படி அட்சரம் பிசகாமல் நடக்க, டைனமோ 10000 பவுண்டு வென்றார். அதை அப்படியே இளைஞர்களுக்கான கேன்சர் டிரஸ்டுக்கு வழங்கினார். இப்படித் தொடர்ந்து குழந்தைகள், இளைஞர்கள் நலனுக்காக தன் மேஜிக் மூலம் நிதி திரட்டி வருகிறார்.

சொன்னார். சார்லஸூம் நினைத்துக் கொள்ள, அடுத்த சில நொடிகளில், டைனமோவின் கைபடாமலேயே அந்த 'இளவரசச் சீட்டு' கட்டிலிருந்து தனியே பிரிந்து அந்தரத்தில் மிதந்தது. வியந்து நின்றார் சார்லஸ். டைனமோவுக்கு 'ராஜ வெளிச்சம்' கிடைத்தது. 2007-ல் சார்லஸின் டிரஸ்ட் நடத்திய விழா ஒன்றில், நடிகர் வில் ஸ்மித் உள்ளிட்ட விவிஐபிக்கள் முன்னிலையில் சில நிமிடங்கள் மேடையேறும் வாய்ப்பு டைனமோவுக்கு அமைந்தது. இதில் அசத்தினால் அது நிரந்தர விசிட்டிங் கார்டாக அமையும் என்று உள்மனம் அடித்துக் கொண்டது.

மேடையேறிய டைனமோவிடம், தொகுப்பாளினி ஏதோ கேள்வி கேட்க, அவர், 'எக்ஸ்க்யூஸ் மீ...' என்று தொண்டையைக் கனைத்துக் கொண்டு ஒரு போலோ மிட்டாயைத் தன் வாயில் போட்டார். அடுத்த நொடியில் அது அவரது தொண்டைக்குள் சிக்கியதுபோல இருமினார். தன் கழுத்துச் சங்கிலியைக் கழற்றினார். அதைக் கொண்டு தன் கழுத்தை இறுக்கினார். சங்கிலியின் இரு முனைகளும் டைனமோவின் கைகளில் இருக்க, அதன் நடுப்பகுதி கழுத்தைத் துளைத்து தொண்டைக்குள் சென்றது. மீண்டும் அதைப்பிடித்து வெளியே இழுத்தார். சங்கிலி, போலோவை ஒரு டாலர்போல அணிந்து கொண்டு வெளியில் வந்தது. ஒரு துளி ரத்தமில்லை, சிறு காயமுமில்லை. அரங்கமே வெளிறிப் போனது. வில் ஸ்மித் அந்த நிகழ்ச்சியில் பேசும்போது, டைனமோவின் திறமையை வார்த்தைகளால் உச்சி முகர்ந்தார். டைனமோவின் புகழ் ஒளி, எல்லைகள் தாண்டியும் பரவ ஆரம்பித்தது.

அபு தாபியில் உலக பில்லியனர் ரிச்சர்ட் பிரான்ஸனுடன் டின்னர் உண்ணும் வாய்ப்பு டைனமோவுக்கு அமைந்தது. அவரது மகன் சாம் பிரான்ஸன் டைனமோவின் ரசிகர். தந்தையிடம் அறிமுகப்படுத்தினார். டைனமோ ஒரு நாணயத்தைத் தன் கையிலிருந்து மறையச் செய்து ரிச்சர்ட்டின் கைக்கடிகாரத்துக்கு அடியில் இருந்து எடுத்தார். அடுத்த சில நொடிகளில் அவரது கைக்கடிகாரத்தையும் காற்றில் மறைய வைக்க, அந்த பில்லியனர் துள்ளி எழுந்தார். சட்டென அந்தத் திறமைசாலி முன் மண்டியிட்டு மரியாதை செலுத்தினார். டைனமோ சிலிர்த்துப் போனார். சிறு வயதில் உருவத்தால் உதாசீனப்

படுத்தப்பட்ட இந்தப் பிறவியை, இன்று உலகக் கோடீஸ்வரர் தலைவணங்கி கௌரவப்படுத்துகிறார். கண்கள் கசிந்தன.

மேஜிக் வாய்ப்புகள் வளமாகின. வருமானமும் பலமானது. ஆனால், அடுத்த அடியை எடுத்து வைக்க முடியாமல் தவித்தார் டைனமோ. டீவியில் ஒரு ஸ்லாட்டுக்காக ஏங்கினார். சேனல்கள் தண்ணி காட்டின. ஒருமுறை சேனல் 4 எக்ஸிக்யூட்டிவ் முன் மேஜிக் வீடியோவை டெமொ செய்தபோது அவர் மொபைலை நோண்டியபடி கொட்டாவி விட்டார். 'நிகழ மறுத்த அற்புதமாக' டீவி வாய்ப்பு தள்ளிக் கொண்டே போனது. ஒரு கட்டத்தில் தன்னுடன் இணைந்து வேலை செய்ய நல்ல ஓர் அணியை

உருவாக்கி, தானே களத்தில் இறங்கினார் டைனமோ. ஷோவுக்கான பெயர் Dynamo : Magician Impossible.

தெருக்களில் இறங்கினார். மக்கள் மத்தியில் சின்னச் சின்னதாக மேஜிக் செய்தார். கண்ணாடி சுவர் ஒன்று இருக்க, அது இல்லாததுபோல அதனுள் உட்புகுந்து சாதாரணமாக நடந்து போனார். ஓரிடத்தில் நடந்து கொண்டிருக்கும்போதே, மேலாடை மட்டும் சட்டெனத் தரையில் படர, டைனமோ காற்றில் கரைந்து போனார். மக்கள் ஆச்சரியத்தில் உறைந்துபோக, அனைவற்றையும் படம் பிடித்தார்கள். அப்படியே பிரபலங் களையும் தேடிப் போனார் டைனமோ. ஸ்டூலில் உட்கார்ந்திருந்த

நடிகை லிண்ட்ஸே லோஹனின் ஒரு கையை தன் ஒரு கையால் பிடித்தார். லிண்ட்ஸேவை அப்படியே ஸ்டூலிலிருந்து ஒரு சில அடிகள் மேலே மிதக்க வைத்து தரையிறக்கினார். Tinie Tempah என்ற ராப் பாடகர் முன்னிலையில் அவரது சிடி ஒன்றை எடுத்து, அதன் அட்டை புகைப்படத்தில் அவர் அணிந்திருந்த சன் கிளாஸை நெற்றிக்கு உயர்த்தினார். உச்சபட்சமாக ஒருநாள் டைனமோ எந்த அறிவிப்புமின்றி, லண்டனின் தேம்ஸ் நதியில் இறங்கி, தரையில் நடப்பதுபோல் நீர்மேல் சாதாரணமாக நடக்க ஆரம்பித்தார். திகைப்பில் கூடிய கூட்டம், தங்களையே கிள்ளிப் பார்த்துக் கொண்டது. தேம்ஸில் டைனமோவின் நடை, செய்தித்தாள்களில் இடம்பிடித்தன. UKTV-யில் டைனமோ வின் நிகழ்ச்சிக்கு நேரம் கிடைத்தது.

மேஜிஸியன் இம்பாஸிபிள் நிகழ்ச்சி முதல் எபிசோட், 2011 ஜூலை 11 அன்று ஒளிபரப்பானது. நிகழ்ச்சி முடிந்த அடுத்த சில மணி நேரங்களில் டைனமோ டிவிட்டரில் டிரெண்ட். ஃபேஸ்புக்கில் சில ஆயிரம் லைக் பெற்றிருந்த அவரது பக்கம் ஒரே இரவில் அரை மில்லியனைத் தொட்டது. UKTV-யின் வரலாற்றில் முதன்முறையாக 1.3 மில்லியன் பார்வையாளர்களை ஒரு நிகழ்ச்சி பெற்றது. இமாலய வெற்றி. அடுத்து இதைவிடப் பெரிதாக, வித்தியாசமாக என்ன செய்யப் போகிறோம் என்ற கேள்வி டைனமோவைத் துரத்த ஆரம்பித்தது.

அசரவில்லை. புதிய புதிய யோசனைகளுடன் மேஜிக்குக்குப் புதிய பரிமாணம் கொடுக்க ஆரம்பித்தார் டைனமோ. ஒருநாள் மாலையில், 80 அடி உயர லாஸ் ஏஞ்சல்ஸ் டைம் கட்டடத்தின் உச்சியிலிருந்து எதையும் பிடிக்காமல் கீழ்நோக்கி கிடைமட்ட மாக நடந்து வந்தார். ரியோ டி ஜெனீரோ நகரின் புகழ்பெற்ற மீட்பர் இயேசு சிலையின் கீழ் நின்று, மக்கள் மத்தியிலேயே இயேசுபோல கைகள் விரித்து காற்றில் எழுந்தார். இப்படி புவி ஈர்ப்பு விசைக்கெதிராக டைனமோ செய்யும் மேஜிக்குகள் ஏராளம்.

இதுவரை வெளிவந்திருக்கும் மேஜிஸியன் இம்பாஸிபிள் நான்கு சீசன்களும் மெகாஹிட். 192 நாடுகளில் இந்த நிகழ்ச்சி வெவ்வேறு சேனல்களில் ஒளிபரப்பாகி, டைனமோவுக்குக் கோடிக்கணக்கான ரசிகர்களைப் பெற்றுத் தந்துள்ளது. நூற்றாண்டு கடந்த லண்டனின் 'தி மேஜிக் சர்க்கிள்' அமைப்பு, உலகிலுள்ள லட்சக்கணக்கான மேஜிக் நிபுணர்களில், சுமார்

300 பேருக்கு மட்டுமே 'கோல்ட் ஸ்டார்' அந்தஸ்து வழங்கியுள்ளது. அதில் டைனமோவும் ஒருவர். Dynamo A-Z, Dynamo Live at The O2 ஆகிய நிகழ்ச்சிகளும் பலமான வரவேற்பைப் பெற்றன. இப்போது The Abandoned Room என்ற புதிய லைவ் நிகழ்ச்சியை நடத்திக் கொண்டிருக்கிறார் டைனமோ.

குரோன் நோயின் அவஸ்தைகள் தொடர்ந்தாலும், அதையெல்லாம் மேஜிக்கால் மறந்துவிட்டு, புதிய உயரங்களைத் தொட்டுக் கொண்டே இருக்கிறார் டைனமோ. அந்த ஒல்லி மனிதரின் வாழ்நாள் இலக்கு - 'மேஜிக் என்று சொன்னாலே டைனமோவின் பெயர் நினைவுக்கு வர வேண்டும். அதற்காகத்தான் உழைத்துக் கொண்டிருக்கிறேன்.'

காணொளிகள்

 டைனமோ கங்கை மேஜிக்

இந்தியாவில் டைனமோ

 போலோ மேஜிக்

டைனமோ சிறந்த மேஜிக்குகள்

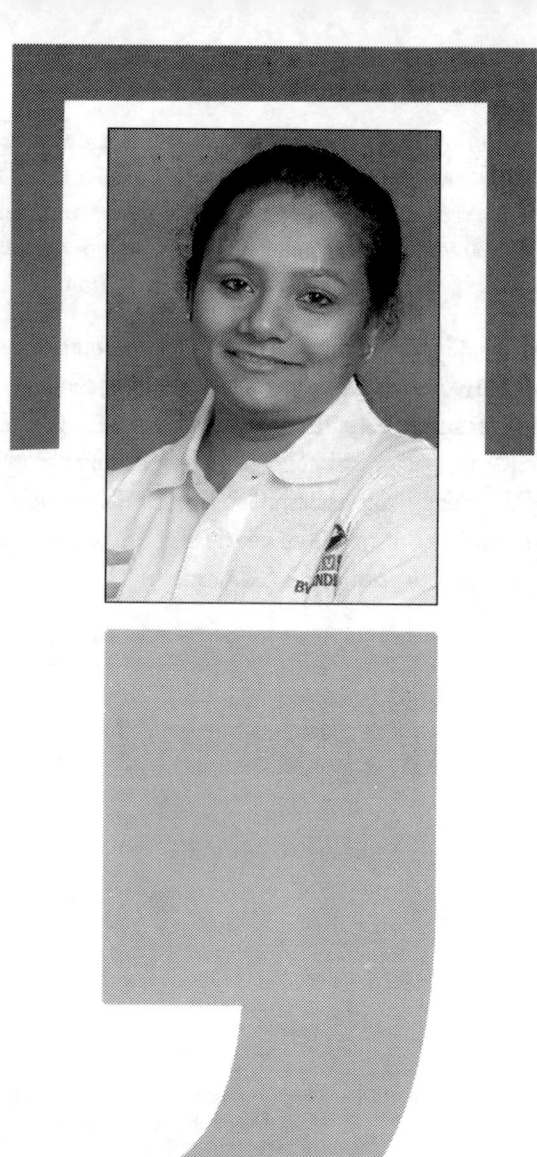

வாழ்வின் மிகவும் திருப்தி தரும் விஷயம் என்ன தெரியுமா? உன்னால் முடியவே முடியாது என்று மற்றவர்கள் சொல்வதைச் செய்து காட்டுவது.

அருணிமா சின்ஹா
தன்னம்பிக்கைப் பேரரசி

அவன் ஓங்கி ஒரு மிதி மிதிக்க, அருணிமா ஓடும் ரயிலில் இருந்து பறந்து வெளியே விழுந்தார். அதே சமயத்தில் பக்கத்துத் தண்டவாளத்தில் எதிர்த் திசையில் ஒரு ரயில் வேகமாகக் கடந்து கொண்டிருக்க, அருணிமாவின் உடல் அந்த ரயிலின் மீது மோதி, அதே வேகத்தில் திருப்பி எறியப்பட்டது. அந்த நள்ளிரவுப் பொழுதில் சில நொடிகள் அதிர்ச்சியில் அசைவற்றுக் கிடந்த அருணிமா, தடக் தடக்... தடக் தடக்... தடக் தடக்... என இன்னொரு ரயிலின் சத்தத்தையும், தான் விழுந்து கிடந்த தண்டவாளத்தில் அதிர்வையும் உணர்ந்தார். அடுத்த ரயில் வெகுவேகமாக அருணிமாவை நோக்கி வந்து கொண்டிருக்க, அவரால் ஒரு இன்ச்கூட நகர முடியாமல் தவிக்க... அதற்குள் ரயில் நெருங்கிவிட...

...கட்ச்ச்ச்ச்...

வாழ்வின் ஒட்டுமொத்த வலியையும் அக்கணத்தில் உணர்ந்தார் அருணிமா. ரயில் ஏறி, அருணிமாவின் இடதுகால் முட்டிக்குக் கீழே கூழாகிப் போயிருக்க, ரத்தம் பெருக்கெடுக்க கண்ணீருடன் அலறினார் 'காப்பாத்துங்க'. தெளிந்த வானத்தில் நட்சத்திரங்கள் சிரித்துக் கொண்டிருந்தன. எங்கிருந்தோ திரண்டு வந்த எலிகள், பிய்ந்த காலின் ரத்தத்தைச் சுவைக்க ஆரம்பித்தன. அவற்றை விரட்டத் தன் கைகளைக்கூட அசைக்கச் சக்தியற்று அருணிமா கிடந்தபோது, அடுத்த ரயில் வரும் சத்தம்.

தடக் தடக்... தடக் தடக்...

1988-ஆம் ஆண்டில் உத்தரப்பிரதேசத்தின் அம்பேத்கர் நகரில் சாதாரண நடுத்தரக் குடும்பத்தில் பிறந்த பெண் குழந்தை அருணிமா சின்ஹா (Arunima Sinha). தந்தை ராணுவத்தில் பொறியாளராகப் பணியாற்றியவர். தாய், சுகாதாரத்துறைப் பணியாளர். அருணிமாவுக்கு ஓர் அக்கா, இரண்டு அண்ணன்கள், ஒரு தம்பி உண்டு. அவளது ஆறாவது வயதில் தந்தை மர்மமாக இறந்துபோனார். தந்தையின் உறவினர் ஒருவர் அந்த

மரணத்தில் சந்தேகப்பட்டு போலீஸில் புகார் கொடுக்க, அருணிமாவின்தாயும், மூத்த சகோதரி, சகோதரர்களும் போலீஸால் பிடித்துச் செல்லப்பட்டனர். அருணிமா வாழ்வில் போராட்டம் அப்போதே ஆரம்பமாகிவிட்டது. தோள் கொடுக்க யாருமே முன்வராத சூழலில், வீட்டுக்குள் செல்லக்கூட பயந்து, தன் தம்பியுடனும், தந்தை வாங்கி வளர்த்த பசுவுடனும் நாள்களைக் கடத்தினாள். ஒருவழியாக அந்தக் குற்றச்சாட்டு பொய்யெனத் தெரிய வர, அருணிமாவின் குடும்பத்தினர் 22 நாள்கள் கழித்து பெயிலில் வந்தனர்.

அம்மாவுக்குப் பணியிட மாற்றம். மேதவால் என்ற புதிய ஊர். அங்கே சென்ற சில காலத்தில் மூத்த சகோதரர் கொல்லப்பட, குடும்பத்தில் பேரிடி. அருணிமாவின் மூத்த சகோதரியை ஓம் பிரகாஷ் என்ற துணை ராணுவப்படை வீரர் திருமணம் செய்து கொண்ட பிறகே, குடும்பத்துக்குத் தெம்பு வந்தது. மருமகனாக வந்த ஓம், அந்தக் குடும்பத்தைத் தன் தோள்களில் தாங்க ஆரம்பித்தார். அருணிமாவை 'மகளே' என்றழைத்து ஒரு தந்தைக்குரிய பாசத்தைக் கொட்டினார். அவளது படிப்பை, விளையாட்டு ஆர்வத்தை ஊக்குவித்தார். கால்பந்து - கைப்பந்து இரண்டிலுமே கவனம் செலுத்திய அருணிமா, தேசிய அளவில் வாலிபால் வீராங்கனையாக முன்னேறினார். பட்ட மேற்படிப்பை முடித்தபின், சட்டமும் படித்தார். ஸ்போர்ட்ஸ் கோட்டாவில் எந்த வேலையும் கிடைக்காமல் விரக்தி அழுத்திய தருணத்தில், அருணிமாவுக்கு மத்திய தொழில் பாதுகாப்புப் படை - தலைமைக்காவலர் பதவித் தேர்வுக்கான அழைப்பு வந்தது. அந்தக் கடிதத்தில் அருணிமாவின் பிறந்த தேதியில் பிழையிருந்தது. அதைச் சரிசெய்ய அவர் உடனே டெல்லி செல்ல வேண்டியதிருந்தது.

2011, ஏப்ரல் 11. லக்னோவின் சார்பக் ரயில் நிலையத்தில் அருணிமா, பத்மாவத் எக்ஸ்பிரஸில் ஏறினார். தனியாளாக டெல்லி நோக்கிப் பயணம். பொதுவகுப்பு. கழிவறையில்கூட இடமில்லாத அளவு பெருங்கூட்டம். அந்தப் பெண்ணை ஏராளமான விரசப் பார்வைகள் குத்திக் கிழித்தன. எப்படியோ ஒடுங்கி உட்கார்ந்த அருணிமாவின் கையில் செல்போன், சான்றிதழ்கள் அடங்கிய பை, முதுகில் சற்றே பெரிய பை, கழுத்தில் அம்மா ஆசையாகப் பரிசளித்த தங்கச் சங்கிலி. தூங்க இயலாத அந்தப் பயணத்தின் நடுவில்தான், நான்கைந்து முரடர்கள், அருணிமாவைச் சூழ்ந்து கழுத்துச் செயினைப் பிடுங்க முயன்றனர்.

அருணிமாவும் எளிதில் விட்டுக் கொடுக்காமல் போராட, சுற்றிலுமிருந்த 'மனித ஜென்மங்கள்' யாருமே உதவ முன்வர வில்லை. அந்த முரடர்கள் அருணிமாவைக் கடுமையாகத் தாக்கி, சங்கிலியைப் பறித்தனர். கண்ணீருடன் அருணிமா எதிர்க்க, அவர்களின் ஒருவன் ஓங்கி உதைத்தான். ரயில் பெட்டியின் வாசலை நோக்கித் தள்ளப்பட்ட அருணிமா, கதவின் கைப் பிடியைப் பிடித்துச்சமாளித்து நிற்க, இன்னொரு பலமான உதை...

தடக் தடக்... தடக் தடக்...

கடந்தபோன அந்த ரயிலிலிருந்து மனிதக் கழிவுகள் அருணிமாவை நனைத்துச் சென்றன. இனி இந்த வாழ்க்கையில் நானும் ஒரு 'கழிவு'தானா? அருணிமாவின் அழுகுரல் அங்கே அநாதையாகக் கசிந்து கொண்டிருந்தது. அபயக் குரல் எழுப்பி ஓய்ந்திருந்தார். நகர முடியாத மரண வேதனை. அந்த இரவில் மட்டும் நாற்பதுக்கும் மேற்பட்ட எக்ஸ்பிரஸ்கள் அவ்விடத்தை எதிரும் புதிருமாகக் கடந்து சென்று உயிரை உலுக்கின. விடிகின்ற வேளையில் என் உயிர் அஸ்தமனமாகியிருக்குமோ? அருணிமாவின் கருவிழிகள் மெதுமெதுவாக மேலேறிக் கொண்டிருந்தன.

காலைக் கடனுக்காக அங்கே ஒதுங்க வந்த பிண்ட்டு என்பவர், தண்டவாளங்களுக்கிடையில் உயிருடன் அந்தப் பெண்ணின் உடலைக் கண்டார். ஓடிச்சென்று ஆள்களை அழைத்து வந்தார். அலங்கோலமாகக் கிடந்த அருணிமாவுக்குத் தன் சால்வையைப் போர்த்திவிட்டார் ஏழைப்பெண் ஒருவர். வலியில் முனகிக் கொண்டிருந்த அருணிமாவிடம், இன்னொருவர் விவரங்களைக் கேட்டறிந்தார். ஓம் பிரகாஷிடம் போனில் தகவல் சொல்லப் பட்டது. அந்த மக்கள் அருகிலுள்ள சனேட்டி ரயில் நிலையத்துக்கு அருணிமாவைத் தூக்கிச் சென்றனர். அங்கே பிளாட்பாரத்தில் சுமார் இரண்டு மணி நேரம் 'பிணம்போல' கிடத்தி வைக்கப் பட்டிருந்த அருணிமா, வேதனையுடன் அருகிலிருந்த ரயில்வே காவலரிடம், 'ஹாஸ்பிட்டல்...' என முனக, 'இரும்மா... எல்லாம் புரொஸிஜர்படிதான் பண்ண முடியும்' என்ற மனிதாபிமான பதில் வந்தது.

ஒருவழியாக அருணிமாவை அருகிலிருந்த பரேலி நகர அரசு மருத்துவமனைக்குக் கொண்டு சென்றனர். அங்கே மருத்துவ

வசதிகள் குறைவு. ரத்தம் ஸ்டாக் இல்லை. மயக்க மருந்து நிபுணர் கிடையாது. ‘இடது கால் முட்டிக்குக் கீழ் சிதைந்த பாகங்களை உடனே வெட்டி எடுக்க வேண்டுமே. மயக்க மருந்து இன்றி எப்படி?’ - அங்கிருந்த ஒரு சில டாக்டர்களும் கையைப் பிசைந்த போது, அருணிமா விரக்தியுடன் அழுத்தமாகச் சொன்னார். ‘இதற்கு மேலும் வலி தாங்குவது எனக்குப் பிரச்னையில்லை. மயக்க மருந்தெல்லாம் வேண்டாம். ஆபரேஷனைத் தொடங்குங்கள்!’ மருத்துவமனையின் மருந்தாளுநர் யாதவ், ஒரு யூனிட் ரத்தம் கொடுத்தார். ஆபரேஷன் நடந்தது.

படுக்கையைக் கைகளால் இறுகப் பற்றியிருந்த அருணிமாவுக்கு அந்தப் பேரதிக வலியில் கடந்த ‘கால்’ நினைவுகள் நிழலாடின. சிறுவயதில் ஓடி விளையாடியது, கால்பந்தை உதைத்தது, எம்பிக் குதித்து வாலிபால் விளையாடியது... அந்தக் கால்... இனி? கண்ணீர் கட்டுப்பாடின்றி வழிந்து கொண்டிருந்தது. ‘கண் முன்னே வெட்டியெடுக்கப் பட்ட என் இடது காலுக்கு நான் பிரியாவிடை கொடுத்தேன்.’

முதல் கட்ட ஆபரேஷன் முடிந்து, தையல் எல்லாம் போடப்பட்டு படுக்கையில் கிடத்தப்பட்ட நிலையில் குடும்பத்தினர் பதறி யடித்துக் கொண்டு வந்தனர். கண்ணீர்க் கதறல்கள். ஓம் மட்டும் உறுதி குலையாமல் நின்றார். ‘அழாதீர்கள். அவள் குணமாகி விடுவாள். இனிதான் அவள் வரலாறு படைக்கப் போகிறாள்.’ எதிர்பாராத தருணத்தில், அந்த எனர்ஜி வார்த்தைகளைக் கேட்டதும் அருணிமாவுக்குள் கூடுதல் யூனிட் ரத்தம் பாய்ந்தது போலிருந்தது. நடந்ததை மாற்ற முடியாது. அருணிமாவை இந்த வீழ்ச்சியிலிருந்து மீட்க வேண்டும். அதற்குப் பெரும் பணமும், உயர்தர சிகிச்சையும் அவசியம். பரபரவெனத் திட்டமிட்டார் ஓம். முதல் வேலையாக பத்திரிகையாளர் ஒருவரைப் பிடித்து தேவையான அழுத்தத்துடன் செய்தி கொடுத்தார். ‘அருணிமா, தேசிய வாலிபால் வீராங்கனை. அவருக்கு நேர்ந்த கொடுமையைப் பார்த்தீர்களா?’ மறுநாள் ஹிந்துஸ்தான் டைம்ஸில் இடம்பெற்ற செய்தி, பரேலி மருத்துமனையை நோக்கி சேனல் வாகனங்களை வரவழைத்தது. பிரேக்கிங் நியூஸாக அருணிமாவின் அவலம் கவனம் பெறத் தொடங்கியது.

எவரெஸ்ட் சிகரத்தின் உச்சியில் அருணிமா

'ஒரு பெண்தான் (மாயாவதி) உ.பி.யின் முதலமைச்சர். இன்னொரு பெண்தான் (மம்தா பானர்ஜி) மத்திய ரயில்வேதுறை அமைச்சர். ஆனால், இங்கே ரயிலில் பெண்களுக்குப் பாதுகாப்பில்லை.' மைக் பிடித்த செய்தியாளர்கள் கிளப்பிய அனல், அரசியல்வாதிகளை, ரயில்வே போர் அதிகாரிகளை, சிறப்பு மருத்துவர்களை பரேலி அரசு மருத்துவமனைக்கு பதறி வரவழைத்தது. உ.பி.சட்டசபைத் தேர்தலுக்கான பிரசாரத்திலிருந்த அகிலேஷ் யாதவ், அருணிமாவைச் சந்தித்து ஒரு லட்சம் கொடுத்தார். 'வேறென்ன வேண்டும் கேள்?' என்று அகிலேஷ் கேட்டபோது, ஒரு மாற்றுத்திறனாளியின் வாழ்நாள் வலியை அருணிமா உணர்ந்திருந்தார். 'நீங்கள்தான் அடுத்த முதல்வர் என்று நம்புகிறேன். மாற்றுத் திறனாளிகளுக்கான ஸ்போர்ட்ஸ் அகாடமி கட்ட நீங்கள் உதவ வேண்டும்.' அருணிமாவின் சாமர்த்திய கோரிக்கையை, நிச்சயம் நிறைவேற்றுவதாக ஒப்புக்கொண்ட அகிலேஷ், அவரை மேல்சிகிச்சைக்காக லக்னோவின் கிங் ஜார்ஜ் மருத்துவப் பல்கலைக்கழகத்துக்கு மாற்றவும் ஏற்பாடு செய்தார். அங்கே, அருணிமாவின் வலது காலில் எலும்பு முறிவுகளுக்கான அறுவை சிகிச்சைகள் மேற்கொள்ளப்பட்டு உள்ளே ராடு வைக்கப்பட்டது. வலதுகாலாவது மிஞ்சியதே. அருணிமா தன்னைத் தேற்றிக் கொண்டார்.

அருணிமா, தேசிய அளவில் கவனம் பெறத் தொடங்க, சோனியா காந்தி அப்போதைய மத்திய விளையாட்டுத் துறை அமைச்சரான அஜய் மக்கானை லக்னோவுக்கு அனுப்பினார். அவர், அருணிமாவை 'ஏர் ஆம்புலன்ஸில்' டெல்லி எய்ம்ஸ் மருத்துவமனைக்கு மாற்ற ஏற்பாடுகள் செய்தார். எய்ம்ஸில் விவிஐபிக்களுக்குரிய வார்டில் அடுத்த கட்ட அறுவை சிகிச்சைகள், உயர்தர சிகிச்சைகள் தொடர்ந்தன. கொஞ்சம் கொஞ்சமாக உடல்நிலையில் முன்னேற்றம். அதே சமயம், ரயில்வே போலீஸ் தன் மீதான களங்கத்தை மறைக்க, நீதிமன்றத்தில் அருணிமா மீது அடுக்கடுக்கான குற்றச்சாட்டுகளை ஏவியது. 'அருணிமா டிக்கெட் இன்றி, ரயில் படிகளில் பயணம் செய்திருக்கிறார். இது தற்கொலை முயற்சியாகவும் இருக்கலாம். இப்போது அனுதாபத்துக்காகவும் பணத்துக்காகவும் ஏதேதோ நாடகம் ஆடுகிறார்.'

காயங்களைவிட, பொய்க்குற்றச்சாட்டுகள் வேதனை தருபவை. அருணிமாவிடம் அந்த ஏப்ரல் 11-க்கான பயணச்சீட்டு

பத்திரமாகவே இருந்தது. மீடியாவின் துணையோடு குடும்பத்தினர் இந்த வழக்கை உறுதியாக எதிர்கொள்ள, ரயில்வே நிர்வாகம் அருணிமாவுக்கு உரிய இழப்பீட்டுத் தொகை வழங்க வேண்டுமென அலகாபாத் உயர்நீதி மன்ற லக்னோ பெஞ்ச் உத்தரவிட்டது.

இந்தச் சமயத்தில்தான் ஓம், அருணிமாவிடம் கேட்டார். 'உடல் உறுப்புகளை இழந்த எந்த ஒரு பெண்ணும் இதுவரை எவரெஸ்ட் சிகரத்தின் உச்சியை அடைந்ததில்லை. நீ ஏன் அந்த முதல் பெண்ணாக இருக்கக் கூடாது?' அருணிமா யோசித்தார். ஓம் எப்போதும் எதையும் யோசிக்காமல் சொல்ல மாட்டார். தவிர, என் மீதான சர்ச்சைகளுக்கெல்லாம் சாதனைகள் மூலமாகத்தான் பதில் சொல்ல முடியும். ஆகவே உறுதியுடன் ஒப்புக்கொண்டார். 'நிச்சயமாக!'

செயற்கைக் கால் தயாராகி அருணிமாவை அடைந்தபோது அவருக்குச் சந்தோஷத்தில் நடனமாட வேண்டும் என்று தோன்றியது. ஆனால், அதைப் பொருத்திக் கொண்டு ஓர் அடிகூட நடக்க முடியவில்லை. மீண்டும் மீண்டும் விழுந்தார். ஆனால், எழுந்தார். சில வாரங்கள் கடும் முயற்சி செய்து, யாரையும் எதையும் பிடிக்காமல் அடிகள் எடுத்து வைத்த நொடியில், அருணிமா மனத்தால் பறந்து கொண்டிருந்தார்.

எய்ம்ஸிலிருந்து டிஸ்சார்ஜ் ஆன பின், ஒரு கெஸ்ட் ஹவுஸில் தங்க வேண்டியதிருந்தது. ஐந்தாவது மாடி. லிஃப்ட் கிடையாது. அருணிமா தயங்கவில்லை. தத்தித் தத்திப் படிகள் ஏறினார். எவரெஸ்ட் லட்சியம் நோக்கிய முதல் அடி அது. மீடியா நண்பர்கள் உதவியுடன் 1984-ல் எவரெஸ்ட்டில் ஏறிய முதல் இந்தியப் பெண்மணியான பச்சேந்திரி பாலை, ஜாம்ஷெட்பூரில் நேரில் சந்தித்தார். 'நான் எவரெஸ்ட்டில் ஏறி சாதிக்க விரும்புகிறேன்' தடுமாற்ற நடையுடன் வந்த அருணிமாவின் வார்த்தைகள், பச்சேந்திரியைச் சிலிர்க்கச் செய்தன. 'நீ ஏற்கெனவே மனத்தளவில் எவரெஸ்டில் ஏறிவிட்டாய். நிஜத்திலும் ஏறி உலகுக்கு நிரூபிக்க வேண்டும் அவ்வளவுதான்' - வாழ்த்தினார் அவர்.

உத்தர்காசியிலுள்ள டாடா ஸ்டீல் பவுண்டேஷனில் அருணிமா வுக்கு மலையேற்றப் பயிற்சிக்கு ஏற்பாடு செய்தார் பச்சேந்திரி. அங்கே, 2012 பிப்ரவரி இறுதியில், அருணிமா மலையேற்றப் பயிற்சியைத் தொடங்கினார். ஓம், கூடவே இருந்து பயிற்சிகளில் உதவினார். சரிவுகளில் நடப்பது முதல் கடினமான செங்குத்துப் பாறைகளில் கயிற்றைப் பிடித்து தொங்கியபடி ஏறுவது வரை யிலான பயிற்சிகள். மாற்றுத் திறனாளி என்று பயிற்சியாளர்கள் எந்தக் கரிசனமும் காட்டவில்லை. காரணம் ஏறப்போகும் எவரெஸ்ட்டுக்கு எல்லோரும் ஒன்றுதான்.

வெவ்வேறு இடங்களுக்கு டிரக்கிங் சென்றார்கள். பயணம் ஒன்றில் குறிப்பிட்ட ஓரிடத்தை அடைய, இரண்டு பாதைகள் இருந்தன. ஒன்று சற்றே எளிதான பாதை. இரண்டாவது மிகக் கடினமானது. அருணிமா இரண்டாவதைத் தேர்ந்தெடுத்தார். ஏன்தான் அதைத் தேர்ந்தெடுத்தோமோ என்ற அளவுக்குப் பிரச்னைகள். குறுகலான, சரிவுகள் நிறைந்த, செங்குத்துப் பாறைகளால் அமைந்த, வன விலங்குகள் நடமாடும் பாதை. ஓமும் அருணிமாவும் தொலைந்தே போய்விட்டோம் என்றுதான் நினைத்தனர். பசி, களைப்பு, வலி, பயம் அனைத்தையும் தோற்கடித்து முகாமை அடைந்தபோது, உள்ளே நம்பிக்கை விஸ்வரூபம் எடுத்திருந்தது.

பச்சேந்திரி பால் சந்திக்க வந்தார். 'நீ கற்றுக்கொண்டது வெறும் 40% மட்டுமே. எவரெஸ்ட்டுக்கு இன்னும் கடின உழைப்பு தேவை' என்று சொல்லி, உத்தர்காசியிலுள்ள Nehru Institute of Mountaineering-க்கு அருணிமாவைப் பயிற்சிக்கு அனுப்பி வைத்தார். 'எங்கள் விதிப்படி நாங்கள் மாற்றுத் திறனாளிகளுக்குப் பயிற்சியளிப்பதில்லை' என்று பிரின்ஸிபல் நிர்தாட்சண்யமாக நிராகரித்தார். 'உங்கள் இன்ஸ்ட்டிடியூட் மூலமாக ஒரு மாற்றுத் திறனாளி உலக சாதனை படைத்தால் பெருமை உங்களுக்குத் தானே.' ஓம் போராடினார். 'பயிற்சி கொடுங்கள். உங்களுக்குத் திருப்தி ஏற்பட்டால் மட்டும் அனுமதி கொடுங்கள்.' அருணிமா கெஞ்சினார். ஒருவழியாக பிரின்ஸிபால் ஒப்புக் கொண்டார்.

முதுகில் 20 கிலோ வரை சுமையுடன், மலையேற்றக் கருவிகளையும் (கயிறுகள், பனிக்கோடரி, கம்பு, ஆக்ஸிஜன் சிலிண்டர் இன்னபிற) எடுத்துக் கொண்டு, தினமும் குறைந்தது 10 கி.மீ. மலைப்பாதையில் பயணம். அருணிமா அசரவே இல்லை. அசத்தினார். ஆகவே, எவரெஸ்ட் வாய்ப்பு கனிந்தது.

'பொறுமை, நிதானம், கவனம், தட்பவெப்பத்துக்கேற்ப உடலைப் பழக்கிக் கொள்ளும் தன்மை, நிலைதடுமாறாத மனம் - இவையே மலையேற்ற வீரருக்குத் தேவையான குணங்கள் அதீத தன்னம்பிக்கை ஆபத்தில் கொண்டு விட்டுவிடும். எந்தச் சூழலிலும் மலையேற்றக் குழுத் தலைவரின் கட்டளைகளை மீறவே கூடாது' - பச்சேந்திரி அத்தியாவசிய அறிவுரைகள் வழங்கினார்.

எவரெஸ்ட் பயணம் என்பது உயிரை உயில் எழுதி வைத்துவிட்டுக் கிளம்புவதற்குச் சமமானதே. எந்த நொடியிலும் மரணம் முத்தமிடலாம். இனிதே 'பனி சமாதி' அமையலாம். எவரெஸ்ட் மலையேற்ற வரலாறு அப்படிப் பல காவுக் கதைகள் கொண்டதே. 2013 மார்ச். தன் லட்சியப் பயணத்தை ஆரம்பிக்கும்முன் அருணிமா பிரஸ்மீட் கூட்டினார். 'நான் எவரெஸ்ட்டில் ஏறப்போகிறேன்.' உலகுக்கு அறிவித்தார். காத்மாண்டு கிளம்பினார். 'போ. சென்று எவரெஸ்ட்டில் உன் பாதம் பதி.' பச்சேந்திரி வாழ்த்தி அனுப்பினார்.

அருணிமா, கடல் மட்டத்திலிருந்து 8622 அடி உயரமுள்ள பாக்டிங் என்ற இடத்திலிருந்து தன் குழுவினரோடு எவரெஸ்ட் பயணத்தை ஆரம்பித்தார். குழுவுக்கு தனி ஷெர்பா (கைடு), அருணிமாவுக்கென சிறப்பு ஷெர்பா (பெயர், நீமா கன்ச்சா) நியமிக்கப்பட்டிருந்தனர். இந்த ஷெர்பாக்கள் ஏற்கெனவே சிலமுறை எவரெஸ்ட்டில் ஏறிய அனுபவமிக்க நேபாளிகள். எவரெஸ்ட்டுக்கு முன்னதாக ஐலேண்ட் பீக் என்ற அப்பகுதியில் அமைந்த 20299 அடி சிகரத்தில் ஏறிப் பார்ப்பது மனரீதியாக, குளிர்ரீதியாக உடலைத் தயார்ப்படுத்தும் என்பதால் அருணிமாவின் குழுவினர் ஐலேண்ட் பீக் நோக்கிக் கிளம்பினர்.

உயிரை உலுக்கும் குளிர். செயற்கைக் கால் கொண்டு அழுத்தமாக ஊன்றினாலும் பிடிமானம் கிடைக்காத சரிவுகள். விழுந்தால் பல ஆயிரம் அடி பள்ளத்தில் சாவை தரிசிக்கலாம். ஏறும்போதே, செயற்கைக் கால் கொஞ்சம் கழன்று 180 டிகிரி திருப்பிக் கொள்ள, அடுத்த அடியை எடுத்துவைக்க முடியாமல் அருணிமா திணறுவதும் நிகழ்ந்தது. காலில் ரத்தக் கசிவும் உண்டானது. இத்தனையும் தாங்கிக் கொண்டு, ஐலேண்ட் பீக்கின் உச்சியை அடைந்தார் அருணிமா. ஷெர்பா கன்ச்சா பயந்துவிட்டார்.

‘இங்கே வந்த முதல் மாற்றுத்திறனாளி பெண் நீதான். இதுவே உலக சாதனைதான். நீ எவரெஸ்ட் ஏற வேண்டாம்.’ அருணிமா நம்பிக்கையுடன் பதில் கொடுத்தார். ‘மன்னிக்கவும். என் வாழ்வின் லட்சியத்தை மாற்றிக் கொள்ள முடியாது.’

ஐலேண்ட் பீக்கின் அடிவாரத்தில் இரவு முகாம். இயற்கை உபாதைகளைக் கழிப்பதுகூட அருணிமாவுக்கு பெரும் துன்பமாக இருக்க, மாதாந்திரச் சங்கடமும் சேர்ந்து கொண்டது. குளிக்கவும் முடியாது. சளி, இருமல் சேர்ந்து கொண்டால், மலையேறுவது துன்பமாகிவிடும். இரவுகளில் ரத்தம் கசியும்

கனவு அகாடெமி

❖ *மாற்றுத் திறனாளிகளுக்கான சர்வதேச ஸ்போர்ட்ஸ் அகாடெமி கட்ட வேண்டுமென்பது அருணிமாவின் மாபெரும் கனவுத் திட்டம். அதன் மதிப்பீடு சுமார் 25 கோடி. அருணிமா, தன் சாதனைகளைப் பாராட்டி வழங்கப்படும் பரிசுத்தொகை ஒவ்வொன்றையுமே அதற்காகத்தான் பயன்படுத்துகிறார். அந்தக் கனவுத் திட்டம் கட்டி முடிக்கப்பட்ட பின் அருணிமா சூட்டவிருக்கும் பெயர் - Shaheed Chandra Shekhar Vikalang Khel Academy.*

❖ *2015-ல் பத்மஸ்ரீ விருது அருணிமாவுக்கு வழங்கப் பட்டுள்ளது. அர்ஜுனா விருதுக்கு இணையான டென்சிங் நார்வே மலையேற்ற வீரர் விருதையும் அருணிமா பெற்றுள்ளார்.*

❖ *அருணிமாவின் சுயசரிதை யான Born Again On The Mountain புத்தகம், 2014-ல் வெளியிடப்பட்டது.*

❖ *அருணிமாவின் வாழ்க்கை யைத் திரைப்படமாக்கும் முயற்சிகள் பாலிவுட்டில் நடந்து கொண்டிருக்கின்றன.*

காலைக் கவனிப்பதே தனி வேலையாகிப் போனது. வெந்நீர் ஒத்தடம் மனதுக்கும் இதமாக இருந்தது. ஐலேண்ட் முகாமிலிருந்து எவரெஸ்ட் அடிவாரத்தின் பேஸ் கேம்புக்குச் செல்லும் வழியில் ஒரு குறிப்பிட்ட இடத்தில் எவரெஸ்ட் சிகரத்தின் உச்சி கண்களுக்குப் புலப்பட்டது. அருணிமாவுக்குள் சிலிர்ப்பு. 'சிகரமே, உன்னை அடைய என்னை ஆசிர்வதி!'

பேஸ் கேம்பிலிருந்து பயணத்தை ஆரம்பிக்கும் முன் ஷெர்பா பூஜை செய்தார். கும்பு கிளேசியர் - உலகின் உயரமான பனிப் பாறைகள் நிறைந்த பகுதி. பனிப்பாறைகளுக்கு இடைப்பட்ட பிளவுகளை கிடைமட்டமாகப் போடப்பட்டிருக்கும் இரும்பு ஏணியில் நடந்து கவனமாகக் கடக்க வேண்டும். சிறிதே பிசகினாலும்... ம், அதேதான். பனிப்பாறையொன்று உடைந்து விழ ஆரம்பித்தாலும் கண்ணை மூடி கடைசியாகச் சுவாசித்துக் கொள்ள வேண்டியதுதான். அருணிமாவின் செயற்கைக் கால்களுக்குப் பெரும் சவால் கொடுத்த கணங்கள் அவை. அதை வெற்றிகரமாகக் கடந்து கேம்ப் 1-ஐ அடைந்தனர் *(19000 அடி)*.

அங்கிருந்து கேம்ப் 2 கண்ணுக்கெட்டும் தூரத்தில் தெரிந்தது. ஆனால், அந்தக் கிண்ண வடிவ பள்ளத்தாக்கில் நடக்க நடக்கத் தூரம் குறையவே இல்லை. களைப்பும் சோர்வும் ஆட்கொள்ள, எடுத்து வைக்கும் அடிகளை எண்ணிக் கொண்டே நடந்தார் அருணிமா. களைப்பு மறந்தது. கேம்ப் 2-ல் *(21300 அடி)* இரண்டு நாள்கள் ஓய்வு.

அங்கிருந்து இரவு 1.30-க்குக் கிளம்பினார்கள். தலைக்கவச டார்ச்கள் ஒளிர்ந்தன. பனிக்காற்றின் நடுங்க வைக்கும் ஊளைச்சத்தம். உயரே செல்லச் செல்ல ஆக்ஸிஜன் அளவு குறைந்து கொண்டே வருமென்பதால், அருணிமாவின் உடல் தளர்வடைந்தது. கன்ச்சாவின் அறிவுரைப்படி, அருணிமா ஆக்ஸிஜன் மாஸ்க்கை மாட்டிக் கொண்டார். உயிர் மீண்டது. இரவில் தூங்கும்போதுகூட மூச்சுத் திணறல் ஏற்பட்டு மரணம் நிகழும் என்பதால், கேம்ப் 3-ல் (23100 அடி) அந்த இரவில் அருணிமா ஆக்ஸிஜன் மாஸ்க்குடனேயே தூங்கினார்.

கேம்ப் 4-ஐ அடையும் பாதை மிகக் கடினமானது. செங்குத்தான, மிகச்சரிவான பனிப்பாறைகள் நிறைந்தது. பனிச்சரிவு வாடிக்கை யானது. ஆக, ஷெர்பாக்கள் தகுந்த வானிலை இருந்தால் மட்டுமே கிளம்புவார்கள். மே 20. இரவு ஒரு மணிக்கு கேம்ப் 3-லிருந்து கிளம்பி, 12 மணி நேரங்கள் தொடர்ந்து நடந்தும் ஏறியும் பகல் 1 மணிக்கு கேம்ப் 4-ஐ அடைந்தனர் (25900 அடி). அந்த இடத்தை அடைந்துவிட்டால் அன்று இரவோடு இரவாக உச்சியை நோக்கிக் கிளம்பிவிடுவார்கள். சூரிய உதயத்திலிருந்து காலை 11 மணிக்குள் எவரெஸ்டைச் சில நிமிடங்கள் தரிசித்துவிட்டு, அதே இரவுக்குள் மீண்டும் கேம்ப் 4-ஐ வந்தடைந்து விடுதலே உயிருக்குப் பாதுகாப்பு. காரணம் அத்தனை அடி உயரத்துக்கு மேல் மனிதன் சுவாசிப்பது மிக மிகக் கடினம். தவிர, எந்நேரமும் பனி, சனியாக மாறி உயிரை உறிஞ்சிவிடும்.

மற்றவர்கள் உச்சியை நோக்கி ஜரூராகக் கிளம்பிக் கொண்டிருக்க, பக்கத்து முகாமில் இருவர் மூச்சுத் திணறி இறந்துபோன செய்தி வந்தடைந்தது. அது சகஜமே. அதை மூளையில் ஏற்றிக்கொண்டால், மனோதிடம் சட்டென உருகிவிடும். ஆனால், அருணிமா கிட்டத்தட்டக் கிடையில் கிடந்தார். பனிக் கோடரியைத் தொடர்ந்து பயன்படுத்தியதில் கைகளெங்கும் காயம். இடது காலில் தொடர் ரத்தக் கசிவு. வலது காலில் வீக்கம். ஷீக்களும், குளிர் தாங்கும் உடைகளும் முழுக்க நனைந் திருந்தன. செயற்கைக் கால் பழுதடைந்திருந்தது. நல்லவேளை, எக்ஸ்ட்ரா கால் எடுத்து வந்திருந்தார். இத்தனைக்கு மத்தியிலும் 'நாளை, நான் எவரெஸ்ட்டில் பாதம் பதிக்கப் போகிறேன்' என்ற ஒற்றை நினைப்பே அவரை மீண்டும் பயணத்தைத் தொடரச் செய்தது.

கிளிமாஞ்சாரோ சிகரத்தில் அருணிமா

இரவெல்லாம் பயணம் செய்து 26250 அடி உயரத்தில் Death Zone-ஐ அடைந்தார்கள். அதற்குமேல் சுமார் 30% ஆக்ஸிஜனே இருக்கும். நடப்பதே கடினம். மலையேறுவது மிக மிகக் கடினம். மற்றவர்கள் எல்லாம் குறிப்பிட்ட வேகத்தில் முன்னேறிச் சென்றுவிட, அருணிமாவால் இயலவில்லை. ஷெர்பா கன்ச்சா மட்டும் அவளுக்காகக் குறைந்த வேகத்தில் நடந்து கொண்டு இருந்தார். பனிச்சரிவு நிறைந்த ஒரு பகுதியைக் கடக்க இயலாமல், அருணிமா உதவிக்காகத் தன் கையை நீட்டியபோது, அவர் 'இங்கே உன் தைரியம் மட்டுமே உன்னைக் காக்கும்' என்று பட்டென மறுத்துவிட்டார். அருணிமாவிடம் தன்னம்பிக்கை கரைய ஆரம்பித்தது. செயற்கைக் காலும் அடிக்கடி 180 டிகிரி திரும்பிக் கொண்டது. அதை ஒவ்வொருமுறையும் சரிசெய்து நகருவதற்குள், வேறு குழுவினரும் அருணிமாவைக் கடந்து சென்று கொண்டேயிருந்தனர். இரவு 1 மணி. பால்கனி என்று அழைக்கப்பட்ட பகுதியை அடைந்தார் (27550 அடி). அங்கிருந்து மேலும் சில மணி நேரங்கள் நடந்து ஹிலாரி ஸ்டெப் பகுதிக்கு முன்னேறினார் (28740 அடி). விடிந்திருந்தது.

அதைத் தாண்டிய பின் பாறைகள் நிறைந்த மிகக் கடினமான ஒரு சிறு பகுதியை, அருணிமா தள்ளாட்டத்துடன் கடந்து கொண்டிருந்த நேரத்தில், அவரது குழுவினர் சிலர் எவரெஸ்ட்

உச்சியைத் தொட்ட மகிழ்ச்சியோடு மலையிறங்க ஆரம்பித் திருந்தனர். அருணிமாவின் பரிதாப நிலையைக் கண்டு, தலைமை ஷெர்பா, 'போதும். நீ இவ்வளவு தூரம் வந்ததே சாதனைதான். திரும்பிவிடு' என்றார். 'கொஞ்சம் காத்திருங்கள், நானும் தொட்டு விட்டு வந்துவிடுகிறேன்' என்ற அருணிமா கெஞ்ச, 'இவள் சாகத்தான் போகிறாள்' என்ற நினைப்புடன் தலைமை ஷெர்பா, மற்றவர்களுடன் தன் பாதையில் நடந்தார். உச்சியை அடைய இன்னும் இரு மணி நேரங்களாவது எடுக்கும் என்ற நிலை. அருணிமாவிடம் ஆக்ஸிஜன் குறைந்து கொண்டிருந்தது.

குறிப்பிட்ட ஒரு பகுதியில் கயிறு பிடித்து ஒவ்வொரு வராகத்தான் ஏற வேண்டும். அங்கே பெரிய க்யூ. உலகத்தின் உச்சியில் டிராஃபிக் ஜாம். எப்படியோ அதைக் கடந்த அருணிமாவால் அதற்குமேல் நடப்பதே மிகச் சிரமமானதாக இருந்தது. கன்ச்சா கத்தினார். 'வா, திரும்பிவிடலாம். நானும் உன்னோடு சேர்ந்து சாக வேண்டியதுதான்.' இறுதி நம்பிக்கையான கன்ச்சாவும் அவநம்பிக்கை விதைக்க, அருணிமாவால் அழுகையைக் கட்டுப்படுத்த முடியவில்லை. கண்ணீர் மறுகணமே உறையுமளவுக்குக் கடுங்குளிர். அப்போது பச்சேந்திரி சொன்ன வார்த்தைகள் காதில் ஒலித்தன. 'இதுவரை கடந்து வந்த தூரத்தை நினை. கடக்க வேண்டிய தூரம் சுலபமானதாகத் தெரியும்.'

2013, மே 21. காலை 10.55. அருணிமா, உலகின் உச்சியான எவரெஸ்ட்டில் கால் பதித்தார் (29029 அடி). அதுவரை அனுபவித்த வலிகள் எல்லாம் வழிதவறிப் போயிருந்தன. சாதித்த திருப்தி. வாழ்க்கையை அர்த்தமாக்கிக் கொண்ட நிறைவு. மனம் சந்தோஷக் கூத்தாட இந்தியக் கொடியுடன் புன்னகை செய்தார். தான் எவரெஸ்ட் உச்சியை அடைந்ததை உலகுக்கு நிரூபிக்க, வீடியோ எடுத்துக் கொண்டார். 'அர்ப்பணிப்புடன் உழைத்தால் எதையும் சாதிக்கலாம்' - நம்பிக்கை வார்த்தைகள் பதித்தார்.

கன்ச்சா பதறினார். நேரம் கடத்தக் கடத்த ஆபத்துகள் அதிகம். இறங்க ஆரம்பிக்கும் முன், அங்கிருந்து நினைவாக கல் ஒன்றையும் எடுத்துக் கொண்டார் அருணிமா. ஏறுவதைவிட இறங்கும்போது பல மடங்கு அதிகக் கவனம் தேவை. பூமியின் உச்சிப் புள்ளியைத்

அண்டார்டிகாவில் அருணிமா

தொட்ட மிதப்புடன் அசால்ட்டாக இறங்கி, விபத்துக்குள்ளாகி இறந்து போகிறவர்கள் உண்டு. அப்படி ஓரிருவர் அந்தப் பாதையில், அணுகவே முடியாத பள்ளத்தில் விழுந்து உயிருக்குப் போராடிக் கொண்டிருந்ததை அருணிமாவும் கவனித்தார். 'ம், அங்கே பார்க்காதே. வந்து கொண்டே இரு.' கன்ச்சா எச்சரித்தார். வேறு வழியில்லை. அப்படித்தான் செய்தாக வேண்டும்.

அருணிமாவின் ஆக்ஸிஜன் சிலிண்டர் தீரப்போகும் நிலை. என் வெற்றியை உலகுக்கு அறிவிக்கும்முன் இறந்து விடுவேனா? துயரத்துடன் மூச்சுத் திணறலும் இணைந்த வேளையில், யாரோ ஒரு பயணி, அங்கே தான் பாதி உபயோகித்த ஆக்ஸிஜன் சிலிண்டரை கழற்றி வைத்திருந்தார். அருணிமாவுக்கு மூச்சு வந்தது. அடுத்த சில நாள்களில் வெற்றிகரமாக அடிவாரத்துக்கு வந்தார். அருணிமாவின் புகழ் இந்தியாவெங்கும் உச்சத்தில் ஒளிரத் தொடங்கியது.

எவரெஸ்ட் சாதனைக்குப் பின் அருணிமா அக்கடாவென அமர்ந்துவிடவில்லை. உலகிலிருக்கும் மீதி ஆறு கண்டங்களி லிருக்கும் ஆறு உயரமான சிகரங்களையும் தொட்டுவிட வேண்டுமென்று கிளம்பினார். ரஷ்யாவின் எல்பரஸ் சிகரம்,

ஆப்பிரிக்காவின் கிளிமாஞ்சாரோ, ஆஸ்திரேலியாவின் கொஸ்கியஸ்கோ, அர்ஜெண்டினாவின் அக்கோன்காகுவா, வட அமெரிக்காவின் டெனாலி ஆகிய சிகரங்களில் வெற்றிகரமாகக் கால் பதித்தார். உலகின் ஆறு சிகரங்கள் தொட்ட முதல் மாற்றுத்திறனாளி பெண் என்பதே மாபெரும் சாதனை. ஏழாவது சிகரம் அண்டார்டிகாவின் வின்சன் மாஸிப். அண்டார்டிகாவின் அசுரக்குளிரில், செயற்கைக் காலுடன், வின்சன் மலையில் ஏறுவது என்பது கற்பனைக்கும் அப்பாற்பட்டது. 2018-ல் அதிலும் ஏறி உலக சாதனை படைத்தார் அருணிமா. தன்னிகரற்ற சாதனைப் பெண்!

எவரெஸ்ட் சாதனைக்குப் பிறகு மீடியாவைச் சந்தித்தபோது அருணிமா உதிர்த்த வார்த்தைகள் அத்தனை உணர்வுபூர்வமானவை. அவரது வாழ்க்கையைச் சொல்பவை. 'அன்று இரவு தண்டவாளத்தில் இறப்பை, பேரிழப்பைத் தொட்ட நான், உலகின் உச்சியில் மீண்டும் புதிதாகப் பிறந்தேன்.'

காணொளிகள்

 எவரெஸ்ட்டை அடைய ரூட்மேப்

அருணிமா எவரெஸ்ட் ஏறிய அனுபவங்களை விவரிக்கும் உரை

 எவரெஸ்ட் சிகரத்தின் உச்சியில் அருணிமா

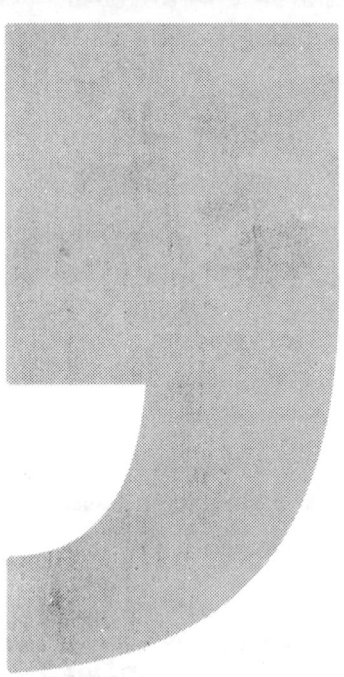

சிங்கம் என்பது
சொந்தம் கொண்டாடக்கூடிய பொருள் அல்ல.
அது உணர்வுள்ள ஓர் உயிர். அனைத்து
விலங்குகளுமே அன்புக்கு ஏங்குபவையே!

கெவின் ரிச்சர்ட்ஸன்
சிங்கங்களின் காப்பான்

1950-ல் உலகத்தில் இருந்த சிங்கங்களின் எண்ணிக்கை சுமார் நான்கு லட்சம். 1990-ல் உலகத்தில் இருந்த சிங்கங்களின் எண்ணிக்கை சுமார் ஒரு லட்சம். இன்று உலகத்தில் மீதமிருக்கும் சிங்கங்களின் எண்ணிக்கை சுமார் இருபதாயிரத்துக்கும் கீழ். காட்டு ராஜா, கம்பீரத்தின் அடையாளம், மிடுக்குடன் வேட்டையாடும் அபாய விலங்கு... இவையெல்லாம் சிங்கத்தின் 'முன்னாள்' அடையாளங்கள். அய்யோ பாவம், அந்தோ பரிதாபம், ப்ளீஸ், யாராவது என்னைக் காப்பாத்துங்களேன் என இந்த நூற்றாண்டு சிங்கங்கள் மானசீகமாக, கொடூர மனிதர்களின் முன் மண்டியிட்டுக் கெஞ்சிக் கொண்டிருப்பது இன்றைய நிஜம். அந்த அப்பாவி ஆப்பிரிக்கச் சிங்கங்களின் ஆபத்பாந்தவர், சிங்கங்களுக்காகவே தன் வாழ்க்கையை அர்ப்பணித்துக் கொண்டிருக்கும் ஜீவகாருண்யர் - கெவின் ரிச்சர்ட்ஸன் (Kevin Richardson).

இவர் சிங்கங்களின் மனிதர் - சிங்க மனிதர்.

தென் ஆப்பிரிக்காவின் ஜோகன்ஸ்பர்கில் 1974-ல் ஒரு நடுத்தரக் குடும்பத்தில் பிறந்தவர். அங்கே ஆரஞ்ச் குரோவ் என்ற பகுதியில் கெவினின் பால்யம் ஆரஞ்சு மரங்களுடன் கழிந்தது. தாய் பாட்ரீசியாவுக்கு வங்கியில் பணி. தந்தை பீட்டருக்கு மருந்து தயாரிக்கும் நிறுவனத்தில் வேலை. ஓர் அண்ணன், இரு அக்காக்கள், நான்காவதாக கெவின். கிழிந்த சட்டையில் தையல்போல் சிறுவயதிலேயே கெவினின் உடம்பில் பல்வேறு இடங்களில் தையல்கள். 'இவன் உடம்பைத் தைக்கிறதுக்கு நீங்க வீட்லயே ஒரு தையல் மிஷின் வாங்கி வைச்சுக்கோங்க' என டாக்டரே ஒருமுறை சலித்துக் கொண்டார். அவ்வளவு சேட்டை. ரிமோட் கார் வாங்க வேண்டுமென்பது கெவினின் சிறுவயது பெருங்கனவு. பலநாள் அவன் சேர்த்து வைத்த காசுக்கு காரும் ரிமோட்டும் வயரால் இணைக்கப்பட்ட சுமார் பொம்மைதான் கிடைத்தது. ஏமாந்து போனான். அப்போது, அவனது தந்தை ஆதரவின்றி தெருவில் திரிந்த பூனைக்குட்டி ஒன்றை வீட்டுக்கு எடுத்து வந்தார். ரிமோட் கட்டுப்படுத்தும்

காரைவிட, சுதந்தரமாக அங்குமிங்கும் துள்ளித் திரியும் பூனைக் குட்டியை அவனுக்கு மிகவும் பிடித்துப் போனது. டைகர் எனப் பெயரிட்டான். அது அவனது முதல் செல்லப்பிராணி.

பீட்டரும் பாட்ரீசியாவும் குடும்பச் செலவுகளைச் சமாளிக்கவே திணறினர். ஆக, குழந்தைகளுக்கு விதவிதமான விளையாட்டுச் சாமான்கள் வாங்கித் தரவோ, அவர்களை வெளியிடங்களுக்கோ, சுற்றுலாவுக்கோ அழைத்துச் செல்லவோ இயலவில்லை. பீட்டர் மாற்று உபாயம் செய்தார். பூனைக்குட்டிகள், நாய்க்குட்டிகள், தொட்டி மீன்கள், வண்ணக்கிளிகள், கொஞ்சும் புறாக்கள், வளர்ப்புப் பாம்புகள், எழில்மிகு எலிகள், ஆதரவு தேடி வந்த பிற உயிரினங்கள் என 'செல்லங்களால்' வீட்டைச் சிறு சரணாலய மாக்கினார். அவற்றைக் கவனிப்பதிலேயே குழந்தைகள் நேரத்தைச் செலவிட்டனர். ஆகவே, வீட்டை விட்டு வெளியில் போக முடியாத நிலை. கெவினுக்குள் 'ப்ளூ கிராஸ் பிரியம்' வளர்ந்தது இவ்விதமே.

தன் குறும்புகளால் 'பேட் பாயாக' திரிந்த கெவின், பறவைகள் மீதான காதலால் அந்தப் பகுதியின் 'பேர்ட் பாயாக' மாறிப்போனான். விதவிதமான பறவைகளுக்கென பெரிய கூண்டுகள் அமைத்துக் கொடுத்தான். பாட்ரீசியா எவ்வளவோ சொல்லியும் கேட்காமல், பல நாள்கள் அந்தக் கூண்டுகளுக் குள்ளேயே பறவைகளுடன் தங்கினான், தூங்கினான். அவனது பன்னிரண்டாவது வயதில் ஒருநாள், பீட்டரின் உயிரற்ற கூடு மட்டும் வீட்டுக்குக் கொண்டு வரப்பட்டது. அதிகக் குடி, உயிரைக் குடித்திருந்தது.

தந்தையின் இறப்புக்குப் பின் குடும்பத்தில் தள்ளாட்டம் அதிகமானது. அரை மனத்துடன் பறவைகளைத் திறந்து விட்டார் கெவின். ஏதாவது ஒரு டிகிரி படித்து முடித்து வேலைக்குச் சென்றே ஆக வேண்டிய நிலை. கெவின், விலங்கியலைத் தேர்ந்தெடுத்தார். ஆனால், பாடத்திட்டம் பிடிக்காமல் மூன்றாவது வருடத்தில் அதைக் கைவிட்டார். பிறகு உடல் இயங்கியலையும், உடற்கூறியலையும் படித்த கெவின், பிசியோதெரபிஸ்ட்டாகப் பணியாற்றத் தொடங்கினார். விலங்குகள் சார்ந்த ஒரு தொழிலில் ஈடுபட வேண்டுமென அவர் திட்டமிடவில்லை. ஆனால், அப்படியொரு வாய்ப்பு

வந்தது. ஜோகன்ஸ்பர்கின் புகழ்பெற்ற 'லயன் பார்க்'கில் சிங்கக் குட்டிகளைப் பராமரிக்கும் வேலை. விலங்கியலில் ஆர்வம் கொண்ட கெவினது மனம், அந்த வேலைக்கு ஒப்புக் கொண்டது.

டாவோ, நெப்போலியன் என்ற ஆறு மாத சிங்கக்குட்டிகள் கெவின் பராமரிப்பில் வந்தன. அவற்றை முதன்முதலில் பார்த்த நொடியிலேயே, ஏனோ தெரியவில்லை - கெவினுக்குள் அளவில்லா பாசம். அந்தச் சிங்கங்களின் ஸ்பரிசம், அன்பான பார்வை, செல்லக் கடி, கொஞ்சலுடன் நா வருடல்... கெவின், டாவோ, நெப்போலியன் - மூவருமே பிரிக்க முடியாத நண்பர்கள் ஆனார்கள். அந்தச் சிங்கங்கள் வளர்ந்து பெரிதானாலும் கெவின், தன் பாதுகாப்புக்காக அவற்றிடமிருந்து விலகிப் போகவில்லை. நெருக்கம் மேலும் அதிகமானது. வளர்ந்த சிங்கங்களைக் கட்டுப்படுத்தும் பயிற்சியாளர்கள், கையில் கம்பு, சாட்டை, பெப்பர் ஸ்பிரே என ஏதாவது ஓர் ஆயுதத்தைக் கையில் வைத்திருப்பார்கள். கெவின், ஆரம்பம் முதலே ஆயுதங்களை நாடவே இல்லை. பரிசுத்த அன்பே பலமான ஆயுதம் என்று மனதார நம்பினார். அப்படியே மேலும் சில சிங்கங்களுடனும் பழக ஆரம்பித்தார்.

சிங்கங்கள் மேல் ஏறி அமர்வது, அவற்றின் பிடரியை, அடிவயிற்றைத் தடவிக் கொடுப்பது, முத்தம் கொஞ்சுவது, அவற்றுடனேயே உறங்குவது, அவற்றுக்குப் புரியும்படியாக நட்புமொழி பேசுவது, அவற்றின் வாயில் கையை நுழைத்து, பற்களைப் பிடித்து விளையாடுவது, கட்டிப்புரண்டு உருள்வது... அந்த உணர்வுபூர்வமான செயல்பாடுகளால், அவர் பழக்கிய சிங்கங்கள், கெவினைத் தங்களில் ஒருவராக மட்டுமே பார்த்தன. கோரப்பற்கள், முக்கியமாக கூரிய நகங்கள் கொண்ட வலுவான பாதங்கள், ஒப்புக்கு அடித்தாலே ஒன்றரை டன் வெயிட்... ஓங்கி அடித்தால் கேட்கவே வேண்டாம். ஆனால், கெவின் எதற்கும் துளியும் பயப்படவில்லை.

கெவினின் சிங்க விளையாட்டுகளைக் காண்பதற்கென்றே லயன்ஸ் பார்க்கில் கூட்டம் அதிகரித்தது. கெவின், நட்சத்திரமாக ஜொலித்தார். வாழ்க்கை சந்தோஷமாக நகர்ந்தது. ஆனால், வளர்க்கப்படும் சிங்கங்களின் வருங்காலம் குறித்த சில அப்பட்டமான உண்மைகள் தெரிய வந்தபோது துடிதுடித்துப் போனார் கெவின். தன்னுயிர் டாவோவுக்கும்

‘சிங்கங்கள் ஆபத்தானவையே!’

கெவின், சிங்கங்களுடன் பழகுவது என்பது எந்த நொடியும் அவரது உயிருக்கு ஆபத்தானதே. அந்தப் பெரிய மிருகத்தின் செல்லக் கடியும், அன்பான அரவணைப்புமேகூட கெவினை அபாயத்தில் தள்ளலாம் என்ற விமரிசனம் எழுவது உண்டு. அதற்கு கெவினின் பதில், ‘இது சர்க்கஸ் வித்தையல்ல. எனக்கும் என் சிங்கங்களுக்குமான புரிதல். சிங்கங்கள் என் மீது வைத்திருக்கும் நம்பிக்கை. இது ஆபத்தற்றது என்று சொன்னால் எனக்கு மனநிலை சரியில்லை என்றே அர்த்தம். இதில் உள்ள அபாயங்களை முற்றிலும் உணர்ந்தவன் நான். ஒரு வயதுக்குக் குறைவான குட்டியாக இருக்கும் போதிலிருந்தே இவற்றுடன் நான் பழக ஆரம்பித்துவிடுகிறேன். அப்படி நான் பழகியிராத அந்நிய சிங்கங்களை நெருங்க மாட்டேன். தவிர, நினைத்த நேரத்திலெல்லாம் என் சிங்கங்களை நான் கொஞ்சுவதில்லை. அவை நல்ல மனநிலையில் இருக்கின்றன என்று தெரிந்தால் மட்டுமே நெருங்குவேன். நான் வளர்க்கும் ஒவ்வொரு சிங்கம் குறித்த, ஒவ்வொரு விஷயமும் எனக்கு அத்துப்படி. அவற்றைக் கோபப்படுத்தும் எரிச்சலூட்டும் எந்தவொரு விஷயத்தையும் செய்துவிடாமல் கவனமாகவே பழகுகிறேன். என் பிரிய சிங்கங்கள்தாம் என்றாலும், அவை அதிகம் ஆபத்தானவை என்பதும் எனக்குத் தெரியும். தயவுசெய்து என்னைப்போல் யாரும் முயற்சி செய்ய வேண்டாம் என்பதே என் வேண்டுகோள்.’

நெப்போலியனுக்கும்கூட அதே கதிதான் ஏற்படும் என்று உணர்ந்த போது உடைந்துபோனார். தகிக்கும் அந்த உண்மைகளை இங்கே நாமும் தெரிந்துகொள்வது வசதி.

உலகில் இந்தியாவிலும் ஆப்பிரிக்காவிலும் மட்டுமே சிங்கங்கள் உண்டு. அதிலும் ஆப்பிரிக்கக் கண்டம் சிங்கங்களின் சொர்க்கம். சிங்கங்களை நிஜ சொர்க்கத்துக்கே அனுப்பி வைக்கிறோம் என உலகமெங்குமிருந்து கிளம்பி வரும் வேட்டைக்காரர்களால், கடந்த நூற்றாண்டிலிருந்து ஆப்பிரிக்கா, சிங்கங்களின் நரகமாக மாறிவிட்டது. குறிப்பாக தென் ஆப்பிரிக்கா. உலகில் வளர்ப்புச் சிங்கப் பண்ணைகள் கொண்ட ஒரே நாடு அதுவே. தென் ஆப்பிரிக்காவில் மட்டும் 160-க்கும் மேற்பட்ட சிங்கப் பண்ணைகள் இருக்கின்றன. அந்தப் பண்ணைகளின் உயரிய நோக்கமாக விளம்பரப்படுத்தப்படுவது - 'நாங்கள் சிங்கங்களின் எண்ணிக்கையை அதிகரிக்கவே இவற்றை நடத்துகிறோம்.'

ஒரு வகையில் இது உண்மைதான். 2001 சமயத்தில் சுமார் 2000 சிங்கங்கள் பண்ணைகளில் இருந்தன. தற்போது சுமார் 6000 சிங்கங்கள் பண்ணைகளில் இருக்கின்றன என்கிறது ஒரு புள்ளி விவரம். ஆனால், அந்தச் சிங்கங்கள் என்ன நோக்கத்திற்காக, எந்த விதத்தில் வளர்க்கப்படுகின்றன என்பதுதான் முக்கியமானது. பண்ணைகளில் வளர்க்கப்படும் பெண் சிங்கங்கள் வலுக் கட்டாயமாக அதிகமுறை கர்ப்பம் தரிக்க வைக்கப்படுகின்றன. குட்டிகள் ஈன்ற ஒரு மணி நேரத்திற்குள்ளாகவே, தாயிடமிருந்து அவற்றைப் பிரித்து விடுகிறார்கள். காரணம், குட்டிகளுடன் தாய் இருந்தால் அதற்கு மீண்டுமொரு முறை கர்ப்பம் தரிக்கும் மனநிலை வராது என்பதால். ஆக, பெண் சிங்கங்கள் குட்டிகள் ஈன்று கொடுக்கும் எந்திரங்களாக மட்டுமே பார்க்கப்படுகின்றன.

தாயின் நேசம், தாய்ப்பால் வாசம்கூட அறியாத அந்தச் சிங்கக் குட்டிகள், சிங்கங்களுக்குரிய கம்பீர குணங்கள் ஏதுமின்றி, மனிதர்களின் செல்லப் பிராணிகளாக கூண்டுகளில் வளர்க்கப் படுபவை. அந்தப் பண்ணைகளுக்கு வரும் சுற்றுலாப் பயணிகள், சிங்கக் குட்டிகளோடு கொஞ்சிக் குலவலாம், ஓடி விளையாடலாம், அவற்றுக்குப் பாலூட்டித் தாலாட்டலாம்... கேட்கும் காசைக் கொடுத்துவிட்டு எல்லாம் செய்யலாம். அப்படி, சுற்றுலாப் பயணிகளால் சிங்கக்குட்டிகள் துன்புறுத்தப்படுவதே அநேகமாக நடக்கிறது. தாயின் அரவணைப்பின்றி, மன அழுத்தத்துடன், செயற்கையான சூழலில் போதிய பராமரிப்பின்றி வளர்க்கப்படும்

இந்தச் சிங்கக்குட்டிகள், பெரும்பாலும் தங்களது இரண்டு வயதிற்குள்ளாகவே இறந்துபோவதும் உண்மை.

அப்படித் தப்பிப் பிழைத்து பருவம் அடையும் சிங்கங்கள், அடுத்ததாக இன்னொரு பண்ணைக்கு இடம் மாற்றப்படுகின்றன. வேட்டையாடப்படுவதற்காக. ஒன்றும் வேண்டாம், கூகுளில் Lion Hunting South Africa என்று தட்டினால் போதும். 'நல்ல அழகான பிடரியுள்ள ஆண் சிங்கங்கள் நியாயமான கட்டணத்தில் வேட்டையாட ஏற்பாடு செய்து தரப்படும்' என்னும்படியாக ஏகப்பட்ட தளங்கள் விரியும். ஆம், தென் ஆப்பிரிக்காவில் சிங்க வேட்டை என்பது அரசால் சட்டபூர்வமாக அங்கீகரிக்கப்பட்ட ஒன்று. ஆகவே, சிங்கப் பண்ணைகள் செழித்துக் கிடக்கின்றன. சிங்கங்களை மூலதனமாகக் கொண்டு மில்லியன் டாலர்களில் வியாபாரம் ஆஹோ ஓஹோ.

உலகமெங்கும் இருந்து சிங்க வேட்டைக்கென சுற்றுலாப் பயணிகள் தென் ஆப்பிரிக்காவுக்கு விமானம் ஏறுகிறார்கள். அதில் பாதிக்கும் மேற்பட்டோர் அமெரிக்கர்கள். சுமார் $12000 முதல் $58000 வரை சிங்கத்தின் அளவிற்கேற்ப ரேட் மாறுபடும். பெண் சிங்கம் இருப்பதிலேயே விலை குறைவு. பிடரியுள்ள ஆண் சிங்கம் என்றால் ரொம்ப அதிகம். அதுவும் வெள்ளைச் சிங்கம் என்றால் செம காஸ்ட்லி.

கருணையுள்ளம் கொண்ட தென் ஆப்பிரிக்க அரசு சிங்க வேட்டைக்கு சில நிபந்தனைகளை மட்டும் விதித்துள்ளது. வேட்டையாடப்பட வேண்டிய சிங்கத்துக்கு மயக்க மருந்து கொடுக்கக் கூடாது. கூண்டுக்குள் அடைத்து வைத்தோ, பிற சிங்கங்களின் அருகில் வைத்தோ வேட்டையாடக் கூடாது. இப்படி இன்னும் சில நிபந்தனைகள். மற்றபடி, சுற்றுலாப் பயணிகளின் சந்தோஷமே எங்களுக்கு முக்கியம். சிங்கத்தை, எவ்வளவு அசிங்கப்படுத்திக் கொன்றாலும் பிரச்னையில்லை.

நடப்பதும் அதுவே. தேர்ந்தெடுக்கப்பட்ட சிங்கம், வேட்டைக் காகக் குறிப்பட்ட சில நாள்களுக்கு முன்பாகத் திறந்து விடப் படும். வேலிகளால் சூழப்பட்ட, புதர்கள் நிறைந்த சில ஹெக்டேர் பரப்பளவு பகுதியில் உலவும். வேட்டை நாளில் மனிதர்கள்,

சிங்கத்தைத் தேடி அந்தப் பகுதிக்குள் துப்பாக்கிகளுடன் நுழைவார்கள் (காரில் அல்லது நடந்து). சிங்கத்தைக் கண்டுபிடித்து பாதுகாப்பான தூரத்தில் அதைப் பின் தொடருவார்கள். கூண்டுக்குள் ஏகப்பட்ட மனிதர்களைப் பார்த்துப் பழகிய பண்ணைச் சிங்கத்துக்கு, இந்த வேட்டைக்காரர்களைப் பார்த்தாலும் பாயவோ, பதறவோ தெரியாது. மனிதர்கள் தன்னை ஒன்றும் செய்ய மாட்டார்கள் என்றே நம்பி நிற்கும். துப்பாக்கி வெடிக்கும். பழகிய ஒரு சிலர் ஒழுங்காகச் சுட்டுவிடுவார்கள். ஒரே தோட்டாவில் உயிர் காலி. சிலர் சுடத் தெரியாமல் நாலைந்து தோட்டாக்களை பயன்படுத்துவர். எங்கெங்கோ குண்டுகள் பாய்ந்து துடிதுடித்து, சில மணி நேரம் வதைப்பட்டு சிங்கம் இறக்கும். அதுவும் சிங்கத்தின் முகத்தில் சுட்டுவிடக்கூடாது என்பதிலும் கவனமாக இருப்பர். காரணம், அந்தச் சிங்கத்தை 'பாடம்' செய்து Trophy-ஆக எடுத்துச் செல்ல வேண்டுமல்லவா. முதல் தோட்டா பாய்ந்தவுடன் தப்பிச் செல்லும் சில சிங்கங்கள், சில நாள்கள் எங்காவது மறைந்து கிடந்து, வலியாலும் காயத்தாலும் கொஞ்சம் கொஞ்சமாக வதைபட்டு இறந்துபோவதும் உண்டு. சிலர், அம்புகளால் சிங்கத்தை வதைத்துக் கொல்வதும் உண்டு. இந்த விதத்தில் தினமும் குறைந்தது இரண்டு சிங்கங்களாவது தென் ஆப்பிரிக்கப் பண்ணைகளில் வேட்டையாடப்படுகின்றன.

இப்படி 2001 தொடங்கி 2011 வரையிலான காலகட்டத்தில் தென் ஆப்பிரிக்காவிலிருந்து ஏற்றுமதியான 'பாடம்' செய்யப்பட்ட சிங்கங்களின் அதிகாரபூர்வ எண்ணிக்கை ஏறத்தாழ 5892. கணக்கில் வராதவை இன்னும் சில நூறுகள் / ஆயிரங்கள் இருக்கலாம். காண்டாமிருகம், சிறுத்தை உள்ளிட்ட பிற விலங்குகளின் எண்ணிக்கை தனி என்கிறது ஒரு புள்ளிவிவரம். தவிர, வேட்டையாடப்பட்ட சிங்கத்தின் கறிக்கு தனி சந்தை மதிப்புண்டு. சிங்கங்களின் எலும்புகள் ஆசியக் கண்டத்துக்கு (குறிப்பாக சீனாவுக்கு) அனுப்பி வைக்கப்படுகின்றன. Tiger Bone Wine என்ற புலியின் எலும்பில் இருந்து தயாரிக்கப்படும் மருந்து சீனாவில் பாரம்பரியமானது. குறிப்பாக அந்தரங்க விஷயங்களுக்கு அலாதியானது. புலிகளின் எண்ணிக்கை வெகுவாகக் குறைந்துவிட்டதும், சீனாவில் Lion Bone Wine தயாரிப்பு பிரபலமாகிவிட்டது. இதன் வியாபார மதிப்பும் மில்லியன்களின்.

ஆக, சிங்கங்கள் தென் ஆப்பிரிக்காவின் பெருமைமிகு அடையாளம் எல்லாம் இல்லை. வணிக மதிப்புள்ள வெறும்

வியாபாரப் பொருளே என்று கெவின் தெளிவாக உணர்ந்து கொண்ட சமயத்தில்தான் அந்த முடிவை எடுத்தார். தான் வளர்த்த டாவோ, நெப்போலியன் உள்ளிட்ட செல்லச் சிங்கங்கள் ஒவ்வொன்றையும், வேட்டையாடப்படுவதிலிருந்து பாதுகாக்க வேண்டும். அதற்கு ஒரே வழி, அந்தச் சிங்கங்களை எல்லாம் கெவின் விலை கொடுத்து வாங்க வேண்டும். பிறகு, காட்டிலும் விட முடியாது. வளர்ப்புச் சிங்கங்களுக்கு வன வாழ்க்கைச் சரிப்பட்டு வராது. வேட்டையாடத் தெரியாது. மற்ற ஆபத்துகளையும் சமாளிக்கத் தெரியாது. இன்னும் பல சிக்கல்கள் உண்டு. ஆக, கெவினே தனியாக ஒரு சரணாலயம் அமைத்து, சிங்கங்களை வளர்க்க முடிவெடுத்தார். பணத்துக்கு, இடத்துக்கு எங்கே போவது? கெவின் விக்கித்து நின்ற வேளையில், ரோட்னி என்ற நல்ல நண்பர் கைகொடுத்தார்.

ரோட்னியின் உதவியுடன் ஜோகன்ஸ்பர்கிலிருந்து 35 மைல் தொலைவில் Broederstroom என்ற இடத்தில் 2000 ஏக்கர் பரப்பளவில் சரணாலயம் (Kevin Richardson Wildlife Santuary) அமைத்தார் கெவின். புல்வெளியும் புதர்களும் மரங்களும் நிறைந்த பகுதி. டாவோ, நெப்போலியன் உள்ளிட்ட பல சிங்கங்கள், புதிய பாதுகாப்பான வீடு கிடைத்ததில் சந்தோஷமாக கர்ஜித்தன. எல்லாம் சரி,

காட்டு ராஜாவின் பதிவுகள்

❖ கெவின், சிங்கங்களுடனான தனது உறவை விளக்கும் Part of the Pride: My Life Among the Big Cats of Africa என்ற புத்தகத்தை எழுதியுள்ளார். Dangerous Companions, In Search of a Legend, The Lion Ranger Series உள்ளிட்ட பல டாகுமெண்ட்ரிகள் கெவினின் பண்ணையில் வளரும் சிங்கங்கள் கொண்டு எடுக்கப் பட்டிருக்கின்றன. African Safari 3D

சிங்கங்களுக்கான உணவு, பராமரிப்பு, பணியாளர்களுக்கான சம்பளம் உள்ளிட்ட பல விஷயங்களுக்கும் சேர்த்து மாதச் செலவு சுமார் $50000 தேவைப்படும். அதற்கென்ன செய்வது?

கெவின் தடுமாறத்தான் செய்தார். பின் சிங்கங்களை எந்த விதத்திலும் துன்புறுத்தாமல், அவற்றைக் கொண்டே சம்பாதிக்கும் வழிமுறைகளை யோசிக்க ஆரம்பித்தார். சிங்கங்கள் கொண்டு டாகுமெண்ட்ரி தயாரிக்கும் நிறுவனங்களை வரவேற்றார். சிங்கங்களோடு தான் ஒட்டி உறவாடிப் பழகுவதை, பொதுமக்களும் பார்க்கும் வசதிகளை ஏற்படுத்திக் கொடுத்தார். தன்னோடு பணி செய்ய தன்னார்வலர்களை வரவேற்றார். அடுத்த கட்டமாக தான் வளர்த்து வந்த 'தோர்' என்ற வெள்ளை ஆண் சிங்கத்தை நாயகனாகக் கொண்டு White Lion என்ற படத்தையும் தயாரித்தார். தனித்து விடப்படும் ஒரு வெள்ளைச் சிங்கக்குட்டி, தன் பலம் உணர்ந்து கம்பீரத்துடன் காட்டுராஜாவாகத் தலைநிமிரும் கதை. சுமார் ஐந்து வருடங்கள், தோர் வளர வளர அதன் போக்கிலேயே நிதானமாக, பொறுமையாக எடுக்கப்பட்ட அந்தப் படம் 2010-ல் வெளியாகி, பரவலான வரவேற்பைப் பெற்றது.

தோர், சிறுவயதிலிருந்தே கெவினால் வளர்க்கப்பட்டவனே. ஒருநாள், படப்பிடிப்புச் சமயத்தில் ஒரு விஷயத்தைச் செய்யச்

என்ற படத்தில், காட்டில் விலங்குகளைச் சுற்றிக் காட்டும் கைடாக நடித்திருக்கிறார் கெவின்.

❖ *கெவினின் மனைவி மாண்டி, சரணாலயத்தை நிர்வகித்து வருகிறார். இவர்களுக்கு இரண்டு குழந்தைகள். தனக்குப் பிறந்த குழந்தைகளைக் கையில் முதன் முதலில் ஏந்திய தருணத்துக்கு ஒப்பாக இன்னொரு தருணமும் கெவினுக்கு வாய்த்திருக்கிறது. அவர் வளர்க்கும் பெண் சிங்கம் ஒன்று குட்டிகள் ஈன்றிருந்தது. கெவின் அவற்றைப் பார்க்கச் சென்றார். அந்தத் தாய்ச் சிங்கம், தன் குட்டியொன்றை கெவினிடம் அன்பாகத் தூக்கிக் கொடுத்த கணத்தில் நெகிழ்ந்து மகிழ்ந்தார் கெவின்.*

சொல்லி கெவின், தோரைக் கட்டாயப்படுத்த வேண்டியதாயிற்று. கோபமடைந்த தோர், தன் முன்னங்கால்களால் தாக்க கெவினின் தாடையில் காயம். தவறு தன் மீதுதான் என்றுணர்ந்த கெவின், மிகவும் வருந்தினார். தோர், அதற்குப் பிறகு கெவினை தன்னுடன் சேர்த்துக் கொள்ளவில்லை. அவன் கோபம் தணிய மூன்று வருடங்கள் பிடித்தன.

பின்பு ஒருநாள் பழைய பாசத்துடன் மீண்டும் கெவினைத் தழுவிக் கொண்டான் தோர். இருவரும் யாருமற்ற புல்வெளியில் நீண்ட நேரம் அமர்ந்திருந்தனர். ஆம், மனிதர் உணர்ந்துகொள்ள இது மனித நட்பு அல்ல... அதையும் தாண்டிப் புனிதமானது. 'தோர்' என்றால் நோர்ஸ் இன மக்களின் இடி, மின்னல்களின் கடவுள் என்று பொருள். 2013-ன் கிறிஸ்துமஸுக்கு சில தினங்கள் முன்பாக, மின்னல் தாக்கி இறந்து போனான் தோர். கெவின், தன் வாழ்வின் அதிகபட்சமாக அழுத தருணம் அதுவே.

அதேபோல, இன்னொரு பெண் சிங்கம் விஷப்பாம்பு கடித்து இறந்தபோதும் வருந்தி அழுதார் கெவின். அவரது வாழ்க்கையில் சிங்கங்களுக்கே எப்போதும் முன்னுரிமை. அவை ஒழுங்காக உண்ணவில்லையா, உடலில் காயமா, நோய்வாய்ப் பட்டிருக்கிறதா என்று ஒவ்வொன்றையும் பார்த்துப் பார்த்துப் பராமரிப்பதே தலையாய கடமை. ஓர் ஆண் சிங்கம், சில பெண் சிங்கங்கள், குட்டிகள் என குழுவாக வாழ்வது சிங்கங்களின் இயல்பு. குழுவுக்குள் அந்நிய சிங்கம் ஒன்று நுழைய முடியாது. ஆனால், வெவ்வெறு இடங்களிலிருந்து வந்த சிங்கங்களை ஒரே குழுவாகப் பழகச் செய்து, நட்பு பாராட்ட வைக்கு மளவுக்கு கெவின் திறமையானவர். இவ்விதமாக அவர் தனது சரணாலயத்தில் முப்பத்தைந்துக்கும் மேற்பட்ட சிங்கங்களைப் பராமரித்து வருகிறார். தவிர சிறுத்தை, கருஞ்சிறுத்தை, கழுதைப்புலி என வேறு சில உயிரினங்களையும் வளர்த்து வருகிறார். 2015-ல் கெவினின் சரணாலயம் Pretoria என்ற இடத்துக்கு அருகே மாற்றப்பட்டது.

தென் ஆப்பிரிக்காவின் சிங்கப் பண்ணைகள், சிங்க வேட்டை குறித்து கெவின் சொல்லும் பல்வேறு உண்மைகள் கசப்பானவை. 'சிங்கப் பண்ணைகளில் குட்டிகள் வளர்ந்தபின், நல்ல வசதியுள்ள

கெவின் சரணாலயத்தில் சுற்றுலாப் பயணிகள்

பிற பண்ணைகளுக்கு அனுப்பி வைக்கிறோம் என்று பண்ணை யாளர்கள் சொல்கிறார்கள். அப்படி ஒரு நல்ல பண்ணை இங்கு கிடையவே கிடையாது. வளர்ந்த சிங்கங்களைப் பராமரிக்கச் செலவு அதிகம். அவை வேட்டைக்காரர்களுக்கு விருந்து படைக்க மட்டுமே வளர்க்கப்படுகின்றன. காட்டில் வாழும் சிங்கங்களைப் பாதுகாக்கவே பண்ணைச் சிங்கங்களை வேட்டையாடுகிறோம் என்று வேட்டைக்காரர்கள் சொல்கிறார்கள். ஆனால், கடந்த 20 வருடங்களில் காட்டுச் சிங்கங்கள் சுமார் 80 சதவிகிதம் அழிக்கப்பட்டிருக்கின்றன. சீனாவில் பண்ணைச் சிங்கங்களின் எலும்புகளைவிட, காட்டுச் சிங்கங்களின் எலும்பு களுக்குத்தான் மதிப்புண்டு. அதற்காகவும் அவை வேட்டை யாடப்படுகின்றன.'

தென் ஆப்பிரிக்காவின் சிங்கப் பண்ணைகளை மூட வேண்டும், பண்ணை வேட்டையைத் தடை செய்ய வேண்டும், பாடம் செய்யப்பட்ட விலங்குகள் தங்கள் நாட்டுக்குள் இறக்குமதி யாவதை பிற நாடுகள் அனுமதிக்கக் கூடாது என்ற கோரிக்கை களுடன் பல்வேறு அரசு சாரா அமைப்புகள் போராடி வருகின்றன. இதற்காக சர்வதேச அளவில் விலங்கு ஆர்வலர்கள் குரல் எழுப்பி வருகிறார்கள். கெவினும் அதில் முக்கியமானவர். தன் அன்பான நடவடிக்கைகள் மூலம் சிங்கத்தை மனிதர்கள்

நேசிக்க வேண்டும், கொல்லக் கூடாது என்று வலியுறுத்தும் கெவின், அதற்காகப் பல்வேறு இடங்களுக்குச் சென்று குரல் கொடுத்தும் வருகிறார்.

சிங்க வேட்டைக்கெதிரான போராட்டங்களுக்கு தென் ஆப்பிரிக்க அரசு செவி சாய்ப்பதாக இல்லை. இந்த வேட்டை வெறி தொடர்ந்தால், அடுத்த பத்தாண்டுகளுக்குள்ளாக ஆப்பிரிக்கக் கண்டத்தில் எங்கும் சிங்கங்களே இல்லாமல்கூட போகலாம். அப்போதும்கூட கெவினின் பண்ணையில் மட்டும் ஆப்பிரிக்காவின் கடைசி தலைமுறை சிங்கங்கள் கர்ஜித்துக் கொண்டிருக்கும்.

காணொளி

 சிங்கம் வேட்டையாடப்படும் வீடியோ

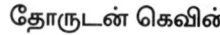 தோருடன் கெவின்

 சிங்கங்களுடன் கால்பந்து விளையாடும் கெவின்

Living with Lions Documentary

 குட்டியை கெவினிடம் கொடுக்கும் தாய் சிங்கம்

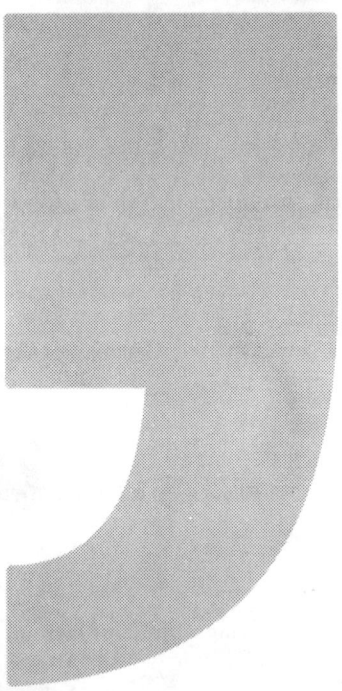

துணிச்சலுடன் முடிவெடுங்கள்.
தவறுகள் செய்யத் தயங்காதீர்கள்.
அவையே உங்களை முழுமையாக்கும்.

ஏஞ்சலினா ஜோலி

பேரன்பு மனுஷி

'இவளெல்லாம் ஒரு மனுஷியா?' என்ற ஒரு துருவ உணர்வுக்கும், 'இவதான்யா மனுஷி!' என்ற எதிர்த் துருவ உணர்வுக்கும் இடையே வார்த்தைகளால் பாலம் அமைத்து வாசித்துக் கொண்டே சென்றால் ஹாலிவுட் சூப்பர் ஸ்டாரினி ஏஞ்சலினா ஜோலியைத் தெளிவாக உணர்ந்து கொள்ளலாம். தறிகெட்டுத் திரிந்த கவர்ச்சிப் புயல், ஒரு கட்டத்தில் மனித நேயத்தில் மையம் கொண்டு தீராத பேரன்பையும் பெருங்கருணையையும் பொழியத் தொடங்கிய ஆச்சரிய வாழ்க்கை இது.

ஆஸ்கார் விருது வாங்கிய அமெரிக்க நடிகரான ஜோன் வோய்டுக்கும் (Jon Voight), அமெரிக்க நடிகையும் தயாரிப்பாளரு மான மார்ச்செலைனுக்கும் (Marcheline), *1975*, ஜூன் *4* அன்று லாஸ் ஏஞ்சல்ஸில் பிறந்த ஏஞ்சல், 'ஏஞ்சலினா ஜோலி' (Angelina Jolie). Dad என தன் மழலை மொழியில் ஏஞ்சலினா உச்சரிக்க ஆரம்பித்த காலத்திலேயே, தந்தை விவாகரத்து வாங்கிவிட்டு குடும்பத்தைப் பிரிந்துவிட்டார். தாய் மார்ச்செலைன் தன் மகளையும், மூத்தவன் ஜேம்ஸையும் தனியொருத்தியாக வளர்க்க ஆரம்பித்தார். பின் அவரது வாழ்வில் பில் என்ற காதலுரும் நுழைந்தார்.

சிறு வயதிலேயே 'இவ வேற மாதிரி' என்றுதான் திரிந்தாள் ஏஞ்சலினா. பாம்புகள் வளர்த்தாள். 'விளாமிதிர்' என்ற பெயரிடப்பட்ட ஓணான் அவளது செல்லம். பள்ளியில் தேவதைபோல உடையணிந்து பிற சிறுமிகள் நடனமாட ஆசைப்பட்டால், ரத்தக்காட்டேரி போல் உடையணிந்து ஆட விரும்பினாள் ஏஞ்சலினா. Kissy Girls என்ற 'கேங்'குக்கு பள்ளியில் ஏஞ்சலினாதான் தலைவி. யாராவது ஒரு சிறுவனை மடக்கி, அமுக்கி முத்தமழை பொழிந்தே அவனைக் கதறியழச் செய்வதில் அத்தனை ஆனந்தம்.

மார்ச்செலைன், தன் குழந்தைகளை அடிக்கடி சினிமாவுக்கு அழைத்துச் செல்வார். பரம்பரையில் பலரும் சினிமாக்காரர்கள். ஆக, ஏஞ்சலினா, ஜேம்ஸ் இருவரது மனத்திலும் சிறுவயதிலேயே

'நடிப்பு' ஆசை வேர்விட்டது. தவிர, ஏழாவது வயதிலேயே Lookin' to Get Out என்ற படத்தில் 'குழந்தை நட்சத்திரமாக' ஏஞ்சலினா அறிமுகம் கண்டாள். ஒரு கட்டத்தில் மார்ச்செலைன் குழந்தைகளுடனும், தன் காதலர் பில்லுடனும் நியு யார்க்குக் குடிபெயர்ந்தார். நடிப்புத் தாகத்துடன் இருந்த 11 வயது ஏஞ்சலினா, ஒரு தியேட்டர் குரூப்பில் நடிப்பு கற்க இணைந்தாள். பல்வேறு நாடகங்களில் மேடையேறினாள். ஆனால், டீன் ஏஜில் பள்ளி வாழ்க்கை கசந்தது. மிகவும் ஒல்லியான உடலமைப்புடன் பெரிய கண்ணாடி அணிந்து கொண்டு திரிந்த அவளை, சக மாணவர்கள் கேலி வார்த்தைகளால் துளைத்தனர். பள்ளி மாறினாள். 'நீ மாடல் ஆக முயற்சி செய்' என்றாள் மார்ச்செலைன். ஏஞ்சலினாவும் முயன்றாள். குள்ளமாகவும் வெளிறிய முகத்துடனும் அகலமான உதடுகளுடனும் இருந்த அவளை, மாடலிங் உலகம் முதுகில் எட்டி உதைத்துத் தள்ளியது.

தடுமாறும் வயது. தறிகெட்டுச் சிந்திக்கும் மனது. ஏஞ்சலினா தன்னுள் சாத்தானின் கொம்புகளைக் கூர்தீட்டத் தொடங்கினாள். படிப்பை வெறுத்தாள். ஊர் சுற்றுவது. 'மோஷிங்' என்ற முரட்டுத்தனமான கெட்ட ஆட்டங்களில் பங்கேற்பது. அப்புறம் போதை. 14 வயதில் முதல் பாய் ஃப்ரெண்ட். அதுவும் தாயின் அனுமதியுடன் தன் வீட்டில், தன் அறையிலேயே அவனையும் தங்க வைத்துக் கொண்டாள். ஒருவரை ஒருவர் விதவிதமாகத் துன்புறுத்தி பேரின்பம் காண்பது அவர்களுக்குப் பிடித்திருந்தது. குறிப்பாக கத்தியால் உடலைக் கீறிக் கொள்வது. வலியே ஆனந்தம். வலியே விடுதலை. வலியே வாழும் கலை.

ஒருநாள் கூரான கத்தியை அவனிடம் கொடுத்த ஏஞ்சலினா, தனது தாடைப் பகுதியில் வெட்டச் சொன்னாள். அவன் நடுங்கினான். தடுமாறினான். ஏஞ்சலினாவே கத்தியைப் பிடுங்கி தன்னைத் தானே... ம்ஹூம், அவளுக்கும் நடுக்கமாகத்தான் இருந்தது. இருந்தாலும், தற்கொலை எண்ணம் அடிக்கடி ஆக்கிரமித்தது. இன்னொரு பக்கம், ஈமச் சடங்குகள் செய்யும் வேலைக்காகப் படிக்கலாமா, பிணத்தைப் பதனிடப் பயிற்சி எடுக்கமாலா என்றெல்லாம் களமிறங்கினாள். எதிலும் மனம் நிலையாக இல்லை. அந்த பாய் ஃப்ரெண்ட் பயந்து விலகி ஓடினான்.

DISNEY

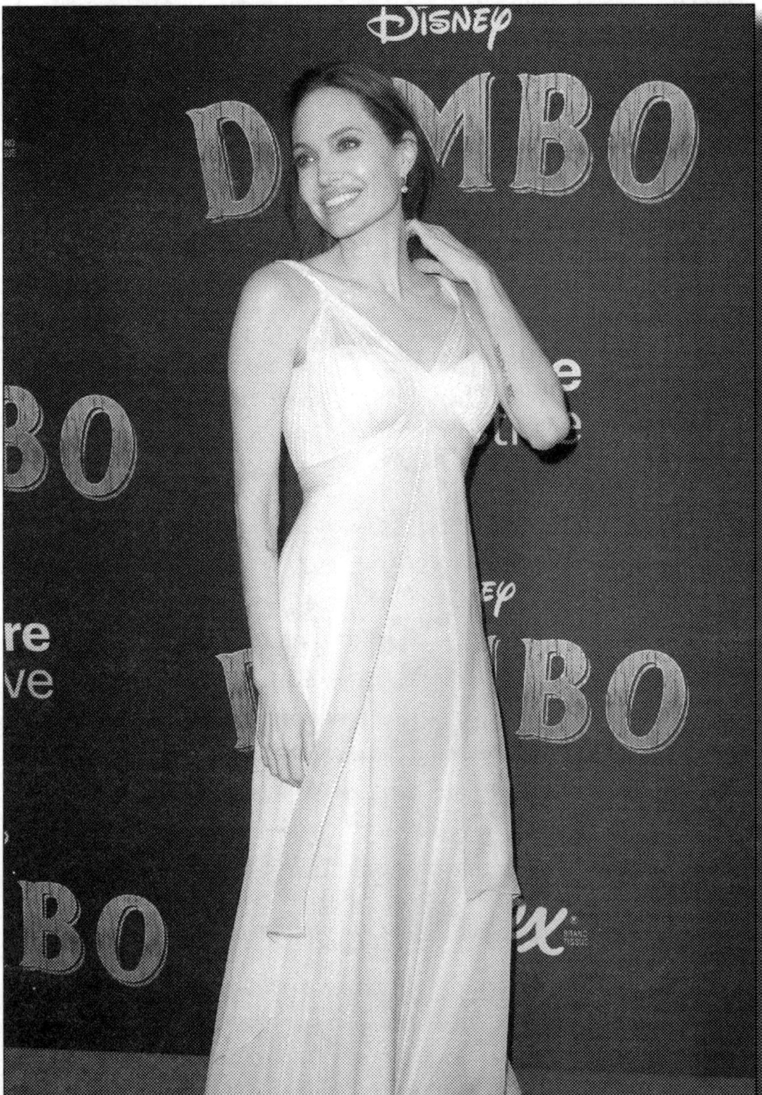

திரைப்படக் கல்லூரியில் படித்த அண்ணன் ஜேம்ஸின் நண்பர்கள் எடுத்த குறும்படங்களில், இசை வீடியோக்களில் நடிக்க ஏஞ்சலினாவுக்கு வாய்ப்பு கிடைத்தது. அப்படியே சினிமா வாய்ப்புகளும் தேட ஆரம்பித்தாள். ஆனால், அவளது முதிர்ச்சியற்ற அணுகுமுறை வாய்ப்புகளை நழுவச் செய்தது. இன்சோம்னியா என்ற தூக்கமில்லா கோளாறும் சேர்ந்து கொண்டது. அதனால் சிறிய ரக போதை மருந்துகள் முதல் ராஜ போதை தரும் வஸ்துகள் வரை அனைத்தையும் அனுபவித்துக் கிறங்கினாள். எதற்காக வாழ வேண்டும் என்ற எண்ணம் ஆக்கிரமித்துக் கழுத்தை நெறித்த பொழுதுகளில், தற்கொலை செய்ய துணிவு இல்லை. தன்னைக் கொல்ல தானே ஆள் ஏற்பாடும் அளவுக்கு மனப்பிறழ்வு. ஒருமுறை மன அழுத்தத்தால் பாதிக்கப்பட்டு 72 மணி நேரம் மருத்துவமனையில் தீவிர சிகிச்சைப் பிரிவில் கிடந்து மீண்டு வந்தாள் ஏஞ்சலினா. 'நான் யார் என்ற தேடலில் எழுந்த வெறி அது. அனைத்திலிருந்தும் விடுதலை பெற, என்னை அழுத்திய சுவர்களை எல்லாம் ஓங்கிக் குரலெழுப்பி உடைக்குமளவுக்கான வலிமை தேவைப்பட்டது. அதை நான் போதையில் தேடினேன்' என்று தன் 'மயக்க காதை' குறித்து ஏஞ்சலினா பின்னாள்களில் மனம் திறந்தார்.

1993. Cyborg 2 என்ற படத்தில் நல்ல கதாபாத்திரம் கிடைத்தது. முதல் படத்திலேயே முற்றும் துறந்த கலைச்சேவை. படம் வெற்றி பெறவில்லை. அடுத்த வாய்ப்பும் கண்ணுக்கெட்டிய தூரத்தில் புலப்படவில்லை. ஒருவழியாக 1995-ல் Hackers என்ற படத்தில் ஹீரோயின் வாய்ப்பு அமைந்தது. ஏஞ்சலினாவின் முதல் ஹாலிவுட் படம். வசூலில் தோல்வி. ஆனால், ஏஞ்சலினாவுக்கு மனதிற்கினிய இரண்டாவது காதலன் கிடைத்த வகையில் வெற்றி. உடன் நடித்த பிரிட்டிஷ் நடிகரான ஜானி லீ மில்லருடன் காதல் பிரவாகம். அடுத்த ஆண்டே திருமணம். ஏஞ்சலினா, அந்த வைபவத்தில் வெள்ளை

கேன்சர் ஜாக்கிரதை!

2007-ல் ஏஞ்சலினாவின் தாய் மார்ச்செலைன் கருப்பைப் புற்றுநோயால் இறந்துபோனார். தவிர, ஏஞ்சலினாவின் உறவுக்காரப் பெண்கள் சிலரும் புற்றுநோயால் இறந்திருக்கிறார்கள். 2013-ல் தன் மரபணுக்களைப் பரிசோதித்தன் மூலம், தனக்கு மார்பகப் புற்றுநோய் வர 87% வாய்ப்பிருக்கிறது என்று உணர்ந்த ஏஞ்சலினா, மாஸ்டெக்டோமி அறுவை சிகிச்சை முறையில் தன் இரு மார்பங்களையும் நீக்கிக் கொண்டார். செயற்கை மார்பகங்களைப் பொருத்திக் கொண்டார். 'நான் என் மார்பகங்கள் நீக்கிக் கொள்ள எளிதில் சம்மதிக்கவில்லை. ஆனால், உயிர் அதை விட மதிப்பு மிகுந்தது. உலகம் முழுவதும் உள்ள பெண்கள் இந்த விஷயத்தில் விழிப்புணர்வு அடைய வேண்டும் என்பதற்காகவே நான் இதை வெளிப்படையாக அறிவிக்கிறேன்' என்றார் ஏஞ்சலினா.

அவரது துணிச்சலான அறிவிப்பு பெரும் அதிர்வுகளை உண்டு பண்ணியது. 'ஒரு நடிகைக்கு மூலதனமே அவளது அழகான வடிவமைப்புடைய உடல்தான். அதையே துறக்க முன்வந்த ஏஞ்சலினா பெரிய தியாகிதான்' என்று ஊடகங்கள் கொண்டாடின. தவிர, மார்பகப் புற்றுநோய் குறித்த விழிப்புணர்வும் உண்டானது நிஜமே. இதை 'ஏஞ்சலினா எஃபெக்ட்' என்றும் பெயரிட்டு அழைத்தனர். கூடவே சர்ச்சை ஒன்றும் சேர்ந்து கொண்டது. ஏஞ்சலினா எஃபெக்டினால், தங்களுக்கும் மார்பகப் புற்றுநோய் வருமா, வராதா என்று தெரிந்து கொள்ள பல அமெரிக்கப் பெண்கள் காஸ்ட்லியான அந்த மரபணுக்கள் பரிசோதனையைச் செய்துகொண்டனர். அந்தப் பரிசோதனைக்கான காப்புரிமை வைத்திருக்கும் Myriad Genetics நிறுவனத்தின் பங்கு அந்தச் சமயத்தில் 3% உயர்ந்தது. இதுவும் ஏஞ்சலினா சைட் எஃபெக்ட்தான் என்றார்கள்.

2015-ல் தனக்குக் கருப்பைப் புற்றுநோய் வர வாய்ப்பிருப்பதை அறிந்த ஏஞ்சலினா, தனது கருப்பை, கருமுட்டைக் குழாய்களையும் அகற்றிவிட்டார். பெண்மைக்குரிய தன் உன்னத அடையாளங்களை இழந்தாலும், ஏஞ்சலினா இப்போதும் உலகின் அழகான பெண்ணாகத்தான் பார்க்கப்படுகிறார்.

டீசர்ட்டில் காதலனின் பெயரை தன் ரத்தத்தால் எழுதி அணிந்து வந்தார். மோதிரங்களும் முத்தங்களும் இடம்மாறின.

ஏஞ்சலினாவுக்கு அடுத்தடுத்தப் பட வாய்ப்புகள் வர ஆரம்பித்தன. 1996-ல் வெளியானது Foxfire. பாலியல் ரீதியாகத் தொந்தரவு செய்யும் ஒரு பேராசிரியருக்கு எதிராக நான்கு இளம்பெண்கள் போராடும் கதை. அதில் ஈடுபாட்டுடன் நடித்த ஏஞ்சலினாவை, 'இவர் ஸ்டீரியோடைப் நடிகையல்ல. அதற்கும் மேலே' என விமரிசகர்கள் வரவேற்றார்கள். அடுத்தடுத்து அமைந்த மூன்று டெலிஃபிலிம் வாய்ப்புகள் ஏஞ்சலினாவை 'நல்ல நடிகை' என்ற நாற்காலியில் கெட்டியாக அமரவைத்தன. முதல் வாய்ப்பு 1920-ல் அமெரிக்காவில் நடந்த பெண்கள் வாக்குரிமைக்கான போராட்டம் பற்றிப் பேசும் True Women (1997). அடுத்தது, அலபாமாவின் முன்னாள் கவர்னர் George Wallace-ன் வாழ்க்கைச் சித்திரம். அதில் ஏஞ்சலினா, வாலஸின் இரண்டாவது மனைவியாக நடித்தார். விமரிசகர்கள் கொண்டாட, 1998-ன் சிறந்த துணை நடிகைக்கான கோல்டன் குளோப் விருது ஏஞ்சலினாவுக்குக் கிடைத்தது.

மூன்றாவது டெலிஃபிலிம் Gia. அமெரிக்க சூப்பர் மாடலாகக் கொடிகட்டிப் பறந்த ஜியா மேரியின் வாழ்க்கைக் கதை. ஓரினச் சேர்க்கையாளர், போதை அடிமை, எய்ட்ஸால் இறந்து போன முதல் பிரபல மாடல். ஜியாவாகவே திரையில் வாழ்ந்தார் ஏஞ்சலினா. ஷூட்டிங் நாள்களில் கணவனைப் பல வாரங்கள் பிரிந்து, அவருடன் போன் பேசுவதைக் கூட தவிர்த்தார். ஏன் என்று கேட்டால் 'நான் ஓரினச்சேர்க்கையாளர்' என்று சிரித்தார். ஜியாவின் பலனாக 1999-ன் சிறந்த நடிகைக்கான கோல்டன் குளோப் விருதும், Screen Actors Guild விருதும் கிடைத்தன. உப பலனாக - கணவர் ஜானி, ஏஞ்சலினாவைப் பிரிய முடிவெடுத்திருந்தார்.

காரணம்? ஃபாக்ஸ்பயரில் நடித்திருந்த சக நடிகை ஜென்னியைக் காதலிக்கத் தொடங்கியிருந்தார் ஏஞ்சலினா. 'எனக்கு மட்டும் திருமணம் ஆகவில்லையெனில் ஜென்னியைத்தான் திருமணம் செய்து கொள்வேன்' என்று அதிரடி பேட்டியும் கொடுத்தார். கோல்டன் குளோப் விருது வாங்கிய மகிழ்ச்சியில் நீச்சல் குளத்தில் அப்படியே குதித்து, அணிந்திருந்த காஸ்ட்லியான உடையை நாசமாக்கினார் ஏஞ்சலினா. இந்தக் கன்னாபின்னா கேரக்டரோடு இனி என்னால் வாழ முடியாது என்று ஜானி விலகிப் போனார்.

ஏஞ்சலினா, நியு யார்க் பல்கலைக்கழகத்தில் திரைக்கதை - இயக்கத்துக்கான படிப்புக்காக இரவு வகுப்புகளுக்குச் செல்ல ஆரம்பித்தார். பட வாய்ப்புகளும் குவிந்தன. 1999-ல் ஏஞ்சலினா நடித்து வெளியான படங்கள் மூன்று. முதல் படம் Pushing Tin, *பில்லி பாப் என்ற (ஏஞ்சலினாவைவிட 20 வயது மூத்த) நடிகரது காதலைச் சம்பாதித்துக் கொடுத்தது. இரண்டாவது படம்* The Bone Collector, *ஏஞ்சலினா போலீஸ் ஆபிசராக நடிக்க பாக்ஸ் ஆபிஸில் கௌரவமாகச் சம்பாதித்துக் கொடுத்தது. மூன்றாவது படம்* Girl, Interuppted- *தி அவார்ட் ஃபார் பெஸ்ட் சப்போர்ட்டிங் ஆக்டரஸ் கோஸ் டூ... ஏஞ்சலினா ஜோலி என்று ஆஸ்கர் விருதையே வாங்கிக் கொடுத்தது.*

மனநல மருத்துவமனையில் சிக்கிய சூசன்னா என்ற பெண்ணின் உண்மைக் கதைதான் Girl, Interuppted. அதில் மனநல மருத்துவமனையிலிருந்து அடிக்கடி தப்பித்துச் செல்லும் நோயாளி லிஸாவாக ஏஞ்சலினா நடிப்பில் மிரட்டியிருந்தார். விருதை அறிவித்த நொடியில் உடனிருந்த சகோதரர் ஜேம்ஸுக்கு முத்தம் கொடுத்துவிட்டு, நெகிழ்வுடன் விருதைப் பெற்றுக் கொண்டு, நா தழுதழுக்க பலருக்கு நன்றி சொல்லிவிட்டு, 'ஐ லவ் யூ ஜேமி...' என நடிப்பைக் கற்றுக் கொடுப்பதில் தனக்கு உறுதுணையாக இருந்த சகோதரனை வார்த்தைகளால் உச்சி முகர்ந்தார் ஏஞ்சலினா. ஜேம்ஸும் கண்கலங்கினார். அதற்கெல்லாம் பொட்டு வைத்து, பூ முடித்து, செக்ஸ் சிம்பளாக வியாபித்திருந்த ஏஞ்சலினாவை மீடியாக்கள் சீண்டின. 'ஜேம்ஸும் நீங்களும் லவ்...?' ஆவேசமானார் ஏஞ்சலினா. 'என் படுக்கையறையில் எத்தனைப் பேரைத்தான் நுழைப்பீர்கள்?'

அதே படத்துக்காக கோல்டன் குளோப் விருதும் ஏஞ்சலினாவுக்குக் கிடைத்தது. தொடர்ந்து 3 ஆண்டுகள் கோல்டன் குளோப் வாங்கிய முதல் நடிகை என்ற பெருமை அமைந்தது. 2000-ல் வெளிவந்த Gone in 60 Seconds *அதிரிபுதிரி ஹிட்டாகி, ஏஞ்சலினாவின் முதல் பிளாக் பஸ்டராக அமைந்தது. அவரது சினிமா வாழ்வை அடுத்தக் கட்டத்துக்கு நகர்த்திய முக்கியமான படம்* Tomb Raider. *பிரபலமான வீடியோ கேம் திரைப்படமானது. ஆக்ஷன்*

கதாபாத்திரமான லாரா கிராப்ட், ஏஞ்சலினாவின் ஒழுங்கீனங்களுக்குச் சவால் விட்டது. அதற்காக உயர்குடி மக்கள் பேசும் ஆங்கில உச்சரிப்பிலிருந்து, கிக் பாக்ஸிங், யோகா, ஸ்டீரிட் ஃபைட்டிங், பாலே நடனம், கார் ரேஸ், நாய்களைக் கையாளுதல் என பல்வேறு பயிற்சிகளை மேற்கொண்டார். குதித்தல், பறத்தல், தாவுதல், ஏவுதல் என இரண்டு கைகளிலும் துப்பாக்கியை வைத்துக் கொண்டு ஏஞ்சலினா அதிரடி காட்ட, படம் பக்கா ஹிட். (இதில் நிஜ அப்பாவான ஜோன், ஏஞ்சலினாவின் சினிமா அப்பாவாக நடித்தார்.) அதற்குப் பின் சில தோல்விப் படங்களில் நடித்தாலும், 2002-ல் ஹாலிவுட் அதிகம் சம்பளம் வாங்கும் ஹீரோயினாக ஏஞ்சலினா ஜோலி கெத்து காட்டினார்.

இன்னொரு பக்கம் பில்லி பாப்புடனான இல்லற வாழ்க்கை. பாப்பின் சொட்டு ரத்தம் அடங்கிய குப்பி, ஏஞ்சலினாவின்

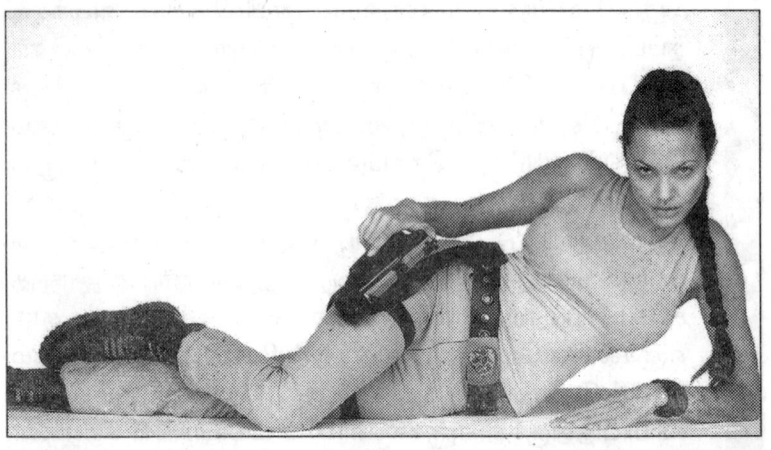

கழுத்தில் தொங்கிக் கொண்டிருக்க, பாப்பின் கழுத்திலும் ஒரு குப்பி தொங்கியது. ஏஞ்சலினாவின் சொட்டு ரத்தம். 2002-ல் அவற்றைக் கழற்றி எறிந்தனர். உறவையும். 'இருவருக்கும் பொதுவாக ஒரு விஷயம்கூட இல்லையென்று தோன்றியது. சுமுகமாகப் பிரிந்துவிட்டோம்' என்றார் ஏஞ்சலினா. 2003-ல் பரஸ்பர விவாகரத்து தந்துனானே.

இது இளமைத் திமிரினாலும், காதல் கரைந்ததாலும் நிகழ்ந்த மணமுறிவல்ல. 2001-லேயே ஏஞ்சலினாவின் மனத்தில் ஏகப்பட்ட மாற்றங்கள் நிகழ ஆரம்பித்திருந்தன. ஓர் இரவில் ஐக்கிய நாடுகள் சபை குறித்த புத்தகம் ஒன்றைப் படித்துக் கொண்டிருந்த

ஏஞ்சலினா, 'அகதிகள் முகாம்' குறித்த அத்தியாயத்தைப் படித்தபோது நிலைகுலைந்து போனார். உலகமெங்கும் 20 மில்லியன் அகதிகள் இருக்கிறார்கள். அதில் பாதிக்கும் மேற்பட்டோர் 18 வயதுக்குக் கீழுள்ளவர்கள். இப்படி அகதிகளின் அவலங்களின் குறித்து படிக்கப் படிக்க ஏதோ ஒரு தவிப்பு உண்டானது. 2001-ல் டாம்ப் ரைடர் படத்துக்காக கம்போடியாவுக்குச் சென்றிருந்த ஏஞ்சலினா, அங்கே அகதி முகாம்களுக்கும் சென்றார். மூப்பு, நோய், இறப்பு ஆகியவற்றை முதன் முதலில் கண்ட சித்தார்த்தன், மனம் மாறி அனைத்தையும் துறந்து ஞானம் தேடி காட்டுக்குச் சென்ற நிகழ்வுபோல, அந்த அகதி முகாமின் காணச் சகிக்காத காட்சிகள் ஏஞ்சலினாவின் இதயத்தை நொறுக்கியது.

வாஷிங்டனில் அமைந்துள்ள அகதிகளுக்கான ஐக்கிய நாடுகள் ஆணையத்தை (UNHCR) ஏஞ்சலினா தொடர்பு கொண்டார். கம்போடிய அகதிகளின் நிலைமையை எடுத்துச் சொன்னார். பிற தேசங்களிலுள்ள அகதிகள் முகாமைத் தான் பார்வையிட விரும்புவதாகத் தெரிவித்தார். 'இந்த பொம்பளைக்குப் பைத்தியமா' என்றுதான் முதலில் அவர்கள் நினைத்தனர். ஏஞ்சலினாவின் குடும்பத்தினருக்கும் அதில் ஒப்புதலில்லை. 'அங்கெல்லாம் போகவே கூடாது. ஆபத்து.' ஆனால், ஏஞ்சலினா உறுதியாக இருந்தார். 'நான் அகதிகள் குறித்து, அவர்களது அவலங்கள் குறித்து, இந்தப் பிரச்னையின் அரசியல் குறித்து முற்றிலும் தெரிந்துகொள்ள விரும்புகிறேன்.'

மேற்கு ஆப்பிரிக்காவின் சியாரா லியோன், கிழக்கு ஆப்பிரிக்காவின் தான்சேனியா, பாகிஸ்தானில் ஆப்கனியர்கள் அகதி முகாம்கள் என்று வெவ்வெறு இடங்களுக்குத் தன் சொந்தச் செலவில் சென்றார் ஏஞ்சலினா. அங்கே முகாம்களில் எந்த வசதியும் எதிர்பார்க்காமல், அங்குள்ள ஊழியர்களுடனேயே தங்கி, அவர்களோடு வேலையையும் பகிர்ந்து செய்தார். ஒரு வாய் உணவுக்காக ஏங்கும் குழந்தைகள், பசிக்கு அழும் குழந்தைக்கு பால்கூட கொடுக்க வலுவற்ற தாய், உறவுகளை இழந்து அநாதையாகத் திரியும் மனிதர்கள், நோயினால் மரணத்தின் விளிம்பில் தவிக்கும் உயிர்கள்... துடிதுடித்துப் போனார் ஏஞ்சலினா.

'வாழ்க்கை இவர்களுக்கு வெறும் துன்பங்களை மட்டுமே வழங்கினாலும், ஏதோ ஒரு நம்பிக்கையில் வாழ்ந்து கொண்டிருக்கிறார்களே. இவர்களே நிஜ ஹீரோக்கள்.

நானெல்லாம் ஒன்றுமே இல்லை. இனி, நாடற்ற அகதிகளுக்காக நாடு நாடாகச் சென்று குரல் கொடுப்பதே என் வேலை' - ஏஞ்சலினா தன் வாழ்வின் லட்சியத்தை நிர்ணயித்த தருணம் அது. தன் பிரபல அந்தஸ்தை முழுக்க முழுக்க அகதிகளின் நலனுக்காகப் பயன்படுத்த முடிவெடுத்தார்.

முதல் கட்டமாக, ஆப்கன் அகதிகளுக்காக ஒரு மில்லியன் டாலர் தன் சொந்தப் பணத்தில் இருந்து கொடுத்தார். 2001 ஆகஸ்டில் UNHCR, தனது நல்லெண்ணத் தூதுவராக ஏஞ்சலினாவை நியமித்தது. அங்கோலா, காங்கோ, தாய்லாந்து, கென்யா, நமீபியா, இலங்கை என பல்வேறு நாடுகளின் அகதி முகாம்களுக்குச் சென்றார் ஏஞ்சலினா. ரெட் கிராஸ் அமைத்திருந்த ஓர் அகதிகள்

டைரக்டர் ஏஞ்சலினா

A Mighty Heart, Wanted, The Tourist, Maleficent போன்ற படங்கள் ஏஞ்சலினாவுக்குப் பெருமளவு பெயரும் புகழும் சம்பாதித்துக் கொடுத்த பிற படங்கள். தவிர ஷார்க் டேல், குங்ஃபு பாண்டா படங்களுக்குக் குரலும் கொடுத்துள்ளார். *A Place in Time (2007)* என்ற ஆவணப்படம் மூலமாக ஏஞ்சலினா இயக்குநராக அறிமுக மானார். *In the Land of Blood and Honey* (போஸ்னியப் போர் குறித்த படம்), *Unbroken* (இரண்டாம் உலகப் போர் காலகட்டப் படம்), *By The Sea* (கணவன் - மனைவு உறவுச் சிக்கல்கள் குறித்த படம். பிராட் பிட்டுடன் ஜோடியாக நடித்தது)- போன்றவை ஏஞ்சலினா இயக்கியிருக்கும் பிற படங்கள். *First They Killed My Father* - 1975-ல் வியட்நாம் போர்க்களத்தைப் பின்னணியாகக் கொண்ட ஒரு சிறுவனின் கதை. ஏஞ்சலினா இயக்கத்தில் 2017-ல் நெட்ஃப்ளிக்ஸில் வெளியான இது, நல்ல வரவேற்பைப் பெற்றது.

'நான் நல்ல நடிகை அல்ல. இயக்குநராக இருப்பதே எனக்குப் பிடித்திருக்கிறது' என்பது ஏஞ்சலினாவின் மொழி.

முகாம். புருண்டியிலிருந்து தப்பி வந்த ஒன்பது வயதுச் சிறுமி. காயங்களுடன் சிகிச்சைக்காகச் சேர்க்கப்பட்டிருந்தாள். 'அவளோட அப்பா, அம்மா, கூடப்பிறந்தவங்களை எல்லாம் அவ கண்ணு முன்னாடியே கொன்னுட்டாங்க' என்றனர். ஏஞ்சலினா, அந்தச் சிறுமியின் அருகில் சென்று அமர்ந்தார். அவள், தான் காப்பாற்றிக் கொண்டு வந்த சில மாதக் குழந்தையான தன் தம்பியை மடியில் வைத்து பழம் ஊட்டிக் கொண்டிருந்தாள். ஏஞ்சலினாவின் கண்கள் கலங்கின. 'இரண்டு பேருமே பிழைப்பாங்களானு தெரியலை' என்றார்கள். சில மாதங்கள் கழித்து அந்த முகாமிலிருந்து ஏஞ்சலினாவுக்குக் கடிதம் ஒன்று வந்தது. 'அந்தச் சிறுமியும் அவள் தம்பியும் நலமாக இருக்கிறார்கள்.' ஏதோ ஓர் இனம்புரியாத உணர்வில் வெடித்து அழுதார் ஏஞ்சலினா.

ஆப்கனில் ஓர் அகதிகள் முகாம் மூடப்படவிருந்தது. எனில், அந்த மக்களின் கதி? அவர்கள் மீண்டும் ஆபத்தில் சிக்கிக் கொள்வார்களே? ஏஞ்சலினா மற்றவர்களுடன் இணைந்து போராடி, முகாமை மூட விடாமல் தடுத்தார். அதற்காக நிதி உதவி செய்தும், நிதி திரட்டிக் கொடுத்தும் அங்கே வீடுகள், பள்ளி, மருத்துமனை கட்ட ஏற்பாடுகள் செய்தார்கள். இப்படிப் பல்வேறு அகதிகள் முகாம்களுக்கு அடிப்படை வசதிகள் உள்ளிட்ட பல வசதிகளைச் செய்து கொடுக்கப் பெரும் பங்காற்றினார். பங்காற்றிக் கொண்டிருக்கிறார்.

2005-ல் ஏஞ்சலினா உள்ளிட்ட பலரது முயற்சியால் National Center for Refugee and Immigrant Children என்ற அமைப்பு வாஷிங்டனில் உருவாக்கப்பட்டது. சட்டபூர்வமான பிரதிநிதித்துவமின்றி, புகலிடம் கோரும் ஆதரவற்ற குழந்தைகளுக்கான சட்ட உதவியை இந்த அமைப்பு செய்யுமென அறிவித்த ஏஞ்சலினா, அதற்காக $500000 நன்கொடை அளித்தார். அகதிகளின் நலனுக்காக சர்வதேச சபைகளில் குரல் எழுப்புவது, அகதிகள் முகாம்களின் அவல நிலையை ஆவணப் படங்களாக உருவாக்கி அதன் மூலம் உலகின் கவனம் ஈர்ப்பது, அகதிகளுக்கு உதவும் மசோதாக்களை நிறைவேற்றச் சொல்லி குரல் கொடுப்பது என்று ஏஞ்சலினாவின் செயல்பாடுகள் வீரியம் பெற்றன.

இன்னொரு பக்கம் ஏஞ்சலினாவின் திரை வாழ்க்கையும் அடுத்த கட்டத்தை நோக்கி வளர்ந்தது. நேர்காணல் ஒன்றில், Do you want to play a Bond girl? என்று கேள்வி எழுப்பப்பட்ட,

ஏஞ்சலினா அளித்த பதில், Nope, I want to play Bond. ஹாலிவுட்டில், ஹீரோக்களுக்கு இணையான ஆளுமையாக வலம் வந்தார் ஏஞ்சலினா. Mr. & Mrs. Smith. 2005-ல் வெளியான திரைப்படம். சுவாரசியமில்லாமல் அடிதடி வாழ்க்கை நடத்தும் ஒரு தம்பதி, தாங்கள் இருவருமே 'வாடகைக் கொலையாளிகள்' என்ற உண்மையை உணரும்போது என்ன நடக்கிறது என்பதே கதை. அதில் முதன்முறையாக நடிகர் பிராட் பிட்டுடன் ஜோடி சேர்ந்தார் ஏஞ்சலினா. திரையில் பற்றிக் கொண்ட 'கெமிஸ்ட்ரி' படத்தின் வெற்றிக்கு உதவியது. அது திரைக்கு வெளியிலும் விரிய, பிராட் பிட்டின் குடும்பத்தில் புயல். அவரது மனைவியும், பிரபல நடிகையுமான ஜெனிஃபர் அண்டர்சன், பிராட் பிட்டிடம் விவாகரத்து வாங்குமளவுக்கு விவகாரம் பற்றியெரிந்தது. ஆனால், பிராட் பிட்டும் ஏஞ்சலினாவும் 'காதலை' ஒப்புக் கொள்ள மறுத்தனர். பப்பாரஸிக்கள் துரத்தும் ஹாட் ஜோடியாக மாறினர்.

2001-ல் கம்போடியாவில் அநாதையாகக் கிடந்த அந்த ஆண் குழந்தையைப் பார்த்ததுமே ஏஞ்சலினாவின் மனம் என்னவோ செய்தது. அந்தக் குழந்தையை (மாடோக்ஸ் சிவான்) முறைப்படி தத்தெடுத்தார். 'மாடோக்ஸைத் தத்தெடுத்த பிறகுதான் எனக்கு வாழ்வின் மீதே பிடிப்பு ஏற்பட்டது' -ஏஞ்சலினாவின் இதயபூர்வமான வார்த்தைகள் இவை. தன் உணர்வுகளை முற்றிலும் புரிந்து கொண்டவராக, சமூக அக்கறையுள்ள மனிதராக பிராட் பிட்டைக் கண்டுகொண்டார் ஏஞ்சலினா. 2005-ல் எத்தியோப்பியப் பெண் குழந்தையான சகரா மர்லேவை பிராட் பிட்டுடன் இணைந்தே தத்தெடுத்தார் ஏஞ்சலினா.

2006-ல் பிராட் பிட்டுடனான காதலை, தனது கர்ப்பம் மூலமாக உறுதி செய்தார் ஏஞ்சலினா. 'ஜீஸஸுக்குப் பிறகு அதிக எதிர்பார்ப்புடன் பிறக்கப்போகும் குழந்தை' என்று மீடியா கொண்டாடும் அளவுக்குச் செய்திகள். ஆகவே, இருவரும் நமீபியாவுக்குச் சென்றனர். அங்கே, பெண் குழந்தையை (ஷிலோ நோவெல்) பெற்றெடுத்தார் ஏஞ்சலினா. 2007-ல் ஜோலி பாக்ஸ் என்ற ஆதரவற்ற மூன்று வயது வியட்நாம் சிறுவனை இருவரும் தத்தெடுத்தனர். (இப்படித் தத்தெடுப்பதற்கான சட்டச் சிக்கல்களைச் சமாளிக்கவும் பெரிதும் போராடினர்.) 2008 கேன்ஸ் விழாவில் தானும் பிராட் பிட்டும் இரட்டைக் குழந்தைகளை எதிர்நோக்கியிருப்பதாக ஏஞ்சலினா அறிவித்தார்.

ஆண் ஒன்று (நாக்ஸ்), பெண் ஒன்று (விவியன்) பெற்றெடுத்தார் ஏஞ்சலினா. அப்படியே தங்களுக்குப் பிறந்த அந்த மூன்று குழந்தைகளின் முதல் புகைப்படங்களை 'பீப்புள்', 'ஹலோ' போன்ற பத்திரிகைகளுக்கு விற்றதன் மூலமாகக் கிடைத்த பல மில்லியன் டாலர்களை 'ஜோலி-பிட்' அறக்கட்டளைக்கு அளித்தனர்.

உலகின் அதிகம் சம்பாதிக்கும் ஜோடியாக, சக்தி வாய்ந்த தம்பதியராக பல ஆண்டுகளாக வலம் வந்த பிராட் - ஏஞ்சலினா ஜோடி, தங்கள் திருமணத்தை மட்டும் தள்ளிப் போட்டுக் கொண்டே சென்றது. 'இருவரும் பிரியப் போகிறார்கள்' என்ற செய்திகளும் தினுசு தினுசாக வந்தபடிதான் இருந்தன. ஒருவழியாக இருவரும் 2012-ல் நிச்சயதார்த்தம் செய்து கொண்டனர். பின் நிதானமாக 2014 ஆகஸ்டில் திருமணமும் செய்து கொண்டனர். உலகமே கொண்டாடிய அந்தத் தம்பதி 2016-ல் பிரிந்தனர். காரணங்கள் பல. 2019-ல் சுமுகமாக விவாகரத்தும் பெற்றுக் கொண்டனர்.

'இது எனது கடைசிச் செய்தியாகவும் இருக்கலாம். நான் திரும்பி வராமலும் போகலாம்' - 2011-ல் இப்படியொரு குறிப்பை ஆப்கனிலிருந்து பிராட் பிட்டுக்காக எழுதி வைத்தார் ஏஞ்சலினா. அங்கே களப்பணியில்

டாட்டூ மொழி

இருந்தபோது அவர் உயிருக்கு ஏகப்பட்ட மிரட்டல்கள். சில நாள்கள் களப்பணிக்குப் பிறகு, ஒருவழியாக ஏஞ்சலினா ஆப்கனிலிருந்து கிளம்பினார். அடுத்த சில நாள்களில் அதே பகுதியில் நடத்தப்பட்ட தீவிரவாதிகளின் தாக்குதலில், அங்கிருந்த ஐ.நா. ஊழியர்கள் கொல்லப்பட்டனர். இப்படி, உயிருக்கு ஆபத்தான சூழல் என்றாலும் ஏஞ்சலினா எங்கும் எப்போதும் பின் வாங்குவதில்லை. UNHCR-ன் சிறப்புத் தூதராகப் பணியாற்றி வரும் ஏஞ்சலினா, ஈராக்-சிரியா எல்லையில் வாழும் யாஸிதி இனப் பெண்களைச் சந்தித்தார். ஐ.எஸ். தீவிரவாதிகளால் அந்தப் பெண்கள் அடைந்த துன்பங்களை எல்லாம் 2015-ல் ஆவணப் படங்களாக வெளியில் கொண்டு வந்தார். இப்படி ஏஞ்சலினா வெளிச்சத்துக்குக் கொண்டு வந்த அவலங்கள் ஏராளம்.

குறிப்பாக 2003-ல் மேற்கு சூடானின் டாஃபர் பகுதியிலிருந்து தப்பித்து வந்த அகதிகளின் அவல நிலை குறித்து உலகறிய உரக்கச் சொன்னது ஏஞ்சலினாதான். அதற்காக அமெரிக்கப் பத்திரிகைகளில் பெரிய அளவில் விளம்பரங்கள் கொடுத்து, அமெரிக்க அரசு அதில் தலையிட வேண்டுமென்றும் கேட்டுக் கொண்டார் (இதற்காக 2014-ல் ஏஞ்சலினா சூடானுக்குள் நுழைவதற்கு, அந்த அரசு விசா வழங்காதது தனிக்கதை). போர்க் களங்களில் வன்புணர்வுக்கு ஆளாகும் லட்சக்கணக்கான பெண்களின் பாதுகாப்புக்காகத் தொடர்ந்து தீவிரமாகக்

- *ஏஞ்சலினா டாட்டூ பிரியை. அந்தந்த கால மனநிலைக்கேற்ப அவரது உடலில் புது டாட்டூக்கள் இடம்பெற்றுக் கொண்டே இருக்கும். பல வாசகங்களை அழிக்கவும் செய்திருக்கிறார்.*
- *நகைகளை டிசைன் செய்து, அந்த ஜுவல்லரி கலெக்‌ஷன் விற்பனை மூலமாகக் கிடைக்கும் நிதியை பல்வேறு நல்ல விஷயங்களுக்குப் பயன்படுத்தி வருகிறார்.*
- *The Eternals, Those Who Wish Me Dead, Come Away - ஆகியன ஏஞ்சலினா நடிப்பில் 2020-ல் வெளியாகவிருக்கும் திரைப் படங்கள்.*
- *கடவுள் நம்பிக்கை அதிகம் கிடையாது. ‘எனக்கென்று ஒரு கடவுள் இருக்க வேண்டிய அவசியமில்லை’ என்பது ஏஞ்சலினா பன்ச்.*

தனது குழந்தைகளுடன் ஏஞ்சலினா

குரலெழுப்பி வருகிறார் ஏஞ்சலினா. குழந்தைகளின் கல்விக்காகப் பல்வேறு விதங்களில் நிதி உதவி செய்து வருகிறார்.

உலகின் ஆகச்சிறந்த அழகிகள் பட்டியலில் கடந்த 15 வருடங் களுக்கும் மேல் நீடித்திருக்கும் ஏஞ்சலினா, ஏகப்பட்ட சினிமா விருதுகள் வென்றுள்ளார். 'உலகின் சிறந்த குடிமகள்', 'உலகின் சிறந்த மனிதாபிமானி' என்று சமூக சேவைக்காகப் பெற்ற விருதுகளும் அதிகம். வெறும் கவர்ச்சி நடிகையாக அறிமுகமான ஏஞ்சலினாவை, இன்று உலகம் உணர்ந்திருப்பது 'சிறந்த மனுஷி'யாகத்தான்.

'பல வருடங்களாக அகதிகளுக்கான இந்தச் செயல்பாடுகள் மூலம் என்ன தீர்வு கண்டிருக்கிறீர்கள்?' என்ற கேள்விக்கான ஏஞ்சலினாவின் பதில்...

'போர்கள் தொடரும்வரை அகதிகளின் பிரச்னைகள் தீரவே தீராது. ஒவ்வோர் அகதியின் ஆசையும் மீண்டும் தங்கள் சொந்த மண்ணில் வசிப்பது என்பது மட்டுமே. அதற்கு அரசியல் ரீதியான தீர்வுகள்தான் முன் னெடுக்கப்பட வேண்டும். இன்று அகதி முகாம்களில் சீரழியும் குழந்தைகள், நாளை தீவிரவாதப் பாதையில் செல்லலாம். அதற்காகத்தான் அவர்களுக்கான

முதன்மையான தேவையாக கல்வியறிவு வழங்குவதற்காகப் பள்ளிகளை அமைக்கிறோம். நமக்காக யாராவது ஒருவர் வந்து கைகொடுக்க மாட்டார்களா என்றுதான் நம் சக மனிதர்கள் இங்கே தவித்துக் கொண்டிருக்கிறார்கள். உலகில் அகதிகளின் துன்பங்கள் குறித்து யாரும் ஒருபோதும் தலைப்புச் செய்தி வாசிக்கப் போவதில்லை. குறைந்தபட்சம் இந்த அவலங்களை ஒரு செய்தியாக வெளிக் கொண்டு வரவே நாங்கள் போராடுகிறோம். ஏனெனில் நம் எல்லோருக்கும் உலகில் சந்தோஷமாக, அமைதியாக வாழ உரிமை இருக்கிறதல்லவா!'

காணொளிகள்:

 2011-ல் ஏஞ்சலினா அளித்த பேட்டி ஒன்று

யாஸிதி பெண்கள் உடனான ஏஞ்சலினா சந்திப்பு

 UN Peacekeeping Ministerial 2019-ல் ஏஞ்சலினாவின் உரை

நாம் இயற்கைக்காக எதுவுமே செய்யாவிட்டால்,
நம் வாழ்க்கை நிலையற்றதாகிவிடும்.

ராஜேந்திர சிங் - மதுர்பாய் சவானி

நீர் மனிதர்கள்

நம் தமிழகத்தில் பொழியும் ஒவ்வொரு சொட்டு மழைநீரையும் வீணாக்காமல், நமக்கு எப்போதும் பயன்படும்படி சேமித்து வைக்க முடிந்தால் எப்படி இருக்கும்? நினைத்துப் பார்க்கவே குளுகுளுவென்று இருக்கிறதல்லவா. அதுமட்டும் நிகழ்ந்து விட்டால் காலந்தோறும் கர்நாடகாவின் கருணையையும், ஆந்திராவின் அன்பையும், கேரளாவின் அனுசரணையையும் எதிர் பார்த்துக் கிடக்க வேண்டாம். என் தண்ணீர் என் உரிமை என தலைநிமிர்ந்து தண்ணீர் பருகலாம். ஒரு மாநிலத்தின் தண்ணீர்ப் பிரச்னை மட்டும் தீர்ந்துவிட்டால், கூடவே வேறு பல பிரச்னை களும் தானாகவே தீர்ந்துவிடும் என்பார்கள். சொல்வதற்குச் சரி. இதெல்லாம் சாத்தியமா என்ன? 'சத்தியமாகச் சாத்தியமே' என்று நிரூபித்துக் காட்டியிருக்கிறார்கள் இருவர். ஒருவர் ராஜேந்திர சிங் (Rajendra Singh). இன்னொருவர் மதுர்பாய் சவானி (Mathurbhai Savani). அவர்கள் வெறும் வாயால் குளம் வெட்டவில்லை. தங்களது செயற்கரிய செயல்களால் 'தண்ணி'றைவு பெற்ற பசுமையான மாநிலங்களாக ராஜஸ்தானை, குஜராத்தை மாற்றிக் காட்டி யிருக்கிறார்கள். யார் இந்த நீர் மனிதர்கள்?

மதுர்பாயின் கதையிலிருந்து தொடங்கலாம்.

1963-ல் குஜராத்தின் பவ்நகர் மாவட்டத்தின் கோபலா (Khopala) என்ற கிராமத்தில் சாதாரண விவசாயக் குடும்பத்தில் பிறந்தவர் மதுர்பாய் சவானி. படேல் சமூகத்தைச் சேர்ந்தவர். சொந்தமாகக் கொஞ்சம் நிலம் இருந்தது. மானாவாரி விவசாயத்தை நம்பியே வாழ்க்கை. மழை பொய்த்துப் போனால் அந்த ஆண்டின் வருமானமே காலி. வறுமையே நிரந்தரத் துணை. ஆக, சௌராஷ்டிராவின் படேல் சமூகத்தைச் சேர்ந்த விவசாயிகள் பிழைப்பில்லாத மாதங்களில் சூரத் நகரத்துக்குச் செல்வார்கள். அந்த நகரம் இந்தியாவின் வைரத் தொழில் மையம். அங்கே வைரம் பட்டை தீட்டும் பட்டறைகளில் வேலைக்குச்

மதுர்பாய் சவானி

ராஜேந்திர சிங்

சேருவார்கள். சம்பளம் மிக மிகக் குறைவு. இருந்தாலும், அந்த விவசாயிகளுக்கு வேறு வழியில்லை.

ஐந்தாம் வகுப்பு வரைதான் மதுர்பாயால் படிக்க முடிந்தது. பின், வயல் வேலை. பஞ்சம் அடிக்கடி பழிப்பு காட்ட, தன் பதின்வயதில் சூரத்தில் தஞ்சமடைந்தார். வைரப் பட்டறையில் வேலை. கடும் உழைப்பைக் கொட்டினாலும் கைக்கு வரும் காசு கம்மி. சாலையோரக் கடைகளில் கிடைக்கும் மலிவு உணவை உண்டுவிட்டு, பிளாட்பாரத்திலேயே படுத்துத் தூங்கும் வாழ்க்கை. வருங்காலத்தில் விவசாயம் கைகொடுக்குமா என்று தெரியாத சூழலில் மதுர்பாய், வைரத் தொழிலின் நெளிவு சுளிவுகளை முனைப்புடன் கற்றுக் கொண்டார். சில வருடங்கள் அனுபவம் கொடுத்த தைரியத்தில் தனியாக வைரப்பட்டறை ஒன்றை ஆரம்பித்தார். ஊரில் சொந்த சமூகத்தைச் சேர்ந்த சிலர் நிதி உதவி செய்தனர். தொழிலில் துணைக்குச் சகோதரர்களைச் சேர்த்துக் கொண்டார். சூரத், வைரத் தொழிலில் நேர்மையுடன் துணிந்து இறங்கும் எவரையும் கைவிடுவதில்லை. 1980-களில் சவானி பிரதர்ஸ் வாழ்க்கையும் ஜொலிஜொலிக்கத் தொடங்கியது. மதுர்பாய், தனது நாற்பது வயதிற்குள்ளாகவே சூரத்தின் கோடீஸ் வரர்களில் ஒருவராக உயர்ந்தார். இன்றைக்கு இந்தியாவின் முன்னணி வைரவியாபாரிகளில் மதுர்பாயும் ஒருவர். இருக்கட்டும். விஷயம் அதுவல்ல.

வைரத்தில் சம்பாதித்தோமோ, வளமுடன் வாழ்ந்தோமோ என்று மதுர்பாய் ஒதுங்கிவிடவில்லை. அடிக்கடி தனது கோபலா கிராமத்துக்குச் சென்று வந்தார். தன் கிராமத்தின் வளர்ச்சிக்குத் தன்னாலான சிறு உதவிகளையும் செய்து வந்தார். தொன்னூறு களின் மத்தியில் ஊர் மக்களின் தீராத துன்பமாக தண்ணீர்த் தட்டுப்பாடு விஸ்வரூபமெடுத்தது. கோபலாவில் மட்டுமல்ல, ஒட்டுமொத்த சௌராஷ்டிராவும் இதே பிரச்னையில் வறண்டு வாடிப் போயிருந்தது. பல ஊர்கள், தண்ணீரைச் சுமந்து வரும் ரயில்களை மட்டுமே நீர் ஆதாரமாக நம்பியிருந்தன. மழையும் பொய்த்துப் போக, விவசாயம் விக்கித்து நின்றது. கிணறுகளின் தண்ணீர் என்பது இறந்தகாலமானது. ஆழ்துளைக் கிணறு தோண்டும் எந்திரங்களும் ஆழம் தேடிக் களைத்துப் போயிருந்தன. ஒரு குடம் நீருக்காக, கோபலா கிராமத்து மக்கள் பல மைல்கள் அலைய வேண்டிய அவலம்.

'முப்பது நாப்பது வருஷத்துக்கு முன்ன இப்படியெல்லாம் கிடையாது. கோடை காலத்துலகூட ஊர்ல தண்ணீர் செழிப்பாதான் இருந்துச்சு' என்று ஊர்ப் பெரியவர்கள் சொன்ன வார்த்தைகள், மதுர்பாயின் மனத்தைக் குடைந்து கொண்டே இருந்தன. இதற்குத் தீர்வு காண வேண்டும் என்ற ஆவல் இருந்தது. ஆனால், எங்கிருந்து எப்படித் தொடங்குவது என்பது புரியவில்லை. 'அரசாங்கம் ஏதாவது பெரிய அணைக்கட்டு கட்டுனாத்தான் இந்தப் பிரச்னை தீரும். அதெல்லாம் எப்ப நடக்குமோ?' என்று ஊரார் புலம்புவதில் அர்த்தம் இருப்பதாகவும் அவருக்குத் தோன்றவில்லை.

சௌராஷ்டிர கிராமங்களில் ஒன்றான ராஜ்கோட்டின் ராஜ் சம்தியாலா (Rajsamdhiyala) என்ற ஊரில் நிகழ்ந்த அற்புதமான மாற்றம் குறித்து மதுர்பாய் கேள்விப்பட்டார். ராஜ்சம்தியாலாவும் தண்ணீர்த் தட்டுப்பாடுடன்தான் இருந்தது. அந்த ஊர் மக்களின் முயற்சியால் நீர் ஆதாரங்கள் பெருகி, ஊரே பசுமையாக மாறி விட்டது என்று அறிந்து கொண்டார். கோபலா மக்கள் சிலரையும் அழைத்துக் கொண்டு ராஜ்சம்தியாலாவுக்குச் சென்றார் மதுர்பாய். அங்கே அவர் உணர்ந்து கொண்ட பாடம் இதுதான். இந்தியாவில் குறைந்த மழைப்பொழிவு கொண்ட பிரதேசங்களில் சௌராஷ்டி ராவும் ஒன்று. ஆனால், மழைநீரில் சுமார் 90% வீணாகக் கடலில் தான் கலக்கிறது. ராஜ்சம்தியாலா மக்கள், தங்கள் பகுதியில் பொழியும் மழைநீரைச் சேமிக்கும் வழிகளை முறைப்படி ஏற்படுத்தி, பசுமையை மீட்டெடுத்திருக்கிறார்கள்.

உத்வேகத்துடன் கோபலா கிராமத்துக்குத் திரும்பினார் மதுர்பாய். ஊர் மக்களைக் கூட்டினார். 'தண்ணீர்ப் பிரச்னையை அரசாங்கம் தான் தீர்க்கணும்னு உட்கார்ந்திருந்தா, காலம் முழுக்க இப்படியே தவிச்சுக்கிட்டு இருக்க வேண்டியதுதான். நம்ம பிரச்னையை நாமதான் தீர்த்தாகணும். அதுக்கு என்கிட்ட வழி இருக்குது.' மதுர்பாய் தம் மக்கள் மத்தியில் புரியும்படி எடுத்துச் சொன்னார். எதைச் செய்தால் தண்ணீர் கிடைக்கும் என்ற தாகத்தில் இருந்த மக்களும் மதுர்பாயின் குரலுக்குச் செவிசாய்த்தனர். 'மழை நீரைச் சேகரிக்கிறதுக்கு ஏற்ற மாதிரி நம்ம ஊர்ல பல தடுப்பணைகளைக் கட்டணும். அதுக்காக அரசாங்கத்துக்கிட்ட பணம் எதிர்பார்த்துக் காத்திருக்க முடியாது. நமக்கு நாமே பணம் போட்டு

தடுப்பணைகளைக் கட்டுவோம்' என்ற மதுர்பாய், அதற்கான தெளிவான திட்டத்தையும் வகுத்துக் கொடுத்தார். கோபலா கிராமத்தில் படேல் சமூகத்தினரே பெருபான்மையினர். மதுர்பாய், பிற சமூகத்தினரிடமும் பேசி, திட்டத்தில் பங்கெடுக்கச் செய்தார்.

கோபலா கிராமத்தின் மொத்த விவசாய நிலப்பரப்பளவு 16000 பிக்ஹா. (Bigha என்பது ஒரு நில அளவை முறை.) ஒரு பிக்ஹாவுக்கு 200 ரூபாய் என்ற அளவில் 32 லட்சம் வசூல் செய்யப்பட்டது. மதுர்பாயும் குறிப்பிட்ட அளவு பணம் போட்டார். மதுர்பாய் போலவே சூரத், மும்பை, பரோடா என்று பல்வேறு நகரங்களில் வளமுடன் வாழ்ந்த கோபலா வியாபாரிகள் பலரும் பணம் போட்டனர். மொத்தமாக சுமார் 2 கோடி நிதி திரட்டப்பட்டது.

மதுர்பாயும் மற்றவர்களும் பொறியாளர்கள் சிலருடன் இணைந்து, எங்கெங்கே தடுப்பணைகளைக் கட்டலாம், எந்தவிதத்தில் கட்டலாம், அதிகச் செலவின்றி, தரமானதாகக் கட்டுவது எப்படி, எங்கே குளங்களை வெட்டலாம், எந்தப் பகுதியில் வாய்க்கால் களைக் கட்டலாம், அவற்றின் மூலம் இந்த நீரோட்டங்களை எல்லாம் எப்படி இணைக்கலாம் என்று ஒவ்வொன்றையும் மாதக்கணக்கில் ஆராய்ந்து மிகத் தெளிவாகத் திட்டமிட்டனர். அரசுக்குச் சொந்தமான நிலத்தில் மட்டுமன்றி, ஊர்க்காரர்களும் தங்கள் நிலத்தில் ஏதுவான பகுதிகளையும் தடுப்பணைகள் கட்ட, தயக்கமின்றி தாரை வார்த்துக் கொடுத்தனர்.

தேவை பெண் குழந்தைகள்

குஜராத்தில் பெண் குழந்தைகள் விகிதாசாரம் குறைந்து கொண்டே செல்வதை உணர்ந்த மதுர்பாய், அதுகுறித்த விழிப்புணர்வு பிரசாரத்தையும் மேற்கொள்ள ஆரம்பித்தார். பெண் குழந்தைகள் பிறப்பிலேயே கொல்லப்படுவதைத் தடுப்பது முதல் பெண் குழந்தைகளை நேசித்து வளர்த்தெடுப்பது வரை ஊர் ஊராகச் சென்று பலவிதமான விழிப்புணர்வு பிரசாரங்களை மேற்கொண்டார். இந்த முயற்களின் காரணமாக குஜராத்தில் 1000 ஆணுக்கு 770 பெண் என்றிருந்த விகிதம், 870 ஆக உயர்ந்து இருக்கிறது.

1998-ன் இறுதியில் பணிகள் ஆரம்பிக்கப்பட்டன. ஊர் மக்களே வேலைகளில் ஈடுபட வேண்டும். யாருக்கும் கூலி கிடையாது. குடும்பத்துக்கு ஒருவர் தினமும் வேலைக்கு வரவேண்டும். வரத் தவறினால் ரூ.50 அபராதம் என்று விதிமுறைகள் வகுக்கப் பட்டன. கடைபிடிக்கப்பட்டன. சுமார் ஆறு மாதங்கள் கோபலா கிராமமே சேர்ந்து உழைத்தது. மதுர்பாயும் களமிறங்கி உழைத்தார். ஒவ்வொருவரையும் அர்ப்பணிப்புடன் உழைக்க ஊக்குவித்தார். 1999-ன் கோடையின் இறுதியில் ஊரில் பல இடங்களில் 200 தடுப்பணைகள் கட்டப்பட்டிருந்தன. சிறியதும் பெரியதுமாக 10 குளங்கள் வெட்டப்பட்டிருந்தன. இந்த நீர்நிலைகளை எல்லாம் இணைக்கும்விதத்தில் சுமார் 58 கி.மீ. தொலைவுக்கு வாய்க்கால்களும் வெட்டப்பட்டிருந்தன. வியர்வை சிந்திய மக்கள் ஏக்கத்துடனும் எதிர்பார்ப்புடனும் வானத்தைப் பார்த்துக் கொண்டிருந்தனர்.

ஒருவழியாக அந்தப் பருவத்துக்கான மழை ஆரம்பித்தது. சாரலும் தூறலும் பெருமழையுமாக ஒரு வாரம் பெய்தது. வழக்கத்தைவிடக் குறைவான அளவுதான். ஆனால், அதற்குள்ளாகவே புதிய தடுப்பணைகளில் நீர் ததும்ப ஆரம்பித்தது. குளங்கள் நிறைமாத கர்ப்பிணியாகப் பொலிவுபெற்றன. வாய்க்கால்களில் சலசல நீரோட்டம். செத்துப்போன கிணறுகளில் ஐம்பது அடிவரை நீர்மட்டம் உயர்ந்தது. ஆழ்துளைக் கிணறுகளும் மறுபிறவி எடுத்தன. கோபலா கிராமத்து மக்கள் தங்கள் ஆனந்தக் கண்ணீரை மழைக்குப் பரிசாகக் கொடுத்தனர்.

மதுர்பாய், கோபலா விவசாயிகளிடம் தங்கள் வயல்களில் சொட்டுநீர்ப்பாசனத்துக்கான வசதிகளை ஏற்படுத்தச் சொன்னார். இஸ்ரேலுக்கு வியாபார விஷயமாக அவர் சென்றபோது கற்றுக்கொண்ட விஷயம் அது. அந்த வருடத்தில் குறைவான மழையால் சௌராஷ்டிராவின் பெரும்பாலான பகுதிகளில் விவசாயம் பொய்த்துப் போனது. கோபலா விவசாயிகள் மட்டும் பெரு விளைச்சல் கண்டனர். சுமார் ஐந்தரைக் கோடி அளவுக்கு விளைபொருள்களை விற்று நிமிர்ந்தனர்.

மதுர்பாயின் மனத்தில் குதூகலம். தம் மண்ணுக்கு மீண்டும் உயிர் கொடுத்த திருப்தி. ஆனால், சௌராஷ்டிரா முழுவதுமே

நீர் வளமின்றி நிர்க்தியாகத்தான் இருக்கிறது. அதற்கு என்ன செய்யலாம் என்ற கவலை அவரை அரிக்க ஆரம்பித்தது. என் ஊர் என்பதால் இங்கே என்னால் நினைத்ததைச் செய்ய முடிந்தது. பிற ஊர்களில் சாத்தியமா? தன் கேள்விக்கு விடை தேடிய சமயத்தில்தான் மதுர்பாய், 'தருண் பாரத் சங்' (TBS) குறித்துக் கேள்விப்பட்டார். அதன் நிறுவனரும், இந்தியாவின் 'ஜல் புருஷ்' (தண்ணீர் மனிதன்) என்றழைக்கப்படும் ராஜேந்திர சிங் பற்றியும் முற்றிலும் தெரிந்துகொண்டார். இங்கே நாமும் தெரிந்து கொள்வோம்.

உ.பி.யைச் சேர்ந்த ராஜேந்திர சிங், ஜமீன் குடும்பத்தில் பிறந்தவர் *(1959)*. ஆயுர்வேதத்தில் பட்டப்படிப்பு முடித்தவர். ராஜஸ்தானில் பணியாற்றியவர். ஒரு கட்டத்தில் அரசின் நிர்வாகச் சீர்கேடுகளில் மனம் வெறுத்த ராஜேந்திர சிங், தருண் பாரத் சங் என்ற அமைப்பில் இணைந்து சமூக சேவையில் ஈடுபட ஆரம்பித்தார். **1985**-ல் தன் நண்பர்கள் சிலருடன் சேர்ந்து அல்வார் மாவட்டத்தின் கோபால்புரா என்ற கிராமத்தில் ஆயுர்வேத மருத்துவச் சேவையுடன், கல்வி கற்பிக்கும் வேலையையும் தொடங்கினார். அந்த ஊரில் தண்ணீர்ப் பஞ்சம் உச்சத்தில் இருந்தது. 'இந்த ஊருக்கு இப்போதைய அவசியத் தேவை கல்வி அல்ல. தண்ணீர். நீ நிஜமாகவே ஏதாவது நல்லது செய்ய நினைத்தால் ஊர்க் குளத்தைத் தூர்வாரிக் கொடு' என்றார் முதியவர் ஒருவர். ராஜேந்திர சிங்கை அந்த வார்த்தைகள் மிகவும் பாதித்தன. குளத்தைத் தூர்வாரப் போகிறேன். உதவிக்கு வாருங்கள் என்று ஊர் மக்களை அழைத்தார். யாருடா நீ? என்பதாக விநோதமாகப் பார்த்தார்கள். சேவைக்கென உடன் வந்த நண்பர்கள்கூட விலகிப் போனார்கள்.

ராஜேந்திர சிங், மனம் தளரவில்லை. தனி ஒருவனாக மண்வெட்டி, கடப்பாரையுடன் வறண்ட குளத்தில் இறங்கினார். தினமும் குறைந்தது 10 மணி நேரமாவது உழைத்தார். 'பாவம், பைத்தியம்!' என்று ஊர்க்கண்கள் பரிதாபமாகப் பார்த்தன. வாரக்கணக்கில், மாதக் கணக்கில், வருடக்கணக்கில் ராஜேந்திர சிங் சிந்திய வியர்வையால், குளத்தின் பரப்பளவு நீளமும் ஆழமுமாக விரிந்தது. பின் பெய்த மழையில் குளத்தில் நீர் தங்கியது. அருகிலிருந்த கிணறுகளும் உயிர்த்தன.

சுற்று வட்டாரத்தில் நிலத்தடி நீர்மட்டம் உயர்ந்தது. கோபால்புரா மக்களின் மனத்தில் ராஜேந்திர சிங்கும் உயர்ந்து நின்றார்.

அந்தச் சமயத்தில் வயதானவர்களும் பெண்களும் நோஞ்சான் குழந்தைகளுமே கோபால்புராவில் மிஞ்சியிருந்தனர். பிழைப்புக்காக வெளியூர் சென்றிருந்த ஆண்கள் பலரும், குளம் புத்துயிர் பெற்றதை அறிந்து மீண்டும் ஊருக்குத் திரும்பி வரத் தொடங்கினர். மக்களும் ராஜேந்திர சிங்குடன் கைகோர்த்தனர். கோபால்புராவில் நிகழ்ந்த மாற்றம், அக்கம் பக்கத்து கிராமங் களுக்கும் ஜிலுஜிலுவெனப் பரவியது. அவர்களும் வறட்சியை நீக்குவதற்கான புரட்சிக்குத் தயாராக இருந்தார்கள். ராஜேந்திர சிங், அந்த மக்களுக்கு வழிகாட்டினார்.

அடுத்த ஒரே ஆண்டில் 36 கிராமங்களில் குளங்கள் வெட்டப் பட்டன / தூர் வாரப்பட்டன. அல்வாரில் கொஞ்சம் கொஞ்சமாக பசுமைப் புரட்சி வேரூன்றத் தொடங்கியது. அங்கிருந்து ராஜஸ்தானின் பிற மாவட்டங்களுக்கும் பரவத் தொடங்கியது. தருண் பாரத் சங் மூலமாக கிராமம் கிராமமாக பாதயாத்திரை சென்ற ராஜேந்திர சிங், மக்களிடையே மழைநீர் சேகரிப்பு குறித்த விழிப்புணர்வைக் கொண்டு வந்தார். குளங்களை, ஏரிகளை மீட்டெடுத்தல், தடுப்பணைகளைக் கட்டுதல், வாய்க்கால்கள் வெட்டுதல், இன்னபிற நடவடிக்கைகள் மூலமாக மாமழை நீரைச் சேகரித்துப் போற்றுதல்.

இதன் அடுத்தக் கட்டமாக, மக்களின் துணையுடன் பல ஆண்டு களுக்கு முன்பாகவே இறந்துபோன அர்வாரி நதியை மீண்டும் உயிர்ப்பிக்கும் முயற்சியில் இறங்கினார் ராஜேந்திர சிங். ஆற்றுப் படுகைகளில் தடுப்பணைகளைக் கட்டுதல், ஆரவல்லி மலையில் சற்றே பெரிய அணை ஒன்றை எழுப்புதல், ஆக்கிரமிப்புகளை அகற்றுதல் என ராஜேந்திர சிங் மக்களுடன் உழைத்தார். அந்த மழைக்காலத்தில், அணையும் தடுப்பணைகளும் தண்ணீரால் ததும்பின. அர்வாரி பழைய பொலிவுடன் மீண்டும் சலசலத்து ஓட ஆரம்பித்தது. அர்வாரியைப் பாதுகாக்க வேண்டுமல்லவா. அந்த நதியின் நீர்ப்பிடிப்புப் பகுதியிலிருக்கும் 70 கிராமங்களில் இருந்து, ஊருக்கு 2 பேர் வீதம் தேர்ந்தெடுத்து, 140 பேரைக் கொண்ட அர்வாரி பாராளுமன்றத்தை அமைத்தார். இது அங்கீகாரமற்ற அமைப்பென்றாலும் அதன் மூலமாக நதி

ஆக்கிரமிப்புகளைத் தடுத்தல், அதிக நீர் உறிஞ்சுதலை, மரம் வெட்டுதலைத் தடுத்தல் என்று பல்வேறு விஷயங்களைச் செயல்படுத்தினார்.

சரிஷ்கா தேசியப் பூங்கா பகுதியில் அமைந்தி ந்த ஏராளமான சுரங்கங்கள் அந்தப் பகுதியின் நீர் வளத்துக்குப் பெரும் இடையூறாக இருப்பதை அறிந்தார் ராஜேந்திர சிங், அகிம்சை வழியிலான போராட்டங்கள் மூலமாகவும், சட்ட ரீதியான நடவடிக்கைகள் மூலமாகவும், மாஃபியாக்களின் மிரட்டல் களுக்கு அடிபணியாமல் சுரங்கங்களை மூட வைத்தார். அதனால் பாதிக்கப்பட்ட தொழிலாளர்களுக்கு அவரவர் கிராமங்களில் அபிவிருத்தித் திட்டங்களின் மூலம் வேலை வாய்ப்புகள் கிடைக்கவும் வழிவகை செய்தார். ராஜேந்திர சிங்கின் அயராத முயற்சியால் ராஜஸ்தானில் முன்னொரு காலத்தில் ஓடிக் கொண்டிருந்த சர்ஷா, பஹானி, ரூபரேல், ஜஹாஜ்வாலி ஆகிய இறந்துபோன நதிகளும் புத்துயிர் பெற்றன. காலியாகக் கிடந்த பல ஊர்களிலும் கிராமங்களில் மீண்டும் மக்கள் வசிக்கத் தொடங்கினர். சந்தோஷமாக.

ராஜேந்திர சிங், ராஜஸ்தானின் 11 மாவட்டங்களில் சுமார் 4500 தடுப்பணைகளைக் கட்டியிருக்கிறார். 1200 கிராமங்களை தண்ணீர்ப் பிரச்னையற்ற பகுதிகளாக மாற்றியிருக்கிறார். இதனால் நிலத்தடி நீரின்றி கருப்பு மண்டலங்களாக அறிவிக்கப் பட்ட மாநிலத்தின் பல பகுதிகள், நிலத்தடி நீர் மிகுந்த வெள்ளை மண்டலங்களாக உருமாறியிருக்கின்றன. வனப்பகுதி விரிவடைந்திருக்கிறது. விளைச்சல் பல மடங்கு பெருகியிருக் கிறது. மானாவாரி விவசாயத்தை மட்டுமே நம்பிய ராஜஸ்தான் விவசாயிகள், நீர் அதிகம் தேவைப்படும் கரும்பு பயிரிடுமளவுக்கு வளர்ச்சியடைந்திருக்கின்றனர். இப்படியாக, சத்தமே இல்லாமல் ராஜஸ்தானில் மாபெரும் தண்ணீர்ப் புரட்சி ஒன்றை நிகழ்த்திக் கொண்டிருக்கிறார் ராஜேந்திர சிங்.

நீர் வளங்களைக் கபளீகரம் செய்ய வரும் கார்ப்பரேட் நிறுவனங் களின் திட்டங்களுக்கு எதிராகவும் அறப்போராட்டம் நடத்தி வருகிறார். குறிப்பாக, Loharinag Pala Hydropower Project - உத்தர காண்டின் பாகிரதி நதியில் அமையவிருந்த இந்த நாசகாரத் திட்டத்தைத் தடுத்து நிறுத்தியதில் ராஜேந்திர சிங்குக்குப் பெரும் பங்கு உண்டு. இந்தியா முழுவதும் சுற்றுப் பயணங்கள் செய்து

தமிழகத்தின் கவனத்திற்கு!

'கடவுள் தமிழகத்திற்கு அதிக நீரைக் கொடுத்து கெடுத்து வைத்திருக்கிறார். ஆண்டுக்கு சராசரியாக 1000 மி.மீ. மழை பொழியும் தமிழகம், குடிநீர்ப் பஞ்சத்தில் சிக்குவது வாடிக்கை. அதில் பாதியளவே மழை பெறும் பாலைவன ராஜஸ்தானில் தண்ணீர்ப் பிரச்னை இல்லை. ஏன்? சிந்தியுங்கள்! தமிழகத்தில் நீர் மேலாண்மை மிகவும் கீழ்நிலையில் இருக்கிறது. மழைநீர்ச் சேகரிப்பு அடியோடு இல்லை. மழைநீர்ச் சேகரிப்பு என்ற பெயரில் இங்குள்ள திட்டங்கள் பெயர் அளவுக்கே செயல்படுத்தப்படுகின்றன. அண்டை மாநிலங்களுடன் உள்ள நீர்ச் சிக்கல்களை சட்ட ரீதியாகவும், அரசியல் ரீதியாகவும் தீர்த்துக் கொள்வது ஒரு பக்கம். அதற்கு முன்பாக முதலில் உங்கள் மாநிலத்துக்குள்ளேயே கிடைக்கும் தண்ணீர் வளத்தை முறையாக முழுமையாகச் சேகரிக்கும் முயற்சிகளில் கவனம் செலுத்துங்கள். அதில் மக்களை ஈடுபடுத்துங்கள். அது பெரிய வெற்றியைத் தரும் என்பது ராஜஸ்தான் அனுபவத்தில் நாங்கள் கண்ட உண்மை' - என்பதே ராஜேந்திர சிங்கின் தமிழகத்துக்கான அறிவுரை.

வரும் ராஜேந்திர சிங், நீர் மேலாண்மை குறித்து அதிதீவிரப் பிரசாரங்களை மேற்கொண்டு வருகிறார். பல்வேறு மாநில அரசுகள் தங்கள் பிரதிநிதிகளை தருண் பாரத் சங்குக்கு அனுப்பி நீர் மேலாண்மை குறித்து கற்றுக் கொள்ளச் செய்கின்றன.

இந்தியாவின் தலையாயச் சிக்கலான தண்ணீர்ப் பிரச்னையைச் சரி செய்வதற்கென்றே தன் வாழ்நாளை அர்ப்பணித்து வரும் ராஜேந்திர சிங்கை, 1999-ல் தேடிச் சென்றார் மதுர்பாய். நோக்கம் - வறண்ட சௌராஷ்டிராவை நீர்ச் செழிப்புள்ள பிரதேசமாக மாற்றுவது. 150 நபர்களுடன் சென்ற மதுர்பாய், தருண் பாரத் சங்கில் இணைந்து ராஜேந்திர சிங்குடன் களப்பணியாற்றினார். அனுபவங்களைச் சேகரித்துக் கொண்டார். ராஜேந்திர சிங்கின் மேலான ஆலோசனைகளோடு குஜராத்துக்குத் திரும்பினார்.

முதல் வேலையாக, படேல் சமூகத்தைச் சேர்ந்த முக்கியஸ்தர்களின் பங்களிப்புடன் சௌராஷ்டிரா ஜல்தாரா டிரஸ்ட் (SJT) என்ற அமைப்பை ஆரம்பித்தார் மதுர்பாய். 1999 நவம்பரில், மதுர்பாயின் தலைமையில் பலரும் சௌராஷ்டிர கிராமங்களுக்குப் பாதயாத்திரை (325 கி.மீ.) மேற்கொண்டனர். ஒவ்வோர் இடத்திலும் கூட்டங்கள் கூட்டி, கிராம மக்களுடன் பேசினர். 'நமக்கான நீர்த்தேவையை நாமே பூர்த்தி செய்து கொள்ள முடியும். எங்கள் அமைப்பு அதற்கான அத்தனை உதவிகளையும் செய்யும். தேவை உங்கள் ஆதரவும் உழைப்பும் மட்டும்தான்.' கோபலாவில் சாதித்துக் காட்டிய மதுர்பாய்க்குத் தோள்கொடுக்க ஒவ்வொரு கிராமமுமே தயாராக இருந்தது. ஒவ்வொரு கிராம சபையிலும் கூட்டங்கள் நடத்தப்பட்டு, அதில் 11 பேர் தேர்ந்தெடுக்கப்பட்டனர். அவர்களது பொறுப்பில் அந்தக் கிராமத்தில் தடுப்பணைகள் கட்டுதல், குளம் வெட்டுதல் / தூர்வாருதல், வாய்க்கால்கள் அமைத்தல், அதற்கான நிதி திரட்டுதல், பணியாளர்களை அமர்த்துதல் உள்ளிட்ட பொறுப்புகள் ஒப்படைக்கப்பட்டன. மக்கள் கொஞ்சம் பணமும், அதிக உழைப்பும் போட வேண்டும். கட்டுமானத்துக்கான சிமெண்ட், பிற பொருள்கள் வழங்குவதை மதுர்பாயின் டிரஸ்ட் பார்த்துக் கொள்ளும். பணிகள் நிறைவேறின. பருவமழையும் பொழிந்தது. அந்தந்த கிராமங்களின் குடிநீர்ப் பிரச்னை தீர ஆரம்பித்தது.

1997-லேயே குஜராத்தின் பல பகுதிகளில் தடுப்பணைகள் கட்டும் திட்டத்தை, மாநில அரசும் கையில் எடுத்திருந்தது. அது

முழுமையாகச் செயல் வடிவம் பெறவில்லை. கட்டப்பட்ட தடுப்பணைகள் பலவும் தரமற்றதாக இருந்தன. பலன் இல்லை. அதே சமயத்தில் சௌராஷ்டிரா ஜல்தாரா டிரஸ்ட்டின் சீரிய செயல்கள் மாநில அரசின் கவனம் ஈர்த்தன. அப்போதைய குஜராத் முதல்வர் கேசுபாய் படேல், Sardar Patel Participatory Water Conservation Programme என்ற திட்டத்தை அறிமுகப்படுத்தினார். அதாவது அரசும் மதுர்பாயின் டிரஸ்டும் இணைந்து செயல்படும் திட்டம்.

அதில் மதுர்பாய்க்குப் பல சங்கடங்கள் இருந்தன. காரணம், அரசு கட்டுமானப் பணிக்கென டெண்டர்களை வரவேற்கும். அமைச்சர், எம்.எல்.ஏ. முதல் கடைநிலை ப்யூன் வரை பலருக்கும் லஞ்சமளித்து யாரோ ஓர் ஒப்பந்ததாரர், பணியைக் கையில் எடுப்பார். அவருக்கும் லாபம் வரவேண்டுமெனில், கட்டுமானத்தில் கையை வைப்பார். தரமற்ற தடுப்பணைகள் தண்ணீரைத் தடுக்க முடியாமல், பின் கண்ணீரையே வரவழைக்கும். தவிர ஆயிரக்கணக்கான தடுப்பணைகள் கட்டத் திட்டமிட, செயல்படுத்த கிராமம் ஒன்றுக்கு ஏழெட்டு பொறியாளர்களாவது தேவைப்படுவார்கள். அத்தனைப் பேரை அரசால் அளிக்க முடியாது. இருக்கும் பொறியாளர்கள், குறிப்பிட்ட காலத்தில் திட்டத்தை அவசர அவசரமாக நிறைவேற்ற முயற்சி செய்து சொதப்புவார்கள். அதனால் ஒட்டுமொத்தத் திட்டமும் பாழாகும். இப்படித்தான் நிகழும். தமிழகம் உள்ளிட்ட பல மாநிலங்களில் இப்படித்தான் நிகழ்ந்தும் கொண்டிருக்கிறது.

நீருக்கான நோபல்

❖ ராஜேந்திர சிங்குக்கு 2001-ல் ராமன் மகசேசே விருதும், 2005-ல் ஜம்னாலால் பஜாஜ் விருதும் வழங்கப்பட்டிருக்கிறது. 2015-ல் நீர் மேலாண்மைக்கான நோபல் பரிசென அழைக்கப்படும்

இவற்றையெல்லாம் தவிர்க்க வேண்டும் என்பதில் மதுர்பாய் மிக உறுதியாக நின்றார். அரசிடமும் அழுத்தமாகப் பேசினார். டெண்டர், காண்ட்ராக்ட் உள்ளிட்ட நடைமுறைகள் எதுவும் கூடாது. அரசு இந்தத் திட்டத்துக்காக ஒதுக்கியிருக்கும் தன் பங்கு பணத்தை கிராம நிர்வாகத்திடம் அளித்துவிட வேண்டும். ஜல்தாரா டிரஸ்ட்டும், ஊர் மக்களும் மீதித் தொகையைப் போட்டு, தங்கள் உழைப்பால், திட்டமிடலால், தங்களுக்குத் தேவையான தரமான கட்டுமானங்களை உருவாக்கிக் கொள்வார்கள்.

தடுப்பணை உயர நீர் உயரும். நீர் உயர நெல் உயரும். நெல் உயர குடி உயரும். குடி உயரக் கோல் உயரும் என்பதால் மாநில அரசு அதற்கு ஒப்புக் கொண்டது. அடுத்த பத்தாண்டுகளில் மதுர்பாயின், ஜல்தாரா டிரஸ்டின், மக்களின் அர்ப்பணிப்புடன் கூடிய அயராத உழைப்பில் சௌராஷ்டிராவின் பெரும்பாலான கிராமங்களில் பல்லாயிரக்கணக்கான தடுப்பணைகள், குறைந்த செலவில், நிறைந்த தரத்தில் உருவாக்கப்பட்டன. சௌராஷ்டிராவுக்கு நீர் சுமந்து வந்த ரயில்கள் ஓய்வெடுக்க ஆரம்பித்தன. விவசாயத்தை விட்டு விலகிய பலரும் மீண்டும் டிராக்டரில் ஏறினர். கோடை காலத்திலும் நிறைகுடங்கள் சிரித்தன. அடிபம்புகள், எப்பொழுதும் நீர் சுரக்கும் காமதேனுக்களாக மாறின. ஆனால், இவற்றைச் செயல்படுத்துவதில் சங்கடமான சவால்களுக்கும் குறைவில்லை.

சாதிச் சண்டைகளும், பரம்பரைப் பகைகளும், பழிவாங்கும் தீரா வெறியும் கிராமங்களில் அதிகம் உண்டே. அத்தனையையும்

* *Stockholm Water Prize*-ஐ சுவீடன் அரசு, ராஜேந்திர சிங்கின் சேவைகளைப் பாராட்டி வழங்கி யிருக்கிறது.
* குஜராத் அரசின் பல்வேறு விருதுகளைப் பெற்றுள்ள மதுர்பாய்க்கு, 2014-ல் இந்திய அரசு பத்மஸ்ரீ வழங்கி கௌரவித்திருக் கிறது.

தாண்டி, மக்களை ஊரின் நலனுக்காக ஒன்றுகூடி ஒரு காரியத்தில் ஈடுபட வைப்பது சவால் அல்லவா. தன் பேச்சின் மூலமும், சாதுர்யமான நடவடிக்கைகள் மூலமும் அதனைச் சாத்தியப்படுத்தினார் மதுர்பாய். தேஷரா என்ற கிராமத்துக்குள் நுழைந்து பேச படேல்கள் தயங்கினர். காரணம் அவர்களுக்கும் அவ்வூரின் தர்பார் ராஜ்புத்களுக்கும் இடையே பல காலப் பகை கனன்று கொண்டிருந்தது. பல கொலை வழக்குகளும் நிலுவையில் இருந்தன. அந்தச் சமயத்தில் ராஜேந்திர சிங்கை தர்பார் ராஜ்புத்களிடம் பேச அனுப்பினார் மதுர்பாய். விருந்தினரை உபசரிப்பதில், அவர்களது தேவையை நிறைவேற்றுவதில் அந்த ராஜ்புத்கள் அதிக அக்கறை காட்டுவர். ஆக, ராஜேந்திர சிங் சென்று கேட்கவும், ஊரின் நலனுக்காக ராஜ்புத்கள் இறங்கி வந்தார்கள். பகையை மறந்து படேல்களுடன் கைகோர்த்தார்கள். கொலை வழக்குகள் வாபஸ் வாங்கப்பட்டன. தேஷரா கிராமத்தின் நீர்வளம் பேஷாகப் பெருகியது.

விகாலியா என்ற கிராமத்தில் வயதான தலித் பெண் ஒருவர், தன் வாழ்நாள் சேமிப்பின் பெரும்பகுதியை (ரூ. 11000) எடுத்துக் கொண்டு வந்து ஊரில் தடுப்பணைகள் கட்ட வழங்கினார். படேல் வகுப்பினர், அந்தப் பெண்ணின் வீடு தேடிச் சென்று நன்றி சொன்னார்கள். அந்தப் பெண் நெகிழ்ந்து நின்றார். பெண்கள் நகையைக் கழற்றிக் கொடுப்பது, அடிமட்ட மனிதர்கள் தங்கள் வசமிருக்கும் நூறு, இருநூறைத் தயக்கத்துடன் கொடுப்பது, வயதானவர்களும் ஊருக்காகக் களமிறங்கி உழைப்பது என இப்படிப் பல நெகிழ்வூட்டும் சம்பவங்கள். ஊரின் நீர் வளத்தைப் பெருக்குவது மட்டுமே நம் குறிக்கோள் என மதுர்பாய் உருவாக்கிய மனமாற்றம், பிற சண்டை, சச்சரவுகள், ஏற்றத் தாழ்வுகளை எல்லாம் ஏறக்கட்டி ஏற்றத்தைக் கொடுத்தது.

தற்போது சௌராஷ்டிரா, கட்ச் பகுதிகளில் சுமார் 5600 கிராமங்கள் நீர் வளத்தில் தன்னிறைவு பெற்று விளங்குகின்றன. சுமார் எழுபதுக்கும் மேற்பட்ட நதிகள் சலசலத்து ஓடுகின்றன. 2000-09 காலகட்டத்தில் குஜராத்தின் விவசாயப் பரப்பளவு 15% உயர்ந்திருக்கிறது. விவசாய வருமானம், 18000 கோடியிலிருந்து 49000 கோடியாக உயர்ந்திருக்கிறது என்கிறது ஒரு புள்ளி விவரம். இன்றைக்கு நிலத்தடி நீர்மட்டம் அதிகமாக உள்ள மாநிலங்களில் குஜராத்தும் ஒன்று. இதனைச் சாத்தியப்படுத்திய மதுர்பாய், இந்தியாவில் பல இடங்களுக்குச் சென்று ‘நீர் மேலாண்மை’

குறித்து பேசுவதோடு மட்டுமன்றி, அதற்கான திட்டங்களைச் செயல்படுத்த உதவியும் வருகிறார். குஜராத் மக்கள் மதுர்பாயை தங்களது 'நீர்க்கடவுள்' போலத்தான் போற்றுகிறார்கள்.

நீங்கள் ஏன் அரசியலுக்கு வந்து மக்கள் சேவை செய்யக் கூடாது என்ற கேள்வியும் மதுர்பாய் முன் வைக்கப் பட்டதுண்டு. அதற்கு அவரது பதில், 'அரசியலுக்கு வர மாட்டேன். ஒரு எம்.எல்.ஏ.வால் என்ன செய்துவிட முடியும்? பணத்துக்காக அடுத்தவர்களிடம் கையேந்தி தான் நிற்க வேண்டும். ஆனால், எங்கள் டிரஸ்ட் மூலமாக நாங்கள் சாத்தியப்படுத்தியிருக்கும் விஷயங்களை ஒரு எம்.எல்.ஏ.வாலோ, அமைச்சராலோ செய்யவே முடியாது. அரசியல் எங்கள் நோக்கத்தைச் சிதைத்து விடும். அது இன்றியே நாங்கள் அதிகம் சாதித்துக் கொண்டுதான் இருக்கிறோம்.'

காணொளிகள்:

 ராஜேந்திர சிங்கின் உரை ஒன்று

மதுர்பாயின் உரை ஒன்று

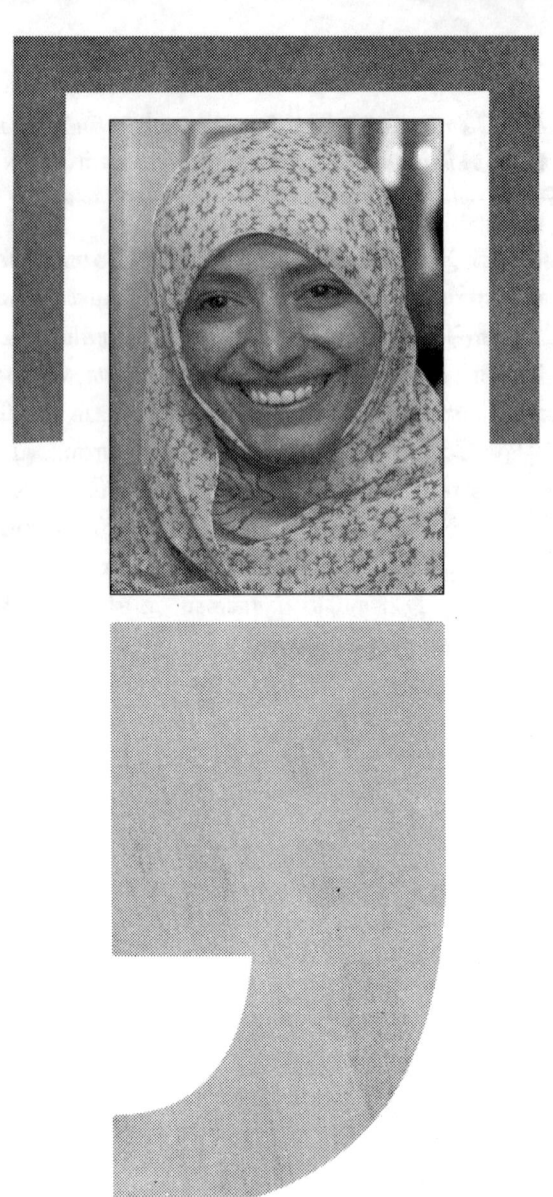

மாற்றம் தேவை என்று மனிதர்கள் தெருவில் இறங்கிப் போராடுவது வேடிக்கையானதா என்ன? பல ஆண்டுகளாக சர்வாதிகாரத்தால் ஒடுக்கப்பட்டுக் கொண்டிருக்கும் மக்களின் இறுதி வாய்ப்பு அது மட்டுமே.

தவாகுல் கர்மான்

ஏமனின் வசந்தம்

'என்னைத் திருமணம் செய்து கொள்ளச் சம்மதமா?' என்று முகம்மது அல் நமி கேட்டபோது, பதினேழு வயதான தவாகுல் கர்மான் வெட்க ஈர்ப்பு விசையால் தலைகுனிந்து, சிணுங்கல் புன்னகையுடன் 'சம்மதம்' என்று சொல்லவில்லை. தலைநிமிர்ந்து முகம்மதுவின் கண்களை அழுத்தமாகப் பார்த்து, சில நிபந்தனைகளை முன்வைத்தார். 'என் படிப்பை நிறுத்தச் சொல்லக் கூடாது. நான் பர்தாவுக்குள் முடங்கிக் கிடக்க மாட்டேன். வேலைக்குச் செல்வேன். இந்தச் சமூகத்துக்காக, பெண்களுக்காக, மக்களுக்காகக் களமிறங்கிப் போராடுவேன். இவையெல்லாம் உங்களுக்குச் சரிப்படும் என்றால் எனக்குத் திருமணத்துக்குச் சம்மதம்.' முகம்மது முழு மனத்துடன் தவாகுலை ஏற்றுக் கொண்டார். அவர்கள் சந்தோஷமாக மண வாழ்க்கையைத் தொடங்கினார்கள். இன்றைக்கு தவாகுல், மூன்று குழந்தைகளின் தாய் மட்டுமல்ல. தன் நாட்டில் நிகழ்ந்து கொண்டிருக்கும் மாபெரும் புரட்சியின் தாயும்கூட. பற்றி எரிந்து கொண்டிருக்கும் ஏமனில், வருங்காலத்தில் ஜனநாயகத்தை மலர வைக்கும் சக்தி தவாகுல் கர்மானுக்கு (Tawakkol Karman) மட்டுமே உண்டு.

தவாகுல் பிறந்தது ஏமனில் (1979). இஸ்லாமியப் பழைமை வாதம் மண்டிக்கிடக்கும் நாடு. எட்டு வயதிலெல்லாம் சிறுமிகளை, வயது முதிர்ந்தவர்களுக்கு எத்தனையாவது தாரமாகவோ கட்டி வைத்து விடுவார்கள். அந்தச் சூழலில், 17 வயதுப் பெண்ணிடம் ஒருவர் திருமணம் செய்துகொள்ளச் சம்மதமா என்று கேட்பதே அரிது. அதிலும் நிபந்தனைகள் விதித்து, அவரைத் திருமணமும் செய்துகொண்டு, தாயான பின், தன் நோக்கத்திலிருந்து சற்றும் பிறழாமல், பழைமைவாத, சர்வாதிகார, தீவிரவாதச் சக்திகளுக்கு எதிராக ஓர் அரேபியப் பெண் வீதிக்கு வந்து போராடிக் கொண்டிருப்பது அரிதினும் அரிது. இந்த பாரதி காணவியலாத இஸ்லாமிய புதுமைப் பெண்ணின் பொதுவாழ்க்கைக்குள் அடியெடுத்து வைப்பதற்கு முன்பாக ஏமனின் அரசியல் வரலாற்றை பருந்துப் பார்வையில் நோக்கி விடுதல் உத்தமம்.

அரேபிய தீபகற்பத்தின் தென் பகுதியில் பரவிக் கிடக்கும் நாடு ஏமன். வடக்கில் சவுதி அரேபிய எல்லை. கிழக்கில் ஓமான். பத்தொன்பதாம் நூற்றாண்டில் ஏமனின் 'சனா'வைத் தலைநகரமாகக் கொண்டு துருக்கிய ஒட்டமான்கள் ஆட்சி செய்தனர். சென்ற நூற்றாண்டில் மன்னராட்சி. அதேசமயம் ஏமனின் தெற்குப் பகுதி பிரிட்டிஷாரின் காலனியாக மாறியது. ஏமனின் தென் முனையில் அமைந்துள்ள ஏடன், பிரிட்டிஷாரின் முக்கியத் துறைமுகமாக வளர்ந்தது. ஏமன் ஒரே நாடென்றாலும் இஸ்லாமிய ஆட்சியாளர்களால் ஆளப்பட்ட வ'டக்கு ஏமன் தனியானதாகவும், பிரிட்டிஷ் காலனியாக இருந்த தெற்கு ஏமன் தனியானதாகவும்தான் கருதப் பட்டது. 1962-ல் நிகழ்ந்த ஒரு கிளர்ச்சியில் வட ஏமனில் மன்னராட்சி முடிவுக்குக் கொண்டு வரப்பட்டு, 'ஏமன் அரபுக் குடியரசு' பிறந்தது. 1967-ல் தெற்கு ஏமன், பிரிட்டிஷாரின் பிடியிலிருந்து விடுபட்டு, 'ஏமன் மக்கள் ஜனநாயகக் குடியரசாக' மலர்ந்தது. ஏமன், சோஷலிஸ கட்சியின் ஆட்சி அங்கே அமைந்தது.

வடக்கு ஏமனுக்கு அமெரிக்கா, சவுதி அரேபியாவின் ஆதரவு இருந்தது. மத்திய கிழக்கில் அமைந்த ஒரே கம்யூனிஸ அரசென்பதால் தெற்கு ஏமனை சோவியத் ரஷ்யா அரவணைத்தது. ஆனால், சோவியத் ரஷ்யாவின் வீழ்ச்சி தெற்கு ஏமனைத் தடுமாறச் செய்தது. வட - தென் ஏமனின் எல்லைப் பகுதியில் எண்ணெய் வளம் இருப்பது கண்டறியப்பட்டது, அவற்றின் இணைப்பைச் சாத்தியமாக்கியது. 1990-ல் ஏமன் ஒரே நாடாக உருவானது. 1978 முதலே வட ஏமன் அதிபராக இருந்த கர்னல் அலி அப்துல்லா சாலே, பின்பு ஒருங்கிணைந்த ஏமனின் அதிபராகவும் பொறுப்பேற்றார். ஆனால், ஒட்டுப்போட்ட ஏமனுக்குள் ஓராயிரம் பிரச்னைகள். வட ஏமன், ஷியா இஸ்லாமியர்களால் நிறைந்தது. (அதிலும் ஷியாவின் ஒரு பிரிவான ஷைதிக்களே அங்கு அதிகம்). தெற்கு ஏமன் சன்னி பிரிவினரால் நிறைந்தது. எண்ணெய் - தண்ணீர். கலக்கவில்லை.

1994-ல் 'சாலே, தெற்கு ஏமனைப் புறக்கணிக்கணிக் கிறார்' என்று குரல்கள் பலமாக எழுந்தன. அங்கே போராட்டக் குழுவினர் கிளர்ச்சிகளில் ஈடுபட்டு, 'தெற்கு ஏமன் ஜனநாயகக் குடியரசு' அமைந்ததாக அறிவித்தனர். இதை விரும்பாத சாலே, வட ஏமன் மக்களை, மதரீதியாகத் தூண்டிவிட்டார். பகை

பகபகவெனப் பற்றியெரிந்தது. தெற்கு ஏமன் போராட்டக் குழுவினர், ஜனநாயக ஆதரவாளர்கள், சோஷலிஸ்டுகள் என பல்லாயிரக்கணக்கானோர் குறிவைத்துக் கொல்லப்பட்டனர். சாலே, ஏமனின் சர்வாதிகாரியாக நிமிர்ந்து அமர்ந்தார்.

பொருளாதார நெருக்கடி, வேலையில்லாத் திண்டாட்டம், உணவுத்தட்டுப்பாடு, வறுமை... எதையும் சாலேவால் மாற்ற இயலவில்லை. அவர் மாற்றும் முயற்சிகளையும் எடுக்கவில்லை. உலகின் ஏழை நாடுகள் பட்டியலில் ஏமனும் கிடந்து உழல, ஆட்சியாளர்கள் மட்டும் சொகுசு வாழ்க்கையில் செழித்துக் கிடந்தனர். 2004-ல், சாலே அரசுக்கு எதிராக, ஹுசைன் அல் ஹுதி என்பவர் போராட்டக் குழுவொன்றை உருவாக்கினார். விரைவிலேயே ஹுதி கொல்லப்பட்டார். ஆனால், அவரது இயக்கம் அரசுக்கெதிராக வீறுகொண்டு வளர்ந்தது. சிறுவயது முதலே இப்படிப்பட்ட அரபு அரசியலை எல்லாம் உள்வாங்கிக் கொண்டுதான் தவாகுல் கர்மானும் வளர்ந்திருந்தார்.

தவாகுலின் தந்தை, அப்தெல் சலாம் ஒரு வழக்கறிஞர். சர்வாதிகாரி சாலேவின் கட்சியான ஜெனரெல் பீப்புள் காங்கிரஸின் உறுப்பினர். தேர்தலில் வென்று சட்ட அமைச்சராகவும் இருந்தார். ஆனால், ஊழல்மிகுந்த, நேர்மையற்ற சாலே அரசுடன் ஒத்துப் போகவில்லை. பதவியை உதறிவிட்டு வெளியேறினார். தீவிர பழைமைவாதக் கட்சியான 'அல்-இஸ்லா'வில் இணைந்தார். ஏழு மகள்கள், மூன்று மகன்கள் என அப்தெல் சலாமுக்கு பத்து குழந்தைகள். ஆண் - பெண் பேதமின்றி அனைத்துக் குழந்தை களுக்கும் நல்ல கல்வி வழங்கினார். சுதந்தரமாகச் சிந்திக்கவும் கற்றுக் கொடுத்தார். தந்தையின் ஊக்கத்தோடு வளர்ந்த தவாகுல், இளநிலை வணிகவியலும், முதுநிலைப் பட்டப்படிப்பாக பொலிடிகல் சயின்ஸும் முடித்தார். இதற்கிடையில் திருமணம். குழந்தைகள்.

உலகின் வாழத் தகுதியற்ற நாடுகளில் ஏமனும் ஒன்று. அடிப்படை வசதிகளுக்குக்கூட மக்கள் அல்லாடும் நிலை. United Nations Development Programme மேற்கொண்ட மதிப்பீட்டின்படி, ஆண்-பெண் சமத்துவத்துக்கு முக்கியத்துவம் கொடுக்கும் நாடுகள் பட்டியலில் ஏமனுக்குக் கடைசி இடம். அடிப்படை மனித

உரிமைகள்கூட இல்லாத ஏமனில் பெண்களின் நிலை அந்தோ பரிதாபம். அவர்களுக்குக் கல்வி கற்கும் வாய்ப்புகள் மிகக்குறைவு. தேசத்தின் இந்த இழிவான சூழல், தவாகுலின் மனத்தில் 'போராட்டக் குணத்தை' கொஞ்சம் கொஞ்சமாக வளர்த்துவிட்டது. அங்கே பத்திரிகைச் சுதந்தரம் கிடையாது. அரசுக்கு எதிரான கருத்துகள் தணிக்கை செய்யப்படும். பெண் பத்திரிகையாளர் களுக்குப் பாதுகாப்பு கிடையாது. அரசுக்கு எதிரான பத்திரிகை யாளர்கள் மிரட்டப்படுவது, கடத்தப்படுவது, தாக்கப்படுவது சகஜம். ஆகவே தவாகுல், ஒரு பத்திரிகையாளராகத் தன் சமூகப் பங்களிப்பை 2004-ல் தொடங்கினார். சர்வாதிகாரி சாலேவின் ஆட்சியில் ஒவ்வொரு பத்திரிகையாளரின் கழுத்தில் கத்தியும், நெற்றிப்பொட்டில் துப்பாக்கியும் கண்ணுக்குத் தெரியாமல் அழுத்திக் கொண்டு இருந்த சூழலில், தவாகுல் தன் சக பெண் பத்திரிகையாளர்கள் ஏழு பேருடன் சேர்ந்து அமைப்பொன்றை ஆரம்பித்தார். Women Journalists Without Chains (WJWC). 'பத்திரிகைச் சுதந்தரத்துக்காகப்' போராடும் அமைப்பு.

ஏமனில் பெண்கள் பர்தா அணியாமல் வெளியே வரக்கூடாது. தவாகுல் எடுத்து வைத்த முதல் அடி, தன் முகத்திரையை நீக்கியது. 'முகத்திரை அணிவது பாரம்பரிய வழக்கமாக இருக்கலாம். ஆனால், அதை இஸ்லாம் வலியுறுத்தவில்லை' என்றார் துணிச்சலுடன். தலையைச் சுற்றி முக்காடாக 'ஹிஜிப்' அணிந்துகொண்டு, சமூகத்தை நேரடியாக எதிர்கொண்டார் தவாகுல். தன் வலிமையான எழுத்துகள் மூலமாகவும் கவனம் பெற்றார்.

'எங்களுக்கு முழுமையான கருத்துச் சுதந்தரம் வேண்டும். அதற்கென ஒரு வானொலி நிலையமும் செய்தித்தாளும் தொடங்க அனுமதி வேண்டும்' என்று WJWC மூலமாக, அரசின் செய்தித் துறைக்கு விண்ணப்பித்தார் தவாகுல். பதிலாக கொலை மிரட்டல் களே வந்தன. பதறாமல், அடுத்த கட்டம் நோக்கி நகர்ந்தார். ஏமனின் தலைநகரான 'சனா'வில் உள்ள தஹ்ரிர் சதுக்கத்தில் தன் சக பத்திரிகையாளர்களுடன் கூடினார். 'இந்த இடம் இனி நம் சுதந்தரச் சதுக்கம். நமக்கு வறுமையிலிருந்து, சர்வாதிகாரத்தி லிருந்து, மனித உரிமை மீறல்களிலிருந்து, அடக்குமுறையிலிருந்து சுதந்தரம் கிடைக்கும் வரை இங்கே ஒவ்வொரு செவ்வாய் அன்றும் கூடிப் போராடுவோம்' - அதிரடியாகப் பேசினார் தவாகுல்.

வெளிப்படுத்திக் கொண்டிருக்க, இன்னொருபுறம் ஹூதிகளும் ஆயுதப் போராட்டத்தைத் தீவிரப்படுத்தியிருந்தனர். அரசுக்கும் ஹூதிக்குமான மோதலில் ஆயிரக்கணக்கானோர் பலியாகி யிருந்தனர். ஹூதிகளின் பின்னணியில் ஈரான். சாலேவுக்குப் பின்பலமாக சவுதி. மோதல்கள் முற்றின. இன்னொரு பக்கம் அல்-காயிதாவின் சவுதி, ஏமன் கிளைகள் இணைந்து 'அரேபிய தீபகற்ப அல்-காயிதா' என்ற பெயரில் நாச வேலைகளைத் தொடங்கியிருந்தது. கார் வெடிகுண்டுகள், மனித வெடிகுண்டுகள், ரத்தம், பலி...

இந்நிலையில் சவுதி வலியுறுத்தியதன் பின்னணியில், சில அரசியல் காரணங்களுக்காக, தன் பதவியைத் தக்கவைத்துக் கொள்ளும் நோக்கில் சாலே இறங்கி வந்தார். ஹூதி இயக்கத் தினருடன் பேசி அமைதி ஒப்பந்தம் போட்டுக் கொண்டார். ஏதோ சில காலம் அமைதி திரும்பவதுபோலத் தோன்றினாலும் எல்லாம் கானல் காட்சிகளே. மீண்டும் ஹூதிகள் ஆயுதங்களைக் கையில் எடுத்தார்கள். இன்னொரு பக்கம் வட ஆப்பிரிக்க இஸ்லாமிய நாடான துனிசீயாவில் நீண்டகால ஏகாபத்திய அரசைக் கவிழ்க்கும்விதமாக மக்கள் புரட்சி ஆரம்பமாகியிருந்தது. 2011-ல் ஆரம்பத்தில் அந்த 'ஜாஸ்மின் புரட்சி' வென்று, புதிய அரசும் அமைந்தது. அந்தப் புரட்சி அருகில் எகிப்துக்கும் பரவியது. 30 ஆண்டுகள் எகிப்தை ஆண்ட அதிபர் ஹொஸ்னி முபாரக் இளைஞர் புரட்சியால் தூக்கியெறியப்பட்டார்.

தவாகுல், அந்த நாடுகளில் தோன்றிய புரட்சியின் கதகதப்பை அப்படியே ஏமன் மக்களின் மனத்திலும் கடத்திக் கொண்டு வந்தார். 2011 ஜனவரியில் 'அரேபிய வசந்தம்' எனப்படும் 'ஏமன் மக்கள் புரட்சி' ஆரம்பமானது. ஆயுதப் போராட்டங்கள் என்றைக்கும் தீர்வைத் தரப் போவதில்லை. அதை உணராமல் 33 ஆண்டுகள் ஏமனைச் சிதைத்துச் சின்னாபின்னமாக்கிய சாலேவின் சர்வாதிகார ஆட்சியைத் தூக்கியெறிவோம். காந்தியும், மார்ட்டின் லூதர் கிங்கும், நெல்சன் மண்டேலாவும் பின்பற்றி வெற்றி கண்ட அஹிம்சையே நம் ஆயுதம். துனீசியர்களால், எகிப்தியர்களால் இயலுமென்றால், ஏமனியர்களால் ஏன் இயலாது?

பழைமைவாதத்தில் ஊறிய கண்கள் அவரை வெறுப்புடன், கோபத்துடன் நோக்கின. 'இவள் பெண்ணல்ல. சைத்தான். தண்டிக்கப்பட வேண்டியவள்.' பல ஆண்கள் கேலியாகச் சிரித்தனர். 'பைத்தியம். கத்திக் கொண்டிருக்கிறது.' சிலர் உள்ளூர பயத்துடன் கடந்து சென்றனர். பிற்போக்குச் சிந்தனைகளில் ஊறிக் கிடக்கும், அடக்குமுறைகளுடன் வாழப் பழகிக் கொண்ட மக்களின் நம்பிக்கையைப் பெறுவது, அதுவும் ஓர் இஸ்லாமியப் பெண் பெறுவது என்பது எத்தனைப் பெரிய சவால். தவாகுல் தளரவில்லை. ஒவ்வொரு செவ்வாயன்றும் அரசுக்கெதிரான தவாகுலின் கனல் முழக்கங்களால் சதுக்கம் சூடானது. பர்தாவுக்குள் மறைந்திருந்த பிற பெண்களின் ஏக்கமும் தவிப்பும் நிறைந்த கண்கள், தவாகுலை நம்பிக்கையுடன் நோக்கத் தொடங்கின. அரசால் பாதிக்கப்பட்டவர்கள், மனித உரிமை மீறல்களுக்கு உள்ளானவர்கள் என பலரும் தவாகுலைத் தேடி வந்தனர். தன்னை நம்பி வந்தவர்களின் பிரச்னைகளுக்காகவும் நீதிக்காகவும் போராட்டங்களை முன்னெடுத்தார் தவாகுல்.

ஏமனில் ஓர் ஆண், தன் மனைவியை மிக எளிதாக விவாகரத்து செய்துவிடலாம். ஆனால், பெண்ணால் இயலாது. ஏகப்பட்ட சட்டக் குடைச்சல்கள் உண்டு. எட்டு வயதிலேயே திருமணம் செய்துவைக்கப்பட்ட சிறுமி ஒருத்தியை மீட்டெடுத்து, நீதிவழியில் போராடி அவளது பத்தாவது வயதில் அவளுக்கு விவாகரத்தும், புதிய சிறகுகளும் வாங்கிக் கொடுக்க உறுதுணையாக நின்றார் தவாகுல். பத்து பேர், இருபது பேருடன் போராடத் தொடங்கிய தவாகுலுக்கு ஆதரவாக நூற்றுக் கணக்கானோர் திரள ஆரம்பித்தனர். குறிப்பாக பர்தா அணிந்த பெண்கள், தவாகுல்போல முகத்திரையை விலக்கிய பெண்கள் தயக்கங்களை, கட்டுப்பாடுகளை எல்லாம் உடைத்து வீதிக்கு வந்தனர் - தலைவிதியை மாற்றலாம் என்ற நம்பிக்கையுடன்.

2008. ஏமனில் 40% மக்கள் வேலையில்லாமல் திண்டாடு மளவுக்கு சாலே அரசின் நிர்வாகம் சீரழிந்திருந்தது. நாட்டின் பெருவாரியான இடங்களில் குடிக்கத் தண்ணீர்கூட இல்லாத நிலை. மக்களின் அடிப்படை வசதிகளைக் கூட நிறைவேற்றத் தகுதியில்லாத அதிபர் சாலேவைத் தூக்கி எறிவோம் என்று தவாகுல் குழுவினர், ஒருபுறம் அமைதி வழியில் கடும் எதிர்ப்பை

'பெண்களின் பங்களிப்பின்றி எங்கும் மறுமலர்ச்சி ஏற்படாது. பெண்களே, காலம் காலமாகப் பாதிக்கப்பட்ட வர்களாக இருந்தது போதும். தேசத்தைப் காப்பாற்று பவர்களாக நீங்கள் மாற வேண்டிய தருணம் இது. இந்தச் சமூகம் ஆண் - பெண் இருவருக்குமானதே. தெருவில் இறங்கி நம் சுதந்தரத்துக்காகப் போராட, யாருடைய அனுமதியும் தேவையில்லை. அது கண்ணியக் குறைபாடான செயலும் இல்லை. வெளியே வாருங்கள். நம் உரிமைகளுக்காகக் குரல் எழுப்புங்கள். ஏமனின் சிறந்த எதிர்காலத்துக்காக நாம் இதைச் செய்தே ஆக வேண்டும்.'

நாள்கணக்கில், வாரக்கணக்கில், மாதக்கணக்கில் அதே சதுக்கத்தில் தவாகுலின் தலைமையில் போராட்டம் தொடர்ந்தது. மாணவர் களின், பெண்களின் ஆதரவு பெருகியது. ஆங்காங்கே சே குவேரா படங்கள். ஜாஸ்மின் புரட்சிப் பாடல்கள். அதைக் குறிக்கும் இளஞ்சிவப்பு பட்டைகள். அரசுக்கெதிரான பிரசுரங்கள். குறுஞ் செய்திகள். சமூக வலைத்தளப் பரப்பல்கள். போராட்டம். ஆர்ப்பாட்டம். எழுச்சி ஊர்வலம். அதிபர் சாலேவுக்கு ஹூதிகள் கிளர்ச்சி, அல்-காயிதாவின் தீவிரவாதத் தாக்குதல்கள், இவற்றை விட தவாகுலின் அமைதிப் போராட்டமே பெரும் சவாலாக இருந்தது. சாலே, தீவிர வன்முறையை ஏவினார். ரப்பர் தோட்டக்கள் பாய்ந்தன. கூட்டம் கலையாத பட்சத்தில் நிஜ தோட்டாக்கள் உயிரைப் பருக ஆரம்பித்தன.

2011 மார்ச்சில், போராட்டக் குழுவைக் கலைக்க அரசுப் படை நடத்திய துப்பாக்கிச் சூட்டில் பொதுமக்கள் 12 பேர் கொல்லப்பட்டனர். பலருக்குக் காயம். மே மாதத்தில் தன் ஆதரவாளர்களுடன் தவாகுல், அதிபர் மாளிகையை நோக்கி ஊர்வலம் நடத்த, பாதுகாப்புப் படையினர் சுட்டதில் 13 பேர் கொல்லப்பட்டனர். அந்தச் சமயங்களில் தவாகுல் உள்ளுக்குள் நிலைகுலைந்தார். 'அங்கே நான் அழவில்லை. அவர்கள் முன்பு நான் அழவும் கூடாது.' பாதிக்கப்பட்டவர்களை அள்ளிப் போட்டுக் கொண்டு மருத்துமனைக்கு விரைந்தார். பின் மீண்டும் சதுக்கத்துக்கு வந்து மேடையேறினார். 'உங்கள் வன்முறையும் தோட்டாக்களும் எங்களை அடக்கிவிடாது. எத்தனைப் பேரைக் கொன்றாலும் இந்தப் போராட்டம் ஓயாது.'

2010-லேயே ஒரு போராட்டத்தின்போது, பர்தா அணிந்த ஒரு பெண் தவாகுலை நெருங்கி கத்தியால் குத்திக் கொல்ல நினைத்தார். மற்றவர்கள் தடுத்துக் காப்பாற்றினர். 2011-ல் தீவிர மக்கள் புரட்சியில் இறங்கிய பின், தவாகுலுக்கும் குடும்பத்தினருக்கும் 'மரண பயம்' காட்டுவது வாடிக்கையானது. ஒருமுறை அதிபர் சாலேவின் செயலாளர் ஒருவரே, தவாகுலின் சகோதரிக்கு போன் செய்து கொலை மிரட்டல் விடுத்தார். போராட்டங்களில் அரசுப் படையினரால் தவாகுல் தாக்கப்படுவதும் தொடர்ந்தது. எதற்காகவும் தவாகுல் பின்வாங்கவில்லை.

2011 ஜனவரியின் ஒரு நள்ளிரவில் தவாகுல் கடத்தப்பட்டார். அரசால், சிறையில் அடைக்கப்பட்டார். சங்கிலியால் பிணைக்கப் பட்டார். உதை. வதை. 'இனி எந்தப் போராட்டத்திலும் ஈடுபட மாட்டேன் என்று எழுதிக் கொடுத்துவிட்டுப் போ.' தன் முன் நீட்டப்பட்ட காகிதத்தைப் பார்வையால் எரித்துவிட்டு, சிறை அறையில் சென்று அமர்ந்தார் தவாகுல். 'உன் குழந்தைகளைச் சித்ரவதை செய்வோம்' என்றும் மிரட்டினார்கள். 'என் குழந்தை களுக்காக ஒட்டுமொத்த ஏமன் குழந்தைகளை என்னால் விட்டுக் கொடுக்க இயலாது' - உறுதியாக நின்றார் தவாகுல்.

'தவாகுலைக் கைது செய்துவிட்டார்கள். அவரது உயிருக்கு உத்தரவாதமில்லை' என வெளியே அவரது கணவர் முகம்மது மீடியாக்களிடம் கதறினார். தவாகுலை விடுதலை செய்யச் சொல்லி கூட்டம் திரண்டது. எழுந்த கோஷத்தால் ஏமனே திமிறியது. பிரச்னை சர்வதேச அளவில் கவனம் பெற சாலேவுக்கு சகல திசைகளிலிருந்தும் நெருக்கடி. மூன்றாவது நாள், தவாகுல் விடுதலை செய்யப்பட்டார். வீட்டுக்குச் சென்று ஒரே ஒருநாள் குழந்தைகளுடன் இருந்த தவாகுல், மறுநாள் சதுக்கத்துக்கு வந்தார். கூடாரமடித்தார். அங்கேயே தங்கினார். 'சாலேவைப் பதவியிலிருந்து துரத்தும் வரை, நான் வீட்டுக்குச் செல்லப் போவதில்லை' - உறுதியாகச் சொன்னார். போராட்டக் கனல், மேலும் தகிதகித்தது. அந்த பிப்ரவரி 3 'பெருங்கோப நாள்' என்று அறிவித்த தவாகுல், அன்று மாபெரும் எழுச்சி ஊர்வலம் ஒன்றை நடத்திக் காட்டி, சாலேவின் சர்வாதிகார அரசை கிடுகிடுக்கச் செய்தார். மீண்டும் மீண்டும் கைது. விடுதலை. சிறையில் மற்ற பெண்களுக்கு 'போராட்டப் பாடல்களை'ச் சொல்லிக் கொடுத்த தவாகுல், வெளியில் தன் ஆவேசப் பேச்சால் ஏமன் பெண்களைப் பெருமளவில் களத்திற்கு ஈர்த்து வந்தார்.

அக்டோபர் 7, 2011. போராட்டக் கூடாரத்திலிருந்த தவாகுல், தொலைபேசியில் தோழி சொன்ன செய்தியை நம்பவே இல்லை. டீவியைப் பார்த்தார். செய்தி ஜொலித்தது. '2011-ம் ஆண்டுக்கான நோபல் அமைதிப் பரிசு லைபீரியா அதிபர் எலன் சர்லீஃப், லைபீரிய அமைதிப் போராளி லேமா குபோவீ, ஏமனின் அமைதிப் போராளி தவாகுல் கர்மான் - ஆகிய மூன்று பெண்களுக்கும் பகிர்ந்தளிக்கப்படுகிறது.' உண்மையில் தன் பெயர் நோபலுக்காகப் பரிந்துரைக்கப்பட்டிருப்பதுகூட தவாகுலுக்குத் தெரியாது. சந்தோஷக் கண்ணீர். அந்த டிசம்பர் 10-ல், நார்வேயில் ஓஸ்லோவில் நோபல் அமைதிப் பரிசை நெகிழ்வுடன் பெற்றுக் கொண்ட தவாகுல், 'இது அரேபியப் பெண்களுக்குக் கிடைத்த வெற்றி. போராட்டத்தில் உயிர் நீத்த ஒவ்வொருவருக்கும் கிடைத்த வெற்றி. அமைதிப் புரட்சிக்குக் கிடைத்த அங்கீகாரம்' என்று ஏமனுக்காக நெகிழ்ந்தார். 'நாம் அனைவரும் சேர்ந்து புதிய, அமைதி நிறைந்த, மனித உரிமைகள் மதிக்கப்படுகிற, ஊழலற்ற உலகம் படைப்போம்' என்று அனைவரையும் உறுதிமொழியும் எடுக்க வைத்தார்.

நோபலின் ஒளியால் தவாகுலின் போராட்டம் சர்வதேச அளவில் கவனம் பெற்றது. ஏமனின் முன்னாள் அரசியல்வாதிகள், பழங்குடித் தலைவர்கள், ராணுவ வீரர்கள் என பலரும் தவாகுலுக்கு ஆதரவாகக் கைகோர்க்க, நாளுக்கு நாள் அவரது பலம் பெருகியது. சுமார் 50000 ஏமன் பெண்கள் வீதிக்கு வந்து போராடினர். இன்னொரு பக்கம் 'பதவி விலகப் போகிறேன்'

என்று சாலே சிலமுறை அறிவித்து, ஏமாற்றவும் செய்தார். 'துப்பாக்கியோடு வந்தாலும், அரசுப் படையினரைப் பூக்கள் ஏந்தி எதிர்கொள்ளுங்கள்' என்று தவாகுல் அறிவித்தார். அந்தப் பூக்கள் சர்வதேச அளவில் கொடுத்த அழுத்தத்தை சாலேவால் அதற்குமேல் தாங்க முடியவில்லை. 2012 பிப்ரவரியில், 34 வருடம் ஆண்டு அனுபவித்த அதிபர் அரியணையை, பெரும் பாரத்துடன் விட்டு விலகினார் சாலே.

நிச்சயம் அது தவாகுல் நிகழ்த்திய பெரும் சாதனையே. ஆனால், அதற்குப் பின்? அதுவரை துணை அதிபராக இருந்த மன்சூர் ஹாதி ஏமனின் புதிய அதிபரானார். புதிய ஜனநாயக அரசை அமைப்பதற்காகப் பல்வேறு குழுக்களுடன் பேச்சுவார்த்தை நடத்தினார். ஹூதிக்களும் அதில் பங்கேற்றனர். உள்ளுக்குள்ளேயே ஆயிரத்தெட்டுப் பிரச்னைகள். அல்-காயிதாவின் தொடர்த் தாக்குதல்கள். கூடுதலாக ஐ.எஸ். அமைப்பின் மிரட்டல் - மனித வெடிகுண்டுத் தாக்குதல்கள். 2015 ஜனவரி, பிப்ரவரியில் ஹூதிகள், தலைநகர் சனாவையும் பாராளுமன்றத்தையும் கைப்பற்றி, புதிய புரட்சி அரசாங்கம் அமைந்ததாக அறிவித்தனர்.

இரும்புப் பெண்மணி

- *நோபல் பரிசு பெற்ற முதல் அரேபியப் பெண் தவாகுலே. இரண்டாவது இஸ்லாமியப் பெண். இளவயதிலேயே நோபல் அமைதி பரிசு பெற்ற பெண்ணாக 2011-ல் தவாகுல் இருந்தார். 2014-ல் மலாலா அதை முறியடித்தார்.*
- *'ஆணுக்கும் பெண்ணுக்கும் சம உரிமை உள்ள புதிய ஏமன் பிறக்க வேண்டும். அங்கே முழுமையான பேச்சுரிமை, எழுத்துரிமை வேண்டும். அங்கே நடனமும் இசையும் எங்களுக்கு வேண்டும். பெண்கள் கண்ணியமாக நடத்தப்பட வேண்டும். இதெல்லாம் அதிகபட்ச ஆசையா என்ன?' - இது தவாகுல் எழுப்பும் முக்கியக் கேள்வி.*
- *இரும்புப் பெண்மணி, புரட்சியின் தாய், ஏமனுக்குக் கிடைத்த புதிய ராணி ஷீபா - இவை தவாகுலுக்கு ஏமன் மக்கள் வழங்கியிருக்கும் பட்டங்கள்.*

ஹாதி, சனாவிலிருந்து ஏடனுக்குத் தப்பிச் சென்றார். தொலைக் காட்சியில் தோன்றிய அவர், புரட்சிக்கு எதிராகப் பொங்கினார். ஏடனை நோக்கி ஹூதிகள் முன்னேற, வேறுவழியே இன்றி சவுதிக்குத் தப்பிச் சென்றார் ஹாதி. 2015, மார்ச் 26 அன்று சவுதி, ஹூதிக்கு எதிரான போர் நடவடிக்கையாக Operation Decisive Storm-ஐ அறிவித்தது. அமெரிக்கா, ஐக்கிய அரபு அமீரகம், குவைத், கத்தார், ஜோர்டான் உள்ளிட்ட சில நாடுகளின் உதவியுடன் சவுதி விமானங்கள் குண்டு மழை பொழிய, ஏமன் சிதையத் தொடங்கியது.

சவுதி கூட்டுப்படை, ஹூதி கிளர்ச்சியாளர்களை முடக்குவதற்காக ஏமனின் முக்கியத் துறைமுகமான ஹோடைதாவைக் கைப் பற்றியது. அந்தத் துறைமுகம் வழியாகத்தான் ஏமன் மக்களுக்குத் தேவையான உணவுப் பொருள்கள் பெருமளவில் இறக்குமதி ஆயின. ஹோடைதா துறைமுகம் முடக்கப்பட, ஏமன் மக்கள் உணவின்றிப் பஞ்சத்தில் தவிக்கத் தொடங்கினர். நிலைமை இன்னும் மாறவில்லை.

2017-ல் மட்டும் ஏமனில் சுமார் 50,000 குழந்தைகள் உணவே இல்லாமல் பசியினால் இறந்து போயிருக்கிறார்கள். அந்நாட்டில்

நோபல் அமைதிப் பரிசுடன் தவாகுல்

உள்ள 2.83 கோடி மக்கள் தொகையில் சுமார் 2.22 கோடி மக்கள், போரினால் நேரடியாகப் பாதிக்கப்பட்டுள்ளனர். உணவுப் பஞ்சத்தினால் 1.4 கோடி மக்கள் தீவிரமாகப் பாதிக்கப் பட்டுள்ளனர். ரொட்டித் துண்டுக்கும், கொஞ்சம் பாலுக்கும்கூட வழியில்லாத அவல நிலை தொடருகிறது. இத்துடன் பல லட்சம் மக்கள் காலராவால் பாதிக்கப்பட்டதும் நிகழ்ந்தது. ஏமனில் பசியினால் பன்னிரண்டு நிமிடத்துக்கு ஒரு குழந்தை இறந்து போவதாக 2019-ல் புள்ளிவிவரம் ஒன்று தெரிவிக்கிறது. ஏமனில் இருபது லட்சத்துக்கும் அதிகமான குழந்தைகள் ஊட்டச்சத்துக் குறைபாட்டால் பாதிக்கப்பட்டுள்ளனர். லட்சக்கணக்கான குழந்தைகள் தங்களது கல்வியைக் கைவிடும் நிலைக்குத் தள்ளப் பட்டுள்ளனர்.

ஏமன் நாட்டின் வரலாற்றிலேயே அதன் நாணயத்தின் மதிப்பு மிகக் குறைந்த மதிப்பை எட்டியுள்ளது. சவுதி கூட்டுப்படையின் தாக்குதல் தொடர்ந்து வருகிறது. ஹூதிகளுக்கு இரான் ஆதரவளித்து வருகிறது. இந்தப் போரினால், ஸ்திரமற்ற அரசியல் சூழலினால் உலகின் மிகவும் பரிதாபகரமான நாடு என்ற நிலையில் துவண்டு கிடக்கிறது ஏமன். அங்கே அமைதியை நிலைநாட்ட சவுதி, அமெரிக்கா, இரான் உள்ளிட்ட நாடுகள் அமைதிப் பேச்சுவார்த்தைக்கு ஒத்துழைக்க வேண்டும் என்று அழுத்தம் கொடுக்கிறது ஐ.நா. சபை. சரி சரி என்று தலையாட்டி விட்டு, சவுதிக்கு ஆயுதங்கள் உள்ளிட்டவற்றைத் தொடர்ந்து விநியோகம் செய்து வருகிறார் அமெரிக்க அதிபர் டொனால்ட் ட்ரம்ப்.

இந்த மிக மோசமான சூழலிலும், ஹூதிகள் தன் வீட்டின் மீது தாக்குதல் நடத்திய நிலையிலும், தன் உயிருக்கு எந்நேரமும் ஆபத்து என்றபோதும் தவாகுல் தன் போராட்டங்களிலிருந்து கொஞ்சம்கூடப் பின்வாங்கவில்லை. சர்வதேச சபைகளில் ஏமன் மக்களின் முகமாக 'ஜனநாயகமும் அமைதியும்' வேண்டி தன் கருத்துகளை அழுத்தமாக முன்வைத்துக் கொண்டிருக்கிறார். ஏமனில் 'சுதந்தரமான, பெண்களுக்கும் சம உரிமை கொண்ட மக்களாட்சி' அமைக்கும் பெருங்கனவு அவருக்கு இருக்கிறது. இப்போது நரகமாக மாறிக்கிடக்கும் ஏமன், மீண்டும் பழைய பொலிவுடன் உயிர் பெறும், அதில் ஏமனின் குழந்தைகள் சுதந்தரமாக உலவும் என்ற நம்பிக்கையும் தவாகுலிடம்

மிச்சமிருக்கிறது. ஏமன் மக்கள் நம்பும் ஒரே தலைமையாக எழுச்சி பெற்றிருக்கிறார் தவாகுல்.

'அரேபிய வசந்தம் தோல்வி என்கிறார்கள். நிச்சயம் இல்லை. இது ஆரம்பமே. நாங்கள் இன்னும் போர்க்களத்தில்தான் நிற்கிறோம். நாங்கள் ஒரு சர்வாதிகாரியைத் தூக்கி எறிந்திருக்கிறோம். அதனால் காயப்பட்டு எதிர்வினை ஆற்றுபவர்களை எதிர்த்து இப்போது போராடிக் கொண்டிருக்கிறோம். ஆம், சவுதி, அமீரகம், இரான் போன்ற சர்வாதிகாரிகளின் தேசங்களை எதிர்த்துதான் போராடிக் கொண்டிருக் கிறோம். வரலாற்றைப் பாருங்கள். எங்குமே மக்கள் புரட்சிக்குப்பின் உடனே ஜனநாயகம் மலர்ந்ததில்லை. அதற்குக் கொஞ்ச காலம் பிடிக்கும். அதேபோல, ஏமனிலும் நிச்சயம் ஜனநாயகம் பிறக்கும் என்றே நாங்கள் நம்புகிறோம்!'

காணொளிகள்

 தவாகுல் கர்மானின் நேர்காணல் ஒன்று

 தவாகுலின் உரை ஒன்று

 தவாகுலின் நோபல் பரிசு உரை

மனித குல வரலாற்றிலேயே
பூமியில் அதிகத் தொலைவு பயணம் செய்த
நபர் என்ற பெருமை மைக் ஸ்பென்சர் பௌனுக்கு
மட்டுமே உண்டு.

மைக் ஸ்பென்சர் பௌன்

தன்னிகரற்ற பயணி

ஒவ்வொரு முறை ஆழ்ந்து தூங்கி எழும்போதும் மைக் ஸ்பென்சர் பௌன் (Mike Spencer Bown), தனக்குள்ளே சில கேள்விகளைக் கேட்டுக் கொள்வார். 'நாம இப்ப எங்க இருக்குறோம்? இது எந்த ஊர்? எந்த நாடு? என்ன கண்டம்?' 23 வருடங்களாக இதே கேள்விகளுடன் துயில் கலைவதே மைக்கின் வழக்கமாக இருந்திருக்கிறது. காரணம், அவர் தன்னிகரற்ற தேசாந்திரி. நவீன நாடோடி. நாம் வாழும் காலத்தின் ஆகச்சிறந்த பயணி. தன் பயணத்தால் அவர் செய்திருக்கும் சாதனையை, உலகில் பிறந்த யாரும் இதுவரை செய்ததில்லை. அதனைப் பரிபூரணமாக உணர்ந்துகொள்ள மைக்கின் அனுபவங்களோடு நாமும் பயணம் செய்வோம்.

கனடாவின் மேற்குப் பகுதியில் அமைந்த பெருநகரமான கால்கேரியில் பிறந்தவர் மைக் ஸ்பென்சர் பௌன் (1969, ஜனவரி 24). சிறு வயது முதலே பயணம் செய்வதில், குறிப்பாக காடுகளுக்குள் சென்று தங்கி சுற்றிப் பார்ப்பதில் மைக்குக்கு அதிக ஆர்வம் இருந்தது. கனடாவின் பிரிட்டிஷ் கொலம்பியாவிலுள்ள அடர்ந்த பைன் மரக் காடுகளுக்குள் நுழைந்து, தொலைந்து, இயற்கையோடு இயற்கையாகக் கலந்து கரைவது மைக்கின் பொழுதுபோக்கு. அதுவும் மாதக்கணக்கில் மனிதர்களின் தொடர்பே இன்றி, கானகத்தில் கூடாரம் அமைத்து பறவைகளுடன், காட்டுவாழ் உயிரினங்களுடன் கதை பேசியபடி, கிடைப்பதைப் புசித்து வாழ்வதே மைக்குக்குச் சொர்க்கமாகத் தெரிந்தது.

அதில் ஆபத்துகளையும் சந்தித்ததுண்டு. ஒருமுறை மலைவாழ் சிங்கத்தின் (Cougar) பசிவெறிப் பார்வைக்குள் சிக்கிய மைக், அதன் துரத்தலில் ஓடித் தப்பிப் பிழைத்ததே பெரிய விஷயம். அதேபோல கரடிகள் மத்தியிலும் மாட்டிக் கொண்டு உயிர் பிழைத்திருக்கிறார். பல நாள்கள் உணவே கிடைக்காமல், உயிர் வாழ்ந்து மீண்டு வந்திருக்கிறார். இருந்தாலும் இந்த ஆதி மனித வாழ்க்கையே மைக்குக்குப் பிடித்திருந்தது.

ஒருநாள் மைக், இயற்கை எழில் சூழ்ந்த ரம்மியமான ஓரிடத்தில் மெய்மறந்து அமர்ந்திருந்தார். திடீரென வருங்காலம் குறித்த சிந்தனைகள் உள்ளே ஓட ஆரம்பித்தன. என்னவாகப் போகிறேன் நான்? 9 டூ 5 அலுவலகத்தில் உட்கார்ந்து தலையைப் பிய்த்துக் கொண்டு, வார இறுதிகளில் மதுக் கோப்பைகளுடன் வலுக் கட்டாயமாகச் சந்தோஷத்தைத் தேடும் வாழ்க்கையில் அவருக்கு உடன்பாடே இல்லை. இந்த இடம் எவ்வளவு அழகாக இருக்கிறது! இதேபோல இந்த தேசமெங்கும், இந்தக் கண்டமெங்கும் எத்தனையோ அழகழகான இடங்கள், காட்சிகள் காணக் கிடைக்கும் அல்லவா! அவை ஒவ்வொன்றையும் தேடித்தேடிச் சென்று பார்த்த மனிதன் யாராவது இருப்பார்களா? வாய்ப்பே இல்லை. எனில், அந்த மனிதனாக நான் ஏன் இருக்கக் கூடாது?

பாஸ்போர்ட், சில பாஸ்போர்ட் சைஸ் புகைப்படங்கள், சில ஆவணங்கள், உடுத்தியதுபோக கூடுதலாக ஒரு செட் உடை, பாஸ்போர்ட் அலுவலகம் செல்வதற்கென காலர் வைத்த ஒரு சட்டை, ஒரு கோப்பை, ஒரு தம்ளர், ஒரு கொசுவலை, பழம் வெட்டும் கத்தி, ஆணிகள் உள்ளிட்ட சில சிறிய பொருள்கள், கொஞ்சம் பணம். இவையனைத்தையும் வைக்க ஒரு முதுகுப் பை. அது நனையாமல் பாதுகாக்க ஒரு கவர். மைக், தன் 21-வது வயதில் வீட்டை விட்டுக் கிளம்பினார்.

1990-ஆம் ஆண்டில் தனது பயணத்தை ஆரம்பித்த மைக்கின் அப்போதைய நோக்கம், தான் வாழும் வட அமெரிக்கக் கண்டத்தின் இயற்கை எழில் பிரதேசங்களைக் கண்டு லயிப்பது. ஆரம்பத்தில் காடு, மலை, நதி, ஏரி, அருவி, பள்ளத்தாக்கு என்று இயற்கையைத் தேடித்தான் அலைந்தார் மைக். மத்திய அமெரிக்க நாடுகள், கரிபீயன் தீவுகளில் மைக் சந்தித்த விதவிதமான மனிதர்களும், கண்டுணர்ந்த பல்வகைக் கலாசாரங்களும் அவரை 'மனித வாழ்வியல்' நோக்கி ஈர்த்தன. இந்த உலகில் இப்படி எத்தனையோ விதமான மனிதர்கள் வசிக்கிறார்கள். அவர்களை யெல்லாம் தேடித் தேடிச் சந்தித்து, அவர்களது கலாசாரத்தை உணர வேண்டும் என்ற ஆவல் உருவானது. அதுவரை இலக்கின்றித் திரிந்த மைக், அதன்பிறகு, சற்றே திட்டமிட்டு பயணம் செய்ய ஆரம்பித்தார். எங்கும் எப்போதும் அவசரப் படவே இல்லை. தவிர்க்கவே முடியாதபட்சத்தில் மட்டும் விமானப் பயணம். மற்றபடி தரைவழியிலோ, நீர்வழியிலோ கிடைக்கின்ற வாகனத்தில் 'சொகுசு' எதிர்பாராத பயணம். சமயங்களில் நடராஜா சர்வீஸூம் உண்டு. மிகக் குறைந்த வாடகையில் கிடைக்கின்ற தங்குமிடங்களையே தேர்ந்தெடுத்தார். இலவசமாகத் தங்கிக் கொள்ளலாமா? நல்லது. தங்கள் அன்புக்கு நன்றி! உணவும் அப்படியே. கிடைத்ததை ரசித்து ருசித்துப் புசித்தார். பசி தீருவதைவிட, புதியதோர் உணவைச் சுவைத்த அனுபவமே திருப்தியாக இருந்தது.

சில வருடங்கள் கடந்தன. வட அமெரிக்கக் கண்டத்தை, கரிபீயன் தீவுகளைக் கண்டுகளித்த மைக், தென் அமெரிக்கக் கண்டத்தில் கால் பதித்தார். இப்படியே உலகின் ஏழு கண்டங்களையும், அதிலுள்ள ஒவ்வொரு நாடுகளையும் சுற்றிப் பார்க்க இயலுமா?

எந்த ஒரு வசதியுமற்ற ஆதிகாலத்திலேயே நம் முன்னோர்கள் நடந்து, ஓடி, நீந்தி, கடந்து என கண்டம் விட்டுக் கண்டம் பரவி, பூமியெங்கும் குடியேறியிருக்கிறார்கள். எனில் இத்தனை வசதிகள் நிறைந்த இந்தக் காலத்தில் என்னால் முடியாதா என்ன!

நிச்சயம் இது அபூர்வமான முயற்சி. இதை நிறைவேற்றுவதே என் வாழ்வின் ஒரே லட்சியம். என்ன, இதற்குப் பல வருடங்கள் ஆகலாம். மீதியிருக்கும் வாழ்நாள் முழுவதுமே தேவைப்படலாம். அல்லது முயற்சியின் பாதியில், வாழ்க்கை முடிந்தே போகலாம். பரவாயில்லை. இருப்பது ஒரு வாழ்க்கை. நான் வாழும் பூமியினை முழுவதுமாகக் கண்டு ரசிக்க விரும்பு கிறேன். ஆபத்தும் மரணமும் எந்த வடிவிலும் வரலாம். அதற்காக என்னால் வீட்டிலேயே முடங்கிக் கிடக்க இயலாது. இனி, இந்த உலகமே எனது வீடு.

பயணம் தொடங்கிய ஐந்தாவது வருடத்தில் மைக்கின் மனநிலை இது. நினைத்ததைப் பரிபூரணமாக முடிக்க இயலுமா என்ற சந்தேகத்துடன்தான், அடுத்த ஐந்து வருடங்கள் நாடோடியாகத் திரிந்தார். ஆனால், அப்போதே கிட்டத்தட்ட உலகின் பாதி நாடுகளைச் சுற்றி வந்திருந்தார். உலகின் அனைத்து நாடுகளையும் பார்த்துவிட வேண்டும் என்ற வெறி அப்போது தீவிரமானது. தென் அமெரிக்கக் கண்டத்தில் சில வருடங்கள், ஐரோப்பிய நாடுகளில் சில வருடங்கள், ஆப்பிரிக்கக் கண்டத்தில் சுமார் நான்கு வருடங்கள், ஆஸ்திரேலியாவில் சில மாதங்கள், ஆசியக் கண்டத்தில், வெவ்வேறு காலகட்டங்களில், பல்வேறு நாடுகளில் பல வருடங்கள், அண்டார்டிகாவில் சில காலம் என மைக்குக்குக் கிடைத்த பயண அனுபவங்கள் ஒவ்வொன்றும் தனித்துவமானவை.

கவுத்தாமாலாவின் மாயன் கால கோயில்களின் உச்சியில் நின்று பறக்கும் உணர்வுடன் உலகை ரசித்தது, எகிப்திலிருந்து சூடான் வழியாக எத்தியோப்பியாவை நைல் நதி வழியே படகில் கடந்தது, மங்கோலியாவின் மனம் மயக்கும் புல்வெளிகளில் குதிரைகளில் பயணம் செய்தது, அங்கே அல்டாய் மலையடி வாரத்தில் யர்ட் எனப்படும் வட்ட வடிவ மங்கோலியப் பாரம் பரியக் கூடாரங்களில் பல நாள்கள் தங்கியது, மடகாஸ்கரின் ஆச்சரிய விலங்கான லெமுரைத் தேடிப் பார்த்து வியந்தது, மேற்கு பசிபிக் பெருங்கடலிலுள்ள பாலவ் (Palau) தீவுகளில் நீருக்கடியில் லட்சக்கணக்கான தங்க ஜெல்லி மீன்களுடன் நீந்தியது, குஜராத்தின் கிர் காடுகளில் ஆசியச் சிங்கங்களைக் கண்டு மலைத்தது, எவரெஸ்ட் சிகரத்தின் அடிவாரத்தில் (பேஸ் கேம்ப்) தங்கி அதன் பிரமாண்டத்தை, குளிரை உணர்ந்தது, பஞ்சாப் பொற்கோவிலின் மினுமினுப்பில் மயங்கியது, கடற்கரைச் சாலைகளின் பயணம் வழியே அமெரிக்காவின் பல நகரங்களைச் சுற்றி வந்தது, ‘மாலி’யின் மந்திரக்காரர்களுடனும், மண்டை ஓடுகளுடனும் தங்கி இருந்தது, ருட்யார்ட் கிப்ளிங்கால் உலகின் எட்டாவது அதிசயமென வருணிக்கப்பட்ட நியு ஸிலாந்தின் ‘மில்ஃபோர்ட் சவுண்ட்’டின் இயற்கைப் பேரெழிலைப் பருகியது, பெருவின் மச்சு பிச்சுவில் இன்கா இன பாரம்பரியச் சின்னங்களைக் கண்டு மகிழ்ந்தது, அண்டார்டிகாவில் பென்குயின்களோடு தத்தக்கா பித்தக்கா நடை பழகியது, இலங்கையின் Unawatuna கடற்கரைப் பிரதேசத்தில் கிடைக்கும் தனித்துவ மாம்பழங்களின் சுவையில் கிறங்கியது, சிரியாவின் பல்மைரா பாலைவனத்தில் பற்றற்றுத் திரிந்தது, ஆல்ப்ஸ் மலைப்பிரதேச ரெட் ஒயினையும், சீஸ் கட்டிகளையும் கணக்கு வழக்கின்றி உண்டது, ஜோர்டானின் பெட்ரா நகரச் சிதிலங்களில் இண்டியானா ஜோன்ஸ் நினைவுடன் நடமாடியது, மலேசியாவின் டீர் குகைகளின் அழகில், அமைதியில் மூழ்கித்

திளைத்தது, மத்திய ஆப்பிரிக்க நாடான காபோனின் ஆப்பிரிக்க யானைகளின் கம்பீரத்தில் சிலிர்த்தது, ரஷ்யாவில் மான்கள் இழுத்துச் செல்லும் பனிச்சறுக்கு வாகனத்தில் அதிவேகப் பயணத்தை அனுபவித்தது, ஆப்கனிஸ்தானில் அழிக்கப்பட்ட பாமியன் புத்தர் சிலைகள் இருந்த இடத்தில் மௌனமாகத் தொலைந்தது, ஈஸ்டர் தீவுகளின் மோவாய் என்ற மாபெரும் மனிதச் சிலைகளுடன் அமர்ந்து தன்னை மறந்தது, ஜிம்பாப்வே யின் ஆர்ப்பரிக்கும் விக்டோரியா அருவி நீர்ப்பரப்பில் ஆளைக் கவிழ்க்கும் சாகசப் படகுப் பயணம் செய்தது... இன்னும் இன்னும்.

சரி, இத்தனைக்கும் பணம்?

'உலகைச் சுற்றி வரப் பணமும் தேவைதான். பணம் மட்டுமே அடிப்படைத் தேவையல்ல' என்பது மைக்கின் அனுபவ மொழி. ஒவ்வொரு வருடத்திலும் சுமார் ஒரு மாதத்தை மட்டும் பணம் சம்பாதிப்பதற்காக ஒதுக்கினார் மைக். எங்காவது செல்லும்போது, எதையாவது பார்க்கும்போது, 'அட' என மைக்கின் பிஸினஸ் மூளையில் மின்னல் வெட்டும். அதைச் செவ்வனே செயல்படுத்தி பணம் பண்ணி விடுவார்.

அதே முதுகுப் பை

- *மைக், தன் 23 வருட பயணத்துக்குப் பிறகு, தனது பயண அனுபவங்களை எழுதி, விரிவான புத்தகமாகக் கொண்டு வரும் முயற்சியில் ஈடுபட்டார். 2018-ல் வெளியான அந்தப் புத்தகத்தின் தலைப்பு, The World's Most Travelled Man: A Twenty - Three - Year Odyssey to and through Every Country on the Planet.*
- *எட்டுத் திக்கும் சுற்றி வந்த மைக், தன் கையில் கேமரா வைத்துக் கொண்டது கிடையாது. எல்லாம் அடுத்தவர்கள் எடுத்துக் கொடுத்த புகைப்படங்களே.*
- *கையில் நிரந்தரமாக மொபைலும் வைத்துக் கொண்டது கிடையாது. ஏதாவது ஓரிடத்திலிருந்து, எப்போதாவது தன் அம்மாவுக்கு போன் பேசுவார். ஈமெயில் புழக்கத்தில் வந்த பிறகு, அதைப் பயன்படுத்த ஆரம்பித்தார். பின் ஃபேஸ்புக் மைக்குக்கு வசதியாக இருந்தது. வருடம் முழுக்க எங்கெங்கோ சுற்றினாலும் கிறிஸ்துமஸ் சமயத்தில்*

அப்படித்தான் இந்தோனேஷியக் கடற்கரை ஒன்றில் சிற்பி ஒருவர், மரங்களில் விதவிதமாக அளவுகளில் கோழி உருவச் சிலைகளை அற்புதமாக வடித்து வைத்திருந்தார். விலையும் மலிவாகவே இருந்தது. அந்தக் கோழிச் சிலைகளுக்கு 'கொழுத்த விலை' கிடைக்குமெனத் தோன்றியது. 'அத்தனைச் சிலைகளையும் நானே வாங்கிக் கொள்கிறேன்' என்றார் மைக். கோழிச் சிலைகளுடன் கனடாவுக்குச் சென்ற மைக், அடுத்த சில நாள்களில் அனைத்தையும் விற்றுக் காசாக்கிவிட்டு, மீண்டும் முதுகில் பையை மாட்டிக் கொண்டு கிளம்பினார்.

ஒருமுறை ஜாவாவில் காபி மரங்கள் மேலும் தளைத்து வளர்வதற்காக வெட்டப்படுவதைக் கண்டார். அந்த மரக் கட்டைகளை 'விறகெரிக்க' என்று சொல்லி, மொத்தமாக விலை கொடுத்து வாங்கிய மைக், அவற்றை பாலிக்குக் கொண்டு சென்றார். அங்கே தான் கண்ட தச்சர்களிடம் கொடுத்து 'காபி டேபிள்' வடிவமைக்கச் சொன்னார். விதவிதமான வடிவங்களில் தயாரான காபி டேபிள்களை, கண்டெய்னர்கள் மூலம் வட அமெரிக்கக் கண்டத்துக்குக் கொண்டு சென்றார். 'இவை வெறும் காபி டேபிள்கள் அல்ல. காபி மரத்திலேயே செய்யப்பட்ட

மட்டும், கனடாவில் அம்மாவுடன் இருப்பதையே மைக் விரும்பினார்.

- ❖ மைக், தன் பயணத்தில் மிகக்குறைந்த காலம் தங்கியிருந்த நாடு, வாடிகன். ஒரே ஒருநாள் மட்டுமே.

- ❖ அர்ஜெண்டினாவிலிருந்து கப்பலில் சுற்றுலாப் பயணியாக அண்டார்டிகாவுக்குச் சென்று வந்தார் மைக். அந்தப் பயணத்துக்குத்தான் மைக், அதிகம் செலவு செய்ய வேண்டியதிருந்தது.

- ❖ வெளிநாட்டுப் பயணிகளிடம் வழிப்பறி செய்வோர், அநியாயமாகப் பணம் பறிக்க நினைப்போர் எங்கும் உண்டு. ஆகவே, அந்நியர் ஒருவரைப் பார்த்த உடனேயே நம்பலாமா, வேண்டாமா என்பதை முடிவுசெய்ய, மைக் தனது உள்ளுணர்வை மட்டுமே நம்பினார்.

- ❖ மைக், 1990-ல் தான் கொண்டு சென்ற அதே முதுகுப் பையுடன்தான், 2013-ல் தன் பயணத்தை நிறைவு செய்தார்.

காபி டேபிள்கள்' என்றார். அனைத்தும் சடுதியில் விற்றுத் தீர்ந்தன. கை நிறையக் காசு. பயணங்கள் முடிவதில்லை என மீண்டும் கிளம்பினார் மைக். இப்படி நவரத்தினக் கற்கள், வெள்ளி, கைவினைப் பொருள்கள் என வெவ்வெறு காலகட்டத்தில் விதவிதமான வணிகம் செய்து பணம் சம்பாதித்த மைக், ஒருபோதும் யாரிடமும் சம்பளத்துக்கு வேலை பார்க்கவில்லை. எப்போதும் கடனும் வாங்கியதில்லை.

2003ல் ஈரானின் பாம் (Bam) நகரத்தில், அக்பர் என்ற விடுதியில் தங்கியிருந்தார் மைக். அவர் அங்கிருந்து கிளம்பிச் சென்ற சிறிது நேரத்தில் நிலநடுக்கம். பாம் நகரமே சிதைந்தது. அக்பர் விடுதியில் தங்கிருந்த அனைவருமே இடிபாடுகளில் சிக்கி இறந்து போனார்கள். அதேபோல மைக், நேபாளத்தில் இரண்டு பஸ்களில் சுற்றுலா சென்ற குழுவினருடன் பயணம் செய்தார். பசிக்கு ஏதாவது வாங்கலாம் என முதலாவது பஸ்ஸில் இருந்து இறங்கினார் மைக். அவர் திரும்பி வருவதற்குள் அந்த பஸ் கிளம்பிவிட, பின்னால் நின்று கொண்டிருந்த இரண்டாவது பஸ்ஸில் ஏறினார். தொடர்ந்த பயணத்தில் ஒரு மலைப்பாதையில், கட்டுப்பாடு இழந்த முதல் பஸ், பள்ளத்தில் பாய்ந்து உருண்டு சிதைந்தது. பலரும் இறந்து போயினர். இப்படி மைக் அதிர்ஷ்ட வசமாக உயிர் தப்பிய தருணங்கள் உண்டு. அடுத்த நொடியில் உயிரோடு இருப்போமா, இல்லை தலை தனியாகக் கழன்று விடுமா என்ற அளவில் அபாயத்தில் சிக்கிக் கொண்ட தருணங் களும் உண்டு.

2003. ஈராக். அமெரிக்கப் படைகள் அடுத்தகட்ட ஆக்கிரமிப்புப் போரைத் தீவிரமாக்கியிருந்த சமயம். மைக், ஈராக் எல்லைக்குள் லஞ்சம் கொடுத்து நுழைந்தார். அவருடன் ஓர் அகதி சேர்ந்து கொண்டார். இருவரும் ஒரு காரை வாடகைக்குப் பிடித்தனர். அந்த டிரைவர், எந்த வழியில் சென்றால் குண்டு வீச்சிலோ, துப்பாக்கிச் சூட்டிலோ சிக்காமல் உயிர் தப்பிக்கலாம் என்றறிந்த கில்லாடி. பேய் வேகத்தில் காரைச் செலுத்தி பாதுகாப்பாக பாக்தாத்துக்குக் கொண்டு சேர்த்தார். அந்த அகதி விடைபெற்றுச் செல்ல, ஈராக்கின் திக்குதிசை தெரியாத மைக், தன்னிடமிருந்த Lonely Planet Middle East என்ற சுற்றுலா வழிகாட்டிப் புத்தகத்தைப் பிரித்தார். அதில் ஈராக் மேப்புக்குரிய பகுதியில், 'மன்னிக்கவும். எங்களுக்கு மிகவும் பயமாக இருந்ததால், நாங்கள் ஈராக் செல்லவில்லை' என்று நடுக்கத்துடன் வருத்தத்தைப் பதிவு

செய்திருந்தனர். மைக், துணிவே துணையென ஈராக்கையும் எதிர்கொண்டார்.

பதைபதைப்பான சூழலில், சதாம் ஹுசைனின் சொந்த நகரமான டிக்ரிடுக்கு (Tikrit) சென்றார் மைக். ஈராக்கியர்கள், மைக்கை அமெரிக்கர் என புரிந்துகொண்டால் காலி. ஆக, ஓர் ஈராக்கியர் போல உடையணிந்து கொண்டு, சதாமை நேசிக்கும் ஒருவரை நட்பு பிடித்துக் கொண்டு, டிக்ரிடை வலம் வந்தார். ஒரு வெட்டவெளி உணவகத்தில் சோறும் சிக்கனும் உண்டு கொண்டிருந்தபோது, சுற்றி நின்று கொண்டிருந்த சில நூறு சதாம் ஆதரவாளர்கள் மைக்கின் மீது கொலைவெறிப் பார்வையை வீசினர். அதற்குச் சில நாள்கள் முன்புதான் ஜப்பானிய சுற்றுலாப் பயணி ஒருவரது தலை அறுக்கப்பட்ட செய்தி மைக்கின் நினைவுக்கு வந்து போனது. தனக்கும் அதேகதிதான், இதுவே தன் கடைசி உணவு என்ற நினைப்பில் சிக்கன் சுவையாக இல்லை. மைக்கின் ஈராக்கியத் தோற்றமோ, என்னமோ யாரும் அவரை ஒன்றும் செய்யவில்லை. உயிரின் பயணமும், மைக்கின் பயணமும் நீண்டன.

பாகிஸ்தான் குறித்துதான் பலரும் பலவிதங்களில் மைக்கைப் பயமுறுத்தி வைத்திருந்தார்கள். தீவிரவாதம் நிறைந்த தேசம். பாகிஸ்தானியர்களிடம் அன்பு என்பதே கிடையாது. அமெரிக்கர்களுக்கும் கனடியர்களுக்கும் அங்கே துளி பாதுகாப்புகூட கிடையாது. ஆனால், மைக் பாகிஸ்தான் சென்றபோது அந்த பிம்பங்கள் எல்லாமே உடைந்தன. தோழமை பாராட்டிய மக்கள். காசுகூட வாங்காமல் நேசம் காட்டிய டாக்ஸி ஓட்டுநர்கள். தனக்கென வைத்திருந்த கடைசி ரொட்டியை மைக்குக்குக் கொடுத்து உபசரித்த மலைக்கிராமத்துப் பெரியவர். தவிர, மிக மிகக் குறைந்த செலவில் பாகிஸ்தானைச் சுற்றிப் பார்க்கவும் முடிந்தது. மைக் சந்தோஷமாக உச்சரித்தார் – 'ஐ லவ் பாகிஸ்தான்!'

அதேசமயம் பாகிஸ்தானில் சி.ஐ.ஏ., மைக்கைச் சந்தேகத்தின் பெயரில் கைது செய்தது. பல மணி நேரம் காவலில் வைத்து விசாரித்தது. 'உளவாளி இல்லை' என்று உறுதியான பிறகே விடுதலை செய்தது. இப்படி மைக், பலமுறை, பல்வேறு

தேசங்களில் கைதாகி விடுதலையாகியிருக்கிறார். சிலமுறை துப்பாக்கி முனையில் மிரட்டப்பட்டு, பின் எப்படியோ சமாளித்துத் தப்பியும் வந்திருக்கிறார்.

ருவாண்டா அனுபவம் அப்படிப்பட்டதே. மைக், ருவாண்டா வுக்குள் நுழையும்போது, ஐ.நா. பணியாளர்கள் சிலர் எச்சரித்துத் தடுத்தனர். 'வேண்டாம். நிச்சயம் கொன்று விடுவார்கள்.' என் லட்சியப் பயணத்தில் இந்த தேசத்தை மட்டும் தவிர்க்க முடியுமா என்ன. மைக் ருவாண்டாவுக்குள் நுழைந்தார். ஆங்காங்கே ஹுட்டு இனப் போராளிகள் குத்திக் கிழிக்கும் பார்வையை வீசினர். துப்பாக்கி முனையில் தடுத்து நிறுத்தினர். மைக், தைரியம் தெறிக்கும் உடல் மொழியுடன் தன்னிடமிருந்த கார்டு ஒன்றை நீட்டினார். அது முன்பு ஒருமுறை கஜகிஸ்தானில் சந்தித்த அமெரிக்கர் கொடுத்தது. ஐ.நா. செக்யூரிட்டி இன்ஸ்பெக்டரான அவரது விசிட்டிங் கார்டு. அதை லேமினேட் செய்து வைத்திருந்த மைக், இங்கே நீட்டினார். அதைச் சரியாக வாசிக்கக்கூட தெரியாத போராளிகள், மைக்கை ஓர் அதிகாரி என நினைத்து சல்யூட் அடித்து வரவேற்றனர். பிரச்னை தீர்ந்தது.

ஆப்கனிஸ்தானில் தாலிபன்கள் சண்டையிடும் பகுதியில் ஆப்கனியர் ஒருவரது மோட்டார் சைக்கிளின் பின்னால் அமர்ந்து ஒயின் பருகியபடி, ஊரைச் சுற்றி வந்தது தனிக்கதை. தூரத்தில் 'பாப்' என சோடா பாட்டில் திறப்பதுபோல ஒரு சத்தம் கேட்டது. பிறகுதான் அங்கே வெடித்த கார் வெடிகுண்டில் பலரும் உயிரிழந்ததைத் தெரிந்துகொண்ட மைக், உள்ளுக்குள் நடுங்கினார்.

ஆப்கனிஸ்தானின் ஹீரத்திலிருந்து, துர்க்மெனிஸ்தானின் எல்லையை நடந்தே அடைந்தார் மைக். அங்கிருந்த பெண் அதிகாரி ஒருவர், மைக் எதைப் பற்றியும் கவலைப்படாமல் உலகம் சுற்றும் வாலிபன் என்பதைத் தெரிந்து கொண்டு கடும்

கோபம் கொண்டார். வார்த்தைகளால் மிரட்டினார். 'ஊர் சுற்றியது போதும். ஒழுங்காக ஒரு வேலையைத் தேடு. கல்யாணம் செய்துகொள். குடும்பத்துடன் இரு. புரிகிறதா?' மைக், அதற்கு ஒப்புக் கொண்டதாகச் சொன்ன பிறகே பாஸ்போர்ட்டில் முத்திரை குத்தினார் அந்தப் பெண்.

புதிய நாட்டுக்கோ, நகரத்துக்கோ செல்லும்முன் அது குறித்த தகவல்களை, பாதுகாப்பானதா, பதட்டம் நிறைந்த பகுதியா என்று ஓரளவு தெரிந்துகொண்டுதான் மைக் அங்கே சென்றார். பாதுகாப்புக்காக போலி ஆவணங்களைத் தயார் செய்யவும் தயங்கவில்லை. சோவியத் யூனியனில் இருந்து சிதறுண்ட நாடுகளுக்குள் செல்லும்போது தற்காப்புக்காக ரஷ்ய செய்தித் தாளைக் கக்கத்தில் சொருகியபடி அலைந்தார். சில இடங்களில் விதவிதமான பிஸினஸ் கார்டுகளுடன் வியாபாரி போலத் திரிந்தார். சில நாடுகளில் குறைந்தவிலை செல்போனை வாங்கி வைத்துக் கொண்டார். அங்கே உள்ளூரில் தென்படும் தைரியமான பெண்யாராவது ஒருத்தியுடன் நட்பை ஏற்படுத்தி, தொடர்புக்கான எண் வாங்கிக் கொள்வது மைக்கின் வழக்கம். ஏதாவது இக்கட்டான சூழலில் அகப்படும்போது, அந்தப் பெண்ணுக்கு, மைக் போன் செய்து கொடுத்துவிடுவார். எதிரில் உள்ளூர் மொழியில் பெண்ணொருத்தி பேசப் பேச, மைக்கை விட்டு விடுவார்கள்.

எப்போதும் மைக்குக்கு மொழி என்பது ஒரு பிரச்னையாக இருந்ததில்லை. உலகின் பல பிரதேசங்களில் ஆங்கிலமே அவருக்குப் பெரிதும் கைகொடுத்தது. தவிர, தனக்குத் தெரிந்த ஸ்பானிஷ், பிரெஞ்சு, ரஷ்ய மொழி வார்த்தைகளைக் கொண்டு ஏதோ பேசிச் சமாளித்தார். மற்றபடி சைகை பாஷைதான். 'வலது கை விரல்களைக் குவித்து வாய்க்கருகில் கொண்டு சென்றால்

உணவு வேண்டும் என்பது உலகிற்கே புரியும். அது போதுமே. அல்லது கிச்சனுக்கு சென்று தேவையானதைக் கைகாட்டி வாங்கிக் கொள்வேன்.' சில சூழ்நிலைகளில் வார்த்தைகளின்றிக் மௌனமாகக் கடந்து செல்வதே அவரை ஆபத்துகளில் இருந்து காப்பாற்றியும் இருக்கிறது.

2009-ல் பொலிவியாவில் பல்வலிக்காக மருத்துவர் ஒருவரைத் தேடிச் சென்றார். அதற்குப் பின் கேமரூனில் தங்கியிருந்த போது மூன்று வாரங்கள் மலேரியாவால் அவதிப்பட்டார். மீண்டும் ஐவரி கோஸ்ட்டிலும் மலேரியா மைக்கைப் பிடித்து உலுக்கியது. 2009-க்கு முன்பு வரை மைக், எங்கும் எப்போதும் மருத்துவரைத் தேடிச் செல்லவில்லை.

2010-ல் சோமாலியாவுக்குச் செல்ல அனுமதி கேட்டார் மைக். 'இவனுக்குப் பைத்தியமா?' என அதிகாரிகள் யோசித்தனர். 'உலகின் பெரும்பாலான நாடுகளைச் சுற்றி வந்துவிட்டேன். சோமாலியாவின் தலைநகரமான Mogadishu-வின் அழகிய கடற்கரைகளைப் பார்க்க விரும்புகிறேன்' என்றார் மைக். அவரது பாஸ்போர்ட்டுகளைப் பரிசோதித்த அதிகாரிகள், அதில் பல்வேறு தேசங்களின் முத்திரைகள் பதிக்கப்பட்டிருப்பதைக் கண்ட அதிசயத்த பிறகே அனுமதி கொடுத்தனர். வறுமையும் குற்றங்களும் பின்னிப் பிணைந்த சோமாலியாவுக்குச் சுற்றுலா வந்த இந்த நூற்றாண்டின் முதல் பயணி என்ற பெருமையை மைக்குக்குக் கிடைத்தது. அந்த மக்களும், கடற் கொள்ளையர்களும் மைக்கை எந்தவிதத்திலும் துன்புறுத்தவில்லை. சோமாலியா சுற்றுலாவால் சர்வதேச அளவில் செய்திகளில் இடம்பிடித்தார் மைக்.

தனது பயணத்தை அமைதியான சூழல் ஒன்றில் முடிக்க நினைத்த மைக், அதற்காக தேர்ந்தெடுத்த நாடு அயர்லாந்து. தன் வாழ்வின் 23 ஆண்டுகளைச் செலவிட்டு, 195-க்கும் மேற்பட்ட நாடுகளைச் சுற்றிவந்த மைக், 2013-ஆம் ஆண்டில் தனது 44-வது வயதில் அயர்லாந்தை வந்தடைந்தார். அவரது பாஸ்போட்டில் அயர்லாந்தின் முத்திரை பதிக்கப்பட்டது. மீடியா, மைக்கின் வருகையைத் திருவிழாவாகக் கொண்டாடியது. மைக்கைப் போலவே, உலகின் 190+ நாடுகளுக்குச் சென்றோர் என நூற்றுக்கும் மேற்பட்ட நபர்கள் உள்ளனர். ஆனால், அவர்கள் அந்தந்த நாடுகளுக்குச் சென்று, ஓரிரு நாள்கள் தங்கி சுற்றிவிட்டு, அல்லது வெறுமனே அங்கே பாதம் பதித்து

பாஸ்போர்ட்டில் முத்திரையும் பதித்துவிட்டுத் திரும்பும் அவசரகதி பயணத்தையே மேற்கொண்டிருக்கிறார்கள். மைக், ஒவ்வொரு நாட்டுக்கும் சென்று, அங்கே மக்களோடு மக்களாகச் சில காலம் தங்கி, நிதானமாகச் சுற்றிப் பார்த்து, அந்தக் கலாசாரத்தை அனுபவித்து உணர்ந்து பயணம் செய்திருக்கிறார். ஆக, மனித குல வரலாற்றிலேயே பூமியில் அதிகத் தொலைவு பயணம் செய்த நபர் என்ற பெருமை மைக் ஸ்பென்சர் பௌனுக்கு மட்டுமே உண்டு. அவர் மேற்கொண்ட பயணம் போல இன்னொன்றை, இன்னொருவரால் செய்ய இயலாது என்பதே நிஜம். மைக்கின் எண்ணமும் அதுவே.

 'உலக நாடுகள் பலவற்றிலும் தகிக்கும் பிரச்னைகளால், தீவிரவாதத்தால், பொருளாதாரச் சீரழிவுகளால் பயணங்களின் பொற்காலம் என்பது முடிந்துவிட்டதாகவே நான் கருதுகிறேன். என்னாலேயே மீண்டும் ஒருமுறை இப்படியொரு பயணத்தை நிச்சயம் மேற்கொள்ள முடியாது.'

காணொளி

 மைக் உடன் ஒரு விரிவான உரையாடல்

'இங்க இருக்குற ஒவ்வொரு மரமும் எனக்கு உயிரு. மரத்தை வெட்டுறதுக்கு முன்னாடி என்னைத் துண்டு துண்டா வெட்டிக் கொன்னுட்டுப் போங்க.'

ஜாதவ் பேயெங்
வனக் கடவுள்

பிளிறல் சத்தம் கேட்டு சட்டென விழித்த ஜாதவ், வேகமாக எழுந்து சென்று பார்த்தார். ஆம், யானைகள்தாம் வந்திருந்தன. இருபது, இருபத்தைந்து... அதற்கு அதிகமாகவும் இருக்கலாம். நள்ளிரவு என்பதால் சரியாகத் தெரியவில்லை. ஜாதவின் குடியிருப்புப் பகுதியை நோக்கித்தான் அந்தக் காட்டு யானைகள் கூட்டமாக வந்து கொண்டிருந்தன. அவர் தன் குடும்பத்தினரை அவசர அவசரமாக எழுப்பினார். அவர்களோடு குடிலிலிருந்து வெளியேறி பாதுகாப்பான இடத்தில் பதுங்கிக் கொண்டார். யானைகள், ஜாதவின் வசிப்பிடத்தைத் துவம்சம் செய்துவிட்டுக் கடந்து சென்றன. ஜாதவும் அவரது குடும்பத்தினரும் அந்த நிகழ்வுகளை எல்லாம் 'மகிழ்ச்சி' ததும்பப் பார்த்துக் கொண்டிருந்தார்கள்.

யானைகள்தாம் எத்தனை அழகு. என்ன ஒரு கம்பீரம். யானைகளும் வந்தால்தான் ஒரு காடு முழுமையடையும். இதோ அவற்றின் வருகை எனது அத்தனை முயற்சிகளுக்கும், முப்பது வருட அயராத உழைப்புக்கும் அங்கீகாரம் கொடுத்துவிட்டது. இது என் காடு! நான் உருவாக்கிய காடு! ஜாதவ் பேயெங் (Jadav Payeng), பெருமிதத்தில் நெக்கிருகி நின்றார்.

யானைகள் வந்து வீட்டை நாசமாக்கியதை ஒரு மனிதனால் கொண்டாட முடியுமா? நிச்சயம் முடியும். அதற்கு நாம் ஜாதவ் பேயெங்காக இருக்க வேண்டும். அல்லது Forest Man of India என்றழைக்கப்படும் ஜாதவ் பேயெங்கை உணர்ந்தவர்களாக இருக்க வேண்டும். வாருங்கள், ஜாதவைச் சந்திக்கச் செல்வோம். அசாமின் பிரம்மபுத்திரா நதியினிடையே அமைந்துள்ள அந்த மாபெரும் தீவுக்கு.

மிஸிங் என்பது அசாமின் இரண்டாவது பெரிய பழங்குடி இனம். அந்த இனத்தில் பிறந்தவர் ஜாதவ் பேயெங் (1963). பெற்றோரான லக்கிராமும் அபோலியும் அவரை 'மொலாய்' என்ற செல்லப் பெயரில் அழைத்தனர். ஜாதவுடன் பிறந்தவர்கள் 7 சகோதரிகள் உள்பட 12 பேர். பிரம்மபுத்திராவில் வெள்ளோற்சவம் என்பது

வருடாந்திர நிகழ்வு. அப்போது வந்த வெள்ளத்தில் ஜாதவின் குடும்பமே நடுத்தெருவுக்கு வந்தது. பெற்றோர், பிழைப்பு தேடி ஆற்றின் மறுகரையில் அமைந்திருந்த மஜுலி என்ற ஊருக்கு இடம்பெயர்ந்தனர். மூன்று வயது ஜாதவை, அனில் போர்தாகூர் என்பவரிடம் ஒப்படைத்தனர். அசாமின் ஜோர்ஹட் மாவட்ட நீதிமன்றப் பணியாளராக இருந்த அனில், ஜாதவை வளர்த்தார். படிக்க வைத்தார். பிரம்மபுத்திரா நதியோடு விளையாடி, நதியோடு உறவாடி, நதியோடு மல்லுக்கட்டி ஆட்டம் போட்ட பால்ய வாழ்க்கை. ஜாதவின் பதின்வயதில், அவரது பெற்றோர் நோயால் பாதிக்கப்பட்டதால் கால்நடைகளைக் கவனித்துக் கொள்வதற்கென அவன் மீண்டும் கூடு திரும்பினான். இடையில் ஏதோ நினைப்பில் டெல்லிக்கும் கொல்கத்தாவுக்கும் ரயிலேறி ஓடிப்போனதும் உண்டு. சில நாள்களே. 'சொந்த ஊரே சொர்க்கம்' என உணர்ந்து திரும்பி வந்து விழுந்தான் ஜாதவ்.

மஜுலிப் பகுதியில் ஓடும் பிரம்மபுத்திரா நதியின் நடுவில் சிறு சிறு தீவுகள் உண்டு. அவை மொத்தமாக மஜுலித் தீவுகள் என்றே அழைக்கப்பட்டன. ஒரு நதியின் நடுவில் அமைந்துள்ள உலகின் மிகப்பெரிய தீவும் அங்கேதான் அமைந்திருந்தது. 1979-ம் ஆண்டிலும் பிரம்மபுத்திராவில் குமுகுமுவென வெள்ளம் பொங்கிப் பெருகி, புரண்டோடி, பின் வடிந்தது. தீவுகளின் மணற்பரப்பில் வெள்ளத்தில் அடித்து வரப்பட்ட ஏராளமான பாம்புகள் செத்துக் கிடந்தன. சில பாம்புகள் சுடுமணலில் வெப்பம் தாங்க முடியாமல் நீரைத் தேடி தவிப்புடன், உயிர் துடிக்க நெளிந்து கொண்டிருந்தன.

பாம்புகளின் பரிதாப நிலையைக் கண்ட ஜாதவ் அதிர்ந்தான். பழங்குடி இதயமல்லவா. பதறி ஓடோடிச் சென்று ஊரிலிருந்த பெரியவர்களிடம் கதறினான். 'அங்க நிறைய பாம்புங்க செத்துக் கிடக்குது.' அனுபவஸ்தர்கள் சொன்னார்கள், 'தீவில ஒதுங்க மரம் இல்ல. சூடு தாங்காம அப்படித்தான் செத்துப் போகும். ஒண்ணும் பண்ண முடியாது.' ஜாதவ், அந்தப் பாம்புகளுக்காக அழுதான்.

உலகில் மரமெல்லாம் அழிந்து போய்விட்டால் ஒருநாள் மனிதர்களும் இப்படித்தானே செத்துக் கிடப்பார்கள். நினைக்கும்போதே உடல் நடுங்கியது. மரங்களை வளர்க்க வேண்டும் என்ற எண்ணம் அப்போதுதான் ஜாதவின் மனத்தில் ஆழமாக வேரூன்றியது. அந்தத்

தீவில் மரங்கள் வளர்க்கலாம் என்று ஊர்க்காரர்களை அழைத்தான். யாரும் கண்டுகொள்ளவே இல்லை. சிரித்தார்கள். கேலி செய்தார்கள்.

ஜாதவ், தனக்குக் கிடைத்த மரக்கன்றுகள், அகப்பட்ட விதைகளுடன் அந்தப் பெரிய தீவை நோக்கிக் கிளம்பினான். விதைகளைத் தூவினான். மரக்கன்றுகளை நட்டான். நதியிலிருந்து நீர் எடுத்து வந்து ஊற்றினான். அவை வேர் பிடித்து வளரும் என்று காத்திருந்தான். நாளடைவில் ஜாதவின் நம்பிக்கை பட்டுப் போனது. அந்தப் பெரிய தீவு ஒரு மரம்கூட இல்லாத வெண்மணல் காடு. என்ன செய்யலாம் என்று யோசித்த ஜாதவ், தயக்கத்துடன் வனத்துறையினரிடம் ஆலோசனை கேட்டான். 'அந்த மணலில் எல்லா மரங்களும் வளராது. மூங்கில் மட்டுமே வளரும்.' ஜாதவுக்குள் உற்சாகம். உடனே மூங்கில் கன்றுகள் சிலவற்றை வாங்கிக் கொண்டு தீவுக்குச் சென்றான். நட்டான். தினமும் கண்ணும் கருத்துமாகப் பராமரித்தான். 'நான் வளர்கிறேனே ஜாதவ்' என்று கன்றுகள் ஒவ்வொன்றும் துளிர்விட்டுச் சிரித்த கணத்தில், அவனது மனத்தில் ஒரு லட்சியம் பெரிதாக உருவெடுத்தது. 'இனி இந்தத் தீவில் மரங்கள் வளர்ப்பது மட்டுமே என் வேலை. ஒரு பெரிய காடாக இந்தத் தீவை நான் மாற்றிக் காட்டுவேன்.'

வெளியில் யாரிடமும் சொல்லவில்லை. கேலி பேசுவார்கள். பத்தாவது முடித்திருந்த ஜாதவ், அதோடு படிப்பை நிறுத்தி விட்டு, வருமானத்துக்குக் கால்நடைகள் வளர்த்தார். மற்ற நேரமெல்லாம் தீவில் மரம் நடுதல் மட்டுமே வேலையாக்கிக் கொண்டார். அந்தச் சமயத்தில் அங்கே தீவுப்பகுதி ஒன்றில், சமூகக் காடுகள் வளர்ப்புத் திட்டத்தைச் செயல்படுத்த அரசாங்கம் ஆள் எடுத்துக் கொண்டிருந்தது. ஜாதவ், முதல் ஆளாக அந்த வேலையில் சேர்ந்தார். வனத்துறையினரிடம் ஆர்வமுடன் வேலை களைக் கற்றுக் கொண்டார். மொத்தம் ஐந்தாண்டுத் திட்டம் அது. ஆனால், வனத்துறையினர் மூன்று ஆண்டுகளிலேயே நட்டது போதுமென போட்டது போட்டபடிக் கிளம்பிவிட்டார்கள். ஜாதவ் மட்டும் கிளம்பவில்லை. தனி மனிதனாக அவரது பணிகள் தொடர்ந்தன.

ஜாதுநாத் பேஸ்பருவா என்பவர் அசாம் வேளாண்மைப் பல்கலைக் கழகத்தில் பேராசிரியராக இருந்தார். சூழலியல் சம்பந்தப்பட்ட புத்தகங்களும் எழுதிக் கொண்டிருந்தார். ஜாதுநாத்துக்கு, ஜாதவைச் சிறுவயதிலிருந்தே தெரியும். ஜாதவ், மரம் வளர்ப்பு குறித்த தனது சந்தேகங்களை எல்லாம் ஜாதுநாத்திடம் கேட்டுத் தெளிவு பெற்றார். தீவில் மூங்கிலோடு மற்ற மரங்களையும் வளர்க்க வேண்டுமெனில் மண்ணை அதற்குத் தகுந்தாற்போல வளப்படுத்த வேண்டும். மண்புழுவைப்போல், சிவப்பு நிறக் கட்டெறும்புகளுக்கும் மண்ணின் தன்மையை வளப்படுத்தும் தன்மை உண்டு. தெரிந்து கொண்ட ஜாதவ், தினமும் நூற்றுக் கணக்கில் எறும்புகளைச் சேகரித்துத் தீவுக்கு இடம்பெயர்த்தார். அந்த எறும்புகள் ஊர்ந்து செல்லச் செல்ல, அவை சுரக்கும் சில நொதிகளால் மண்ணின் தன்மை கொஞ்சம் கொஞ்சமாக மாற ஆரம்பித்தது. அதன் பிறகு நட்ட பிற மரக்கன்றுகளும் வேர் பிடித்துத் துளிர்த்தன. ஜாதவ், தன்னைக் கணக்கின்றிக் கடித்த சிவப்பு எறும்புகளுக்கு மனதார நன்றி சொன்னார். வெண்மணல் தீவில் பச்சைப் புள்ளிகள் படர ஆரம்பித்தன.

ஏப்ரல், மே, ஜூன் மாதங்களில் புதிய மரக்கன்றுகளை நட்டார் ஜாதவ். அதுவே சரியான பருவம். பின் ஜூலையில் மழை தொடங்கிவிட்டால் பிரச்னையில்லை. ஆனால், அதுவரை மரக் கன்றுகளுக்குத் தினமும் நீர் ஊற்றுவதுதான் பெரும் சவாலாக இருந்தது. காரணம், ஜாதவ் மரக்கன்றுகள் நட்டுக் கொண்டிருந்த பகுதியிலிருந்து நதி சில மைல்கள் தள்ளி இருந்தது. தனிமனிதனாக

முதல்வருக்கு பளார்!

இன்றைய இந்தியாவின் நம்பர் ஒன் சூழலியல் பாதுகாப்பாளர் - ஜாதவ் பேயெங்தான். 2012-ல் டெல்லி ஜவஹர்லால் நேரு பல்கலைக்கழகம் Forest Man Of India என்ற சிறப்புப் பட்டத்தை வழங்கியது. அதே ஆண்டு அப்துல்கலாமும் ஒரு விழாவில் ஜாதவுக்குப் பரிசளித்து கௌரவித்தார். 2015-ல் மத்திய அரசு பத்மஸ்ரீ வழங்கியது. கௌஹாத்தி பல்கலைக்கழகம் கௌரவ டாக்டர் பட்டம் வழங்கியது. 2012 செப்டெம்பரில், ஜீட்டுவின் உதவியுடன், பிரான்ஸுக்குச் சென்ற ஜாதவ் அங்கே நடந்த உலக வெப்பமயமாதல் குறித்த சர்வதேச மாநாட்டில் இந்தியா சார்பாகக் கலந்துகொண்டு தன் கருத்துகளைப் பதிவு செய்தார்.

யாராவது பாராட்டிப் பணம் கொடுத்தால் அந்தத் தொகை முழுவதையுமே காட்டை உருவாக்கவே செலவிடுகிறார் ஜாதவ். அந்தப் பணத்தில் நான்கைந்து பேரை கூலிக்கு வைத்து கூடுதல் வேலைகள் செய்கிறார். தவிர ஏப்ரல், மே, ஜூன் மாதங்களில் தன் மரம் நடும் பணி பாதிக்கப்படக்கூடாது என்பதற்காக விழாக்களைத் தவிர்க்கிறார். 'என்னைப் பாராட்ட நினைத்தால் வாருங்கள், என்னோடு வந்து மரம் நடுங்கள்' என்பதே ஜாதவின் வேண்டுகோள். ஒருமுறை அப்போதைய அசாம் முதல்வர் தருண் கோகய், ஏதோ பாராட்டுப் பத்திரம் வழங்குவதற்காக ஜாதவை வரச்சொல்லி, நீண்ட நேரம் காக்க வைத்தார். முதல்வரைச் சந்தித்தபோது ஜாதவ் சொன்ன வார்த்தைகள், 'இங்கே காத்திருக்கும் வேளையில் நான் சில மரக்கன்றுகளையாவது நட்டிருப்பேன். என் நேரத்தை வீணடிப்பவர்களை எனக்குப் பிடிக்காது.'

நீர் சுமந்து வந்து ஊற்றுதல் இயலாத காரியம். அதற்கும் வழியொன்று செய்தார். மரக்கன்று நட்டு, அதைச் சுற்றி மூங்கில் கம்புகள் ஊன்றி, அதில் பானை ஒன்றைக் கட்டி, நீரை நிரப்பினார். பானையில் நீர் சொட்டும்படி சிறுதுளையிட்டார். ஒரு வாரத்துக்குப் பிரச்னையில்லை. அதற்குப் பின் நீர் நிரப்பிக் கொள்ளலாம். அதற்குள் மழை பெய்துவிட்டால்... இயற்கைக்கு நன்றி.

ஜாதவ், தன் வீட்டில் வளர்க்கும் கால்நடைகளின் சாணத்தை கிராம் அளவுக்குக்கூட வீணாக்காமல் சேகரித்தார். இயற்கை உரத்தைத் தயார் செய்தார். சாணமும், இயற்கை உரமும் தீவின் மண்ணை மேலும் வளமாக்கின. வருடம் முழுக்க கிடைத்த விதைகளை எல்லாம் சேகரித்து வைத்தார். ஒரு பழம் உண்டால்கூட அதன் கொட்டையைப் பத்திரப்படுத்தினார். மழை நெருங்கும் காலத்தில் தீவில் சேகரித்த விதைகளைத் தூவினார், விதைத்தார். ஒரு வருடம் மட்டுமல்ல. ஒவ்வொரு வருடமும்.

நதியில் வெள்ளம் கரைபுரண்டோடும் நாள்களில் மட்டும் ஜாதவால் தீவுக்குச் செல்ல முடியாது. வெள்ளம் வடிந்து தீவுக்குச் செல்லும்போது, மரங்களின் அடியில் பாம்புகள் நெளியும், பதுங்கும். புதிதாகத் தாவரங்கள் துளிர்விட்டிருக்கும். மரக்கன்றுகள் இலை பரப்ப ஆரம்பித்திருக்கும். ஆள், அரவமற்ற அந்தத் தீவில் சூரியனும் ஜாதவும் மட்டும் அந்தச் சந்தோஷத்தைக் கொண்டாடிக் கொண்டிருப்பார்கள். மரங்கள் உயர உயர, பறவைகள் அங்கேயே தங்க ஆரம்பித்தன. ஜாதவுக்குச் சிறகு முளைத்தது போலிருந்தது. பறவைகளும் எச்சங்களால், மிச்சங்களால் விதைகளைத் தீவெங்கும் பரப்பின. சில காலத்தில் முயல்களும் மான்களும் அங்கே துள்ள ஆரம்பித்தன. ஜாதவின் மனமும்.

அது 1997. மரம்தான் மரம்தான் எல்லாம் மரம்தான் என்று தன் வாழ்வை அர்ப்பணித்துக் கொண்டிருந்த ஜாதவ், மறந்தார் மறந்தார் வாழ்வின் மற்றதையெல்லாம் மறந்தார். 'முப்பத்துநாலு வயசு ஆகுது. சும்மா காடு மரம்னு திரியாம ஒரு கல்யாணத்தை பண்ணிக்கோ.' ஊர்ப்பெரியவர்கள் வற்புறுத்தினார்கள். அவருக்கும் ஆசையிருந்தது. அந்தப் பெண் மீது. பெயர் பினிட்டா. ஜாதவைவிட 14 வயது இளையவள். கண்களால் பேசியே சில ஆண்டுகள் காதலித்தார்கள். விஷயம் தெரிந்ததும் பெண் வீட்டில் சம்மதிக்கவில்லை. 'காட்டுவாசிக்கெல்லாம் எம்பொண்ணைத் தர முடியாது.' பினிட்டா, ஜாதவுக்காக வீட்டை விட்டு ஓடிவரவும் தயாராக இருந்தார். அப்படியே செய்தார். ஜாதவ், தன் வீட்டார்

மொலாய் காடுகளில் வசிக்கும் புலிகள்

சம்மதத்துடன் பினிட்டாவைத் திருமணம் செய்துகொண்டார். மனைவி வந்தபின் ஜாதவின் கால்நடைத் தொழில் செழித்தது. குடும்பமும் பெருகியது (இரண்டு மகன்கள், ஒரு மகள்.)

ஒரு கட்டத்தில் ஜாதவ், தன் குடும்பத்துடன் தீவுக்கே இடம் பெயர்ந்தார். மிஸிங் பழங்குடியினரது பாணியில் மூங்கில் களாலும், சாய்ந்துபோன மரங்களின் கட்டைகளாலும் தன் வீட்டை, பண்ணையைக் கட்டினார். கால்நடைகள் வளர்ந்தார். வருமானத்துக்கு பால் வியாபாரம். மற்ற நேரமெல்லாம் காடும், காடு சார்ந்த பணிகளும். வெறும் மணல் திட்டுகளாக இருந்த அந்தத் தீவு வனமாக விரிய ஆரம்பித்தது. விவசாயம் செய்து பிழைக்குமளவுக்கு மண்ணின் தன்மை மாறியிருந்தது. ஆகவே, அந்தப் பெரிய தீவின் ஒரு பகுதியில் மக்கள் கொஞ்சம் கொஞ்சமாகக் குடியேறத் தொடங்கினார்கள். பயிர்த் தொழில் பெருகியது. மான், முயல் தவிர, காட்டெருமைகள், குரங்குகள், காட்டுப்பன்றிகள், காண்டாமிருகங்கள், பல்வேறு பறவை யினங்கள், கழுகுகள், பாம்பினங்கள் அந்தத் தீவில் செழித்து வாழ ஆரம்பித்தன. (இந்த உயிரினங்கள் எல்லாம் அந்தக் காட்டிலிருந்து சுமார் 100 கி.மீ. தொலைவிலுள்ள காஸிரங்கா தேசியப் பூங்காவிலிருந்து இடம்பெயர்ந்து வந்தவை.)

பின் புலிகளும் அங்கே வந்தன. வங்கப் புலிகள். ஆபத்தான புலியோடு மனிதன் வாழ முடியுமா? மான்களும் காட்டெருமை களும் உள்ள இடத்தில் புலிகளும் இருக்க வேண்டுமல்லவா.

அப்போதுதான் இயற்கையின் உணவுச் சங்கிலி முழுமை பெறும். ஜாதவ், புலிகளை எந்தவிதத்திலும் தொந்தரவு செய்யாத படி தன் பாதைகளை, நடவடிக்கைகளை மாற்றிக் கொண்டார்.

2008. ஜிட்டு கலிட்டா என்ற வனவிலங்கு ஆர்வலர், இந்தத் தீவில் பெரிய வனப்பகுதி இருப்பதாகக் கேள்விப்பட்டார். நம்பவே முடியாமல் தீவுக்கு வந்திறங்கினார். சில மைல்களுக்கு எதுவும் பசுமையாகத் தெரிவில்லை. பின் தூரத்தில் மரங்கள் புலப்பட்டன. நடக்க நடக்க மாபெரும் வனப்பகுதி கண்கொள்ளாமல் விரிந்துகொண்டே சென்றது. விதவிதமான பறவைகள். பிற உயிரினங்கள். ஜிட்டு, அதிர்ச்சியுடன் நிற்க, சற்று தள்ளி ஒரு மனிதர் தென்பட்டார். ஜாதவ்தான். அச்சமயத்தில் ஜாதவ் கையில் பெரிய கத்தியுடன் வேகமாக வர, ஜிட்டு பதறினார். 'நான் ஒண்ணும் பண்ண மாட்டேன்' என அலறினார். 'முட்டாள்... உனக்குப் பின்னால பாரு...' என்று ஜாதவ் கத்தினார். ஜிட்டு திரும்பிப் பார்க்க, காட்டெருமைகள் நின்று கொண்டிருந்தன. ஜிட்டு, பீதியுடன் ஜாதவை நோக்கி ஓடிவந்தார். ஜாதவ், சாதுரியமாகக் காட்டெருமைகளை விரட்டினார். ஜாதவின் குடிலில் அவரோடு பேசப் பேச ஜிட்டுவால் ஆச்சரியத்தை அடக்க முடிய வில்லை. தான் பலநூறு ஏக்கர் பரப்பளவில் காடு உருவாக்கிய கதையை ஜிட்டுவிடம் சொன்னார் ஜாதவ். அந்தப் பகுதி மக்கள், ஜாதவின் செல்லப் பெயரை வைத்தே 'மொலாய் காடுகள்' என்று அழைப்பதையும் புரிந்துகொண்டார். ஊர் திரும்பிய ஜிட்டு, மொலாய் காடுகள் குறித்து கட்டுரை எழுதி அசாமிய தினசரி பத்திரிகை ஒன்றில் கொடுத்தார். எடிட்டர் செய்தியை நம்பாமல், 'கதையெல்லாம் நாங்க போடுவதில்லை' என்று மறுத்தார்.

அந்தச் சமயத்தில்தான் முதன் முதலாக யானைக்கூட்டம் அந்தத் தீவுக்குள் நுழைந்தது. யானைகளின் நடமாட்டத்தைக் கண்காணித்தபடியே பின்தொடர்ந்து வந்த வனத்துறையினரும் மொலாய் காடுகளை அடைந்தனர். ஆச்சரியம் கலந்த அதிர்ச்சியில் உறைந்து நின்றனர். தங்கள் வரைபடங்களை மீண்டும் மீண்டும் பார்த்துத் தலையைப் பிய்த்துக் கொண்டனர். ஆம், அசாமிய வனத்துறையினரே அறியாமல் அவர்கள் எல்லைக்குள் புத்தம் புதிதாக ஒரு வனம். அதுவும் வனவிலங்குகள் பல்கிப் பெருகி

வாழும் வளமான வனம். அப்போதுதான் ஜாதவ் என்ற ஒற்றை மனிதனின் செயற்கரிய செயல் வனத்துறை யினருக்கு உறைத்தது.

ஜிட்டுவின் கட்டுரை, எட்டு மாதங்களுக்குப் பிறகு ஒருவழியாக அந்தச் செய்தித்தாளில் அச்சானது. பின் டைம்ஸ் ஆஃப் இந்தியாவில் வெளிவந்தது. ஜாதவ் தேசிய அளவில் கவனம் பெற, மொலாய் காடுகளும் உலகின் வரைபடத்தில் இணைந்தது.

தீவுக்குள் முதன்முதலாக யானைக்கூட்டம் வந்த மகிழ்ச்சி, அதிக காலத்துக்கு நீடிக்கவில்லை. ஒருநாள் காலையிலேயே தீவு மக்கள் ஜாதவின் வீட்டுமுன் திகுதிகுவெனத் திரண்டனர். 'யானைங்க எங்க பயிரையெல்லாம் நாசமாக்கிருச்சு. எங்க வீட்டை யெல்லாம் சிதைச்சிருச்சு. இங்க மூங்கில் காடெல்லாம் இருக்குற துனாலதான் யானைங்க வருது. அதெல்லாம் வெட்டிப் போடப்போறோம். தீ வைச்சுக் கொளுத்தப் போறோம்.' ஜாதவ் துடித்துப் போனார். வார்த்தைகள் தடித்தன. அவருக்கு தர்ம அடி விழுந்தது. 'இங்க இருக்குற ஒவ்வொரு மரமும் எனக்கு உயிரு. மரத்தை வெட்டுறதுக்கு முன்னாடி என்னைத் துண்டு துண்டா வெட்டிக் கொன்னுட்டுப் போங்க.' ஜாதவ் போராடினார். இறுதியில் வனத்துறையினர் வந்து

காதோன் எனது வீடு

❖ *மஜூலி தீவு பரப்பளவில் சுருங்கிக் கொண்டே வருகிறது. காரணம் ஆண்டுதோறும் ஏற்படும் வெள்ளம், மண் அரிப்பு.*

மனைவியுடன் ஜாதவ்

பொதுமக்களைச் சமாதானப்படுத்தினர். நஷ்ட ஈடு தருவதாக உறுதியளித்தனர்.

ஜாதவ், சுயநலமிக்க மக்களின் மூடச்செயல்களுக்காக மனம் வருந்தி முடங்கவில்லை. யானைகள் ஏன் குடியிருப்புப் பகுதிகளுக்குள் வருகின்றன? உணவு தேடித்தானே. யானைகளுக்கென மூங்கில்கள், வாழை, கரும்பு, அவை விரும்பு உண்ணும் புற்கள் என்று வனப்பகுதியில் பயிரிட ஆரம்பித்தார் ஜாதவ். (அதனால் வருடந்தோறும் 150-க்கும் அதிகமான யானைகள் இங்கே வந்து ஆறு மாதம் தங்கி குட்டிகள் ஈன்று செல்கின்றன.) அதேபோல காண்டாமிருகங்களுக்கென தனியே ஒரு வகைப் புற்கள் பயிரிட்டார். அடுத்து புலிகளால் பஞ்சாயத்து வந்தது. 'புலி, என் மாட்டை அடிச்சிக் கொன்னுருச்சு. நாளைக்கு மனுசனையும் அடிக்கும். அதைச்சுட்டுக் கொல்லணும்.' ஜாதவ் பொறுமையாகப் பதில் சொன்னார். 'மனுஷன்தான் எல்லாத்துக்கும் மேலன்னு நினைக்கக் கூடாது. இந்த பூமியில விலங்குகளுக்கும் வாழுறதுக்கு சம உரிமை இருக்குது. என் பண்ணையிலயும்தான் 85 பசு, 95 எருமை, 10 பன்றிங்களை புலிங்க கொன்னுருக்கு. அதுக்காக நான் வருத்தப்படலை. அவை புலியோட உணவு. புலிகளுக்கு விவசாயம் தெரியாது

இப்படியே சென்றால் இந்தத் தீவு சில பத்தாண்டுகளில் நீரில் மூழ்கிப் போய்விடும் அபாயம் உண்டு. அதற்காக ஜாதவ் முன் வைக்கும் யோசனை, 'மண் அரிப்பு அதிகம் பாதிக்கப்படும் இடங்களில் தென்னை மரங்களை நடுவோம். அவை தீவையும் பாதுகாக்கும், பிற்காலத்தில் அரசுக்குப் பொருளாதார ரீதியாகவும் பலன் கொடுக்கும்.'

- *தன் வாழ்க்கையில் சம்பாதிக்கவில்லை, வேறு சுகங்களை அனுபவிக்கவில்லை என்ற மனக்குறை ஜாதவிடம் துளிக்கூட கிடையாது. 'என்னுடன் ஒரே பெஞ்சில் உட்கார்ந்து படித்த நண்பர்கள் இன்று எஞ்சினியர்களாக, அரசு அதிகாரிகளாக இருக்கிறார்கள். பெரிய வீடு கட்டி வசதியாக இருக்கிறார்கள். நானும் அப்படி ஆகவில்லையே என்று நான் எப்போதும் வருத்தப் பட்டதில்லை. இந்தக் காடுதான் எனது மிகப்பெரிய வீடு. இங்கே நான் மிக மிக மகிழ்ச்சியாக வாழ்ந்து கொண்டிருக்கிறேன்.'*

இல்லையா?' இப்படி ஒவ்வொரு முறையும் மக்களோடு போராடுவது ஜாதவுக்கு வாடிக்கையாகிப் போனது.

2012-ல் ஓர் இரவில் காட்டினுள் துப்பாக்கி வெடிக்கும் சத்தம் கேட்டுப் பதறி எழுந்தார் ஜாதவ். மனம் படபடத்தது. காட்டுக்குள் சென்று தேடினார். ஒன்றும் புலப்படவில்லை. மழை கடுமையாக இருந்ததால் வனத்துறையினரும் உதவிக்கு வரவில்லை. மூன்று நாள்கள் கழித்து ஜாதவும் அவரது மகனும் தோட்டா பாய்ந்த ஒரு காண்டாமிருகத்தின் உடலைக் கண்டனர். கதறி அழுதனர். அதன் ஒற்றைக் கொம்பை, நகங்களை, வாலை வேட்டைக்காரர்கள் அறுத்து எடுத்துச் சென்றிருந்தார்கள்.

அந்தப் பெரிய தீவில் முப்பத்தைந்து ஆண்டுகள் தனி ஆளாக முதுகெலும்பு தேய உழைத்து, ஜாதவ் உருவாக்கிய காட்டின் பரப்பரவு ஏறக்குறைய 1360 ஏக்கர். அதற்காகப் பட்ட கஷ்டங்களைவிட, இப்போது காட்டையும் விலங்குகளையும் காப்பாற்ற ஜாதவ் அனுபவிக்கும் துன்பங்களே அதிகம். வேட்டைக்காரர்களின், மரம் கடத்தும் கும்பலின் அட்டூழியங்கள். வன விலங்குகள் தொல்லை தருகிறதென எதிராகத் திரளும் மக்கள். இதையெல்லாம் மீறி தனி ஒருவனாக தன் வனத்தைப் பாதுகாக்கப் போராடிக் கொண்டிருக்கிறார். 'இதனைப் பாதுகாப்பட்ட வனப் பகுதியாக அறிவித்து, வனத்துறையினரே பொறுப்பெறுத்துக் கொள்ள வேண்டும்' என்ற கோரிக்கையுடன் அரசிடம் சில ஆண்டுகளாகப் போராடி வருகிறார் ஜாதவ். இதை 'ஜாதவ் வன விலங்குகள் சரணாலயம்' என அறிவிக்க வேண்டும்' என்றும் சில ஆர்வலர்கள் அரசிடம் கோரிக்கை வைத்திருக்கின்றனர். எதற்கும் அசாம் அரசு இன்னும் செவிசாய்க்கவில்லை.

இது இந்தியா அல்லவா. இங்கே இயற்கையைப் பாதுகாக்கப் போராடுபவர்கள் எல்லாம் பைத்தியக்காரர்கள். சம்பிரதாயத்துக்கு மரக்கன்று நடும் விழாவில் கையில் மண்படாமல் புகைப்படத்துக்குச் சிரிக்கும் அரசியல்வாதிகளுக்கு மட்டுமே மதிப்புண்டு. ஜாதவும் ஒருபோதும் மனிதர்களை நம்புவதில்லை. அவர் நம்புவது இயற்கையை மட்டும்தான். எதற்கும் மனம் தளராமல், இப்போது தனது அடுத்த திட்டத்தைச் செயல்படுத்தி வருகிறார். தீவின் இன்னொரு பகுதியில் புதிய காட்டை உருவாக்கிக் கொண்டிருக்கிறார். 'பெரிய சவால்தான். ஆனால், அடுத்த முப்பது ஆண்டுகளில் இங்கேயும் ஒரு காட்டை உருவாக்கி விடுவேன். என்னால் முடியும். என் மகன்கள் உதவுவார்கள்.'

இந்தியாவை அடுத்த பத்தாண்டுகளில் பசுமையாக மாற்ற ஒரு திட்டத்தையும் ஜாதவ் முன் வைக்கிறார். 'ஒவ்வொரு மாணவனும் இரண்டு மரக்கன்றுகளையாவது நட்டு, முறையாகப் பராமரித்து வளர்க்க வேண்டும். அப்படிச் செய்தால்தான் வருட இறுதியில் தேர்ச்சி என்று கட்டாயமாக அறிவிக்க வேண்டும். இது கடுமையானதாகத் தோன்றலாம். ஆனால், வருங்கால சந்ததியினர் சுவாசிக்கவும் ஆக்ஸிஜன் வேண்டுமல்லவா!'

காணொளிகள்:
ஜாதவ் பேயெங் குறித்த ஆவணப்படங்கள்

Forest Man of India

Forest Man

கூகுள் மேப்பில் மொலாய் காடுகளைக் காண:

உதவியவை

நூல்கள்

Faster than Lightning: My Autobiography - Usain Bolt - HarperCollins UK
Humble Pie - Gordon Ramsay - HarperCollins UK
Gordon Ramsay's Playing with Fire - Gordon Ramsay - HarperCollins UK
Life in Motion: An Unlikely Ballerina - Misty Copeland - Simon and Schuster
Unstoppable: The Incredible Power of Faith in Action - Nick Vujicic - WaterBrook
Life Without Limits: Inspiration for a Ridiculously Good Life - Nick Vujicic - WaterBrook
Nothing Is Impossible: The Real-Life Adventures of a Street Magician - Dynamo - Random House
Lewis Hamilton: My Story - Lewis Hamilton - HarperCollins UK
Lewis Hamilton - The Biography - Frank Worall - John Blake Publishing
Born Again on the Mountain: How I Lost Everything and Found It Back - Anurima Sinha - Penguin UK
Balance: A Story of Faith, Family, and Life on the Line - Nik Wallenda - Hachette UK
நான் மலாலா - மலாலா யூசுஃப்ஸை (தமிழில்: பத்மஜா நாராயணன்) - காலச்சுவடு பதிப்பகம்
Part of the Pride: My Life Among the Big Cats of Africa - Kevin Richardson - Macmillan
It's What I Do: A Photographer's Life of Love and War - Lynsey Addario - Hachette UK

ஆவணப்படங்கள் - பேட்டிகள்

Forest Man (Jadav Payeng), by William Douglas McMaster, Polygon Window Productions Inc. 2013.
Lions - The New Endangered Species - the danger and beauty of Kevin Richardson's passions for lions and their future - GoPro production
The LION WHISPERER Kevin Richardson Living with the LIONS - Nation Geographic Wild.

Malala Yousafzai Story: The Pakistani Girl Shot in Taliban Attack | The New York Times

Ashish J. Thakkar - CNN Interview

The Incredible Love Story of Nick Vujicic and His Wife

Nick Vujicic - Attitude is Altitude.com / Life Without Limbs.org

Nick Vujicic BEST LIFE CHANGING INSPIRATIONAL VIDEO OF ALL TIME! 2013

Tawakkol Karman at NAFSA 2015

Leadership Speaker Series: Tawakkol Karman

கட்டுரைகள்

Reclaiming Lost Power. Saurashtrians Resolve to Make Their Villages Water Sufficient. Madhu Kishwar.

Groundwater Recharge Management in Saurashtra, India: Learnings for Water Governance A Thesis by Srinivas Mudrakartha.

Doctor in a Desperate Land : Why an American has chosen to bind his life to Sudan. By Jeffrey Bartholet

ராஜஸ்தானின் தண்ணீர் ராஜா - பசுமை விகடன் - க. சரவணன்

இணையதளங்கள்

http://www.forbes.com/sites/robcain/2015/08/27/an-interview-with-baahubali-director-ss-rajamouli-the-beginning/

http://www.forbes.com/sites/robcain/2015/08/29/an-interview-with-baahubali-director-ss-rajamouli-the-conclusion/

http://scroll.in/article/731818/ss-rajamouli-conquered-telugu-cinema-a-decade-ago-is-bollywood-next

http://www.pbs.org/newshour/bb/photojournalist-lynsey-addario-focuses-war-love-new-memoir/

http://time.com/3699030/lynsey-addario-war-photographer/

http://www.weareholidays.com/articles/meet-mike-spencer-bown-the-most-travelled-man-in-the-world/

http://www.dotwnews.com/icons/interview-world-s-most-travelled-man#next

http://www.esquire.com/lifestyle/news/a25333/what-ive-learned-mike-spencer-bown/

http://expertvagabond.com/mike-spencer-bown/

http://www.openworldmag.com/earn-money-traveling-financially-successful-extreme-travelers-share-2/

http://www.therichest.com/expensive-lifestyle/location/the-worlds-mosttraveled-man-unpacks-after-23-years/

http://www.mikespencerbown.com/

http://www.calgarysun.com/2013/10/02/calgary-man-mike-spencer-bown-becomes-worlds-most-travelled-after-finishing-23-year-odyssey

http://www.dailymail.co.uk/news/article-2499853/Mike-Spencer-Bown-worlds-traveled-man-finally-heads-home-23-years.html

http://global-mimi.com/interview-with-michael-spencer-bown-worlds-most-travelled-man/

http://backpackology.org/2012/07/18/guest-blogger-michael-spencer-bown-the-top-80-highlights-of-the-world/

http://knowledge.wharton.upenn.edu/article/ashish-thakkar-survivor-achiever-entrepreneur-and-a-believer-in-africas-future/

http://www.inc.com/donna-fenn/ashish-thakkar-on-building-big-businesses-in-africa.html

http://www.forbes.com/sites/mfonobongnsehe/2012/06/18/young-successful-and-african-ashish-thakkar-ceo-of-mara-group/

http://articles.economictimes.indiatimes.com/2014-01-26/news/46601958_1_uganda-africa-rwanda

http://venturebeat.com/2012/08/07/ugandan-accelerator-mara-startups/

http://www.ibtimes.com/mara-groups-ashish-thakkar-what-investors-get-wrong-about-africa-1559158

http://www.standardmedia.co.ke/business/article/2000126574/living-the-dream-how-ashish-thakkar-became-africa-s-youngest-billionaire?pageNo=6

https://www.opendemocracy.net/openindia/saif-ahmad-khan/we-are-not-victims-but-fighters-acid-attack-survivor-laxmi-speaks

http://www.stopacidattacks.org/2013/05/laxmi-story-of-braveheart.html&strip=1&vwsrc=0

https://www.opendemocracy.net/5050/samira-shackle/acid-attacks-showing-my-face-raising-my-voice

http://www.dailymail.co.uk/news/article-2551616/Indian-acid-attack-victim-Laxmi-24-disfigured-jealous-boyfriend-finally-finds-love.html#ixzz3rdVfCuXs

http://www.bbc.com/news/world-asia-india-25773382

http://timesofindia.indiatimes.com/world/us/Michelle-Obama-felicitates-Indian-acid-attack-victim-Laxmi/articleshow/31459557.cms

http://daily.bhaskar.com/news/DEL-brave-story-of-acid-attack-victim-laxmi-who-is-fighting-for-us-4316388-PHO.html?seq=3

http://www.hindustantimes.com/india/don-t-stare-at-me-i-am-human-too-acid-attack-survivor-laxmi/story-I5U4wL8wSBmvNqRREMcQOK.html

http://indianexpress.com/article/india/india-others/309-acid-attack-cases-in-14-300-rise-in-3-yrs/#sthash.RU2j8sSj.dpuf

http://voices.nationalgeographic.com/2015/08/05/cat-out-of-the-bag-trophy-hunting-fuels-african-lion-bone-trade-in-asia/

http://news.nationalgeographic.com/2015/07/150722-lions-canned-hunting-lion-bone-trade-south-africa-blood-lions-ian-michler/

http://vmagazine.com/site/content/2895/rebels-laverne-cox---nominated-by-natasha-lyonne

http://www.advocate.com/print-issue/current-issue/2014/07/10/laverne-cox-making-icon

http://www.nylon.com/articles/life-advice-laverne-cox

http://www.ew.com/article/2015/06/10/laverne-cox-entertainment-weekly-cover

http://time.com/132769/transgender-orange-is-the-new-black-laverne-cox-interview/

http://www.telegraph.co.uk/culture/tvandradio/11643952/Laverne-Cox-on-growing-up-trans-Orange-is-the-New-Black-and-Caitlyn-Jenner.html

http://www.huffingtonpost.com/nathan-manske/laverne-cox_b_1261377.html?ir=India&adsSiteOverride=in

http://sudanreeves.org/2013/03/09/an-interview-with-dr-tom-catena-concerning-the-nuba-mountains-and-a-humanitarian-update-on-the-region/

http://news.nationalgeographic.com/news/2014/05/140512-sudan-nuba-war-bombing-civilians-hospital-doctor-catena/

http://world.time.com/2012/04/25/alone-and-forgotten-one-american-doctor-saves-lives-in-sudans-nuba-mountains/

http://www.aol.com/article/2015/07/15/the-worst-atrocity-youve-never-heard-of/21209759/

http://www.brown.edu/academics/engineering/about/news/2013/03/man-mission

https://www.osv.com/OSVNewsweekly/RSS/RSSFaith/TabId/972/ArtMID/14179/ArticleID/2639/Doctor-answers-call-to-heal-in-wartorn-region-of-Sudan.aspx

http://www.globalpost.com/dispatch/news/regions/africa/sudan/130620/sudan-nuba-mountains-tom-catena-new-york-hospital-khartoum-omar-bashir

http://www.dailygazette.com/news/2014/dec/21/amsterdam-native-honored-efforts-sudan-hospital/?print

http://ncronline.org/news/global/bishop-doctor-say-sudan-food-crisis-provoked-aerial-bombing

http://www.recordernews.com/iPad/localsports/02072013_catena

http://indiatogether.org/manushi/issue118/reclaiming.htm

http://www.lifetimetv.co.uk/biography/biography-angelina-jolie

http://www.mirror.co.uk/3am/celebrity-news/angelina-jolie-40-how-blood-smeared-5818828

http://news.bbc.co.uk/2/hi/talking_point/3584021.stm

http://www.aljazeera.com/indepth/opinion/2011/10/201110813924645224.html

http://www.liberation.fr/monde/2014/10/20/tawakkol-karman-yemen-yes-women_1125847

http://www.aquila-style.com/focus-points/mightymuslimah/champion-yemens-revolution-tawakkol-karman/88286/

http://content.time.com/time/world/article/0,8599,2049476,00.html

http://www.thedailybeast.com/articles/2011/10/09/tawakul-karman-interview-nobel-peace-prize-could-help-arab-spring.html

http://www.nobelprize.org/nobel_prizes/peace/laureates/2011/karman-facts.html

http://www.theguardian.com/world/2011/oct/07/tawakkul-karman-profile

http://www.middleeasteye.net/news/mee-interview-yemens-mother-revolution-speaks-exile-about-way-forward-558001274

http://www.wsj.com/news/articles/SB10000872396390443819404577639551535398524

http://qz.com/273617/meet-the-hong-kong-teenager-whos-standing-up-to-the-chinese-communist-party/

http://www.wsws.org/tamil/articles/2014/oct/141003_mass.shtml

http://respekt.ihned.cz/c1-63139320-passionate-teen-with-an-umbrella

http://www.thenational.ae/arts-lifestyle/newsmaker-joshua-wong

http://www.timeout.com.hk/big-smog/features/69666/hk-profile-joshua-wong-convener-of-scholarism.html

http://www.theguardian.com/world/2014/oct/01/joshua-wong-teenager-public-face-hong-kong-protests

http://www.latimes.com/world/asia/la-fg-hong-kong-activist-joshua-wong-20150225-story.html

http://www.ejinsight.com/20141127-joshua-wong-hit-by-an-egg-outside-court/

http://globalnews.ca/news/1587652/hong-kong-protests-key-issues-and-people-in-the-dispute/

http://www.cbc.ca/news/world/joshua-wong-meet-the-teen-mastermind-of-hong-kong-s-umbrella-revolution-1.2784105

https://newleftreview.org/II/92/joshua-wong-scholarism-on-the-march

https://en.wikipedia.org/wiki/Wanheng_Menayothin

https://en.wikipedia.org/wiki/Floyd_Mayweather_Jr._vs._Conor_McGregor

https://www.forbes.com/profile/gordon-ramsay/#3b5720284530

http://www.forbesindia.com/article/30-under-30/30-under-30-arunima-sinha-climb-every-mountain/42323/1

https://www.tripoto.com/trip/ar-568ba1c810cb3

https://www.hindutamil.in/news/world/514044-un-probe-alleges-war-crimes-endemic-impunity-in-yemen-1.html

https://www.bbc.com/tamil/global-49868244

https://www.vikatan.com/news/international/157299-a-child-dies-from-hunger-every-12-minutes-in-yemen

https://www.theweek.in/news/world/2019/07/11/Arab-spring-hasnt-failed-it-has-just-begun-says-Tawakkul-Karman.html

http://www.livemint.com/Leisure/RbodIOeHsru9HihmmQ1d8M/Jadav-Molai-Payeng--Wild-child.html

http://www.newindianexpress.com/magazine/The-Forest-Gumption/2015/03/28/article2731655.ece

http://www.aljazeera.com/indepth/features/2014/01/indias-forest-man-201411762848958203.html

http://livingcircular.veolia.com/en/heroes/forest-man

http://www.khaleejtimes.com/article/20150523/ARTICLE/305239981/1002

http://lifeforaforest.com/2013/03/19/the-molai-woods-one-mans-forest/

http://timesofindia.indiatimes.com/home/sunday-times/deep-focus/The-man-who-made-a-forest/articleshow/12488584.cms?

http://www.theshillongtimes.com/2015/01/29/molais-green-journey-to-padma-shri-glory/

http://www.theweekendleader.com/Heroism/2155/forest-maker.html#sthash.vo5M2ejD.dpuf

http://www.assamtribune.com/dec0613/state07.txt

http://www.telegraphindia.com/1150207/jsp/northeast/story_1952.jsp#.VgWFT5cb-fw

http://www.sanctuaryasia.com/magazines/features/9122-the-strange-obsession-of-jadav-payeng.html

http://www.academia.edu/14355043/Greening_the_Brahmaputra_sand_bar_-_a_solution_to_erosion_problem